தந்தையரும் தனயர்களும்

இவான் துர்கனேவ்

தமிழில்: பூ. சோமசுந்தரம்

மின்னங்காடி
வெளியீடு

24, அண்ணா 3-வது குறுக்குத் தெரு,
அவ்வை நகர், பாடி, சென்னை - 50.

விலை : ரூ. 110/-

மின்னங்காடி

பதிப்பக வெளியீடு - 80

தந்தையரும் தனயர்களும் / நாவல்

ஆசிரியர்	: இவான் துர்கனேவ்
அட்டைப் படம்	: திலீப் ராஜேந்திரன்
முதல் பதிப்பு	: 2025
வெளியீடு	: மின்னங்காடி பதிப்பகம்
	24, அண்ணா 3-வது குறுக்குத் தெரு,
	அவ்வை நகர், பாடி, சென்னை - 50.

Rs.110/-

Thanthaiyarum Thanayarum/ Novel

Author	: Ivan Durganev
Cover design	:
First Edition	: 2025
Published by	: Minnangadi Publications
	24, Anna 3rd Cross Street,
	Avvai Nagar, Padi, Chennai - 50
Website	: www.minnangadi.com
Mail	: minnangadipublications@gmail.com
Phone	: 72992 41264, 7824049160.
ISBN	**: 978-93-92973-55-0**

"1860ம் ஆண்டு ஆகஸ்டு மாதத்தில்... 'தந்தையும் தனயர்களும்' என்னும் நவீனத்தின் முதல் கருத்து என் மனத்தில் உதயமாயிற்று... இந்த நாவலில் வரும் பஸாரவ் கதாபாத்திரத்தைப் படைக்க என்னிடம் இருந்த அத்தனை வண்ணங்களையும் செலவிட்டேன்" என்கிறார். துர்கனேவ். தத்துவ யுத்தத்தை நாவலாகப் படைக்க முடியுமா? நினைத்துப் பார்க்க முடியாத சவாலை இந்த நாவலில் எதிர்கொண்டார் அவர். தலைமுறை இடைவெளி நாவலின் மையம். பஸாரவ், அர்க்காதியின் பெற்றவர்கள் நிலை கலங்க வைக்கும் கடந்த காலத்தின் அடையாளங்கள்.

- தமிழ்மகன்
மின்னங்காடி பதிப்பகம்

விஸ்ஸரியோன் கிரியோயெவிச் பிலீன்ஸ்கியின் நினைவுக்கு...

～ 1 ～

1859-ம் ஆண்டு மே மாதம் இருபதாம் தேதி. சாலையில் இருந்த வண்டிச் சாவடியின் உயரமற்ற வாசற்படிக்குப் புழுதிபடிந்த மேல் கோட்டும் கட்டம் போட்ட காற்சட்டையும் வெறுந்தலையுமாக வந்தார் நாற்பதுக்குக் கொஞ்சம் கூடுதலான வயதுள்ள ஒரு பிரபு. உப்பிய கன்னங்களும் மோவாயில் வெளிர் மென் தூவியும் மங்கிய சிறு விழிகளும் கொண்ட இளம் பணியாளைப் பார்த்து, "என்ன, பியோத்தர், இன்னும் வரக் காணோமா?" என்று கேட்டார் அவர்.

பணியாள் காதில் போட்டிருந்த நீலக்கல் தோடும் எண்ணெய் தடவிய பல் நிற முடியும் நயப்பாங்குள்ள அங்க அசைவுகளும் எல்லாமே, அவன் சீர்திருத்தம் பெற்ற புதிய தலைமுறையைச் சேர்ந்தவன் என்பதைப்பறை சாற்றின. அவன் பரிவுடன் சாலை நெடுகிலும் கண்ணோட்டிவிட்டு, "இல்லைங்க, வரக்காணோமுங்க" என்று பதில் அளித்தான்.

"காணோமா?" என்று மறுபடி கேட்டார் பிரபு.

"காணோம்" என இன்னொரு தடவை விடையிறுத்தான் பணியாள்.

பிரபு பெருமூச்சுவிட்டு பெஞ்சியில் உட்கார்ந்தார். கால்களை பெஞ்சிக்கு அடியில் மடக்கிக்கொண்டு சிந்தனையுடன் சுற்றுமுற்றும் பார்த்தவாறு அவர் உட்கார்ந்திருக்கையில் அவரை வாசகர்களுக்கு அறிமுகப்படுத்துவோம்.

அவர் பெயர் நிக்கலாய் பெத்ரோவிச் கிர்ஸானவ். வண்டிச் சாவடியிலிருந்து பதினைந்து கிலோமீட்டர் தொலைவில்,

இருநூறு பண்ணையடிமைகள் வேலை செய்த, அல்லது - குடியானவர்களுடன் நிலத்தைப் பிரித்துக்கொண்டு புதுமுறைப் 'பண்ணை' நடத்தத் தொடங்கிய பின் அவர் கூறிவருவது போல - இரண்டாயிரம் ஹெக்டார் நிலம் உள்ள நல்ல பண்ணை அவருக்கு இருந்தது. இராணுவ ஜெனரலாக 1812-ம் ஆண்டு போரில் பங்காற்றிய அவருடைய தகப்பனார் அரைகுறையாகப் படித்த முரடராயினும், பொல்லாதவர் அல்ல. வாழ்நாள் முழுவதும் வரட்டு உழைப்பிலேயே கழித்தவர் அவர். முதலில் பிரிகேட் கமாண்டராகவும் அப்புறம் டிவிஷன் கமாண்டராகவும் சேவை செய்தார். நிரந்தரமாகப் பிராந்திய நகரங்களிலேயே வாழ்ந்தார். தமது பதவி பலத்தால் அங்கே கணிசமான முக்கியத்துவம் உள்ளவராக விளங்கினார். நிக்கலாய் பெத்ரோவிச் தம் தமையனார் பாவெல் பெத்ரோவிச் போலவே (இவரைப் பற்றிப் பின்னால் கூறுவோம்) ருஷ்யாவின் தென் பகுதியில் பிறந்தார். பதினான்கு வயது வரை மலிவான வீட்டு ஆசிரியர்களாலும் மட்டுமீறிச் சொந்தம் பாராட்டிய, ஆனால் கீழ்ப்படிவுள்ள இராணுவத் துணை அதிகாரிகளாலும் வேறு பல பட்டாள, இராணுவ அலுவலக நபர்களாலும் சூழப்பட்டு வீட்டிலேயே பயிற்றி வளர்க்கப்பட்டார். அவருடைய தாயார் கலியாஸின் குடும்பத்தைச் சேர்ந்தவள். கன்னிப் பருவத்தில் பிரெஞ்சு மோஸ்தர்படி அவள் அகாத்தே என அழைக்கப்பட்டாள். ஜெனரலின் மனைவி ஆன பிறகு அகஃபோக்ளேயா குஸ்மீனிஷ்னா கிர்ஸானவா என்று மரியாதையாகக் குறிக்கப்பட்டாள். 'கமாண்டர் அம்மா' எனப்பட்ட மாதர்களின் வகையைச் சேர்ந்தவள் அவள். பகட்டான தலையணிகளும் ஆடம்பரமான பட்டு உடைகளும் அணிவாள். மாதா கோயிலில் சிலுவையை முதலில் முத்தமிட்டு, தன் அந்தஸ்தைக் காட்டிக் கொள்வாள். உரத்த குரலில் நிறையப் பேசுவாள். காலையில் குழந்தைகள் தன் கையை முத்தமிட அனுமதிப்பாள். இரவில் குழந்தைகள் படுப்பதற்கு முன் அவர்களை ஆசீர்வதிப்பாள். சுருங்கச் சொன்னால், மன மகிழ்வுடன் வாழ்ந்துவந்தாள். சிறுவன் நிக்கலாய் பெத்ரோவிச் வீரமும் துணிவும் காட்டவில்லை என்பதோடு கோழை என்றும் சரியாகவே பெயர் வாங்கியிருந்தான். இருந்தாலும் ஜெனரலின் மகன் என்ற காரணத்தால் அவன் அண்ணன் பாவெல் போலவே இராணுவத்தில் சேர வேண்டியிருந்தது. ஆனால் நியமனச் செய்தி வந்த அன்று அவன் காலை முறித்துக் கொண்டு இரண்டு மாதங்கள் படுக்கையில் கிடந்தபின் வாழ்நாள் முழுவதும் 'நொண்டி' ஆகிவிட்டான். தகப்பனார் அவன்மேல் இருந்த நம்பிக்கையை உதறிவிட்டு அவனை சிவில் ஊழியன் ஆக அனுமதித்தார். மகனுக்குப் பதினெட்டு வயது நிறைந்ததுமே அவனைப் பீட்டர்ஸ்பர்க் நகருக்கு இட்டு வந்து பல்கலைக்கழகத்தில்

சேர்த்தார். அந்தச் சமயத்தில் நிக்கலாயின் தமையனார் கார்ட் ரெஜிமெண்டில் அதிகாரி ஆகி இருந்தார். இளைஞர்கள் இருவரும் தங்கள் ஒன்றுவிட்ட மாமனும் முக்கிய அரசாங்க அதிகாரியுமான இலியா கலியாஸின் என்பவருடைய தூர மேற்பார்வையில் ஒரே வீட்டில் சேர்ந்து வசிக்கலாயினர். அவர்களுடைய தகப்பனார் டிவிஷனுக்கு, மனைவியிடம், திரும்பிவிட்டார். ரெஜிமெண்ட் குமாஸ்தாவின் வீச்செழுத்துக்களால் புள்ளிக் கோலமிட்ட பெரிய சாம்பல் நிறக்கால் காகிதங்களை எப்போதாவது மகன்களுக்கு அனுப்புவார். காகிதங்களின் முடிவில் அணியெழுத்துக்களில் 'பியோத்தர் கிர்ஸானவ், மேஜர் ஜெனரல்' என்ற சொற்கள் இலகும். 1835-ல் நிக்கலாய் காண்டிடேட் பட்டதாரி ஆகிப் பல்கலைக் கழகப் படிப்பை முடித்தான். மேற்பார்வையின்போது அணிவகுப்பில் ஏதோ குறைபாடு நேர்ந்த காரணத்தால் பதவியிலிருந்து நீக்கப்பட்ட ஜெனரல் கிர்ஸானவ் அதே ஆண்டு மனைவியுடன் பீட்டர்ஸ்பர்கில் வசிக்க வந்து சேர்ந்தார். தவ்ரீதா பூங்கா அருகே வீடு வாடகைக்கு எடுத்துக்கொண்டு ஆங்கிலக் கழகத்தில் உறுப்பினராகப் பதிவு செய்து கொண்டவர், திடீரென மாரடைப்பால் இறந்துபோனார். அவருடைய மனைவியால் தலைநகரில் ஒதுக்கமாக வசிக்கப் பழகிக்கொள்ள முடியவில்லை. ஓய்வு வாழ்க்கையின் ஏக்கம் அவளை அரித்தது. சிறிது காலத்தில் அவளும் கணவனைப் பின்தொடர்ந்தாள். பெற்றோர்கள் உயிரோடு இருக்கையிலேயே இளைஞன் நிக்கலாய் பெத்ரோவிச் தனது முந்திய வீட்டுச் சொந்தக்காரரும் அரசாங்க அதிகாரியுமான பிரிப்பலவேன்ஸ்கி என்பவரின் மகள்மேல் மையல் கொண்டிருந்தான் (பெற்றோருக்கு இது மிகுந்த வருத்தம் அளித்தது.) அந்தப் பெண் பார்வைக்கு இனியவள், வழக்கமாகச் சொல்வதுபோல உள வளர்ச்சி பெற்றவள். சஞ்சிகைகளில் 'விஞ்ஞானப்' பகுதியில் வெளியாகும் ஆழ்ந்த கட்டுரைகளைப் படிப்பாள். பெற்றோர் இறந்ததற்குத் துக்கம் கொண்டாட வேண்டிய கெடு முடிந்ததுமே நிக்கலாய் அவளை மணந்துகொண்டு, தகப்பனார் சிபாரிசு செய்து சேர்த்திருந்த அரச குடும்ப நிலப் பராமரிப்பு அமைச்சகத்தை விட்டு விட்டுப் புது மனைவி மரீயாவோடு இன்பம் துய்க்கலானான். முதலில் காட்டியல் கல்லூரி அருகே இருந்த பங்களாவிலும் பின்பு நகருக்குக் குடிபோய், துப்புரவான படிக்கட்டுக் கொண்ட வாடகை வீட்டின் குளிர்ந்த விருந்தறை உடைய சிறிய பகுதியிலும் வசித்துவிட்டு, முடிவில் கிராமத்துக்குப் போய் நிலையாக வேரூன்றிவிட்டான். விரைவிலேயே மகன் அர்க்காதி பிறந்தான். கணவனும் மனைவியும் மிக நன்றாக, அமைதியாக வாழ்ந்தார்கள். அவர்கள் அனேகமாக எப்போதும் இணைபிரியாமல் இருந்தார்கள், சேர்ந்தே படித்தார்கள், சேர்ந்து பியானோ வாசித்தார்கள், இருவர் பாட்டுக்கள் பாடினார்கள்.

மரீயா பூச்செடிகளை நட்டு வளர்த்தாள், கோழிக் குடிலைக் கவனித்துக்கொண்டாள். நிக்கலாய் எப்போதாவது வேட்டைக்குப் போனான், பண்ணைக் காரியங்களைப் பார்த்துக் கொண்டான். மகன் அர்க்காதி நாளொருமேனியும் பொழுதொரு வண்ணமுமாக வளர்ந்தான். பத்து ஆண்டுகள் கனவு போலக் கழிந்துவிட்டன. 1847ம் ஆண்டில் மரீயா காலமானாள். நிக்கலாய் பெத்ரோவிச் இந்தப் பேரிடியைத் தாங்க முடியாமல் பல வாரங்கள் பிரமை பிடித்தவர்போல இருந்தார். பிறகு கொஞ்சமாவது துயரை ஆற்றிக் கொள்வதற்காக வெளிநாடு செல்ல ஏற்பாடுகள் செய்தார்... ஆனால் அதற்குள் 1848ம் ஆண்டு வந்துவிட்டது. (1848ம் ஆண்டு பிப்ரவரி, ஜுன் மாதங்களில் பிரான்சு நாட்டில் புரட்சிகள் நடந்தன. புரட்சியால் திகில் அடைந்த ஜார் முதல் நிக்கலாய் பல நடவடிக்கைகளை மேற்கொண்டான். ருஷ்யர்கள் வெளிநாடு செல்வதைத் தடைசெய்தது இவற்றில் ஒன்று. மொழிபெயர்ப்பாளரின் பெயர் குறிக்கப்படாத எல்லா அடிக்குறிப்புக்களும் பதிப்பகத்தாருடையவை.) வேறு வழியின்றி அவர் கிராமம் திரும்பினார். நீண்ட காலம் செயலின்றிக் கழித்தபின் பண்ணை நிர்வாகத்தை மாற்றி அமைப்பதில் ஈடுபட்டார். 1855ல் மகனைப் பல்கலைக்கழகத்தில் சேர்ந்தார். மூன்று குளிர்காலங்கள் பீட்டர்ஸ்பர்கில் மகனோடு வசித்தார். அப்போது அவர் அனேகமாக எங்குமே போகாமல் அர்க்காதியின் இளம் தோழர்களுடன் பழக்கம் செய்துகொள்ள முயன்று வந்தார். கடைசிக் குளிர் காலத்தில் அவரால் பீட்டர்ஸ்பர்க் போக முடியவில்லை. ஆக, இப்போது, 1859ம் ஆண்டு மே மாதம் முழுவதும், நரைத்தலையும் உப்பிய முகமும் சிறிது கூனிய உடலுமாக அவரை நாம் காண்கிறோம். ஒரு காலத்தில் தாம் பெற்றது போலவே காண்டிடேட் பட்டம் பெற்ற மகனின் வரவை எதிர்பார்த்துக் கொண்டிருக்கிறார் அவர்.

பணியாள் மரியாதை காரணமாகவே எஜமானின் கண் எதிரே இருக்க விரும்பாததனாலோ உள் முகப்புக்குப் போய் சுங்கான் புகைக்கத் தொடங்கினான். நிக்கலாய் பெத்ரோவிச் தலையைத் தொங்கப் போட்டுக் கொண்டு கிலமான வாயிற்படியை நோக்கலானார். பருத்த பல்நிறக் கோழிக்குஞ்சு பெரிய மஞ்சள் கால்களை உறுதியாகப் படிகளில் அடித்தவாறு அவர் அருகே நடமாடியது. அழுக்குப் பிடித்த பூனை அழிமேல் ஒயிலாகப் படுத்துக்கொண்டு அவரை அன்பின்றி நோட்டம் இட்டது. வெயில் பொசுக்கிற்று. வண்டிச் சாவடியின் அரையிருட்டான நடைவழியிலிருந்து அப்போது சுட்ட கதகதப்பான ரை ரொட்டி மணம் வீசிற்று. நம் நிக்கலாய் பெத்ரோவிச் கனவு காணலானார். ‘மகன்... காண்டிடேட் பட்டதாரி... அர்க்காதி” என்ற சொற்கள் இடைவிடாது அவர் மூளையில் சுழன்றன. வேறு எதையாவது

பற்றிச் சிந்திக்க அவர் முயன்றார். ஆனால் மறுபடி அதே எண்ணங்கள் திரும்பத் திரும்ப வந்தன. காலம் சென்ற மனைவி அவர் நினைவில் தோன்றினாள்... "பாவம், இதைக் காண அவளுக்கு வாய்க்கவில்லையே!" என்று சோர்வுடன் வாய்க்குள் சொல்லிக் கொண்டார்... கொழுத்த, மங்கிய நீலப்புறா, சாலை மேலாகப் பறந்து வந்து கிணற்றருகே தேங்கியிருந்த குட்டத்தில் நீர் பருக விரைந்தது. நிக்கலாய் பெத்ரோவிச் அதைப் பார்க்கலுற்றார். ஆனால் நெருங்கி வரும் சக்கரங்களின் கடகடப்பு அவர் காதில் பட்டுவிட்டது...

"அவர்கள்தான் வருகிறார்கள் போலிருக்குதுங்க" என்று வாயிலுக்கு உள்ளிருந்து வெளிவந்து அறிவித்தான் பணியாள்.

நிக்கலாய் பெத்ரோவிச் துள்ளி எழுந்து சாலை நெடுகிலும் பார்வையைச் செலுத்தினார். மூன்று அஞ்சல் குதிரைகள் பூட்டிய சவாரி வண்டி வருவது தெரிந்தது. மாணவர் தொப்பி நாடாவும் அன்புக்குரிய முகத்தின் பழக்கமான வரையுருவும் வண்டிக்குள் தோன்றித்தோன்றி மறைந்தன...

"அர்க்காதி! அர்க்காதி!" என்று கத்தியவாறு ஓடி, கைகளை வீசி ஆட்டினார் நிக்கலாய் பெத்ரோவிச்... சில வினாடிகளுக்கெல்லாம் அவருடைய உதடுகள் இளம் பட்டதாரியின் ரோமம் வளராத, புழுதி படிந்த, கொதிப்பேறிய கன்னத்தில் பதிந்தன.

௸ 2 ௵

"அட, புழுதியைத் தட்டிப் போக்கிக்கொள்ள விடேன் அப்பா, நான் உன் மேலெல்லாம் கறையாக்குகிறேனே என்று தகப்பனாரை மகிழ்ச்சியுடன் தழுவி முத்தமிட்டவாறு வழிப் பயணத்தால் கொஞ்சம் கரகரத்த, ஆனால் கணீரென ஒலித்த பிள்ளைக் குரலில் சொன்னான் அர்க்காதி.

"பரவாயில்லை.. பரவாயில்லை" என்று அன்பு கசிய முறுவலித்தவாறு கூறி மகனுடைய மேல்கோட்டுக் காலரையும் தம் மேல் கோட்டையும் தட்டினார் நிக்கலாய் பெத்ரோவிச். பின்பு சற்று எட்ட விலகி, "எங்கே, எப்படி இருக்கிறாய், காட்டு பார்ப்போம்" என்று சொன்னவர் உடனே விடுவிடென்று நடந்து வண்டிச் சாவடி அருகே போய், "இதோ இங்கே, இங்கே, குதிரைகளையும் உடனே மாற்ற வேண்டும்" என்றார்.

நிக்கலாய் பெத்ரோவிச்தம் மகனைக் காட்டிலும் எவ்வளவோ அதிகக் கிளர்ச்சி அடைந்தவராகக் காணப்பட்டார். ஓரளவு

கலக்கமுற்றவர்போல, கூச்சப்படுபவர்போல இருந்தார். அர்க்காதி அவரை நிறுத்தினான்.

“அப்பா, வா! என் அருமை நண்பர் பஸாரவை உனக்கு அறிமுகப்படுத்துகிறேன். அவனைப்பற்றி நான் உனக்கு அடிக்கடி எழுதியிருக்கிறேனே. அவன் அன்பு கூர்ந்து நம் வீட்டுக்கு விருந்தாளி யாக வர இசைந்திருக்கிறான்” என்றான்.

நிக்கலாய் பெத்ரோவிச் சட்டெனத் திரும்பி, சவாரி வண்டியிலிருந்து அப்போதுதான் இறங்கிய நெடிய மனிதன் அருகே சென்றார். குஞ்சலங்கள் வைத்த நீண்ட மேலங்கி அணிந்திருந்தான் அவன். உறை அணியாத சிவந்த கையை அவன் நிக்கலாய் பெத்ரோவிச்சின் பக்கம் தயக்கத்துடனேயே நீட்டினான். அவரோ அதை இறுகப் பற்றிக் குலுக்கினார்.

“எனக்கு மனப்பூர்வமான மகிழ்ச்சி” என்று பேச்சைத் தொடங்கினார். “எங்கள் வீட்டுக்கு வர நீங்கள் உத்தேசித்திருப்பதற்கு நன்றி .ம்ம். உங்கள் பெயரையும் தகப்பனார் பெயரையும் தெரிந்து கொள்ளலாமா?”

“யெவ்கேனி வஸீலிச்” என்று சோம்பிய ஆண் குரலில் பதில் சொல்லிவிட்டு மேலங்கிக் காலரை மடித்துவிட்டுக்கொண்டு நிக்கலாய் பெத்ரோவிச்சுக்குத் தன் முகம் முழுவதையும் காட்டினான் பஸாரவ். அகன்ற நெற்றியும் மேலே தட்டையாகவும் கீழே கூர்த்தும் இருந்த மூக்கும் பெரிய இளம் பச்சை விழிகளும் மணல் நிறக் கிருதாவும் கொண்ட நீண்ட, மெலிந்த அந்த முகம் அமைதியான புன்முறுவலால் உயிர்ப்புற்று, தன்னம்பிக்கையையும் அறிவையும் காட்டியது.

“அன்புள்ள யெவ்கேனி வஸீலிச், எங்கள் வீட்டில் உங்களுக்கு அலுப்பு தட்டாது என்று நம்புகிறேன்” என்று பேச்சைத் தொடர்ந்தார் நிக்கலாய் பெத்ரோவிச்.

பஸாரவின் மெல்லிய உதடுகள் லேசாக அசைந்தன. ஆனால் அவன் பதில் எதுவும் கூறாமல் தொப்பியை மட்டும் மரியாதையாகச் சற்று உயர்த்தினான். அவனுடைய நீண்டு அடர்ந்த மங்கிய பொன்நிறக் கூந்தல் விசாலமான மண்டையின் பெருத்த புடைப்புக்களை மறைக்கவில்லை.

நிக்கலாய் பெத்ரோவிச் மகன் புறம் திரும்பி, “நல்லது, என்ன சொல்கிறாய் அர்க்காதி, குதிரைகளை இப்போதே பூட்டச் சொல்லட்டுமா அல்லது நீங்கள் இளைப்பாற விரும்புகிறீர்களா?” என்று கேட்டார்.

“பூட்டச் சொல்லு, அப்பா. வீட்டிலே இளைப்பாறிக் கொள்கிறோம்.”

"இதோ, இதோ. டேய், பியோத்தர், காதில் விழுந்ததா? சட்டுப் பட்டென்று வண்டி கட்டச் சொல்லு" என்றார் தகப்பனார்.

சீர்திருத்தம் பெற்ற பணியாள் என்ற முறையில் சின்ன எஜமான் கையை முத்தமிடப் போகாமல் எட்டே நின்றே தலை வணங்கிய பியோத்தர், மறுபடி வாயிலுக்குள் புகுந்து மறைந்தான்.

இதற்கிடையே அர்க்காதி வண்டிச் சாவடிச் சொந்தக்காரி இரும்புச் செம்பில் கொண்டுவந்த தண்ணீரைப் பருகினான். பஸாரவ் சுங்கானைப் பற்ற வைத்துக்கொண்டு, குதிரைகளை நுகத்திலிருந்து அவிழ்த்துக் கொண்டிருந்த வண்டிக்காரனிடம் போனான்.

"நான் பெட்டி வண்டியில் வந்திருக்கிறேன், ஆனால் உன் சவாரி வண்டிக்கும் மாற்றுக் குதிரைகள் இருக்கின்றன. பெட்டி வண்டியில் இரண்டு பேருக்குத்தான் இடம் இருக்கிறது. உன் நண்பரைஎப்படி ஏற்றிச் செல்வது என்றுதான்…" என அலைபாய்ந்தார் நிக்கலாய் பெத்ரோவிச்.

"அவன் சவாரி வண்டியில் போய்க் கொள்வான். நீ அவனிடம் தயவு செய்து சடங்கு பாராட்டாதே. அவன் அருமையான ஆள். பிகுவே கிடையாது, சகஜமாய்ப் பழகுவான், நீயே பார்ப்பாய்" என்று குரலைத் தணித்துக் கூறினான் அர்க்காதி.

நிக்கலாய் பெத்ரோவிச்சின் வண்டிக்காரன் குதிரைகளை வெளியே நடத்தி வந்தான்.

"அட சுறுசுறுப்பாக வேலை செய் அப்பா, புதர்த்தாடி!" என்று சவாரி வண்டிக்காரனிடம் சொன்னான் பஸாரவ்.

ஆட்டுத்தோல் மேல்கோட்டின் பின் தலைப்புக்குள் கைகளை நுழைத்துக்கொண்டு அருகே நின்றிருந்த இன்னொரு வண்டிக்காரன், "மித்யூஹா! சின்ன எஜமான் உன்னை என்ன பெயர் சொல்லிக் கூப்பிட்டார், கேட்டாயா? நீ புதர்த்தாடிதான், சந்தேகம் இல்லை" என்றான்.

மித்யூஹா தொப்பியைக் கழற்றி மரியாதையாக ஆட்டிவிட்டு வியர்த்த நடுக் குதிரையின் கடிவாள வாரை இழுத்தான்.

"துடியாக வேலை செய்யுங்கள் தம்பிகளா. வோத்காவுக்குக் காசு கிடைக்கும்!" என்று விரைவுபடுத்தினார் நிக்கலாய் பெத்ரோவிச்.

சில நிமிடங்களில் குதிரைகள் பூட்டப்பட்டுவிட்டன. தந்தையும் மகனும் பெட்டி வண்டியில் ஏறி அமர்ந்தார்கள். பியோத்தர் வண்டியோட்டி அருகே உட்கார்ந்து கொண்டான். பஸாரவ் தலையை வண்டியில் தள்ளி ஏறி, தோல் திண்டில் தலையைப் புதைத்துக்கொண்டான். இரண்டு வண்டிகளும் புறப்பட்டன.

௸ 3 ௵

"ஆக, கடைசியில் நீ காண்டிடேட் பட்டதாரி ஆகி வீட்டுக்குத் திரும்பிவிட்டாய்" என்று மகனுடைய தோளையும் முழங்காலையும் மாறி மாறித் தொட்டவாறு சொன்னார் நிக்கலாய் பெத்ரோவிச். "நல்லவேளை!"

"பெரியப்பா எப்படி இருக்கிறார்? சௌக்கியமா?" என்று கேட்டான் அர்க்காதி. உளமார்ந்த, அனேகமாகக் குழந்தைக்கு ஏற்படுவது போன்ற மகிழ்ச்சி அவனுக்குள் நிறைந்து பொங்கியது. ஆயினும் கிளர்ச்சிப் பெருக்கிலிருந்து அன்றாட விஷயங்களுக்கு விரைவில் பேச்சைத் திருப்ப அவனுக்கு விருப்பம் உண்டாயிற்று.

"சௌக்கியம். உன்னை எதிர்கொள்வதற்கு அண்ணா என்னோடு வருவதாகத்தான் இருந்தார். அப்புறம் எதனாலோ எண்ணத்தை மாற்றிக் கொண்டுவிட்டார்."

"நீ எனக்காக ரொம்ப நேரம் காத்திருந்தாயோ?" என்று கேட்டான் அர்க்காதி.

"ஆமாம், ஒரு ஐந்து மணி நேரம்.'

"அருமை அப்பா!"

அர்க்காதி சட்டெனத் தகப்பனார் பக்கம் திரும்பி அவர் கன்னத்தில் ஓசையுடன் முத்தம் இட்டான். நிக்கலாய் பெத்ரோவிச் வாய்க்குள் சிரித்துக் கொண்டார்.

"உனக்காக எப்பேர்ப்பட்ட குதிரையைத் தயார்படுத்தி வைத்திருக்கிறேன் தெரியுமா! நீயே பார்ப்பாய். உன் அறைச் சுவர்களிலும் புதிய சித்திரக் காகிதங்கள் ஒட்டப்பட்டிருக்கின்றன."

"பஸாரவுக்குத் தனி அறை இருக்கிறதா?"

"ஒன்றை ஒழித்துவிட்டால் போகிறது.'

"அப்பா, தயவு பண்ணி அவனை நன்றாக உபசரி. அவனுடைய நட்பை நான் எந்த அளவுக்கு மதிக்கிறேன் என்பதை என்னால் வார்த்தைகளில் வெளியிட முடியாது."

"இவனோடு உனக்குப் பழக்கம் ஏற்பட்டது சமீபத்தில்தானோ?"

"ஆமாம்."

"அதனால்தான் போன குளிர் காலத்தில் நான் இவனைக் காணவில்லை. இவன் என்ன படிக்கிறான்?'

"இவனுடைய முக்கிய விஷயம், இயற்கை விஞ்ஞானம். அடுத்த

வருஷம் டாக்டர் பரீட்சை கொடுக்கப் போகிறான்."

"ஓ! மருத்துவப் பிரிவு மாணவனா?" என்று கூறி விட்டுச் சற்று நேரம் பேசாதிருந்தார் நிக்கலாய் பெத்ரோவிச். பிறகு "பியோத்தர்!" என்று பணியாளை விளித்து, "அதோ வண்டிகளில் வருபவர்கள் நம் குடியானவர்களா?" என்று கையை நீட்டிச் சுட்டிக் காட்டினார்.

பியோத்தர் எஜமான் காட்டிய திக்கில் பார்வை செலுத்தினான். கடிவாளம் மாட்டாத குதிரைகள் பூட்டிய சில நாற்சக்கர வண்டிகள் குறுகிய ரஸ்தாவில் விரைவாக வந்துகொண்டிருந்தன. ஒவ்வொரு வண்டியிலும் ஒரு அல்லது அதிகமாய்ப் போனால் இரண்டு குடியானவர்கள் திறந்த ஆட்டுத்தோல் கோட்டுகள் அணிந்து உட்கார்ந்திருந்தார்கள்.

"ஆமாங்க" என்றான் பியோத்தர்.

"எங்கே போகிறார்கள், நகரத்துக்கோ?"

"நகரத்துக்குத்தான் போகிறார்கள் போலிருக்கிறது. சாராயக்கடைக்கு" என்று கூறி வண்டிக்காரன் பக்கம் லேசாகச் சாய்ந்தான் பியோத்தர் - அவனுடைய ஒப்புதலைப் பெற விரும்புபவன்போல. ஆனால் வண்டிக்காரன் பழங்காலத்து ஆசாமி, நவீனப் போக்குகளை ஏற்காதவன். அவன் அசையக்கூட இல்லை.

நிக்கலாய் பெத்ரோவிச் மகனிடம் பேச்சைத்தொடர்ந்தார்:

"இந்த வருஷம் குடியானவர்களோடு எனக்குப் பெரும் தொல்லை. விடுவரி செலுத்த மாட்டோம் என்கிறார்கள். என்ன செய்வது?"

"கூலி வேலைக்காரர்களிடம் உனக்குத் திருப்திதானே?" என்று கேட்டான் அர்க்காதி.

"ஆமாம்" என்று அரை மனதாகச் சொன்னார் நிக்கலாய் பெத்ரோவிச். "மற்றவர்கள் இடைஞ்சல் செய்கிறார்கள், அதுதான் சங்கடம். தவிரவும், அவர்கள் சரியான ஊக்கத்துடன் இன்னும் வேலை செய்யக்காணோம். சாதனங்களைக் கெடுக்கிறார்கள். ஆனால் மொத்தத்தில் சுமாராக உழுதார்கள். மறுபடி மேடு தட்டிப்போனால்தான் கஷ்டம். அட உனக்குப் பண்ணை வேலையில் இப்போது அக்கறை ஏற்படுமா என்ன?"

"உங்கள் பண்ணையில் நிழல் இல்லை என்பதுதான்மோசம்" என்று கடைசிக் கேள்விக்கு விடை அளிக்காமலே கூறினான் அர்க்காதி.

"வடக்குப் பக்கம் வெளி மாடத்துக்கு மேலே பெரிய பந்தல் போட்டிருக்கிறேன். அங்கே காற்றாட உட்கார்ந்து சாப்பிடலாம்" என்றான் நிக்கலாய் பெத்ரோவிச்.

"ஏதோ கோடைகால பங்களா போல இருக்கப்போகிறது... ஆனால் இதெல்லாம் அற்ப விஷயம். இங்கே காற்று எவ்வளவு அற்புதமாய் இருக்கிறது! எவ்வளவு இனிமையாக மணக்கிறது! இந்த இடங்களில் போல உலகில் வேறு எங்குமே இந்த மாதிரி நறுமணம் கமழ்வதில்லை என்று எனக்குத்தோன்றுகிறது! அப்புறம் இங்கே வானம்..."

அர்க்காதி திடீரென்று பேச்சை நிறுத்தி, பின்புறம் ஓரப் பார்வையாகப் பார்த்துவிட்டு மௌனமாகிவிட்டான்.

"அதற்கென்ன, நீ இங்கே பிறந்தாய். ஆகவே இங்கே எல்லாமே ஏதோ தனி வகைப்பட்டதாக உனக்குத் தோன்றத்தானே செய்யும்!" என்றார் நிக்கலாய் பெத்ரோவிச்.

"அட நீ ஒன்று, அப்பா. மனிதன் எங்கே பிறந்தாலும் ஒன்றுதானே."

"இருந்தாலும்..."

"இல்லை, இதனால் ஒரு வித்தியாசமும் ஏற்பட்டு விடாது."

நிக்கலாய் பெத்ரோவிச் பக்கவாட்டில் மகனைப் பார்த்தார். வண்டி இன்னும் அரைக் கிலோமீட்டர் போகும்வரை இருவரும் ஒன்றும் பேசவில்லை.

"நான் உனக்கு எழுதினேனா, இல்லையா என்று நினைவில்லை" என்று அப்புறம் பேச்சைத்தொடங்கினார் நிக்கலாய் பெத்ரோவிச். "உன் செவிலித் தாயாக இருந்தாளே, யெகோரவ்னா, அவள் காலமாகிவிட்டாள்."

"அப்படியா? பாவம், கிழவி! புரக்கோஃபிச் உயிரோடு இருக்கிறானா?"

"உயிரோடு இருக்கிறான். கொஞ்சங்கூட மாறவில்லை. முன் போலவேதான் தொனதொனக்கிறான். மொத்தத்தில் மார்யினோவில் பெரிய மாறுதல்கள் எவற்றையும் நீ காண மாட்டாய்."

"காரியஸ்தன் அதே ஆசாமிதானா?"

"காரியஸ்தனை மட்டுந்தான் மாற்றிவிட்டேன். விடுதலை பெற்ற பண்ணையடிமைகளையும் முந்திய பண்ணை வீட்டு வேலையாட்களையும் வேலைக்கு வைத்துக்கொள்வதில்லை. அல்லது குறைந்தபட்சம் பொறுப்புள்ள வேலைகளில் அவர்களை அமர்த்துவதில்லை என்று முடிவு செய்திருக்கிறேன். (அர்க்காதி பியோத்தர் பக்கம் கண் ஜாடை காட்டினார்.) இவன் உண்மையில் விடுதலை பெற்றவன்' என்று குரலைத் தாழ்த்தி பிரெஞ்சு மொழியில் கூறினார் நிக்கலாய் பெத்ரோவிச். "ஆனால் இவன் என் சொந்த வேலையாள்தான். இப்போது என்னிடம் காரியஸ்தனாய் இருப்பவன், முன்னாள் நகர்வாசி. வேலையில் கெட்டிக்காரன்

என்றே தோன்றுகிறது. அவனுக்கு இருநூற்று ஐம்பது ரூபிள் வருடச் சம்பளம் திட்டப்படுத்தியிருக்கிறேன். அது கிடக்கட்டும்" என்று நெற்றியையும் புருவங்களையும் கையால் துடைத்துக்கொண்டு- அவர் உள்ளக் குழப்பம் அடைந்திருப்பதற்கு அறிகுறியாக விளங்கியது இந்தச் செய்கை-பேச்சைத் தொடர்ந்தார் நிக்கலாய் பெத்ரோவிச். "மார்யினோவில் மாறுதல்களை நீ காண மாட்டாய் என்று சற்று முன் சொன்னேன்... இது முழுவதும் சரி அல்ல. ஒரு விஷயத்தை உனக்குத் தெரிவித்துவிடுவது என் கடமை என்று நினைக்கிறேன், ஆனால்..."

அவர் கணப்போது தயங்கினார். பின்பு பிரெஞ்சு மொழியில் கூறலானார்.

"கண்டிப்பான ஒழுக்க நெறியாளன் என்னுடைய ஒளிவு மறைவற்ற பேச்சு பொருத்தம் அற்றது என்று நினைப்பான். ஆனால் முதலாவதாக, இதை மறைப்பது கூடாது. இரண்டாவதாக, தகப்பனுக்கும் மகனுக்கும் இருக்க வேண்டிய உறவு பற்றி எனக்கென்று தனிப்பட்ட கோட்பாடுகள் உண்டு என்பதை நீ அறிவாய். ஆனால் ஒன்று. என்னை நிந்திக்க உனக்கு உரிமை உண்டு. என் வயதில்... சுருங்கச் சொன்னால், இந்தப் பெண் இருக்கிறாளே, அவளைப் பற்றி நீ ஏற்கனவே கேள்விப்பட்டிருப்பாய்..."

"ஃபேனிச்காவா?" என்று சொந்தத்துடன் கேட்டான் அர்க்காதி.

நிக்கலாய் பெத்ரோவிச் முகம் சிவந்தார்.

"அவள் பெயரை உரக்கச் சொல்லாதே. தயவு செய்து... ஊம், ஆமாம்... அவள் இப்போது என்னோடு வாழ்கிறாள். அவளுக்கு நம் வீட்டிலேயே இடம் கொடுத்திருக்கிறேன்... இரண்டு சின்ன அறைகள் காலியாய் இருந்தன. வேண்டுமானால் இதை எல்லாம் மாற்றிவிடலாம்."

"மன்னித்துக்கொள் அப்பா, எதற்காக?"

"உன் நண்பன் நம் வீட்டில் தங்கப்போகிறான்... எக்கச் சக்கமாய் இருக்குமே..."

"பஸாரவைப் பற்றி நீ கவலைப்படாதே. அவன் இதை எல்லாம் பெரிதுபடுத்தக் கூடியவன் அல்ல."

"அப்புறம், என்ன இருந்தாலும், நீ" என்று பேச்சைத் தொடர்ந்தார் நிக்கலாய் பெத்ரோவிச். "பக்கவீடு மோசம். அதுதான் தொல்லை."

"நீஎன்ன அப்பா, ஏதோ மன்னிப்பு கேட்பது போலப் பேசுகிறாயே. உனக்கு வெட்கமாய் இல்லையா?" என்றான் அர்க்காதி.

"உண்மையாகவே நான் வெட்கப்படத்தான் வேண்டும்" என்று மேலும் மேலும் முகம் சிவக்கக் கூறினார் நிக்கலாய் பெத்ரோவிச்.

"போதும் அப்பா, தயை செய்து இந்தப் பேச்சை விடு!" என்று அன்பு ததும்ப முறுவலித்தான் அர்க்காதி. "எதற்காக இவர் மன்னிப்பு கேட்கிறார்?" என்று மனதுக்குள் நினைத்துக் கொண்டான். நல்லியல்பும் மென்மையும் உள்ள தகப்பனார்பால் பரிவும் கனிவும், அதோடு தான் அவரைவிட உயர்ந்தவன் என்னும் மறைமுக உணர்வும் அவன் உள்ளத்தில் நிறைந்தன. தான் முன்னேற்றம் அடைந்தவன், கட்டற்ற போக்குள்ளவன் என்ற உணர்வால், தான் அறியாமலே அவனுக்கு இன்பம் உண்டாயிற்று. "தயவு செய்து இந்தப் பேச்சை நிறுத்து" என்று மறுபடி கூறினான்.

நிக்கலாய் பெத்ரோவிச் நெற்றியைத் தடவியவாறே விரல்களின் அடி வழியாக மகனைப் பார்த்தார். அவர் நெஞ்சில் ஏதோ சுருக்கென்று தைத்தது... ஆனால் மறுகணமே அவர் தம்மைக் கடிந்து கொண்டார்.

"இதோ நம் வயல்கள் தொடங்கிவிட்டன" என்று நீண்ட மௌனத்துக்குப் பிறகு சொன்னார்.

"அதோ, முன்னாலே இருப்பது நமது தோப்புதானே, இல்லையா?" என்று கேட்டான் அர்க்காதி.

"ஆமாம், நம்முடையதுதான். ஆனால் நான் அதை விற்று விட்டேன். இந்த வருஷம் மரங்களை வெட்டிவிடுவார்கள்."

"எதற்காக விற்றாய்?"

"பணம் வேண்டியிருந்தது. தவிர இந்த நிலம் குடியானவர்களுக்குப் போய்விடும்."

"விடுவரி செலுத்தாத குடியானவர்களுக்கா?"

"அது அவர்கள் பாடு. எப்படியும் எப்போதாவது செலுத்தத்தானே போகிறார்கள்!"

"தோப்பு போனது வருத்தமாய் இருக்கிறது" என்று சொல்லிவிட்டு நாற்புறமும் பார்வை செலுத்தலானான் அர்க்காதி.

அவர்கள் கடந்து சென்ற இடங்களை வனப்பு வாய்ந்தவை என்று சொல்லமுடியாது. வயல்கள், ஒரே வயல்கள், சில இடங்களில் சிறிது மேடிட்டும் வேறு இடங்களில் சற்றே சரிந்தும் தொடுவானம் வரை நீண்டு பரந்திருந்தன. சிற்சில இடங்களில் சிறு சோலைகள் காணப்பட்டன. அடர்த்தியற்ற குறும்புதர்கள் ஆங்காங்கு வளர்ந்திருந்த பள்ளங்களை வளைந்து சென்றிருந்தன. பேரரசி யெக்கத்தெரீனா காலத்திய வரை படங்களில் தீட்டப்பட்ட தங்கள் உருவங்களை அவை கண்கூடாகக் காட்டின. இடிந்த கரைகள் கொண்ட சிற்றாறுகளும் மெல்லிய அணைக்கட்டுகளால் தடுக்கப்பட்ட சிறு சிறு நீர்த்தேக்கங்களும் சிறு குப்பங்களும் வழியில்

எதிர்ப்பட்டன. குப்பங்களில் இருந்த குடில்களின் கூரைகள் பெரும்பாலும் பாதி கலைந்து சரிந்திருந்தன. வெறுமையாய்க்கிடந்த களங்களின் பக்கத்தில் மிலாற்றுப் படல் சுவர்கள் கொண்ட கதிரடிச் சவுக்கைகள் கதவுகள் அற்ற திறந்த வாயில்களுடன் கோணலாக நின்றன. மாதா கோயில்களும் காணப்பட்டன. சில ஆங்காங்கு காரைப் பூச்சு உதிர்ந்துவிட்ட செங்கற் கட்டிடங்கள். வேறு சில, முன் சாய்ந்த சிலுவைகளும் பாழடைந்த இடுகாடுகளும் கொண்ட மரக்கட்டிடங்கள். அர்க்காதியின் உள்ளத்தில் சிறிது ஏக்கம் கவிந்தது. வேண்டுமென்றே போல, எதிர்ப்பட்ட குடியானவர்களும் ஒரே கந்தல்கள் அணிந்து நோஞ்சல் குதிரைகள் ஏறி வந்தார்கள். சாலை மருங்குகளில் மரங்கள் கிழிசல்கள் அணிந்த வறியர்கள்போல உரிந்த பட்டைகளும் ஒடிந்த கிளைகளுமாக நின்றன. ஒட்டி உலர்ந்து, கரடு தட்டி, பஞ்சத்தில் அடிபட்டவை போலக் காரைப்பட்ட பசுக்கள் வடிகால்களின் ஓரமாக வளர்ந்த புல்லை ஆர்வத்துடன் கொறித்துக் கொண்டிருந்தன. ஏதோ விலங்கின் கோரமான உகிர்களின் மரணப்பிடியிலிருந்து இப்போதுதான் திமிறிக் கொண்டு விடப்பட்டவை போலத்தோற்றம் அளித்தன. அவை செத்துச்சாவடைந்த அந்தப் பிராணிகளின் பரிதாபத் தோற்றம், எழில் திகழ்ந்த அந்த இளவேனில் நாளிலேயே பனிப்புயல்களும் கடுங்குளிரும் வெண்பனியும் நிறைந்த, இன்பமற்ற, முடிவில்லாத குளிர்காலத்தின் வெளிறிய ஆவி உருவைக் கண்முன்னே கொண்டுவந்தது... "இல்லை. இது செழிப்பற்ற பிரதேசம். இங்கே மக்களிடையே மகிழ்வோ, உழைப்பு ஆர்வமோ இல்லை. இதை இப்படியே இருக்கும்படி விடக்கூடாது. இதை மாற்றி அமைப்பது இன்றியமையாதது.. ஆனால் மாறுதல்களை எப்படிச் செய்வது? எப்படி வேலை தொடங்குவது?" என்று எண்ணமிட்டான் அர்க்காதி.

அர்க்காதி இவ்வாறு சிந்தனை செய்தான்... அவன் சிந்தனையில் ஆழ்ந்திருக்கையிலேயே வசந்தம் தன் கைவரிசையைக் காட்டத் தொடங்கியது. சுற்றிலும் எல்லாம் பைம் பொன் ஒளிர்வு காட்டின. மரங்களும், புதர்களும் புற்களும் - எல்லாமே கதகதப்பான இளங்காற்றில் விசாலமாக, மென்மையாக அசைந்தாடி மின்னின. நாற்புறமும் வானம்பாடிகள் முடிவற்ற இசை வெள்ளம் பெருக்கின. சதுப்புநிலக் குருவிகள் ஒரு மேலே தாழ்ந்த புல்வெளிகளுக்கு வட்டமிட்டவாறு கத்தின, மறு சமயம் திட்டுக்கள் மேல் சத்தமின்றி ஓடின. இன்னும் முழு வளர்ச்சி அடையாத வசந்தகாலக் கோதுமைப் பயிரின் இளம் பசுமையில் அழகிய கருமை விளங்க உலாவின ரூக் பறவைகள். ஏற்கனவே சற்று வெளிவரத் தொடங்கியிருந்த ரை பயிர்களிலோ அவை மறைந்துவிட்டன. புகைநிற அலை வீசும் பயிர்களுக்கு இடையே ரூக் பறவைகளின் தலைகள் எப்போதாவதுதான் வெளியே தெரிந்தன. அர்க்காதி இந்தக்

காட்சிகளைப் பார்த்தான், பார்த்துக்கொண்டே இருந்தான். அவனுடைய சிந்தனைகள் கொஞ்சங் கொஞ்சமாக மங்கி மறைந்தன.. அவன் மேல்கோட்டைக் கழற்றிப் போட்டுவிட்டு, களிபொங்க, இளம் பிள்ளைத்தனம் ததும்பத் தகப்பனாரை நோக்கினான். இந்தப் பார்வையால் பரவசம் அடைந்த தகப்பனார் மகனை மறுபடி தழுவிக் கொண்டார்.

"இன்னும் கொஞ்ச தூரந்தான். இதோ இந்த மேட்டில் ஏறினால் நம் வீடு தெரியும். நாம் இருவரும் ஒத்து வாழ்வோம், அர்க்காதி. நீ பண்ணை நிர்வாகத்தில் எனக்கு ஒத்தாசை செய்வாய்- அதாவது இதில் உனக்குச் சலிப்பு ஏற்படவில்லை என்றால். இப்போது நாம் நெருக்கமாக இணைந்து பழக வேண்டும், ஒருவரை ஒருவர் நன்றாகத் தெரிந்துகொள்ள வேண்டும். உள்ளதுதானே நான் சொல்லுவது?" என்றார் நிக்கலாய் பெத்ரோவிச்.

"சந்தேகம் இல்லாமல். இன்றைக்குத்தான் எவ்வளவு அற்புதமான நாள்!" என்று பரவசத்துடன் கூறினான் அர்க்காதி.

"உன் வரவுக்காகத்தான், என் கண்ணே. ஆமாம். வசந்தம் முழு ஒளியில் திகழ்கிறது. ஆனால் ஒன்று. நான் பூஷ்கினின் கருத்தை ஏற்கிறேன் - நினைவு இருக்கிறதா, 'யெவ்கேனி அனேகின்'[1] காவியத்தில்

"உன் வரவால் என் உளம் துயர் உற்றிடும்,

இன் இளவேனிலே, காதலின் பருவமே!

ஏன்ன...?"

"அர்க்காதி! நெருப்புப் பெட்டியைக் கொடுத்து அனுப்பு சுங்கான் பற்ற வைக்க வேண்டும்" என்று சவாரி வண்டியிலிருந்து பஸாரவின் குரல் கேட்டது.

நிக்கலாய்பெத்ரோவிச்மௌனமானார்.ஓரளவு ஆச்சரியத்துடனும் அதே சமயம் ஓரளவு பரிவுடனும் தந்தை கவிதை படிப்பதைக் கேட்கத் தொடங்கிய அர்க்காதி பையிலிருந்து வெள்ளி நெருப்புப் பெட்டியை எடுத்துப் பியோத்தர் வசம் பஸாரவிடம் அனுப்பினான்.

"சுருட்டு வேண்டுமா?" என்று மறுபடி கத்தினான் பஸாரவ். "கொடுத்தனுப்பு" என்றான் அர்க்காதி.

பியோத்தர் பெட்டி வண்டிக்குத் திரும்பி, நெருப்புப் பெட்டியுடன் பருத்த கறுப்புச் சுருட்டைக் கொடுத்தான். அர்க்காதி அதை உடனே பொருத்தி, நாள் பட்ட புகையிலையின் காட்டமான

1 (இங்கே குறிக்கப்படுபவை, புதிய ருஷ்ய இலக்கியத்தின் தந்தை, மகாகவி பூஷ்கின் (1799-1837) இயற்றிய "யெவ்கேனி அனேகின்" என்னும் காவிய நவீனத்தின் வரிகள்)

புளித்த நெடியைத் தன்னைச் சுற்றிப் பரப்பியவாறு புகைக்கத் தலைப்பட்டான். புகை பிடித்து அறியாத நிக்கலாய் பெத்ரோவிச் அந்த நெடி தாங்காமல், மகன் மனம் புண்படக்கூடாது என்பதற்காக அவன் காணாத வகையில் மூக்கை மறுபுறம் திருப்பிக் கொண்டார்.

கால்மணி நேரம் சென்றதும் இரண்டு வண்டிகளும் சாம்பல் நிற வண்ணம் பூசி,சிவப்பு இரும்பு முகடு வேய்ந்த மரவீட்டின் வாயிலில் நின்றன. இதுதான் மார்யினோ, அல்லது புதுக் குடியிருப்பு, அல்லது குடியானவர்களால் அழைக்கப்பட்டதுபோல, ஒண்டியாள்பிள்ளை.

☙ 4 ❧

பணியாட்களின் கூட்டம் எஜமானர்களை வரவேற்பதற்காக வாயிலுக்கு ஓடி வரவில்லை. ஒரு பன்னிரண்டு வயதுப் பெண் மட்டுமே தென்பட்டாள். அவளைத் தொடர்ந்து வீட்டுக்கு வெளியே வந்தான் பியோத்தரை உருவத்தில் மிகவும் ஒத்திருந்த ஓர் இளைஞன். இலச்சினை பொறித்த வெள்ளைப் பொத்தான்கள் தைத்த பணியுடுப்பு அணிந்திருந்த அவன் பாவெல் பெத்ரோவிச் கிர்ஸானவின் ஊழியன். அவன் ஒன்றும் பேசாமல் பெட்டி வண்டிக் கதவைத்திறந்துவிட்டு, சவாரி வண்டி மூடு திரையையும் அகற்றினான். நிக்கலாய் பெத்ரோவிச் மகனுடனும் பஸாரவுடனும் அனேகமாக வெறுமையாயிருந்த இருண்ட கூடத்தின் வழியே விருந்தறைக்குச் சென்றார். கூடத்தின் கதவுக்குப்பின் இளம் பெண் முகம் தோன்றி மறைந்தது.

நவீனப் பாங்கில் அலங்கரித்த விருந்தறைக்குள் புகுந்ததும் நிக்கலாய் பெத்ரோவிச் தொப்பியைக் கழற்றிவிட்டு தலை முடியைத்தட்டியவாறு,

"ஆக, வீடு மானது இப்போது சேர்ந்துவிட்டோம். முக்கியமானது இப்போது சாப்பிட்டுவிட்டு இளைப்பாறுவதுதான்" என்றார்.

"சாப்பிடுவது உண்மையாகவே மோசமாய் இராதுதான்" என்று சோம்பல் முறித்துவிட்டு நீள் சோபாவில் உட்கார்ந்தான் பஸாரவ்.

"ஆமாம், சாப்பாடு பரிமாறுங்கள், சீக்கிரம்!" என்று காரணம் எதுவும் இல்லாமலே கால்களைத் தொப்பென்று அடித்தார் நிக்கலாய் பெத்ரோவிச். "இதோ, புரக்கோஃபிச்சும் சரியான நேரத்துக்கு வந்துவிட்டான்."

ஒடிசலான மேனியும் நரைமுடியும் பழுப்புநிறமும் கொண்ட ஒருவன் விருந்தறைக்குள் வந்தான். அவனுக்கு அறுபது வயது

இருக்கும். செப்புப் பொத்தான்கள் தைத்த பழுப்பு நிற நீள்கோட்டும் ரோஜா நிறக்கழுத்துக் குட்டையும் அணிந்திருந்தான். முகம் மலர முறுவலித்தவாறு அவன் அர்க்காதி அருகே போய் அவன் கையை முத்தமிட்டான். பின்பு விருந்தாளிக்குத் தலை வணங்கிவிட்டுக் கதவருகே ஒதுங்கி, கைகளை முதுகுப்புறம் வைத்துக்கொண்டான்.

"என்ன, புரக்கோஃபிச், பிள்ளை கடைசியில் வந்து விட்டான் நம்மிடம்... எப்படி இருக்கிறான், ஊம்?" என்றார் நிக்கலாய் பெத்ரோவிச்.

"ரொம்ப நன்றாய் இருக்கிறாருங்க" என்று மறுபடி முகம் மலரப் புன்னகை செய்த கிழவன் சட்டென்று அடர்ந்த புருவங்களை நெரித்துக்கொண்டு, "சாப்பாடு பரிமாற உத்தரவா?" என்று கம்பீரமாகக் கேட்டான்.

"ஆமாம், பரிமாறு சற்றே. ஆனால் நீங்கள் முதலில் உங்கள் அறைக்குப் போக வேண்டாமா, பஸாரவ்?"

"வேண்டாம், நன்றி. தேவையில்லை. என் கைப்பெட்டியையும் இதோ இந்தக் குப்பாயத்தையும் மட்டும் அறைக்குக் கொண்டுபோகச் சொல்லுங்கள்" என்று மேலங்கியைக் கழற்றினான் பஸாரவ்.

"ரொம்ப நல்லது. புரக்கோஃபிச், இவருடைய மேல்கோட்டை வாங்கிக்கொள்ளேன்." *(புரக்கோஃபிச் ஒன்றும் விளங்காதவன்போல பஸாரவின் 'குப்பாயத்தை' இரண்டு கைகளாலும் எடுத்து, தலைக்கு மேல் உயரத் தூக்கிப்பிடித்தவாறு நுனிக் கால்களால் நடந்து அறைக்கு வெளியே சென்றான்.)* "அப்புறம், அர்க்காதி, நீ உன் அறைக்குப் போக வேண்டுமா?"

"ஆமாம், கொஞ்சம் துப்புரவு செய்து கொள்ள வேண்டும்" என்று சொல்லிவிட்டு அர்க்காதி கதவுப் பக்கம் போக அடி எடுத்து வைத்தான். அதற்குள் அறைக்குள் வந்தார் நடுத்தர உயரமுள்ள ஒருவர். ஆங்கில மோஸ்தர் கறுப்பு சூட்டும் தாழத் தொங்கினடையும் பாலிஷ் ஜோடுகளும் அணிந்திருந்த அவர்தாம் அர்க்காதியின் பெரிய தகப்பனார் பாவெல் பெத்ரோவிச் கிர்ஸானவ். தோற்றத்தில் அவரை நாற்பத்தைந்து வயதுக்கு மதிக்கலாம். ஒட்டக்கத்தரித்த அவருடைய நரைமுடி புதுவெள்ளி போல மின்னியது. கூரிய நுண் உளியால் செதுக்கப்பட்டது போன்று மிகச் செப்பமாக அமைந்த அவரது திருத்தமான கடுத்த முகம் சுருக்கங்கள் இல்லாதிருந்தது. சீரிய அழகின் சுவடுகள் அதில் காணப்பட்டன: பளிச்சிட்ட கரிய நீள்வட்ட விழிகள் சிறப்பாக நன்றாய் இருந்தன. வனப்பும் உயர்குடிப்பண்பும் இலகிய அவரது உருவம் முழுவதுமே இளமை வடிவமைப்பும் வழக்கமாக இருபது இருபத்தைந்து வயதுக்குப்பின்மறைந்துவிடும்மேல்நோக்கி வளரும்

போக்கு கொண்டிருந்தது.

பாவெல் பெத்ரோவிச் காற்சட்டைப் பையிலிருந்து நீண்ட ரோஜாநிற நகங்கள் கொண்ட அழகிய கையை வெளியில் எடுத்தார். பருத்த ஒப்பல் மணிப் பொத்தான் போட்டசட்டைக் கையின் பனிவெண்மை காரணமாக அந்தக் கரம் இன்னும் எழில் மிக்கதாகத் தோன்றியது. கையை மருமகன் புறம் நீட்டி ஐரோப்பியத் தோரணையில் *shake hands* செய்தபின் ருஷ்ய வழக்கப்படி மும்முறை அவனை முத்தமிட்டார், அதாவது மணம் கமழும் மீசையால் அவனுடைய கன்னங்களை மும்முறை தொட்டார்.

"நல்வரவு" என்று பிறகு கூறினார்.

நிக்கலாய்பெத்ரோவிச்பஸாரவை அவருக்கு அறிமுகப்படுத்தினார். பாவெல் பெத்ரோவிச் தம் நுடங்கும் இடையைச் சற்றே வளைத்து மென்முறுவல் செய்தாரே தவிர கையை அவன்புறம் நீட்டாமல் மறுபடி பைக்குள் நுழைத்துக்கொண்டார்.

"நீங்கள் இன்றைக்கு வரமாட்டீர்கள் என்று நினைத்துவிட்டேன். வழியில் ஏதாவது நேர்ந்ததோ?" என்று பரிவுடன் தலையை அசைத்து, தோள்களைக் குலுக்கி, நேர்த்தியான வெண் பற்களைக் காட்டியவாறு இனிய குரலில் கேட்டார்.

"ஒன்றும் நேரவில்லை. நாங்கள்தான் இப்படி நேரம் கடத்தி விட்டோம். இப்போதோ எங்களுக்கு ஓநாய்ப்பசி எடுக்கிறது. அப்பா, புரக்கோஃபிச்சைச் சீக்கிரப்படுத்து, நான் இதோ வந்துவிடுகிறேன்" என்றான் அர்க்காதி.

பஸாரவ் திடீரென்று இருக்கையிலிருந்து துள்ளி எழுந்து, "பொறு, நான் உன்னோடு வருகிறேன்" என்றான்.

இரு இளைஞர்களும் வெளியே சென்றார்கள்.

"யார் இவன்?" என்று கேட்டார் பாவெல் பெத்ரோவிச்.

"அர்க்காதியின் சினேகிதன். அறிவுக்கூர்மை உள்ளவனாம்."

"இவன் நம் வீட்டில் தங்கப் போகிறானோ?"

"ஆமாம்."

"இந்தச் சடையனா?"

"ஆமாம் என்கிறேனே!"

பாவெல் பெத்ரோவிச் நகங்களால் மேஜையில் தாளம் போட்டார்.

"அர்க்காதிக்குத் துணிச்சல் அதிகமாகிவிட்டதைக் காண்கிறேன். அவன் திரும்பியதில் எனக்கு மகிழ்ச்சி."

சாப்பாட்டின்போது குறைவாகவே பேசினார்கள். அதிலும்

பஸாரவ் அநேகமாக ஒன்றும் பேசவில்லை. நிறையச் சாப்பிட மட்டும் செய்தான். நிக்கலாய் பெத்ரோவிச் தமது 'பண்ணையார் வாழ்க்கையின்' பல்வேறு நிகழ்ச்சிகளை விவரித்தார். வரவிருந்த அரசாங்க நடவடிக்கைகளையும் உறுப்பினர்களையும் இங்கே கமிட்டி கமிட்டிகளையும் குறிக்கப்படுபவை உயர்குடியினர், நிலப்பிரபுக்களின் தேர்ந்தெடுக்கப் பட்டகமிட்டிகள். விவசாயச் சீர்திருத்தங்கள் பற்றியும் பண்ணை அடிமை முறைமை ஒழிப்பது பற்றியும் திட்டங்கள் வகுப்பது இவற்றின் பொறுப்புக்களில் ஒன்றாக இருந்தது.) பற்றியும் இயந்திரங்களைப் பயன்படுத்துவதின் இன்றியமையாமை பற்றியும் இன்னும் பல விஷயங்கள் பற்றியும் பேசினார். பாவெல் பெத்ரோவிச் உணவறையில் முன்னும் பின்னுமாக மெதுவாக நடந்தார் (அவர் இரவில் சாப்பிடுவதே கிடையாது), சிவப்புயின் நிறைந்த மதுக்கிண்ணத்தை எப்போதாவது எடுத்துச் சற்று பருகினார். இன்னும் அரிதாக எப்போதாவது மட்டுமே ஏதேனும் கருத்து, அல்லது சரியாகச் சொன்னால் "ஆ! ஓகோ! ஹ்ம்!" என்ற வியப்புக் குறிகளை வெளியிட்டார். அர்க்காதி பீட்டர்ஸ்பர்க் சேதிகள் சிலவற்றைத் தெரிவித்தான். ஆனால் அவனுக்கு ஓரளவு கூச்சமாய் இருந்தது. அப்போதுதான் பிள்ளைப் பருவத்தைக் கடந்தவன், தன்னைச் சிறுவனாகவே காணவும் மதிக்கவும் பழகிவிட்டவர்களுக்கு நடுவே திரும்பியதும் வழக்கமாக உணரும்கூச்சம் அது. அவன் தேவை இல்லாமலே தன் பேச்சை நீட்டினான், தகப்பனாரை அன்புச் சொல்லால் அழைப்பதைத் தவிர்த்தான். ஒரு தரம் அதற்குப்பதில் "தந்தையே" என்று கூட வாய்க்குள்ளாகக் கூறினான். அளவுமீறிய துடுக்குடன் தானே விரும்பியதைக் காட்டிலும் எவ்வளவோ அதிக வயினைத் தன் கிளாசில் ஊற்றிக் கொண்டு முழுவதையும் குடித்துத் தீர்த்தான். புரக்கோஃபிச் அவன் மேல் வைத்த கண்ணை எடுக்காமல் வெறுமனே உதடுகளை மென்று கொண்டிருந்தான். சாப்பாடு முடிந்ததுமே எல்லோரும் தம் தம் அறைகளுக்குப் போய்விட்டார்கள்.

அர்க்காதியின் கட்டில் அருகே நீளங்கியும் தானுமாக உட்கார்ந்து குட்டைச் சுங்கானைப் புகைத்தவாறே பஸாரவ் சொன்னான் "உன் பெரியப்பா விசித்திரமான பேர்வழி அப்பா.பட்டிக்காட்டிலே என்ன பகட்டு, பாரேன்! நகங்கள்தாம் எப்பேர்ப்பட்டவை, காட்சியில் வைக்கலாம் போல."

"உனக்கு விஷயம் தெரியாது. ஒரு காலத்தில் அவர் காதல் மன்னராய் எப்போதாவது அவருடைய கதையை இருந்தாராக்கும். உனக்குச்சொல்லுகிறேன். அவர் அழகராய் இருந்தார், பெண்களைப் பைத்தியமாய் அடித்தார்."

"அப்படியா சேதி! பழைய நினைவின் குறியோ இது! இங்கே

மயக்குவதற்கு ஒருவரும் இல்லை என்பதுதான் வருத்தம். நானும் பார்த்தேன்; அவருடைய கழுத்துப்பட்டை எப்படி விரைப்பாய் இருந்தது, கல்போல. அப்புறம் மோவர்ய்தான் எவ்வளவு கச்சிதமாக மழிக்கப்பட்டிருந்தது! அர்க்காதி, இது வேடிக்கை அல்லவா?"

"இருக்கலாம். ஆனால் அவர் மெய்யாகவே நல்ல மனிதர்."

"பழங்காலப் பிரகிருதி. ஆனால் உன் தகப்பனார் அருமையான ஆள். அவர் கவிதை படிப்பது வீண், பண்ணை நிர்வாகத்தை அவர் அறிந்திருப்பது சந்தேகம், என்றாலும் நல்லியல்பு உள்ளவர்."

"என் தகப்பனார் தங்கமானவர்."

"அவர் கூச்சப்படுவதைக் கவனித்தாயா இல்லையா?"

அர்க்காதி தலையை ஆட்டினான், ஏதோ தான் கூச்சப்படவில்லை போல.

பஸாரவ் பேச்சைத்தொடர்ந்தான்:

"கிழப் பருவத்தில் காதற் கனவு காணும் இந்த ஆட்கள் இருக்கிறார்களே, விந்தைப் பேர்வழிகள்! தங்கள் நரம்பு மண்டலத்தையே சிதைத்து ஒரே பதற்றமும் சிடுசிடுப்பும் உள்ளவர்களாக மாறி விடுகிறார்கள். அவர்களுடைய சமநிலை குலைந்துவிடுகிறது. கிடக்கிறது, விடை கொடு! என் அறையில் ஆங்கிலப் பாங்குக் கழுவு கலம் அமைத்திருக்கிறது. ஆனால் கதவைப்பூட்ட முடியவில்லை. இருந்தாலும் இதைப் பாராட்டி ஊக்க வேண்டியதுதான் - ஆங்கிலப் பாங்குக் கழுவுகலம் என்றால் முன்னேற்றம் ஆயிற்றே!"

பஸாரவ் போய்விட்டான். இன்ப உணர்வு அர்க்காதியை ஆட்கொண்டது. சொந்த வீட்டில், பழக்கமான படுக்கையில் படுத்து, அன்பார்ந்த கரங்கள் பாடுபட்டுத் தயாரித்த போர்வையைப் போர்த்துக் கொண்டு உறங்கலாம். செவிலித் தாயின் கரங்கள், அன்பும் பரிவும் உள்ள, களைப்பறியாத அந்தக் கரங்கள் இதைத் தயாரித்திருக்கலாம். அர்க்காதி தன்செவிலித்தாய் யெகோரவ்னாவை நினைவுபடுத்திக் கொண்டு பெருமூச்செறிந்தான். சொர்க்க சாம்ராஜ்யம் அவளுக்குக் கிட்டுவதாக என்று வேண்டிக்கொண்டான்... தன்னைப்பற்றி அவன் பிரார்த்தனை செய்யவில்லை.

அவனும் பஸாரவும் விரைவில் உறங்கிவிட்டார்கள். ஆனால் வீட்டிலிருந்த மற்றவர்கள் வெகு நேரம் வரை உறங்கவில்லை. மகன் திரும்பி வந்ததால் நிக்கலாய் பெத்ரோவிச் கிளர்ச்சி அடைந்திருந்தார். அவர் படுக்கையில் படுத்துக்கொண்டு, விளக்கை அணைக்காமல் கையைத் தலைக்குயரம் வைத்தவாறு நீண்ட எண்ணங்களில்

ஆழ்ந்திருந்தார். அவருடைய தமையனார் நள்ளிரவு கடந்து நெடு நேரம் வரை தம் அலுவல் அறையில், நிலக்கரி தணிந்து எரிந்து கொண்டிருந்த கணப்புக்கு முன், பீட்டர்ஸ்பர்க் கம்மியன் காம்ப்ஸ் தயாரித்த அகன்ற சாய்வு நாற்காலியில் உட்கார்ந்திருந்தார். அவர் உடை களையவில்லை. கால்களில் மட்டுமே பாலிஷ் ஜோடுகளுக்குப் பதில் குதிகள் அற்ற சிவப்புச் சீனச் செருப்புக்கள் மாட்டியிருந்தார். 'Galignani's messenger' ('காலின் யானியின் தூதன்') - 1814-ம் ஆண்டு முதல் பாரிஸ்நகரில் வெளியான ஆங்கில நாளிதழ். ஸ்தாபகர் ஜொவான்னி அன்தோனியோ காலின்யானியின் பெயரால் அவ்வாறு அழைக்கப்படுகிறது.) செய்தித்தாளின் கடைசி இதழ் அவர் கைகளில் இருந்தது. ஆனால் அவர் அதைப் படிக்கவில்லை. சில வேளைகளில் தழல் தணிந்து அடங்கியும் சிலவேளைகளில் குபீரென்று மூண்டு எரிந்தும் கொண்டிருந்த கணப்பையே உற்றுப்பார்த்தவாறு இருந்தார் அவர்... அவருடைய எண்ணங்கள் எங்கே அலைந்தனவோ, ஆண்டவனே அறிவான். ஆனால் அவை கடந்த காலத்தில் மட்டுமே சஞ்சரிக்கவில்லை. அவர் முகத்தோற்றம் ஒரே முனைப்பும் கடுப்பும் கொண்டிருந்தது. ஒருவன் பழைய நினைவுகளில் மட்டுமே ஆழ்ந்திருக்கும்போது இத்தகைய தோற்றம் உண்டாவதில்லையே. வீட்டின் பின்கட்டில் இருந்த சிறு அறையில், நீல அங்கியும் கருங்கூந்தலை வெண் தலைக்குட்டையும் அணிந்து பெரிய பெட்டிமேல் உட்கார்ந்திருந்தாள் யுவதி ஃபேனிக்கா. ஒரு சமயம் உற்றுக் கேட்பதும், மறு சமயம் தூங்கி வழிவதும் பின்னொரு சமயம் பாதி திறந்த கதவுக்கு அப்பால் தெரிந்த குழந்தைக் கட்டிலைப் பார்ப்பதுமாக இருந்தாள். உறங்கும் குழந்தை ஒரு சீராக மூச்சுவிடுவது அங்கிருந்து கேட்டுக் கொண்டிருந்தது.

✎ 5 ✎

மறுநாள் காலை பஸாரவ் எல்லோருக்கும் முன்னால் எழுந்து வீட்டை விட்டு வெளியே சென்றான். "அட, இடம் ஒன்றும் கண்ணுக்கு நன்றாயில்லையே!" என்று நாற்புறமும் பார்த்தவாறு எண்ணமிட்டான். நிக்கலாய் பெத்ரோவிச் தம் குடியானவர்களுடன் நிலத்தைப் பிரித்துக் கொண்ட போது, புதிய பண்ணைக்காக முற்றிலும் சமதரையான ஒரு பத்து ஏக்கர் பொட்டல் வெளியை ஒதுக்க நேர்ந்தது. இந்த வெளியில் அவர் வீடும் பல்வேறு பண்ணைக் கொட்டகங்களும் கட்டினார், தோட்டம் போட்டார், ஒரு குளமும் இரண்டு கிணறுகளும் தோண்டினார். ஆனால் மரக்கன்றுகள் சரியாக வேரூன்றவில்லை, குளத்தில் நீர்மிகக்

கொஞ்சந்தான் நிறைந்தது, கிணற்று நீரோ, உப்புக் கரித்தது. கொடிவீட்டுப் பவளக்குறிஞ்சிகளும் வேல மரங்களும் மட்டுமே செழித்து வளர்ந்தன. அதில் எப்போதாவது வீட்டுக்காரர்கள் தேநீர் பருகுவார்கள், பகலுணவு கொள்வார்கள். பஸாரவ் சில நிமிடங்களில் தோட்டப் பாதைகள் எல்லாவற்றையும் சுற்றி வந்துவிட்டான். மாட்டுத் தொழுவத்துக்கும் குதிரை லாயத்துக்கும் போனான். பண்ணையைச் சேர்ந்த இரண்டு பையன்களைத் தேடிக் கண்டு அவர்களோடு உடனேயே அறிமுகம் செய்துகொண்டு ஒரு கிலோமீட்டர் தூரத்தில் இருந்த சதுப்பு நிலத்துக்குத் தவளைகள் பிடிக்க அவர்களுடன் சென்றான்.

"உனக்குத் தவளை எதற்கு, எஜமான்?" என்று கேட்டான் ஒரு சிறுவன்.

பஸாரவ் ஏழை மக்களுக்கு மட்டுமீறி இடம் கொடுப்பதில்லை, அவர்களோடு அலட்சியமாகவே பழகி வந்தான். ஆயினும் அவர்களுடைய நம்பிக்கைக்குப் பாத்திரமாகிவிடும் தனித்திறமை அவனிடம் இருந்தது.

"எதற்காகத் தெரியுமா? நான் தவளையைக் கீறி, அதற்கு உள்ளே என்ன இருக்கிறது என்று பார்ப்பேன். நீயும் நானும் மற்றவர்களும், கால்களால் நடக்கின்றோம் என்பது தவிர அதே தவளைகள்தாம். ஆகவே நமக்கு உள்ளே என்ன நடக்கிறது என்பதைத் தவளையைக் கீறிப்பார்த்துத் தெரிந்துகொள்வேன்" என்று சிறுவனுக்குப் பதிலளித்தான்.

"இது உனக்கு எதற்காகவாம்?"

"உனக்கு உடம்புக்கு வந்து, நான் உனக்கு மருத்துவம் பார்க்க வேண்டியிருந்தால் பிசகு செய்துவிடக்கூடாதே, அதற்காக."

"அப்படியானால் நீ டாக்ட்டரா?"

"ஆமாம்."

"வாஸ்கா, கேட்டாயா, எஜமான் சொல்லுகிறார், நீயும் நானும் அதே தவளைகள் தானாம்! வேடிக்கைதான்!"

"எனக்குத் தவளைகள் என்றாலே பயம்" என்றான் வாஸ்கா. அவனுக்கு ஏழு வயது இருக்கும். சணல் போன்ற வெள்ளைத் தலையும் மடிக்காத கழுத்துப்பட்டை கொண்ட சாம்பல் நிறக் கோட்டும் வெறுங்கால்களுமாக இருந்தான் அவன்.

"பயப்படுவானேன்? அவை கடிக்குமா என்ன?"

"ஊம், தண்ணீரில் இறங்குங்கள் தத்துவஞானிகளா" என்றான் பஸாரவ்.

இதற்கிடையே நிக்கலாய் பெத்ரோவிச்சும் விழித்துக்கொண்டு அர்க்காதியின் அறைக்குப்போனார். அவன் உடை அணிந்து தயாராய் இருந்ததைக் கண்டார். தந்தையும் மகனும் துணிப் பந்தல் போட்ட வெளிமாடத்துக்குப் போனார்கள். அழியின் பக்கத்தில் மேஜை மீது பெரிய பவளக்குறிஞ்சிப் பூச்செண்டுகளுக்கு நடுவே ஸமவார் என்னும் தேநீர்க் கலம் கொதித்துக் கொண்டிருந்தது. தலைக்கு நாள் வாயிலில் வந்தவர்களை முதலில் எதிர்கொண்ட அதே சிறுமி வந்தாள்.

"ஃபெதோஸியா நிக்கலாயெவ்னாவுக்கு உடம்பு சரியாயில்லை, அவர்களால் வர முடியாது. நீங்களே தேநீர் ஊற்றிக்கொள்ளச் சௌகரியப்படுமா அல்லது துன்யாஷாவை அனுப்பவா என்று கேட்கச் சொன்னார்கள்" என்று மெல்லிய குரலில் கூறினாள்.

"நானே ஊற்றிக் கொள்கிறேன், நானே" என்று அவசரமாக விடையிறுத்தார் நிக்கலாய் பெத்ரோவிச். "அர்க்காதி, தேநீர் பாலாடையோடு சாப்பிடுகிறாயா, எலுமிச்சம் பழத்துடனா?"

"பாலாடையோடு" என்று பதில்சொல்லிவிட்டு அர்க்காதி சற்று நேரம் பேசாதிருந்தான். பின்பு, "அப்பா?" என்று கேள்வித் தொனியுடன் ஆரம்பித்தான்.

நிக்கலாய் பெத்ரோவிச் குழப்பத்துடன் மகனைப் பார்த்தார். "என்ன?" என்று கேட்டார்.

அர்க்காதி விழிகளைத் தாழ்த்திக் கொண்டான்.

"நான் கேட்பது உனக்குப் பொருத்தம் இல்லாததாகத் தோன்றினால் மன்னித்துவிடு" என்று தொடங்கினான் அர்க்காதி. "ஆனால் நீயே நேற்று என்னிடம் மனத்தைத்திறந்து பேசியதன் மூலம் என்னையும் ஒளிவு மறைவு இல்லாமல் பேசத் தூண்டியிருக்கிறாய்... நீ கோபித்துக் கொள்ள மாட்டாயே?..."

"சொல்லு..."

"உன்னைக் கேட்பதற்கு எனக்குத் துணிவு அளிக்கிறாய்.. நான் இங்கே இருப்பதனால்தானே ஃபேன்.. அதாவது, நான் இங்கே இருப்பதனால்தானே அவள் இங்கே வரவில்லை?"

நிக்கலாய் பெத்ரோவிச் முகத்தைச் சற்றே திருப்பிக் கொண்டார். "இருக்கலாம்... அவள் நினைக்கிறாள்.. அவள் வெட்கப்படுகிறாள்" என்று கடைசியில் சொன்னார்.

அர்க்காதி சட்டென்று தகப்பனாரை ஏறிட்டுப் பார்த்தான்.

"அவள் வீணாக வெட்கப்படுகிறாள். முதலாவதாக, என்னுடைய எண்ணப்போக்கு உனக்குத் தெரியும்" இந்தச் சொற்களைக்

கூறுவது அர்க்காதிக்கு மிகவும் பிடித்திருந்தது). "இரண்டாவதாக, உன் வாழ்க்கையில், உன் பழக்க வழக்கங்களில் மயிரிழையாவது குறுக்கிட நான் விரும்புகிறேனா? தவிரவும் நீ கெட்டவளைத் தெரிந்தெடுக்க மாட்டாய் என்று நான் உறுதியாக நம்புகிறேன். அவளை உன்னோடு ஒரே வீட்டில் வசிக்க நீ அனுமதித்திருக்கிறாய் என்றால் அவள் இதற்கு ஏற்றவள் என்று ஆகிறது. எது எப்படி இருந்தாலும் தகப்பனாரின் செயல்களை எடைபோட மகனுக்கு உரிமை கிடையாது. அதிலும் நான், என் சுதந்திரத்தில் ஒருபோதும், எந்த விதத்திலும் குறுக்கிடாத உன்னைப்போன்ற தகப்பனுக்கு நீதிபதி ஆக முடியவே முடியாது."

அர்க்காதியின் குரல் தொடக்கத்தில் நடுங்கிற்று. தான் பெருந்தன்மை உள்ளவன் என்று அவனுக்குத் தோன்றிற்று. ஆயினும் தான் தகப்பனாருக்கு ஒருவகையில் உபதேசம் செய்வதாக அதே சமயம் புரிந்து கொண்டான். ஆனால் தன் பேச்சுக் குரல் மனிதனைத் தீவிரமாகப் பாதிக்கிறது. எனவே கடைசிச் சொற்களை அர்க்காதி உறுதியாக, வன்மையுடன் கூட, கூறினான்.

"நன்றி, அர்க்காதி" என்று கம்மிய குரலில் சொன்னார் நிக்கலாய் பெத்ரோவிச். அவருடைய விரல்கள் மறுபடி புருவங்களையும் நெற்றியையும் தடவின. "நீ எண்ணுவது முற்றிலும் நியாயமே. மெய்யாகவே, இந்தப் பெண் ஏற்றவளாய் இல்லாவிட்டால்... இது மேலோட்டமான சபலம் அல்ல. இதைப்பற்றி உன்னிடம் பேச எனக்கு என்னவோ போல் இருக்கிறது. ஆனால் உன் முன்னிலையில், அதிலும் நீ வந்த முதல் நாளே இங்கே வர அவளுக்குக் கஷ்டமாய் இருந்தது என்பதை நீயே புரிந்து கொள்வாய்."

"அப்படியானால் நானே அவளிடம் போகிறேன்!" என்று புதிய பெருந்தன்மைப் பெருக்கில் உணர்ச்சி பொங்கக்கூறி, இருக்கையிலிருந்து துள்ளி எழுந்தான் அர்க்காதி. "என்னிடம் வெட்கப்படவே வேண்டியதில்லை என்று நான் அவளுக்கு எடுத்துச் சொல்லுகிறேன்."

நிக்கலாய் பெத்ரோவிச்சும் எழுந்தார்.

"அர்க்காதி, தயவு பண்ணு" என்று ஆரம்பித்தார். "அது எப்படி முடியும்... அங்கே... நீ வருவாய் என்று நான் சொல்லி வைக்க வில்லையே..."

ஆனால் அர்க்காதி அவர் சொன்னதைக் கேட்காமல் வெளி மாடத்திலிருந்து ஓடிவிட்டான். நிக்கலாய் பெத்ரோவிச் அவன் போவதைப் பார்த்து, குழப்பத்துடன் நாற்காலியில் உட்கார்ந்தார். அவர் நெஞ்சு படபடத்தது... தமக்கும் மகனுக்கும் இடையே நிலவப் போகிற உறவின் தவிர்க்கமுடியாத விசித்திரத் தன்மையை

அந்தக் கணத்தில் அவர் எண்ணிப்பார்த்தாரா? தாம் இந்த விவகாரத்தைப் பேசாமல் விட்டிருந்தால் அர்க்காதி தம்மை இன்னும் அதிகமாக மதித்திருப்பது சந்தேகந்தான் என அவர் உணர்ந்தாரா? பலவீனத்துக்காகத் தம்மைத்தாமே அவர் கடிந்து கொண்டாரா? சொல்லுவது கடினம். இந்த எல்லா உணர்வுகளும் அவரிடம் இருந்தன, ஆனால் வெறும் உணர்வுகள் வடிவிலேயே, அதுவும் தெளிவற்றவையாகவே. ஆனால் முகத்திலிருந்த செம்மை மறையவில்லை, இதயம் படபடத்தது.

விரைந்த காலடி ஓசை கேட்டது. அர்க்காதி வெளிமாடத்துக்கு வந்தான்.

“நாங்கள் அறிமுகம் செய்துகொண்டோம், அப்பா!” என்று கனிவும் நல்லியல்பும் பொங்கும் வெற்றிப் பெருமிதம் முகத்தில் ததும்பக் கூறினான். ‘ஃபெதோஸியா நிக்கலாயெவ்னாவுக்கு மெய்யாகவே இன்றைக்கு உடம்பு சரியாய் இல்லை. அவள் சற்று நேரம் தாழ்ந்து வருவாள். ஆனால் எனக்குத் தம்பி இருக்கிறான் என்று நீ ஏன் என்னிடம் சொல்லவில்லை? நேற்றைக்குச் சாயங்காலமே அவனை முத்தமிட்டிருப்பேனே, இப்போது முத்தம் கொஞ்சியதுபோல!”

நிக்கலாய் பெத்ரோவிச் ஏதோ சொல்ல வாய் எடுத்தார், எழுந்து மகனைத் தழுவிக்கொள்ள விரும்பினார்... அர்க்காதி பாய்ந்து அவர் கழுத்தைக் கட்டிக்கொண்டான்.

“இது என்ன? மறுபடி தழுவிக் கொள்கிறீர்களோ?” என்று பாவெல் பெத்ரோவிச்சின் குரல்பின்புறம் ஒலித்தது.

அவர் இந்த நேரத்தில் வந்தது குறித்துத் தந்தையும் மகனும் ஒரே மாதிரி மகிழ்ச்சி அடைந்தார்கள். உணர்ச்சி பரவசமான சில நிலைமைகளிலிருந்து விரைவில் விடுபட விருப்பம் உண்டாவது சகஜந்தான்.

“எதற்காக நீ ஆச்சரியப்படுகிறாய்? யுகக் கணக்கில் அர்க்காதியை எதிர்பார்த்துக் காத்திருந்தேனே... நேற்றைக்கு அவனைக் கண்ணாரப் பார்க்கக்கூட எனக்கு வாய்க்கவில்லை” என்று குதூகலமாக மொழிந்தார் நிக்கலாய் பெத்ரோவிச்.

“நான் ஆச்சரியமே படவில்லை. அவனைத் தழுவிக் கொள்ள எனக்கே கூடத் தடை ஒன்றும் இல்லை” என்றார் பாவெல் பெத்ரோவிச்.

அர்க்காதி பெரியப்பாவிடம் போனான். அவருடைய மணம் கமழும் மீசை தன் கன்னங்களில் படுவதை மறுபடி உணர்ந்தான். பாவெல் பெத்ரோவிச் மேஜை அருகே உட்கார்ந்தார். ஆங்கில தோரணையில் தைத்த நாகரிகமான காலை உடை அணிந்திருந்தார்

அவர். தலையைச்சிறு துருக்கிக் குல்லாய் அணி செய்தது. இந்தக் குல்லாயும் கச்சிதம் இன்றி முடி போட்ட டையும் கிராம வாழ்க்கையின் கட்டின்மையைக் குறித்தன. ஆனால் காலை உடைக்கு ஏற்ற பலநிறச் சட்டையின் முடமுடப்பான கழுத்துப்பட்டை நன்கு மழித்தமோவாயை வழக்கம்போல இடித்துக் கொண்டிருந்தது.

"உன் புதிய நண்பன் எங்கே?" என்று அவர் அர்க்காதியிடம் கேட்டார்.

"அவன் வீட்டில் இல்லை. வழக்கமாக அவன் சீக்கிரம் எழுந்து எங்காவது போவான். முக்கியமானது என்ன என்றால் அவனைக் கவனிக்க வேண்டியதில்லை என்பதே. அவனுக்குச் சடங்கு பிடிக்காது."

"ஆமாம், அது தெரிகிறது" - பாவெல் பெத்ரோவிச் அவசரப்படாமல் ரொட்டிக்கு வெண்ணெய் தடவ ஆரம்பித்தார். "அவன் நிரம்ப நாட்கள் நம் வீட்டில் தங்கி இருப்பானோ?"

"நிச்சயமாகச் சொல்வது கஷ்டம். தகப்பனார் வீட்டுக்குப் போகும் வழியில் இங்கே வந்திருக்கிறான்."

"அவனுடைய தகப்பனார் எங்கே வசிக்கிறார்?"

நமது குபேர்னியாவிலேதான் (குபேர்னியா பழைய ருஷ்யாவில் கவர்னர் ஆட்சிக்கு உட்பட்ட நிலப்பகுதி. (மொ-ர்) இங்கிருந்து ஒரு எண்பது கிலோமீட்டர் தொலைவில். அவருக்கு அங்கே கொஞ்சம் நிலம்புலம் இருக்கிறது. முன்பு அவர் பட்டாளத்தில் டாக்டராய் இருந்தார்.

"அப்படிச் சொல்லு. அதுதான் பார்த்தேன், பஸாரவ் என்ற குலப்பெயரை எங்கே கேட்டிருக்கிறோம் என்று. நிக்கலாய், நினைவு இருக்கிறதா, அப்பாவின் டிவிஷனில் பஸாரவ் என்று ஒரு மருத்துவன் இருந்தானே?"

"இருந்தான் போலிருக்கிறது."

"இருந்தான், சந்தேகமில்லாமல். ஆக அந்த மருத்துவன் இவனுடைய தகப்பனாக்கும். ஹ்ம்!"- பாவெல் பெத்ரோவிச் மீசையைச் சிலுப்பினார். "ஊம், இந்தத்திருவாளர் பஸாரவ் யாராம்?" என்று இடைநிறுத்தத்துடன் கேட்டார்.

"பஸாரவ் யாரா? பெரியப்பா, அவன் உண்மையில் யார் என்று சொல்லட்டுமா?" என்று குறுநகை செய்தான் அர்க்காதி.

"தயவு செய்து சொல்லு,"

"அவன் நிஹிலிஸ்ட்."

"என்ன?" என்று கேட்டார் நிக்கலாய் பெத்ரோவிச். பாவெல்

பெத்ரோவிச்சோ, அலகு நுனியில் வெண்ணெய்த் துண்டு இருந்த கத்தியை உயர்த்திப் பிடித்தவாறு அசையாது இருந்துவிட்டார்.

"அவன் நிஹிலிஸ்ட்" என்று திருப்பிச் சொன்னான் அர்க்காதி.

"நிஹிலிஸ்ட். நான் அறிந்த வரையில் இது 'நிஹில்' என்ற லத்தீன் சொல்லின் அடியாகப் பிறந்த சொல். 'நிஹில்' என்றால் ஒன்றுமில்லை, சூனியம் என்று அர்த்தம். ஆகவே நிஹிலிஸ்ட் என்றால்... ஒன்றையுமே ஒப்புக் கொள்ளாதவன் என்று அர்த்தமோ?" என்றார் நிக்கலாய் பெத்ரோவிச்.

"ஒன்றையும் மதிக்காதவன் என்று சொல்லு" எனத் தொடர்ந்து கூறிய பாவெல் பெத்ரோவிச் மறுபடி வெண்ணெய் தடவுவதில் முனைந்தார்.

"எல்லாவற்றையும் விமர்சன நோக்கோடு அணுகுபவன்" என்றான் அர்க்காதி.

"இரண்டும் ஒன்றுதானே, இல்லையா?" என்று கேட்டார் பாவெல் பெத்ரோவிச்.

"இல்லை, ஒன்று இல்லை. நிஹிலிஸ்ட் என்பவன் எந்த அதிகாரத்துக்கு முன்பும் தலைவணங்காதவன், எந்தக் கோட்பாட்டையும், அது எவ்வளவுதான் மரியாதைக்கு உரியதாகக் கருதப்பட்டாலும், சான்று இல்லாமல் நம்பத்தக்கதாக ஏற்றுக்கொள்ளாதவன்."

"அப்படியாக்கும். இது என்ன, நல்லதா?" என்று குறுக்கே கேட்டார் பாவெல் பெத்ரோவிச்.

"அது அவரவர் போக்கைப்பொறுத்தது, பெரியப்பா. சிலருக்கு இது நல்லது, வேறு சிலருக்கு மிகவும் கெட்டது."

"அப்படியா. ஆனால் இது எங்களுக்கு ஒத்து வராது என்பதைக் காண்கிறேன். நாங்கள் பழங்காலத்து மனிதர்கள். கோட்பாடுகள் இல்லாமல் (கோட்பாடுகள் என்பதைக் குறிக்கும் சொல்லைப் பாவெல் பெத்ரோவிச் பிரெஞ்சு தோரணையில் மென்மையாக உச்சரித்தார். மாறாக அர்க்காதியோ சொல்லின் முற்பாதியை அழுத்தி உச்சரித்தான்), நீ சொல்லுவதுபோல சான்றுகள் இன்றி ஏற்றுக்கொள்ளப்பட்ட கோட்பாடுகள் இல்லாமல், ஒரு அடி எடுத்து எடுத்து வைப்பது, மூச்சுவிடுவதுகூட, முடியாது என்று நாங்கள் எண்ணுகிறோம். நீங்கள் இதை எல்லாம் மாற்றிவிட்டீர்கள்" - இவ்வார்த்தைகளை அவர் பிரெஞ்சில் மொழிந்தார் -ஆண்டவன் உங்களுக்கு தேகாரோக்கியமும் உயர் பதவிகளும் அருள்வாராக. நாங்கள் உங்களை வியந்து நோக்க மட்டுமே செய்வோம், திருவாளர்... என்ன வார்த்தை அது?"

"நிஹிலிஸ்டுகள்" என்று தெளிவாக உச்சரித்தான் அர்க்காதி.

"ஆமாம். முன்பு ஹெகலிஸ்டுகள் (ஜெர்மன் தத்துவவியலாளரான கியோர்க் வில்ஹெல்ம் ஹெகலின் (1770-1831) ஆதரவாளர்கள் ஹெகலிஸ்டுகள் அல்லது ஹெகல்வாதிகள்.) இருந்தார்கள், இப்போது நிஹிலிஸ்டுகள். வெறுமையில், காற்றிலாவெளியில், நீங்கள் எப்படி நிலவப்போகிறீர்களோ, பார்ப்போம். தம்பீ, நிக்கலாய் பெத்ரோவிச், மணியடித்து வேலைக்காரியை அழையேன். நான் கோக்கோ சாப்பிடும் நேரம் வந்துவிட்டது.

நிக்கலாய் பெத்ரோவிச் மணி அடித்து, "துன்யாஷா!" என்று கூவி அழைத்தார். ஆனால் துன்யாஷாவுக்குப் பதில் ஃபேனிச்காவே வெளி மாடத்துக்கு வந்தாள். அவள் சுமார் இருபத்து மூன்று வயதுள்ள யுவதி. தூய வெண் நிறமும் மென்மையும் இலகும் மேனி, கரிய குழல், கரு விழிகள், குழந்தைகளுடையவை போன்று உப்பிய சிவந்த உதடுகள், மென்கரங்கள். நேர்த்தியான சீட்டி உடை அணிந்திருந்தாள். இளநீல நிறப் புதுச்சால்வை அவளுடைய உருண்ட தோட்கள் மேல் லேசாகக் கிடந்தது. கோக்கோ நிறைந்த பெரிய கிண்ணத்தை எடுத்துவந்து பாவெல் பெத்ரோவிச்சின் முன் வைத்துவிட்டு ஒரேயடியாக நாணிக் கூசினாள். அவளது அழகிய வதனத்தின் மெல்லிய தோலுக்கடியே ஆழ்சிவப்பு அலையாகப் பரவியது குப்பென்று பொங்கிய சூடான ரத்தம். அவள் விழிகளைத் தாழ்த்திக் கொண்டு விரல் நுனிகளை லேசாக ஊன்றியவாறு மேஜை அருகே நின்றாள். தான் வந்ததற்கு அவள் நாணுவது போலவும், அதே சமயம், வருவதற்குத் தனக்கு உரிமை உண்டு என உணர்பவள் போலவும் காணப்பட்டாள்.

பாவெல் பெத்ரோவிச் கண்டிப்புடன் புருவங்களைச் சுளித்தார். நிக்கலாய் பெத்ரோவிச்சோ குழப்பம் அடைந்தார்.

"வணக்கம், ஃபேனிச்கா" என்று வாயைத் திறக்காமலே கூறினார்.

"வணக்கம் -ங்க" என்று தணிந்த, ஆனால் கணீரென ஒலித்த குரலில் பதில் அளித்து, தன்னைநோக்கி நட்புடன் முறுவல் செய்த அர்க்காதியைக் கடைக்கண்ணால் பார்த்துவிட்டு மெதுவாக வெளியேறினாள். அவள் ஓரளவு அசைந்தாடி நடந்தாள். ஆனால் இந்த நடைகூட அவளுக்கு இசைந்திருந்தது.

வெளிமாடத்தில் சற்று நேரம் மௌனம் நிலவியது. பாவெல் பெத்ரோவிச் தமது கோக்கோவைப் பருகினார். திடீரென்று அவர் தலையை நிமிர்த்தினார்.

"அதோ, திருவாளர் நிஹிலிஸ்டும் இங்கே எழுந்தருளுகிறார்" என்று வாய்க்குள்ளாகக் கூறினார்.

உண்மையாகவே பஸாரவ் பூப்பாத்திகளைத் தாண்டி அடி வைத்தவாறு வந்துகொண்டிருந்தான். அவனுடைய நற்சணல் மேல்கோட்டும் காற்சட்டையும் சேறு அப்பியிருந்தன. பிசுபிசுப்புள்ள சதுப்புநிலப் பூண்டுகள் அவனது பழைய வட்டத் தொப்பியின் மேற்பகுதியைச் சுற்றி ஒட்டிக் கொண்டிருந்தன. வலது கையில் அவன் சிறு சாக்குப் பையைப் பிடித்திருந்தான்.பைக்குள் ஏதோ ஜந்துக்கள் அசைந்து கொண்டிருந்தன. அவன் விரைவாக வெளிமாடத்தின் அருகே வந்து தலையை ஆட்டி, "வணக்கம், சீமான்களே. தேநீர் பருக நேரம் தாழ்த்துவிட்டேன், மன்னித்துக்கொள்ளுங்கள். இதோ அறைக்குப்போய் விட்டு வந்துவிடுகிறேன். இந்தக் கைதிகளை இடத்தில் வைக்க வேண்டும்" என்றான்.

"உங்களிடம் இருப்பவை என்ன, அட்டைகளா?' என்று கேட்டார் பாவெல்பெத்ரோவிச்.

"இல்லை, தவளைகள்."

"நீங்கள் இவற்றைத் தின்கிறீர்களா, வளர்க்கிறீர்களா?"

'சோதனைகளுக்காக" என்று அசட்டையாகச் சொல்லிவிட்டு வீட்டுக்குள் புகுந்தான் பஸாரவ்.

"இவன் இவற்றை அறுக்கப் போகிறான். கோட்பாடுகளில் இவனுக்கு நம்பிக்கை கிடையாது. ஆனால் தவளைகள்மேல் நம்பிக்கை உண்டு" என்றார் பாவெல் பெத்ரோவிச்.

அர்க்காதி பெரிய தகப்பனாரை வருத்தத்துடன் நோக்கினான். நிக்கலாய் பெத்ரோவிச்சோ, மறைவாகத் தோள்களைக் குலுக்கினார். தாம் அசட்டுப்பிசட்டென்று கிண்டல் செய்துவிட்டதைப்பாவெல் பெத்ரோவிச்சும் உணர்ந்து, பண்ணை நிர்வாகத்தைப் பற்றியும் புதிய காரியஸ்தனைப் பற்றியும் பேசத்தொடங்கினார். அவன் தலைக்கு நாள் அவரிடம் வந்து பணியாள் ஃபமா "சுவந்திரம் பாராட்டுகிறான்" என்றும் கைக்கு அடங்காமல்போய்விட்டதாகவும் சொன்னானாம். 'அவன் பெரிய ஈசாப்புங்க. தான் கெட்டவன் என்று எங்கும் பறையடிக்கிறானுங்க. நாளாவட்டத்தில் அசடனாகவே உயிரை விடுவானுங்க" என்றானாம் காரியஸ்தன்.

❧ 6 ☙

பஸாரவ் அறையிலிருந்து திரும்பி, மேஜை அருகே உட்கார்ந்து மளமளவென்று தேநீர் பருகத் தொடங்கினான். இரு சகோதரர்களும் பேசாமல் அவனை நோட்டமிட்டார்கள்.

அர்க்காதியோ, யாரும் காணாதபடித் தகப்பனாரையும் பெரிய தந்தையையும் மாறி மாறிப் பார்த்தான்.

"நீங்கள் இங்கிருந்து வெகுதூரம் போனீர்களோ?" என்று கடைசியில் கேட்டார் நிக்கலாய் பெத்ரோவிச்.

"இங்கே, ஆஸ்பென் மரச்சோலைக்குப் பக்கத்தில் சிறு சதுப்பு நிலம் இருக்கிறது. ஒரு ஐந்து உள்ளான்களை அங்கே விரட்டினேன். அர்க்காதி, நீ அவற்றைக் கொல்லலாம்."

"நீங்கள் வேட்டையாடுவது இல்லையோ?"

"இல்லை."

"ஆமாம், நீங்கள் என்ன, பௌதிகம் பயில்கிறீர்களோ?"

"பௌதிகமும்தான். மொத்தத்தில் இயற்கை விஞ்ஞானம் படிக்கிறேன்.

"ஜெர்மன்காரன் இந்தத் துறையில் சமீப காலத்தில் பிரமாதமாகச் சாதித்திருக்கிறானாம், சொல்லுகிறார்கள்."

"ஆமாம், ஜெர்மானியர் இதில் நமக்கு ஆசான்கள்" என்று அசட்டையாக விடையிறுத்தான் பஸாரவ்.

"ஜெர்மானியர்கள்" என்பதற்கு பதில் "ஜெர்மன்காரன்" என்ற சொல்லைப் பாவெல் பெத்ரோவிச் கேலியாகக் கூறினார். ஆனால் அதை யாரும் கவனிக்கவில்லை.

"ஜெர்மனியர்களைப் பற்றி நீங்கள் அவ்வளவு உயர்ந்த கருத்து கொண்டிருக்கிறீர்களா?" என்று செயற்கை மரியாதையுடன் சொன்னார் பாவெல் பெத்ரோவிச். அவருக்கு உள்ளூற எரிச்சல் மண்டிற்று. பஸாரவின் விட்டேற்றியான போக்கு அவருடைய உயர்குல இயல்புக்கு ஆத்திரம் ஊட்டியது. இந்த மருத்துவன் மகன் கூச்சப்படாதது மட்டும் இன்றி வெடுக்கென்று, வேண்டா வெறுப்பாகக்கூடப் பதில் சொன்னான். அவனுடைய குரலில் ஏதோ முரட்டுத்தனம், கிட்டத்தட்ட துடுக்கு, தொனித்தது.

"அந்த நாட்டு விஞ்ஞானிகள் திறமைசாலிகள்."

"அப்படியா, ஊம், ருஷ்ய விஞ்ஞானிகள் பற்றி நீங்கள் இவ்வளவு பாராட்டு நிறைந்த கருத்துக்கொண்டிருக்க மாட்டீர்கள், இல்லையா?"

"இருக்கலாம்."

"இது மிகவும் மெச்சத் தகுந்த சுயநிராகரிப்பு" என்று இடுப்பை நிமிர்த்துத் தலையைப் பின்னே சாய்த்தவாறு கூறினார் பாவெல் பெத்ரோவிச். "ஆனால் அர்க்காதி நிக்கலாயிச் எங்களிடம்

சொன்னானே, நீங்கள் எந்த அதிகாரத்தையும் ஒப்புக்கொள்வது இல்லை, நம்புவது இல்லை என்று?"

"நான்அவர்களை எதற்காக ஒப்புக்கொள்ளவேண்டும்? எதை நான் நம்பப்போகிறேன்? எனக்குப் பயனுள்ள விஷயத்தைச் சொல்லுவார்கள், நான் இசைவேன், அவ்வளவுதான்."

"ஜெர்மானியர்கள் எல்லோரும் சொல்லுவது பயனுள்ள விஷயங்கள் தாமோ?" என்றார் பாவெல் பெத்ரோவிச். அவருடைய முகம் எதையும் பொருட்படுத்தாத, தொலைவில் விலகிய தோற்றத்தை மேற்கொண்டது. அவர் ஏதோ மேகங்களுக்கு அப்பால் உயர்வானில் சென்றுவிட்டது போல.

"எல்லாரும் அல்ல" என்று சிறு கொட்டாவியுடன் விடையிறுத்தான் பஸாரவ். இந்தச் சொற்போரைத்தொடர்ந்து நடத்த அவனுக்கு விருப்பம் இல்லை என்பது தெரிந்தது.

பாவெல் பெத்ரோவிச் அர்க்காதியைப் பார்த்தார்–"உன் நண்பன் நயப்பாங்கு தெரிந்தவன்தான்" என்ற சொல்லவிரும்புபவர் போல.

"என்னைப் பொறுத்தவரையில்" என்று ஓரளவு சிரமத்துடன் மறுபடி பேசத்தொடங்கினார் பாவெல் பெத்ரோவிச். "நான் பாவி, ஜெர்மானியர்கள்மேல் எனக்குப்பரிவே கிடையாது. ருஷ்ய ஜெர்மானியர்களை நான் குறிப்பிடவில்லை. அவர்கள் எந்த மாதிரி ஆட்கள் என்பது தெரிந்த சேதிதான். ஆனால் ஜெர்மனியின் ஜெர்மானியர்களையும் எனக்குப் பிடிக்காது. பழங்காலத்தவர் களையாவது போனால் போகட்டும் என்று விடலாம். அப்போது அவர்களிடையே ஒரு ஷில்லரும்* ஒரு கெட்டேயும்** இருந்தார்கள்... என் தம்பி அவர்களை ரொம்பத்தான் கொண்டாடுவான்... இப்போதோ, யார்யாரோ இரசாயனிகளும் பொருள் முதல்வாதிகளும் கிளம்பியிருக்கிறார்கள்..."

"நல்ல இரசாயனி எந்தக் கவியையும்விட இருபது மடங்கு பயன் உள்ளவன்" என்று குறுக்கிட்டான் பஸாரவ்.

"அப்படியா?" என்று அப்போதுதான் தூக்கத்திலிருந்து விழித்துக் கண்டவர் போலப் புருவங்களைச் சற்றே உயர்த்தினார் பாவெல் பெத்ரோவிச். "ஆகவே, நீங்கள் கலையை ஒப்புக் கொள்ளவில்லை, அப்படித்தானே?"

---

* *பிரீட்ரிஹ் ஷில்லர் (1759-1805) ஜெர்மானிய மகாகவி, நாடகாசிரியர்.*

** *கெட்டே - ஜெர்மானிய மகாகவி யோஹன் வோல்ஃப்காங்க் கியோட்டேயின் (1749-1832) பெயரின் திரிபு.*

“பணம் திரட்டும் கலையையா அல்லது மூலநோய் இல்லாமல் போய்விட்டதா?” என்று இகழ்ச்சி தோன்ற முறுவலித்தவாறு சொன்னான் பஸாரவ்.

“ஓகோ, அப்படியா. உங்களுக்குக் கேலியாய் இருக்கிறதாக்கும். அதாவது நீங்கள் எல்லாவற்றையுமே நிராகரிக்கிறீர்களோ? அப்படியே வைத்துக்கொள்வோம். அதாவது விஞ்ஞானம் ஒன்றை மட்டுமே நம்புகிறீர்கள் என்று கொள்ளலாமா?”

“நான் எதையுமே நம்புவதில்லை என்று ஏற்கனவே உங்களுக்குத் தெரிவித்துவிட்டேன். தவிர, விஞ்ஞானம் என்பது என்ன- பொதுவாக விஞ்ஞானம்? தொழில்களும் பட்டங்களும் போல அறிவியல்கள் இருக்கின்றன. ஆனால் பொதுவாக விஞ்ஞானம் என்பது நிலவவே இல்லை.”

“நிரம்ப நல்லது. மனிதர்களுடைய அன்றாட வாழ்க்கையில் ஏற்றுக்கொள்ளப்படும் மற்றவற்றைப் பற்றியும் நீங்கள் இதே போன்ற எதிர்மறைப் போக்குதான் கொண்டிருக்கிறீர்களோ?”

“இது என்ன, குற்ற விசாரணையா?” என்று கேட்டான் பஸாரவ்.

பாவெல் பெத்ரோவிச் சற்றே வெளிறிப் போனார்... பேச்சில் குறுக்கிடுவது அவசியம் என்று நிக்கலாய் பெத்ரோவிச்சுக்குப் பட்டது.

“அன்பார்ந்த யெவ்கேனி வஸீலிச், இந்த விஷயம் பற்றி நாங்கள் எப்போதாவது இன்னும் விரிவாக உங்களோடு பேசி உங்கள் கருத்தைத் தெரிந்து கொள்வோம், எங்கள் அபிப்பிராயத்தையும் சொல்லுவோம். நீங்கள் இயற்கை விஞ்ஞானங்களைப் பயில்வது பற்றி என் சார்பில் நான் மிகுந்த மகிழ்ச்சி அடைகிறேன். வயல்களுக்கு உரம் போடுவது பற்றி லீபிஹ்* வியப்பூட்டும் கண்டுபிடிப்புகள் செய்திருப்பதாகக் கேள்விப்பட்டேன். என்னுடைய விவசாய வேலைகளில் நீங்கள் எனக்கு உதவிசெய்யலாம். எனக்கு ஏதேனும் பயனுள்ள யோசனை சொல்லலாம்.”

“உங்களுக்குத் தொண்டு செய்யக் காத்திருக்கிறேன், நிக்கலாய் பெத்ரோவிச். ஆனால் நாம் எங்கே, லீபிஹ் எங்கே? முதலில் அரிச்சுவடியைக் கற்றுக்கொண்ட பிறகே புத்தகத்தைக் கையில் எடுக்க வேண்டும். நாமோ அனா ஆவன்னாவைக்கூடக் கண்ணால் பார்த்ததில்லை.”

“நீ சரியான நிஹிலிஸ்ட்தான் என்பதைக் காண்கிறேன்

---

* ***(லீபிஹ் யூஸ்டுஸ் (1803-1873) - ஜெர்மானிய இரசாயனி. விவசாயச் சித்தாந்தம், நடைமுறை ஆகியவை பற்றிய அனேக நூல்களின் ஆசிரியர்.)***

எண்ணிக்கொண்டார் நிக்கலாய் பெத்ரோவிச்.

"இருந்தாலும், தேவைப்படும்போது உங்களிடம் யோசனை கேட்க அனுமதியுங்கள்" என்று பஸாரவிடம் உரக்கச் சொல்லிவிட்டு, "அண்ணா, இப்போது நம்ம காரியஸ்தனோடு பேச நேரம் ஆகிவிட்டது என்று நினைக்கிறேன்" என்றார்.

பாவெல் பெத்ரோவிச் நாற்காலியிலிருந்து எழுந்தார்.

"ஆமாம்" என்று யாரையும் பார்க்காமலே பேசத் தொடங்கினார். "நாட்டுப்புறத்தில், மாபெரும் அறிவாளிகளிடமிருந்து தொலைவில் ஒதுங்கி இப்படி ஓர் ஐந்து ஆண்டுகள் வசித்ததுதான் தொல்லை! வெறும் மட்டியாகவே இருக்க நேர்கிறது. நமக்குக் கற்றுக் கொடுத்ததை மறக்காதிருக்க நாம் முயல்கிறோம். ஆனால் -அந்தோ! இதெல்லாம் பிதற்றல் என்று தெரிகிறது. தக்கவர்கள் இந்தமாதிரிச் தப்புத் தவறுகளைச்சட்டை செய்வதில்லை, நாம் பின்தங்கிவிட்ட கிழங்கட்டைகள் என்று நம்மிடம் சொல்லுகிறார்கள். என்ன செய்வது? இளைஞர்கள் நம்மைவிடப் புத்திசாலிகள்தாம் போலிருக்கிறது?"

பாலெவ் பெத்ரோவிச் குதிகளில் மெதுவாகத் திரும்பி மெள்ள நடந்து வெளியே சென்றார். நிக்கலாய் பெத்ரோவிச் அவரைப்பின்தொடர்ந்தார்.

"இவர் என்ன, எப்போதும் இப்படித்தானா?" என்று இரு சகோதரர்களும்வெளியே போய்க்கதவு சாத்தப்பட்டதும் உணர்ச்சி அற்ற குரலில் கேட்டான் பஸாரவ்.

"கேள் யெவ்கேனி, நீ அவரிடம் மட்டுமீறிக் கடுமையாகப் பேசினாய். நீ அவரை அவமதித்துவிட்டாய்" என்றான் அர்க்காதி.

"ஆமாம், இந்த நாட்டுப்புறப் பிரபுக்களுக்கு நானா சலுகை காட்டுவேன்! இதெல்லாம் ஆணவம், பிலுக்கு, படாடோபம்தானே? இவருடைய சுபாவம் இதுதான் என்றால் பீட்டர்ஸ்பர்க்கிலேயே இருந்திருப்பதற்கென்ன? அட, கிடக்கிறார், கடவுள் அவரைக் காப்பாராக! Dytiscus marginatus என்னும் நீர்வண்டின் அபூர்வமான வகை ஒன்று எனக்குக் கிடைத்தது, தெரியுமா! அதை உனக்குக் காட்டுகிறேன்."

"இந்தக் கதையை உனக்குச் சொல்லுவதாக வாக்களித்தேனே" என்று ஆரம்பித்தான் அர்க்காதி.

"எந்தக் கதையை, வண்டின் கதையையா?"

"அட போதுமப்பா, யெவ்கேனி. என் பெரியப்பாவின் கதையை. நீ எண்ணுவது போன்ற மனிதர் அல்ல அவர் என்பதை நீயே காண்பாய். அவர் இரக்கத்துக்கு உரியவர், கேலிக்கு அல்ல."

“நான் மறுக்கவில்லை. அவர் உனக்கு அப்படி என்ன சாதித்து விட்டார்?”

“நியாயமாய் இருக்க வேண்டும், யெவ்கேன்.”

“எதனால் நீ இப்படிச்சொல்கிறாய்?”

“முதலில் கேள்...”

அர்க்காதிக்கு தன் பெரிய தகப்பனாரின் கதையை பஸாரவுக்குச் சொன்னான். வாசகர்கள் அதை அடுத்த அத்தியாயத்தில் காண்பார்கள்.

௸ 7 ௵

பாவெல் பெத்ரோவிச் கிர்ஸானவ் முதலில் தம் தம்பி நிக்கலாய் போலவே வீட்டில் கல்விபயின்றார். பிறகு பிரபுக்களின் மகன்களுக்கு உரிய இராணுவப் பள்ளியில் சேர்ந்தார். குழந்தைப் பருவம் முதலே அவர் சிறந்த அழகராக விளங்கினார். அதோடு அவர் தன்னம்பிக்கை கொண்டவர், ஓரளவு கிண்டல் பேர்வழி, வேடிக்கையாகச் சிடுசிடுப்பார். ஆகவே அவரை எல்லோருக்கும் பிடித்திருக்கிறது. இராணுவ அதிகாரி ஆனதுமே அவர் பிரபு வட்டாரத்தினரின் எல்லாவிதக் கொண்டாட்டங்களிலும் பங்காற்றத் தொடங்கினார். எல்லோருமே அவரைத் தலைக்குமேல் வைத்துக்கொண்டு கூத்தாடினார்கள். அவரும் சலுகை பாராட்டினார், கொட்டம் அடித்தார், பிகுவும் பண்ணிக் கொண்டார். ஆனால் இந்த வழக்கங்கள்கூட அவருக்கு இசைந்திருந்தன. பெண்கள் அவரிடம் பித்துக் கொண்டார்கள். ஆண்கள் அவரைப் பிலுக்கன் என்றார்கள், உள்ளூற அவர்மேல் பொறாமைப்பட்டார்கள். நாம் ஏற்கனவே கூறியதுபோல அவர் தம்பியுடன் ஒரே வீட்டில் வசித்தார், தம்பியை அவர் ஒரு சிறிதும் ஒத்திருக்கவில்லை என்றாலும் அவரை உளமார நேசித்தார். நிக்கலாய் பெத்ரோவிச் லேசாக நொண்டினார். அவருடைய முகத்தோற்றம் அவ்வளவு எடுப்பானது அல்ல. இனிய, ஆனால் ஓரளவு ஏக்கம் ததும்பும் சிறு கரு விழிகளும் அடர்த்தியற்ற மென்மையான கேசமும் கொண்டிருந்தார். சோம்பல் அடிப்பதில் அவருக்கு விருப்பம், அதேபோலப் படிப்பதிலும் விருப்பம். சமூகத்தில் கலந்து பழக அவர் அஞ்சினார். பாவெல் பெத்ரோவிச்சோ, ஒரு மாலையில்கூட வீட்டில் தங்கமாட்டார். துணிவுக்கும் லாவகத்துக்கும் புகழ்பெற்றிருந்தார். (பிரபு

வம்ச இளைஞர்களிடையே உடற்பயிற்சியை மோஸ்தருக்குக் கொண்டுவந்தவர் அவரே). ஐந்து, ஆறு பிரெஞ்சுப் புத்தகங்களையே படித்திருந்தார். இருபத்தெட்டாவது வயதிலேயே அவர் காப்டன் பதவியை அடைந்துவிட்டார். உயர்ந்த பதவிகள் பெறும் வாய்ப்பு அவருக்கு இருந்தது. ஆனால் திடீரென்று எல்லாம் மாறிவிட்டது.

அந்தக்காலத்தில் பீட்டர்ஸ்பர்க் பிரபுவம்ச வட்டாரங்களில் அரிதாகத் தென்பட்டாள் ஒரு நங்கை - சிற்றரசி ர... இன்றளவும் மக்கள் அவளை மறக்கவில்லை. பழகுமுறைகள் நன்கு அறிந்த, பண்புள்ள, ஆனால் அறிவு மழுங்கிய ஒருவன் அவளுடைய கணவன். அவர்களுக்குக் குழந்தைகள் இல்லை. அவள் திடீரென்று வெளிநாடு செல்வாள். திடீரென்று ருஷ்யா திரும்புவாள், மொத்தத்தில் விந்தையான வாழ்க்கை நடத்திவந்தாள். ஆழ்ந்த போக்கு இல்லாத சரசக்காரி என்று அவள் பெயர் எடுத்திருந்தாள். எல்லாவிதக் களியாட்டங்களிலும் ஆர்வத்துடன் ஈடுபடுவாள். கால்கள் ஓய்ந்து போகும் வரை நடனம் ஆடுவாள். இளைஞர்களைச் சாப்பாட்டுக்கு முன் அரை இருட்டான விருந்தறையில் வரவேற்றுக் கலகலவென்று நகைப்பாள், வேடிக்கை பேசுவாள். இரவுகளிலோ அழுவாள், தொழுவாள். எங்குமே அவளுக்கு உள நிம்மதி கிடைக்கவில்லை. அடிக்கடி காலைவாரி துயரத்துடன் கைகளை நெரித்தவாறு அறையில் சுற்றிச்சுற்றி வருவாள் அல்லது ஒரேயடியாக வெளிறிக் குளிர்ந்துபோய், துதிப்புத்தகமும் கையுமாக உட்கார்ந்திருப்பாள். பகல் வந்ததுமே அவள் மறுபடி உயர்குலச் சீமாட்டியாக மாறிவிடுவாள், மறுபடி நண்பர்களைப் போய்ப் பார்ப்பாள், சிரிப்பாள், உளறுவாள், கொஞ்சமாவது உல்லாசமாகப் பொழுதைப் போக்குவதற்கு ஏற்ற எந்த வாய்ப்பையும் ஆவலுடன் எதிர்கொள்வாள். வியப்பூட்டும் தேகக்கட்டு வாய்ந்திருக்கிறாள் அவள். பொன்னிறமும் தங்கம் போன்றே கனமும் கொண்ட அவளுடைய கூந்தல் முழங்கால்களுக்கும் கீழே வரை எட்டும். ஆனால் அவளை அழகி என்று ஒருவனும் சொல்ல மாட்டான். அவள் முகம் முழுவதிலும் நன்றாயிருந்தவை அவளுடைய விழிகள் மட்டுமே. அதுவும்கண்களே அல்ல - அவை சிறியவை, சாம்பல் நிறமானவை - ஆனால் அவற்றின் பார்வைதான். அது மேலோட்டமானது, ஆழ்ந்தது; துணிவு அற்றது, சோர்வு ததும்புவது என்று சொல்லும் அளவுக்குச் சிந்தனையில் ஆழ்ந்தது மர்மமான பார்வை. அவளுடைய நாக்கு அர்த்தமே அற்ற வெற்று வார்த்தைகள் பேசிக் கொண்டிருக்கும்போதுகூட அவளுடைய பார்வையில் ஏதோ அசாதாரண ஒளி தென்படும். அவள் பாங்காக உடை அணிவாள். பாவெல் பெத்ரோவிச் ஒரு நடன விருந்தில் அவளைச் சந்தித்து அவளோடு மஸூர்க்கா நடனம் ஆடினார். நடனத்தின்போது அவள் உருப்படியாக ஒரு வார்த்தைகூடப் பேசவில்லை. ஆனாலும் அவர் அவள்மேல் அடங்கா மையல்

கொண்டுவிட்டார். பெண்களை வெற்றி கொண்டு பழக்கப்பட்ட அவர் இங்கேயும் விரைவில் தம் குறிக்கோளை அடைந்துவிட்டார். எனினும் வெற்றி எளிதாகக் கிடைத்ததால் அவருடைய ஆர்வம் மட்டுப்படவில்லை. மாறாக, அந்த மாதின் மேல் அவர் வேதனை உண்டாகும் அளவுக்கு இன்னும் ஆழ்ந்த மோகம் கொண்டுவிட்டார். மீள முடியாதபடித் தன்னை அவருக்கு ஒப்புக்கொடுத்துவிட்ட போது கூட அவளிடம் போற்றத்தக்கதும் எட்ட முடியாததுமான ஏதோ ஒன்று எஞ்சியிருப்பதுபோலவும் அதை உட்புகுந்து காண எவருக்கும் முடியவில்லை போலவும் அவருக்குத் தோன்றியது. அந்த உள்ளத்தில் குடி கொண்டிருந்தது என்னவோ, ஆண்டவனே அறிவான். தனக்கே தெரியாத எவையோ இரகசியச் சக்திகளின் ஆதிக்கத்துக்கு அவள் உட்பட்டிருந்ததுபோல் இருந்தது. அவை அவளைத் தம் விருப்பப்படி ஆட்டி வைத்தன. அவற்றின் சபலத்தைச் சமாளிக்க அவளுடைய சிற்றறிவால் முடியவில்லை. அவளுடைய நடத்தை முழுவதிலும் எத்தனையோ பொருத்தமின்மைகள் இருந்தன. கணவனின் சந்தேகத்தை நியாயமாகக் கிளப்பக்கூடிய கடிதங்களை அவள் தனக்கு அனேகமாக அறிமுகமற்ற ஒருவனுக்கு எழுதுவாள். அவளுடைய காதலோ, துயரத்துடன் வெளிப்படும். காதலனாக வரித்த மனிதனுடன் அவள் வேடிக்கை பேசவோ சிரிக்கவோ மாட்டாள். விளங்காமை ததும்ப அவன் பேச்சைக் கேட்பாள், அவனை நோக்குவாள். சிலவேளைகளில் பெருமளவுக்கு எதிர்பாரா விதமாக, இந்த விளங்காமை கடுப்பும் பயங்கரமும் உள்ளதாக மாறிவிடும். அவள் முகத்தில் முரட்டுப் பிரேதக்களை வந்துவிடும். உறங்கும் அறைக்குள் போய்த் தாழிட்டுக்கொள்வாள். வேலைக்காரி சாவித்துளையில் காதை வைத்துக்கொண்டால் சிற்றரசி விம்மி அழுவது கேட்கும். சில தடவை அவளுடன் கனிவாகக் குலாவிவிட்டு வீடு திரும்பியதும் பாவெல் பெத்ரோச்விச்சுக்குப் படுதோல்விக்குப் பின் ஏற்படுவது போன்ற நெஞ்சைப் பிளக்கும் கடுந் துயரம் உண்டாகும். "இன்னும் என்னதான் வேண்டும் என்று ஆசைப்படுகிறேன்?" எனத் தன்னையே கேட்டுக் கொள்வார். அவர் உள்ளம் வாடிப்போகும். ஒரு தடவை அவர் அவளுக்கு ஒருமோதிரம் பரிசளித்தார். ஸ்ஃபிங்கஸ் (கிரேக்கப்புராணக் கதைப்படி தேபஸ் நகரவாயிலில் இருந்த நரமுகச் சிங்கம் வழியே போனவர்களுக்குப் புதிர் போட்டு, புதிரை விடுவிக்க முடியாதவர்களைக் கொன்று வந்ததாம். எனவேநரமுகச்சிங்கம் விளங்காப் புதிரின் சின்னமாகக் கருதப்படுகிறது.) எனப்படும் நரமுகச்சிங்க வடிவம் செதுக்கிய கல் அதில் பதிந்திருந்தது.

"அது என்ன? நரமுகச் சிங்கமா?" என்று அவள் கேட்டாள்.

"ஆம். இந்த நரமுகச் சிங்கம் நீங்கள்தாம்" என்று அவர் பதில்

அளித்தார்.

"நானா?" என்று கேட்டுத் தனது மர்மப் பார்வையை அவர் மீது மெதுவாகத்திருப்பினாள் அவள். பின்பு, "இது பெரிய பாராட்டாக்கும், தெரியுமா?" என்று அர்த்தமின்றி நகைத்தாள். ஆனால் அவள் கண்கள் முன்போலவே விந்தையாக நோக்கின.

சிற்றரசி தம்மைக் காதலித்தபோதேகூடப் பாவெல் பெத்ரோவிச் துயரம் அனுபவித்தார். அவர்மேல் அவளுடைய காதல் அடங்கிவிட்ட பிறகோ-இது விரைவிலேயே நேர்ந்தது - அவர் அனேகமாகப் பைத்தியம் பிடித்தவர் போல் ஆகிவிட்டார். வேதனையால் துடித்தார், பொறாமை கொண்டார், எங்கும் அவளைத் தொடர்ந்து சென்று அவளுக்கு நிம்மதி இல்லாதவாறு அடித்தார். அவர் உதறினாலும் போகாமல் பின்தொடர்ந்தது அவளுக்குச் சலித்துப்போயிற்று. அவள் வெளிநாடு சென்றுவிட்டாள். நண்பர்கள் வேண்டிக் கொண்டதையும் தலைமை அதிகாரிகளின் அறிவுரைகளையும் பொருட்படுத்தாமல் அவர் வேலையிலிருந்து ஓய்வு பெற்று, சிற்றரசியின் பின்னே வெளிநாடு சென்றார். சில வேளைகளில் அவளைத் தொடர்ந்து செல்வதும்சில வேளைகளில் வேண்டுமென்றே அவளைப் பார்வையிலிருந்து தப்ப விடுவதுமாக நான்கு ஆண்டுகள் அயல்நாடுகளில் கழித்தார். அவருக்குத் தம் மீதே வெட்கம் உண்டாயிற்று. கோழைத்தனத்துக்காகத் தம்மையே சினந்து கொண்டார்... ஆனாலும் பயனில்லை. அவளுடைய உருவம், விளங்காத, அனேகமாக அர்த்தமற்ற, ஆயினும் கவர்ச்சியுள்ள அந்த உருவம் அவருடைய உள்ளத்தில் வெகு ஆழமாகப் பதிந்திருந்தது. ஜெர்மானிய சுகவாசஸ்தலமான பாதென் நகரில் அவர் அவளுடன் எப்படியோ முன்போலவே இணைந்து கொண்டார். அவள் அவரை அதற்குமுன் ஒருபோதும் இல்லாத அளவு மோகாவேசத்துடன் காதலித்ததுபோலத் தோன்றியது... ஆனால் ஒரு மாதத்தில் எல்லாம் தீர்ந்துவிட்டது. நெருப்பு கடைசித்தடவையாக மூண்டு எரிந்துவிட்டு ஒரேயடியாக அணைந்து போயிற்று. தவிர்க்க முடியாத பிரிவை முன்னுணர்ந்து, குறைந்த பட்சம் அவளுடைய நண்பராகவாவது இருக்க அவர் விரும்பினார், இந்த மாதிரிப் பெண்பிள்ளையுடன் நட்பு சாத்தியம் போல. அவளோ, அவருக்குத் தெரியாமல் பாதென் நகரிலிருந்து வெளியேறி, பாவெல்பெத்ரோவிச் தன்னை அணுக முடியாதபடி விலகித் தப்பி வந்தாள். அவர் ருஷ்யா திரும்பி, பழைய போக்கிலேயே வாழ முயன்றார். ஆனால் முந்திய தடத்தில் செல்ல இப்போது அவரால் முடியவில்லை. விரட்டப்பட்டவர்போல அவர் இடம் இடமாக அலைந்தார். இப்போதும் அவர் நண்பர்களைப் போய்ப்பார்த்தார், விருந்துகளில் கலந்துகொண்டார், உயர்குலத்தினருக்கு உரிய பழக்க வழக்கங்களை

இன்னும் கடைப்பிடித்து வந்தார், இரண்டு மூன்று புதிய காதல் வெற்றிகளைப் பற்றிப் பெருமை அடித்துக்கொள்ளவும் அவரால் முடிந்தது. ஆனால் தம்மிடமிருந்தோ மற்றவர்களிடமிருந்தோ அவர் இப்போதும் எதையும் எதிர்பார்க்கவில்லை. எதிலும் அவர் முயற்சி எடுத்துக்கொள்ளவில்லை. கிழடு தட்டி நரைத்துப்போனார். மாலை வேளைகளில் பொழுதுபோக்குக் கழகத்தில் உட்கார்வதும் சிடுசிடுப்புடன் சலித்துக்கொள்வதும் மணமாகாதவர்கள் கும்பலில் உள ஈடுபாடு இல்லாமல் விவாதிப்பதும் அவருக்கு இன்றியமையாத தேவை ஆகிவிட்டன. இது கெட்ட குறி என்பது தெரிந்ததே. திருமணத்தைப் பற்றி அவர் நினைக்கவே இல்லை என்று சொல்லவே வேண்டாம். இவ்வாறு பத்து ஆண்டுகள் மகிழ்வின்றி, பயமின்றி, விரைவாக, படுவிரைவாகக் கழிந்துவிட்டன. காலம் ருஷ்யாவில் போல அவ்வளவு வேகமாக வேறு எங்குமே ஓடுவதில்லை. சிறைச்சாலையில் அது இன்னும் விரைவாய் ஓடுவதாகச் சொல்லுகிறார்கள். சிற்றரசி ர. காலமாகிவிட்டாள் என்ற செய்தி ஒரு நாள் கழகத்தில் மதியச் சாப்பாட்டின்போது பாவெல் பெத்ரோவிச்சுக்குத் தெரியவந்தது. பாரிஸ் நகரில் அனேகமாகப் புத்தி சுவாதீனம் அற்ற நிலையில் அவள் இறந்தாளாம். பாவெல் பெத்ரோவிச் உணவு மேஜை அருகேயிருந்து எழுந்து கழகத்தில் ஒவ்வோர் அறையாக நெடுநேரம் நடந்து கொண்டிருந்துவிட்டு, சீட்டாடுபவர்களின் பக்கத்தில் அடித்த சிலை போல நின்றார். ஆயினும் வழக்கமான நேரத்துக்கு முன் அவர் வீடு திரும்பவில்லை. சிறிது காலம் சென்றதும் அவருடைய முகவரி இட்ட பார்சல் ஒன்று அவருக்குக் கிடைத்தது. அவர் சிற்றரசிக்குக் கொடுத்த மோதிரம் அதில் இருந்தது. நரமுகச்சிங்கத்தின்மேல் சிலுவைக் குறி வரைந்து, சிலுவைதான் புதிரின் விடை என்று அவரிடம் கூறும்படி சொல்லியிருந்தாள் அவள்.

நிக்கலாய் பெத்ரோவிச் மனைவியை இழந்து பீட்டர்ஸ்பர்க் வந்த அதே 1848-ம் ஆண்டு இது நடந்தது. தம்பி கிராமத்தில் குடியேறியது முதல் பாவெல் பெத்ரோவிச் அவரை அநேகமாகச்சந்திக்கவில்லை. நிக்கலாய் பெத்ரோவிச்சின் திருமணம், பாவெல் பெத்ரோவிச் சிற்றரசியுடன் அளவளாவத் தொடங்கிய ஆரம்ப நாட்களில் நடந்தது. வெளிநாட்டிலிருந்து திரும்பியதும் அவர் தம்பியுடன் ஓரிரு மாதங்கள் தங்கி, அவருடைய இன்ப வாழ்க்கையைக் கண்டு மகிழும் எண்ணத்துடன் கிராமத்துக்குப் போனார். ஆனால் தம்பி வீட்டில் ஒரு வாரந்தான் இருந்தார். இரு சகோதரர்களுடையவும் நிலைமைகளில் நிலவிய வேறுபாடு அவ்வளவு பெரிதாய் இருந்தது. 48-ம் ஆண்டில் இந்த வேறுபாடு குறைந்தது; நிக்கலாய் பெத்ரோவிச் மனைவியை இழந்துவிட்டார். பாவெல் பெத்ரோவிச் தம் நினைவுகளை இழந்தார். சிற்றரசி

இறந்தபின் அவளைப்பற்றி நினைக்காதிருக்க அவர் முயன்றார். ஆயினும், தம்பியிடம் ஒழுங்காக வாழ்க்கை நடத்திய உணர்வு எஞ்சியிருந்தது, மகன் அவர் கண்முன்னே வளர்ந்தான். மாறாக, மணமாகாத தனிக்கட்டையான தமையனாரோ, தெளிவற்ற, மங்குல் படிந்த காலப்பகுதியில், எதிர்பார்ப்புக்களை நிகர்த்த கழிவிரக்கங்களும் கழிவிரக்கங்களை ஒத்த எதிர்பார்ப்புகளும் நிறைந்த காலப்பகுதியில், இளமை கழிந்து, முதுமை இன்னும் தொடங்காத காலப் பகுதியில் அடி வைத்திருந்தார்.

வேறு எவரையும் விடப் பாவெல்பெத்ரோவிச்சுக்கு இந்தக் காலப்பகுதி அதிகக் கடினமாய் இருந்தது; தமது கடந்த காலத்தை இழந்ததுமே அவர் எல்லாவற்றையும் இழந்துவிட்டார்.

“இப்போது நான் உன்னை மார்யினோவுக்கு அழைக்கப் போவதில்லை” என்றார் நிக்கலாய் பெத்ரோவிச் (மனைவியின் நினைவாகத் தம் கிராமத்துக்கு இந்தப் பெயரை இட்டிருந்தார் அவர்). ‘என் மனைவி உயிரோடிருந்தபோதே நீ அங்கே சலித்துப் போனாய். இப்போதோ, ஏக்கத்தால் அங்கே சாம்பிப் போவாய் என்று நினைக்கிறேன்.”

“அப்போது நான் அறிவீனமும் படபடப்பும் கொண்டிருந்தேன். இந்த இடைக்காலத்தில் நான் அறிவு முதிர்ச்சி அடையவில்லை என்றாலும் அமைதி அடைந்துவிட்டேன். நீ அனுமதித்தால் இப்போது நான் உன் வீட்டில் நிரந்தரமாகக் குடியேற ஆயத்தமாக இருக்கிறேன்” என்றார் பாவெல் பெத்ரோவிச்.

இதற்கு விடையாக நிக்கலாய் பெத்ரோவிச் அவரைக்கட்டித் தழுவிக் கொண்டார். ஆனால் இந்த உரையாடல் நடந்து ஒன்றரை ஆண்டுகள் கழிந்தபிறகே பாவெல் பெத்ரோவிச் தமது எண்ணத்தைச் செயல்படுத்தினார். கிராமத்தில் குடிபுகுந்த பின்னரோ அவர் அதை விட்டு எங்குமே போகவில்லை - நிக்கலாய் பெத்ரோவிச் தமது மகனுடன் பீட்டர்ஸ்பர்கில் கழித்த மூன்று பனிக்காலங்களில்கூட. அவர் புத்தகங்கள் படிக்கத் தொடங்கினார். பெரும்பாலும் ஆங்கிலப் புத்தகங்களே படிப்பார். தம் வாழ்க்கை முழுவதையுமே அவர் ஆங்கில மோஸ்தர்படி அமைத்துக்கொண்டார். அக்கம் பக்கத்தாரை அரிதாகவே சந்திப்பார். தேர்தலின் போது மட்டுமே வெளியூர் போவார். அங்கே அவர் பெரும்பகுதி நேரம் வாய் திறவாமல் இருப்பார். எப்போதாவது தமது முற்போக்குக் குறும்புப் பேச்சுக்களால் பழமைப் பிடிப்புள்ள நிலப்பிரபுக்களைக் கோரணி செய்வார், மிரட்டுவார். புதிய தலைமுறையின் பிரதிநிதிகளிடம் நெருங்காமல் விலகுவார். இரு சாராருமே அவரை அகந்தை பிடித்தவர் என்று எண்ணினார்கள். அவருடைய சிறந்த உயர்குலத்

42 | தந்தையும் தனயர்களும்

தோரணைகளுக்காகவும் அவருடைய காதல் வெற்றிகள் பற்றிய வதந்திகளுக்காகவும் அவர் நேர்த்தியாக உடை அணிந்ததற்காகவும் சிறந்த விடுதியின் சிறந்த அறையில் எப்போதும் தங்கியதற்காகவும் அவர் வழக்கமாக நன்கு உணவருந்தியதற்காகவும் ஒரு முறை லுயீ ஃபிலீப்பின்* 1848 பிப்ரவரியில் நடந்த புரட்சி காரணமாக அவன் முடி துறந்து இங்கிலாந்துக்குத் தப்பி ஓட நேர்ந்தது. அங்கேயே அவன் இறந்தான்.) மாளிகையில் வெல்லிங்டனுடன்* - ஆங்கில தளகர்த்தன், ராஜதந்திரி. 1815-ல் பிரஷ்ய சைனியத்தின் உதவியால் வாட்டர்லூ என்னும் இடத்தின் அருகே நெப்போலியன்மீது வெற்றி கொண்டவன்.) கூட விருந்தாடியதற்காகவும் அவர் எங்கும் அசல் வெள்ளிக் கைப்பெட்டியையும் பயணக் குளிதொட்டியையும் எடுத்துச் சென்றதற்காகவும் அசாதாரணமான, வியப்பூட்டும் அளவுக்கு 'உயர் குலத்தாருக்குரிய' அத்தர்களின் மணம் அவரிடம் எப்போதும் கமழ்ந்ததற்காகவும் அவர் விஸ்ட் சீட்டாட்டம் தேர்ந்த திறமையுடன் ஆடியதற்காகவும் எப்போதும் அதில் தோற்றதற்காகவும் இரு சாராருமே அவருக்கு மரியாதை காட்டினார்கள்.

இவற்றோடு, அவருடைய அப்பழுக்கற்ற நேர்மைக்காகவும் அவரை மதித்தார்கள். சீமாட்டிகள் அவரைத் துயரால் வருந்தும் அழகராகக் கருதினார்கள். ஆனால் அவர் சீமாட்டிகளை ஏறெடுத்தும் பார்ப்பதில்லை.

"பார்த்தாயா யெவ்கேனி, நீ என் பெரியப்பாவைக் கண்டனம் செய்வது எவ்வளவு நியாயமற்றது என்பதை!" என்று தன் கதையை முடித்ததும் கூறினான் அர்க்காதி. 'தம் பணத்தை எல்லாம் அப்பாவுக்குக் கொடுத்து அவரை எத்தனையோ தடவை காப்பாற்றியிருக்கிறார் பெரியப்பா - அவர்கள் சொத்தைப் பிரித்துக் கொள்ளவில்லை என்பது உனக்குத் தெரியாதிருக்கலாம். ஆனால் இதை நான் சொல்ல வரவில்லை. எவனுக்கும் அவர் மகிழ்ச்சியுடன் உதவுவார். எப்போதும் குடியானவர்களுக்குப் பரிந்து பேசுவார் அவர்களோடு உரையாடும்போது அவர் முகம் சுளிப்பார், ஒடிகொலோனை முகர்வார் என்றாலும்..."

"தெரிந்த சேதிதான். நரம்பு நோய்" என்று குறுக்கிட்டான் பஸாரவ்.

"இருக்கலாம். ஆனால் அவர் இதயம் நல்லியல்பு நிறைந்தது. அப்புறம் அவர் அறிவீனர் அல்லவே அல்ல. எவ்வளவு உபயோக மான யோசனைகள் அவர் எனக்குச் சொல்லியிருக்கிறார் தெரியுமா... அதிலும்... அதிலும்... பெண்களோடு உறவு கொள்வது பற்றி."

---

* *லுயீ ஃபிலீப்-பிரெஞ்சு மன்னன் (1830-1848).*

** *வெல்லிங்டன் ஆர்தல் வெல்லெஸ்லி (1769-1852)*

“ஆஹா! பாலில் தன் வாய் வெந்தபிறகு பிறத்தியாருடைய தண்ணீரை ஊதி ஆற்றுகிறாராக்கும். இது எங்களுக்குத் தெரிந்ததுதான்!”

“ஊம், சுருங்கச் சொன்னால் அவர் பெரிய துர்ப்பாக்கியசாலி, மெய்யாகவே. அவரை இகழ்வது பாவம்” என்று கூறி முடித்தான் அர்க்காதி.

“அவரை யார் இகழ்கிறார்கள்?” என்று மறுத்தான் பஸாரவ். “இருந்தாலும் ஒன்று சொல்லுகிறேன்: தன் வாழ்க்கை முழுவதையும் ஒரு பெண்ணின் காதலுக்காகப் பணயம்வைத்துச் சூதாடி, அதில் தோற்றதும் உளம் நைந்து ஒன்றுக்கும் உதவாதவன் ஆகும் அளவுக்கு இழிந்துவிட்ட மனிதன் ஆடவன் அல்ல, ஆண்மை உள்ளவன் அல்ல. அவர் துர்ப்பாக்கியசாலி என்று நீ சொல்லுகிறாய். இது என்னைவிட உனக்கு நன்றாகத் தெரிந்திருக்கும். ஆனால் அவருடைய பைத்தியம் முழுவதும் அகன்றுவிடவில்லை என்று நான் உறுதியாக நினைக்கிறேன். கலின்யாஷ்காவைப் படிக்கிறார், மாதம் ஒரு முறை குடியானவனைச் சவுக்கடி தண்டனையிலிருந்து தப்புவிக்கிறார் என்பதால் தாம் காரியக்கார ஆசாமி என்று அவர் உண்மையாகவே எண்ணிக் கொண்டிருக்கிறார்.”

“அவருடைய வளர்ப்பு என்ன, அவர் வாழ்ந்த காலம் எது என்பதை நினைவு வைத்துக்கொள்” என்றான் அர்க்காதி.

“வளர்ப்பா? ஒவ்வொருவனும், தானே தன்னைப் பயிற்றி வளர்த்துக் கொள்ள வேண்டும். உதாரணமாக, என்னைப் போலவாவது... காலத்தைப் பொறுத்தவரையிலோ, நான் அதை எதற்காகச் சார்ந்திருக்கப் போகிறேன்? அதுதான் என்னைச் சார்ந்திருக்கட்டும். இல்லை தம்பீ, இதெல்லாம் தான்தோன்றித்தனம், வெற்று வேட்டு! ஆணுக்கும் பெண்ணுக்கும் இடையே ஏற்படும் உறவின் மர்மம் என்ன? உடலியல் மாணவர்களான நாங்கள் இந்த உறவு என்ன என்பதை அறிவோம். கண்ணின் அமைப்பை நீ ஆராய்ந்து பாரேன். இதில், நீ சொல்லும் மர்மப் பார்வை எங்கிருந்து வருகிறது? இதெல்லாம் உணர்ச்சிப் பெருக்கு, சப்புச் சவறு, அழுகல், வீண் பசப்பு. வண்டைப் பார்க்கப் போவோம் வா, அதுவே மேல்” என்றான் பஸாரவ்.

இரண்டு நண்பர்களும் பஸாரவின் அறைக்குப்போனார்கள். அதில் மலிவான புகையிலை நெடியுடன் அறுவை மருத்துவ

மணமும் கலந்து நிலைபெற்று விட்டிருந்தது.

❧ 8 ☙

காரியஸ்தனோடு நிக்கலாய் பெத்ரோவிச் பேசியபோது பாவெல் பெத்ரோவிச் சற்று நேரந்தான் உடன் இருந்தார். இந்தக் காரியஸ்தன் உயரமும் ஒடிசலுமான ஆள். எலும்புருக்கி நோயாளிக்குரிய இனிய குரலும் போக்கிரித்தனம் சொட்டும் விழிகளும் கொண்டவன். நிக்கலாய்பெத்ரோவிச் சொன்னதற்கெல்லாம் அவன், “உங்கள்தயவுங்க, தெரிந்ததுதானுங்களே” என்று பதிலளித்தான். குடியானவர்கள் குடியர்கள், திருடர்கள் என்று காட்ட ஓயாது முயன்றான். புதுமுறைக்கு அண்மையில் மாற்றப்பட்டிருந்த பண்ணை நிர்வாகம் மசகு போடாத சக்கரம் போலக் கிரீச்சிட்டது, பச்சை மரத்தால் வீட்டில் செய்த மேஜை நாற்காலிகள் போலக் கீறல் கண்டு கறமுறத்தது. நிக்கலாய்பெத்ரோவிச் உளம் சோரவில்லை, ஆனால் அடிக்கடி பெருமூச்செறிந்து சிந்தனையில் ஆழ்ந்தார். பணம் இல்லாமல் காரியம் மேல் நடக்காது என்பதை அவர் உணர்ந்தார். ஆனால் அவரிடம் பணம் எல்லாம் அனேகமாகத் தீர்ந்து போயிருந்தது. அர்க்காதி சொன்னது உண்மைதான்: பாவெல் பெத்ரோவிச் பல தடவைகள் தம்பிக்கு உதவினார். எத்தனையோ தரம், நிலைமையை எப்படிச் சமாளிப்பது என்று யோசனை செய்தவாறு தம்பி மூளையைக் குழப்பிக் கொண்டு தலையைப் பிய்த்துக் கொண்டிருப்பதைக் கண்டு பாவெல் பெத்ரோவிச் மெதுவாக ஜன்னல் அருகே போய், கைகளைப் பைகளில் நுழைத்துக்கொண்டு, ‘நான் உனக்குப்பணம் கொடுக்க முடியும்’ என்று பிரெஞ்சு மொழியில் வாய்க்குள்ளாக முணுமுணுத்து அவருக்குப் பணம் கொடுத்திருக்கிறார். ஆனால் அன்றைய தினம் அவரிடமும் பணம் இல்லை. எனவே போய்விடுவதே மேல் என்று அவர் தீர்மானித்தார். பண்ணைச் சங்கடங்கள் அவருக்கு ஏக்கம் உண்டாக்கின. தவிர நிக்கலாய் பெத்ரோவிச் என்னதான் ஊக்கமும் உழைப்பு ஆர்வமும் காட்டினாலும் செய்ய வேண்டிய விதத்தில் காரியம் செய்யவில்லை என்று அவருக்குத் தோன்றியது. ஆனால் நிக்கலாய் பெத்ரோவிச் எதில் தவறு செய்கிறார் என்று நிச்சயமாகச் சுட்டிக்காட்ட அவரால் முடிந்திராது. “தம்பிக்கு விவகார ஞானம் போதாது. ஆட்கள் ஏமாற்றுகிறார்கள்” என்று அவர் தமக்குள் சொல்லிக் கொண்டார். மாறாக நிக்கலாய் பெத்ரோவிச்சோ, தமையனாரின் விவகார ஞானத்தில் பெரு மதிப்பு வைத்திருந்தார்,

எப்போதும் அவரிடம் யோசனை கேட்டார். "நான் மென்மையும் பலவீனமும் உள்ளவன், தனித்து ஒதுங்கியே காலந்தள்ளி விட்டேன். நீயோ ஜனங்களோடு அவ்வளவு நிறையக் கலந்து பழகியிருக்கிறாய். அவர்களை நன்றாக அறிவாய். உனக்குத்தான் கழுகுப்பார்வை ஆயிற்றே" என்பார். அவர் அப்படிச் சொல்லும்போது பாவெல் பெத்ரோவிச் வெறுமே முகத்தைத்திருப்பிக் கொள்வாரே தவிர, தம்பி நினைப்பது சரியல்ல என்று சொல்ல மாட்டார்.

நிக்கலாய் பெத்ரோவிச்சைஅலுவல் அறையில் விட்டுவிட்டு அவர் வீட்டின் முன்கட்டையும் பின்கட்டையும் பிரித்த இடைவழியில் நடந்தார். தாழ்வான கதவருகே நெருங்கியதும் அவர் யோசனையில் ஆழ்ந்தவராக நின்று மீசையை நெருடினார், பின்பு கதவைத்தட்டினார்.

"யார் அது? உள்ளே வாருங்கள்!" என்றது ஃபேனிச்காவின் குரல்.

"நான்தான்" என்றுகூறிக் கதவைத் திறந்தார் பாவெல் பெத்ரோவிச்.

குழந்தையும் கையுமாக நாற்காலியில் உட்கார்ந்திருந்த ஃபேனிச்கா சட்டென்று எழுந்து குழந்தையைப் பணிப்பெண்ணிடம் கொடுத்து அவசர அவசரமாகத் தலைக்குட்டையைச் சரிப்படுத்திக் கொண்டாள். பணிப்பெண் குழந்தையை அறைக்கு வெளியே எடுத்துச் சென்றாள்.

"நான் தொந்தரவு கொடுப்பதற்கு மன்னியுங்கள். உங்களிடம் ஒன்று கேட்க வந்தேன்... இன்றைக்கு ஆட்களை நகரத்துக்கு அனுப்புவார்களே... எனக்காகப் பச்சைத் தேயிலை வாங்கிவரச் சொல்லுங்கள்."

"நல்லதுங்க. எவ்வளவு வாங்கிவரச் சொல்லட்டும்?" என்று கேட்டாள் ஃபேனிச்கா.

"அட ஒரு அரை ராத்தல்போதும் என்று நினைக்கிறேன். இங்கே உங்கள் இருப்பிடத்தில் மாறுதல்கள் நடந்திருக்கின்றன போலிருக்கறிதே" என்று சுற்றிலும் விரைவாகக் கண்ணோட்டியவாறு சொன்னார் அவர். அவருடைய பார்வை ஃபேனிச்காவின் முகத்தின் மேலும் வழுகிச் சென்றது. அவள் புரிந்துகொள்ளாததைக் கண்டு "இந்தத் திரைகளைச் சொல்கிறேன்" என்று விளக்கினார்.

"ஆமாமுங்க, திரைகள். நிக்கலாய் பெத்ரோவிச் இவற்றை மாட்டச்சொன்னார். மாட்டி எவ்வளவோ நாட்கள் ஆகிவிட்டனவே' என்றாள் ஃபேனிச்கா.

"நானுந்தான் எவ்வளவோ நாட்களாக இங்கே வரவில்லை. இப்போது இங்கே மிகவும் நன்றாயிருக்கிறது.'

"எல்லாம் நிக்கலாய் பெத்ரோவிச்சின் தயவு" என்று கிசுகிசுத்தாள்

ஃபேனிச்கா.

"முந்திய பக்க வீட்டைவிட இங்கே உங்களுக்கு அதிக வசதியாய் இருக்கிறதா?" என்று மரியாதையாக, ஆனால் லேசாகக்கூடப் புன்னகை செய்யாமல் கேட்டார் பாவெல் பெத்ரோவிச்.

'இங்கே வசதி அதிகந்தானுங்க."

"நீங்கள் இருந்த இடத்தில் இப்போது யாரைக் குடி வைத்திருக்கிறார்கள்?"

"இப்போது அங்கே சலவைக்காரிகள் இருக்கிறார்கள்."

"அப்படியா!"

பாவெல் பெத்ரோவிச் மௌனமானார். "இப்போது போய் விடுவார்" என்று நினைத்தாள் ஃபேனிச்கா. ஆனால் அவர் போகவில்லை. அவள் விரல்களை மெவாக நெருடியவாறு சிலையாய் நின்றாள்.

"சின்னப் பயலை எதற்காக எடுத்துப் போகச்சொன்னீர்கள்? எனக்குக் குழந்தைகள் மேல் பிரியம். எனக்குக் காட்டுங்கள் அவனை என்று கடைசியில் கூறினார் பாவெல் பெத்ரோவிச்.

குழப்பத்தாலும் மகிழ்ச்சியாலும் ஃபேனிச்காவின் முகம் குப்பென்று சிவப்பேறியது. அவளுக்குப்பாவெல் பெத்ரோவிச்சிடம் பயம்: அவர் அவளிடம் அனேகமாக ஒருபோதுமே பேசியதில்லை.

"துன்யாஷா, மீத்யாவைக் கொண்டு வாருங்கள்" என்று உரக்கக் கூறினாள் ஃபேனிச்கா (வீட்டில் எல்லோரையும் அவள் 'நீங்கள்' என்றே அழைத்தாள்). "இல்லாவிட்டால் இருங்கள், அவனுக்குச்சட்டை போட வேண்டும்."

ஃபேனிக்சா கதவுப் பக்கம் நடந்தாள்.

"அட சட்டை இல்லாவிட்டால் போகிறதே" என்றார் பாவெல் வெல் பெத்ரோவிச்.

"நான் இதோ" என்று சொல்லிவிட்டு விர்ட்டென்று வெளியே சென்றாள் ஃபேனிச்கா.

பாவெல் பெத்ரோவிச் தனியாய் இருந்தார். இம்முறை அவர் சுற்றிலும் கவனமாகப் பார்வையிட்டார். அவர் இருந்த உயரமற்ற சிறு அறை மிகவும் துப்புரவாகவும் வசதியாகவும் இருந்தது. அண்மையில் வார்னிஷ் பூசிய தரை, சாமந்திப்பூ, எலுமிச்சை மணமுள்ள மெலிஸ்ஸாச்செடி ஆகியவற்றின் வாசனை அதில் வீசியது. பழைய மோஸ்தர் நாற்காலிகள் சுவரோரமாக இருந்தன. காலம் சென்ற ஜெனரலின் பட்டாளம் போலந்து வழியே சென்றபோது அவர்

அங்கே வாங்கியவை அவை. ஒரு மூலையில் இரும்புத்தகடு அடித்த, உருள்மூடி கொண்ட மரப்பெட்டியின் அருகே மஸ்லின்திரையிட்ட கட்டில் இருந்தது. எதிர்மூலையில் அற்புதச் சித்தர் நிக்கலாயின் பெரிய கரிய உருவப்படத்தின் முன் எண்ணெய்விளக்கு எரிந்து கொண்டிருந்தது. சிவப்பு நாடாவில் இணைந்த சின்னஞ்சிறு பீங்கான் முட்டை ஒளிவட்டத்தில் மாட்டிச் சித்தரின் மார்புமேல் தொங்கியது. ஜன்னல் குறடுகள்மீது கவனமாகக் கட்டப்பட்ட ஜாடிகளில் முந்திய ஆண்டுப் பழக்கூழ் வைக்கப்பட்டிருந்தது. ஜாடிகள் பசிய ஒளி வீசின. அவற்றின் காகித மூடிகள் மேல் ஃபேனிச்கா தன்கைப்பட, கொட்டை எழுத்துக்களில் பழங்களின் பெயர்களை எழுதியிருந்தாள். நிக்கலாய் பெத்ரோவிச்சுக்கு மிகவும் பிடித்த பழக்கூழ்அது. விட்டத்திலிருந்து நீண்ட வாரில் தொங்கிய கூண்டில் குட்டைவால் கீச்சான் குருவி ஓயாமல் கீச்சிட்டுத் தத்திய வண்ணமாய் இருந்தது. எனவே கூண்டு ஓயாமல் அசைந்தாடி நடுங்கியது. சணல் விதைகள் மெல்லொலியுடன் தரையில் விழுந்தன. சிறு அலமாரிக்குமேல் சுவற்றின்மீது நிக்கலாய் பெத்ரோவிச்சின் மோசமான நிழற்படங்கள் தொங்கின. வெளியூரிலிருந்து வந்த கலைஞன் ஒருவனால் எடுக்கப்பட்ட அந்த நிழற்படங்கள் நிக்கலாய் பெத்ரோவிச்சைப் பல்வேறு நிலைகளில் காட்டின. பக்கத்தில் ஃபேனிச்காவின் படமும் தொங்கியது. அதுவும் வாய்க்கவே இல்லை. கறுப்புச் சட்டத்தில் கண்ணற்ற முகம் ஒன்று அசட்டுப்பிசட்டென்று புன்னகை செய்தது. வேறு எதையுமே தெளிவாகக் காண முடியவில்லை. ஃபேனிச்காவுக்கு மேலே, நீள் மேலங்கி அணிந்த யெர் மோலவ்* ஜெனரல். அ.வ.ஸுவோரவ், ம. இ.குத்தூஸவ் என்னும் புகழ்பெற்ற ருஷ்யத் தளகர்த்தர்களுடன் பணியாற்றியவர். 1812ல் நெப்போலியனின் படையெடுப்பை எதிர்த்து வீரச் சமர் புரிந்தவர். 1816-1827ல் தனிக் காக்கேஷியப்படைப்பிரிவுத் தலைவராகவும் ஜார்ஜியாவில் தலைமைத் தளகர்த்தராகவும் இருந்தார்.) தொலைவில்தென்பட்ட காக்கேஷிய மலைகளைப் பார்த்தவாறு முகத்தைச் சுளித்துக்கொண்டு நின்றார். செருப்பு வடிவான பட்டுக் குண்டூசிச் செருகணை மேலிருந்து தொங்கி அவரது நெற்றியை மறைத்துக் கொண்டிருந்தது.

ஐந்து நிமிடங்கள் கழிந்தன. பக்கத்து அறையில் சரசரப்பும் கிசுகிசுப்பும் கேட்டன. பாவெல் பெத்ரோவிச் அலமாரியிலிருந்து எண்ணெய்க் கறை படிந்த ஒரு புத்தகத்தை எடுத்தார். அது மஸால்ஸ்கி எழுதிய 'துப்பாக்கிப் படையினர்' என்னும் நவீனத்தின் ஒருபாகம். அவர் புரட்டினார்... கதவு திறந்தது. ஃபேனிச்கா குழந்தை

---

* யெர்மோலவ் அலெக்ஸேய் பெத்ரோவிச் (1772-1861)

மீத்யாவை எடுத்துக் கொண்டு வந்தாள். கழுத்துப்பட்டையில் சரிகை போட்ட சிவப்புச் சட்டையை அவனுக்கு மாட்டி தலையை வாரி, முகத்தைத் துடைத்திருந்தாள். ஆரோக்கியமுள்ள எல்லாக் குழந்தைகளும் செய்வதுபோலவே அவன் உரக்க மூச்சு விட்டான், உடம்பு முழுவதும் குலுங்கத் துள்ளினான், சின்னக் கைகளை வெட்டி வெட்டி அசைத்தான். பகட்டான சட்டை அணிந்ததால் அவனுக்குப் பெருமை தாங்க வில்லைபோலும்; அவனுடைய புஸுபுஸுவென்று உப்பிய மேனி முழுவதும் பரமதிருப்தியைக் காட்டியது. ஃபேனிச்கா தன் தலையையும் வாரிச் சீர்படுத்தி, நல்ல தலைக்குட்டை அணிந்திருந்தாள். ஆனால் அவள் இருந்தபடியே இருந்திருக்கலாம். மெய்யாகவே, உடல் நலமுள்ள குழந்தையைக் கையில் ஏந்திய அழகிய இளம் தாயைக் காட்டிலும் கவர்ச்சி உள்ளது எதுவேனும் உலகில் உண்டா?

"என்னடா குண்டு!" என்று பரிவுடன் சொல்லி, சுட்டு விரலின் நீண்ட நகநுனியால் குழந்தையின் இரு மடிப்பு மோவாயில் கிச்சுகிச்சு மூட்டினார் பாவெல் பெத்ரோவிச். குழந்தை கீச்சான் குருவியையே பார்த்தவாறு வாய்விட்டுச் சிரித்தது.

ஃபேனிச்கா அவன் பக்கம் குனிந்து முகத்தால் அவனை லேசாக வருடியவாறு, "இவர்தான் பெரியப்பா" என்றாள். இதற்கிடையே துன்யாஷா வாசனை வத்தி ஏற்றிக்கொண்டு வந்து ஜன்னல் குறட்டில் செப்புக் காசை அடியில் கொடுத்து மெதுவாக வைத்தாள்.

"இவனுக்கு எத்தனை மாதம் ஆகிறது?" என்று கேட்டார் பாவெல் பெத்ரோவிச்.

"ஆறு மாதம். சீக்கிரம் ஏழாவது தொடங்கிவிடும், பதினோராம் தேதி.

"எட்டாவது இல்லையா ஃபெதோஸியா நிக்கலாயெவ்னா?" என்று சிறிது கூச்சத்துடன் குறுக்கிட்டாள் துன்யாஷா.

"இல்லை, ஏழாவது. எப்படி முடியும்?" - குழந்தை மறுபடி கலீரென நகைத்து, பெட்டியைப் பார்த்து, தாயாரின் மூக்கையும் உதடுகளையும் ஐந்து விரல்களாலும் திடீரென்று பிடித்தான். ஃபேனிக்கா முகத்தை அவன் விரல்களிலிருந்து அப்பால் திருப்பாமலே, "படு சேட்டைக்காரன்" என்றாள்.

"தம்பி ஜாடையாக இருக்கிறான்" என்றார் பாவெல் பெத்ரோவிச்.

"வேறு யார் ஜாடையாக இருப்பான்?' என்று நினைத்துக் கொண்டாள் ஃபேனிச்கா.

"ஆமாம், அவன் ஜாடைதான், சந்தேகமில்லை" என்று தமக்குத்தாமே சொல்லிக் கொள்பவர் போலத் தொடர்ந்தார்

பாவெல்பெத்ரோவிச், ஃபேனிச்காவைக் கவனமாக, ஓரளவு துயர்ததும்ப நோக்கினார்.

"இவர்தான் பெரியப்பா!" என்று மறுபடி குழந்தையின் காதோடு கிசுகிசுத்தாள் ஃபேனிச்கா.

"ஆ! பாவெல்! இங்கே இருக்கிறாயா!" என்று நிக்கலாய் பெத்ரோவிச் கூறியது திடீரெனக் கேட்டது.

பாவெல் பெத்ரோவிச் சட்டென்று திரும்பி முகம் சுளித்தார். ஆனால் தம்பி மகிழ்ச்சி பொங்க, நன்றிப் பெருக்குடன் தம்மைப் பார்ப்பதைக் கண்டதும் அவரால் பதிலுக்குப் புன்னகை செய்யாமல் இருக்க முடியவில்லை.

"உன் குழந்தை அருமையான பயல்" என்று கூறிக் கடிகாரத்தைப் பார்த்தார்."தேயிலை வாங்கிவரச் சொல்வதற்காக இங்கே வந்தேன்" என்றார்.

பின்பு எதிலும் பற்றுதல் இல்லாதவர் போன்ற முகத்தோற்றத்துடன் பாவெல் பெத்ரோவிச் அறையிலிருந்து வெளியேறினார்.

"தானாகவே வந்தானா?" என்று ஃபேனிச்காவிடம் கேட்டார் நிக்கலாய் பெத்ரோவிச்.

தாமாகவே, கதவைத் தட்டினார், உள்ளே வந்தார்.

"சரி, அர்க்காதி அப்புறம் உன்னிடம் வரவில்லையா?"

"வரவில்லை. நான் பக்க வீட்டுக்குக் குடி போய் விடட்டுமா?"

"எதற்காக?"

"ஆரம்பத்தில் அங்கே இருப்பது மேலாயிருக்காதா என்று பார்க்கிறேன்."

"இல்லை" என்று திக்கலுடன் சொல்லி நெற்றியைத் துடைத்துக் கொண்டார்நிக்கலாய் பெத்ரோவிச் "முன்னமே செய்திருக்க வேண்டும் இதை... வணக்கம் அப்பா, பஞ்சுருண்டை" என்று திடீர் உவகைப் பெருக்குடன்கூறி, குழந்தை அருகே போய் அதன் கன்னத்தில் முத்தமிட்டார். பிறகு கொஞ்சம் குனிந்து, மீத்யாவின் சிவப்புச் சட்டைமேல் பால் போல் வெண்மையாக ஒளிர்ந்த ஃபேனிச்காவின் கைபில் உதடுகளைப் பதித்தார்.

"நிக்கலாய் பெத்ரோவிச்! என்ன நீங்கள்?" என்று மழலையாக மொழிந்து விழிகளைத் தாழ்த்திக் கொண்டாள் அவள். பிறகு மெதுவாக அவற்றை உயர்த்தினாள்.. குனிந்த தலையுடன் மேல்நோக்கி, கொஞ்சலும் ஓரளவு அசட்டுத் தனமும் ததும்ப அவள் சிரித்தபோது அவளுடைய விழிகளில் வெளிப்பட்ட உணர்ச்சி எழில் திகழ்ந்தது.

நிக்கலாய் பெத்ரோவிச் ஃபேனிச்காவுடன் அறிமுகம் செய்துகொண்டது இவ்வாறு: மூன்று ஆண்டுகளுக்கு முன் ஒருமுறை தனித்து ஒதுங்கிய ஊரின் சாவடியில் அவர் இராத் தங்க நேர்ந்தது. தமககுக்கொடுக்கப்பட்ட அறையில் துப்புரவும் படுக்கைத் துணிகள் சலவை செய்யப்பட்டுச் சுத்தமாயிருந்ததும் அவருக்கு மகிழ்வும் வியப்பும் ஊட்டின. "சொந்தக்காரி ஜெர்மானியப் பெண்பிள்ளையோ?" என்று எண்ணிக் கொண்டார். ஆனால் சொந்தக்காரி ருஷ்ய மாது என்று தெரிய வந்தது. அவளுக்கு ஐம்பது வயது இருக்கும். நேர்த்தியாக உடை அணிந்திருந்தாள் அவள். நற்பண்பும் அறிவும் அவளுடைய விழிகளில் சுடர்ந்தன. பேச்சில் நிதானம் தொனித்தது. தேநீர் பருகும்போது அவர் அவளிடம் பேச்சு கொடுத்தார். அவளை அவருக்கு ரொம்பப் பிடித்துப் போய்விட்டது. அப்போது நிக்கலாய் பெத்ரோவிச் தம் புதிய பண்ணைக்குக் குடி வந்து கொஞ்ச நாட்கள் தாம் ஆகியிருந்தன. பண்ணையடிமைகளை வைத்துக் கொள்ள விரும்பாமல் கூலி வேலைக்காரர்களைத் தேடிக் கொண்டிருந்தார். மறுபுறம் விடுதிக்காரி நகருக்கு வரும் பயணிகளின் எண்ணிக்கை குறைவாய் இருப்பதாகவும் காலம் கெட்டுக்கிடப்பதாகவும் குறைபட்டுக் கொண்டாள். தம்மோடு வந்து வீட்டுநிர்வாக பொறுப்பை ஏற்றுக்கொள்ளும்படி அவர் அவளை அழைத்தார். அவள் இசைந்தாள். அவளுடைய கணவன் ஃபேனிச்கா என்ற ஒரு மகளை மட்டும் விட்டுவிட்டு வெகு காலத்துக்கு முன்பே இறந்து போயிருந்தான். அரீனாஸாவிஷ்னா என்ற பெயருள்ள அந்த மாது ஒரு இரண்டு வாரங்களில் மகளுடன் மார்யினோவுக்கு வந்து பக்க வீட்டில் குடி புகுந்தாள். நிக்கலாய் பெத்ரோவிச்சின் தேர்வு சரியாக வாய்த்தது. அரீனா வீட்டை ஒழுங்கு படுத்தினாள். ஃபேனிச்காவுக்கு அப்போதே பதினேழு வயது ஆகியிருந்தது. அவளைப் பற்றி ஒருவரும் பேசவில்லை. பார்த்தவர்களும் அரிதாக யாராவதுதான்: அவள் அடக்கமாக, பணிவாக ஒதுங்கியிருந்தாள். ஞாயிற்றுக்கிழமைகளில் மட்டுமே மாதாகோயிலில் எங்கேனும் ஓர் ஓரத்தில் அவளுடைய வெண்முகத்தின் பக்கத்தோற்றத்தை நிக்கலாய் பெத்ரோவிச் கண்டார். இவ்வாறு ஓர் ஆண்டுக்கு மேல் கழிந்தது.

ஒருநாள் காலை அரீனா அவருடைய அலுவல் அறைக்கு வந்து வழக்கம்போலக் குனிந்து தலைவணங்கி, தன் மகளின் கண்ணில் கணப்பிலிருந்து நெருப்புப் பொறி பறந்துவிழுந்துவிட்டது என்று கூறி, அவரால் அவளுக்கு உதவி செய்ய முடியுமா என்று கேட்டாள். வீட்டோடு வீடாய் இருக்கும் எல்லாரையும் போலவே நிக்கலாய்பெத்ரோவிச் வைத்தியம் பார்த்து வந்தார். ஹோமியோபதி மருந்துகள்கூடத் தருவித்து வைத்திருந்தார். பெண்ணை உடனே அழைத்து வரும்படி அவர் அரீனாவிடம் கூறினார். எஜமான்

தன்னை அழைப்பதாக அறிந்ததும் ஃபேனிச்கா மிகவும் அஞ்சி நடுங்கினாள். ஆனாலும் தாயாரோடு சென்றாள். நிக்கலாய் பெத்ரோவிச் அவளை ஜன்னல் அருகே இட்டுப் போய் இரு கைகளாலும் அவள் தலையைப் பிடித்துக் கொண்டார். சிவந்து வீங்கியிருந்த அவளுடைய கண்ணை நன்றாகப் பார்த்துவிட்டு ஒத்தடம் கொடுக்கலாம் என்று கூறி, தாமே மருந்து தயாரித்து, தம் கைக்குட்டையைக் கிழித்து ஒத்தட மருந்தால் எப்படி அதை நனைக்க வேண்டும் என்று காட்டினார். ஃபேனிக்சா அவர் சொன்னதை முடிவுவரை கேட்டுவிட்டு வெளியேபோகப் புறப்பட்டாள். “எஜமான் கையை முத்தமிடேன், அசட்டுப் பெண்ணே” என்று அவளிடம் சொன்னாள் அரீனா. நிக்கலாய் பெத்ரோவிச் தம் கையை அவள் முத்தமிடக் கொடுக்காமல், குழப்பம் அடைந்து, அவளுடைய குனிந்த தலையில் வகிட்டின் மீது தாமே முத்தமிட்டார். ஃபேனிச்காவின் கண் விரைவில் குணப்பட்டு விட்டது. ஆனால் நிக்கலாய் பெத்ரோவிச் மீது அவள் விளைத்த உளப்பதிவு விரைவில் அகன்று விடவில்லை. தூய்மையும் மென்மையும் வாய்ந்த, திகிலுடன் சற்றே மேல் நோக்கிய அந்த முகம் அவர் மனக் கண் முன் இடைவிடாது காட்சி அளித்தது. தம் உள்ளங்கைகளில் அந்த மெல்லிய கேசத்தின் ஸ்பரிசத்தை அவர் உணர்ந்தார். சற்றே விரிந்த அந்தக் கன்னி இதழ்களைக்கண்டார். அவற்றுக்கு உள்ளிருந்து வெயிலில் ஈர ஒளிர்வு காட்டின முத்துப் பற்கள்.

மாதாகோயிலில் அவளை அதிகக் கவனமாகக் கூர்ந்து பார்க்கத் தொடங்கினார் அவர். அவளுடன் பேச முயன்றார். ஆரம்பத்தில் அவள் அவரிடம் மிரண்டாள். ஒருதரம்,ரை வயலில் வழிப்போக்கர்கள் ஏற்படுத்தியிருந்த குறுகிய ஒற்றையடிப் பாதையில் முன்மாலை நேரத்தில் அவர் எதிரே வரக்கண்டு காஞ்சிரையும் நீலப்பூக்களைச் செடிகளும் மண்டி உயரமாக அடர்ந்து வளர்ந்த ரை பயிருக்கிடையே ஒதுங்கினாள். கதிர்களின் பொன் வலையின் ஊடாகக் குட்டி விலங்குபோல வெளியே பார்த்துக்கொண்டிருந்த அவளுடைய தலையை அவர் கண்டார்.

“வணக்கம், ஃபேனிச்கா! நான் கடிக்க மாட்டேன்” என்று அன்புடன் கூவினார்.

“வணக்கமுங்க” என்று தன் பதுங்கிடத்தை விட்டு வெளி வராமலே கிசுகிசுத்தாள் அவள்.

கொஞ்சம் கொஞ்சமாக அவள் அவருக்குப் பழக்கமானாள். ஆனாலும் அவர் முன்னிலையில் கூச்சப்பட்டாள். அந்தச் சந்தர்ப்பத்தில் அவளுடைய தாய் அரீனா திடீரெனக் காலராவில் இறந்து போனாள். ஃபேனிச்கா எங்கே போவாள்? ஒழுங்கு முறையில் பற்றும் விவேகமும் நிதானமும் தாயிடமிருந்து அவளுக்கு

மரபுரிமையாகக் கிடைத்திருந்தன. ஆனாலும் அவள் மிக இளவயதினளாக, தனியளாக இருந்தாள். நிக்கலாய் பெத்ரோவிச்சும் மிக நல்லவர், அடக்கம் உள்ளவர்... மேற்கொண்டு சொல்வதற்கு ஒன்றும் இல்லை.

"அப்படியானால் அண்ணா உன் அறைக்கு வந்தானாக்கும்? கதவைத் தட்டிவிட்டு உள்ளே வந்தானோ?" என்று கேட்டார் நிக்கலாய் பெத்ரோவிச்

"ஆமாமுங்க."

"ஊம், இது நல்லது. மீத்யாவை இப்படிக்கொடேன், கொஞ்சம் தூக்கிப் போடுகிறேன்."

நிக்கலாய் பெத்ரோவிச் மீத்யாவை வாங்கி அனேகமாக விட்டம் வரையில் தூக்கிப் போட்டுப்பிடிக்கலானார். குழந்தைக்கு ஒரே கொம்மாளம். தாயாரோ, அவ்வளவே குலை பதறினாள். ஒவ்வொரு தரமும் அவன் உயரே பறந்தபோது, அவனுடைய திறந்த கால்களின் பக்கம் கைகளை நீட்டினாள்.

பாவெல் பெத்ரோவிச் தமது நாகரீகமான படிப்பறைக்குத் திரும்பினார். அழகிய இயற்கை வண்ணச் சுவர்க் காகிதங்கள் அதில் ஒட்டப்பட்டிருந்தன. சுவர்மீது பல்நிறப் பாரசீகக் கம்பளத்தின்மேல் ஆயுதங்கள் வரிசையாகத் தொங்கின. ஆழ் பச்சைத் துணி உறைகள் மாட்டிய செஸ்ட் நட் மேஜை நாற்காலிகள் அறையில் போடப்பட்டிருந்தன. பழங்காலக் கரு ஓக் பலகையால் செய்த "மறுமலர்ச்சி" மோஸ்தர் புத்தக அலமாரியும், அருமையான எழுது மேஜைமேல் வெண்கலச் சிலைகளும், கணப்பும் இருந்தன. அவர் நீள் சோபாவில் பொத்தென்று விழுந்து கைகளைத் தலைக்கடியே வைத்துக்கொண்டு விட்டத்தை அனேகமாகப் புகலின்மை தோன்ற நோக்கியவாறு அசையாமல் கிடந்தார். தம் முகத்தில் தோன்றிய உணர்ச்சிகளைச் சுவர்களிடமிருந்து மறைக்க விரும்பினாரோ, வேறு எக் காரணத்தாலோ, அவர் எழுந்து கனத்த ஜன்னல் திரைகளைப் போட்டுவிட்டு மறுபடி நீள் சோபாவில் விழுந்தார்.

௸ 9 ௵

அதே தினம் பஸாரவ் ஃபேனிச்காவை அறிமுகம் செய்து கொண்டான். அவன் அர்க்காதியோடு தோட்டத்தைச்சுற்றி நடந்தவாறு சில கன்றுகள், சிறப்பாக ஓக் கன்றுகள், அதில் தழைக்காதது ஏன் என்று அவனுக்கு விளக்கினான்.

“வெள்ளிப் பாப்ளார் கன்றுகளையும் ஃபிர் கன்றுகளையும் நிறைய நட்டிருக்க வேண்டும். தவிர, கருமண்ணைக் கொட்டிக் கலந்து லிண்டன் கன்றுகளையும் ஊன்றியிருக்க வேண்டும். இதோ கொடிவீட்டைச் சுற்றி மரங்கள் நன்றாகத் தழைத்திருக்கின்றன பார். ஏனென்றால் வேல மரங்களும் பவளக் குறிஞ்சியும் நல்லபிள்ளைகள். தனிப்பட்ட சவரணை அவற்றுக்குத் தேவையில்லை. அடே!இங்கே யாரோ இருக்கிறார்கள்.

கொடி வீட்டில் துன்யாஷாவுடனும் குழந்தை மீத்யாவுடனும் உட்கார்ந்திருந்தாள் ஃபேனிச்கா. பஸாரவ் நின்றான். அர்க்காதியோ பழைய நண்பன் என்ற முறையில் ஃபேனிச்காவுக்குத் தலையசைத்து முகமன் தெரிவித்தான்.

“இவள் யார்? எவ்வளவு அழகி!” என்று சற்று அப்பால் சென்றதும் கூறினான் பஸாரவ்.

“யாரைச் சொல்லுகிறாய்?”

“யாரை என்று தெரியவில்லையோ? ஒருத்திதானே அழகி!”

ஃபேனிச்கா யார் என்பதை அர்க்காதி ஓரளவு தயக்கத்துடன் சுருக்கமாக விளக்கினான்.

“ஆகா! உன் தகப்பனார் தகப்பனார் பலே பேர்வழிதான். எனக்குப் பிடித்திருக்கிறது அவரை, உன் தகப்பனாரை. பலே, பலே! கெட்டிக்காரர்! ஆனால் அவளை அறிமுகம் செய்து கொள்ள வேண்டுமே” என்று கூறி, கொடிவீட்டை நோக்கித் திரும்பி நடந்தான் பஸாரவ்.

“யெவ்கேனி, ஜாக்கிரதையாக நடந்துகொள், தயவு செய்து!” என்று திகிலுடன் கத்தினான் அர்க்காதி.

“கவலைப்படாதே. நாங்கள் பழகுமுறை தெரிந்தவர்கள். நகரங்களில் வாழ்ந்தவர்கள்” என்றான் பஸாரவ்.

ஃபேனிச்காவை நெருங்கியதும் அவன் தொப்பியைக் கழற்றினான்.

“அறிமுகம் செய்து கொள்ள அனுமதியுங்கள்’ என்று மரியாதையாகத் தலைவணங்கி, “நான் அர்க்காதி நிக்கலாயிச்சியின் நண்பன், அமைதியான நண்பன்” என்றான்.

ஃபேனிச்கா பெஞ்சியிலிருந்து எழுந்து மௌனமாக அவனை நோக்கினாள்.

“எவ்வளவு அருமையான குழந்தை! கவலைப்படாதீர்கள், என் கண் பட்டு யாருக்கும் இதுவரை கெடுதல் நேர்ந்ததில்லை. இவன் கன்னங்கள் ஏன் இப்படிச் சிவுசிவு என்றிருக்கின்றன? பல் முளைக்கிறதோ?” என்று தொடர்ந்தான் பஸாரவ்.

“ஆமாமுங்க, நான்கு பற்கள் முளைத்தாயிற்று. இப்போது ஈறு மறுபடி வீங்கியிருக்கிறது.”

“எங்கே, காட்டுங்கள்... பயப்படாதீர்கள். நான் மருத்துவன்.”

“பஸாரவ் குழந்தையைக் கையில் வாங்கிக்கொண்டான். குழந்தை திமிறவோ, பயப்படவோ செய்யாததைக் கண்டு ஃபேனிச்காவுக்கும் துன்யாஷாவுக்கும் ஆச்சரியமாக இருந்தது.”

“பார்க்கிறேன், பார்க்கிறேன்... ஒன்றுமில்லை. எல்லாம் ஒழுங்காய் இருக்கிறது. சரியான பல்லனாகத் தலையெடுப்பான். ஏதேனும் நேர்ந்தால் என்னிடம் சொல்லுங்கள். நீங்கள் ஆரோக்கியமாகத் தானே இருக்கிறீர்கள்?”

“ஆமாம், ஆமாம், கடவுள் அருளால்.”

“நீங்கள் உடல்நலத்துடன் இருப்பது மிகவும் நல்லது. அப்புறம் நீங்கள்?” என்று துன்யாஷாவைப் பார்த்துக் கேட்டான் பஸாரவ்.

பண்ணை வீட்டில் ஒரே கண்டிப்பாகவும் வெளியே சிரிப்பும் கொம்மாளமுமாகவும் இருப்பவளாக துன்யாஷா பதிலுக்குக் கலீரென நகைக்க மட்டுமே செய்தாள்.

“ரொம்ப நல்லது. இந்தாருங்கள், பிடியுங்கள் உங்கள் வஸ்தாதை.”

ஃபேனிச்கா குழந்தையைத் தன்கையில் வாங்கிக் கொண்டாள்.

“உங்களிடம் எப்படி மூச்சுக் காட்டாமல் உட்கார்ந்திருந்தான் பாருங்களேன்” என்று தணிந்த குரலில் சொன்னாள்.

“என்னிடம் குழந்தைகள் முரண்டு பண்ணாது. எனக்கு அந்தச் சூட்சுமம் தெரியும்” என்றான் பஸாரவ்.

“தங்கள்மேல் யார் அன்பு காட்டுகிறார்கள் என்பது குழந்தைகளுக்குத் தெரியும்” என்றாள் துன்யாஷா.

“உண்மைதான். இந்த மீத்யாதான் இருக்கிறானே, சில பேர் கூப்பிட்டால் போகவே மாட்டான்” என்று உறுதிப்படுத்தினாள் ஃபேனிச்கா.

“நான் கூப்பிட்டால் வருவானா?” என்று கேட்டான் அர்க்காதி. சற்று நேரம் எட்ட நின்ற பிறகு அவன் கொடிவீட்டின் பக்கத்தில் வந்திருந்தான்.

அவன் குழந்தையைக் கூப்பிட்டான். குழந்தையோ தலையைத் திருப்பிக் கொண்டு வீரிட்டான். ஃபேனிச்காவுக்கு இது மிகவும் எக்கச்சக்கமாய் இருந்தது.

“பழகின பிறகு கூப்பிட்டால் வருவான்” என்று பெருந்தன்மையுடன் சொன்னான் அர்க்காதி. இரண்டு நண்பர்களும் அகன்றார்கள்.

‘இவள் பெயர் என்ன?” என்று கேட்டான் பஸாரவ்.

‘ஃபேனிச்கா.. அதாவது ஃபெதோஸியா.”

“தகப்பனார் பெயர்? அதுவும் தெரிந்திருக்க வேண்டுமே.”

“நிக்கலாயெவ்னா.”

“நல்லது!” என்று லத்தீனில் சொன்னான் பஸாரவ். இவள் மட்டுமீறி வெட்கப்படாதது எனக்குப் பிடித்திருக்கிறது. வேறு சிலர் இதையே அவளுடைய குறையாகக் கருதலாம். அபத்தம்! எதற்காக வெட்கப்பட வேண்டும்? அவள் தாய் - அவள் செய்தது சரியே.”

“அவள் செய்தது சரியாய் இருக்கலாம். ஆனால் என் தகப்பனார்...”

“அவர் செய்ததும் சரிதான்” என்று இடை முறித்தான் பஸாரவ்.

“இல்லை, எனக்கு அப்படித் தோன்றவில்லை.”

“சொத்துக்கு இன்னொரு வாரிசு வந்துவிட்டது நமக்கு ஆகவில்லை போலிருக்கிறது, ஊம்?”

“நான் அப்படி நினைப்பதாக எண்ண உனக்கு வெட்கமாய் இல்லையா?” என்று ஆவேசத்துடன் சொன்னான் அர்க்காதி. “தகப்பனார் செய்தது சரி அல்ல என்று நான் நினைப்பது இந்த நோக்கலிருந்து அல்ல. அவர் அவளை மனைவி ஆக்கிக் கொண்டிருக்க வேண்டும் என்று சொல்லுகிறேன். உன்னிடம் இதை நான் எதிர்பார்க்கவில்லை பஸாரவ்” என்று அமைதியாகக் கூறினான்.

“ஓகோ-கோ! நாம்தான் எவ்வளவு பெரிய மனது படைத்தவர்கள்! கலியாணத்துக்கு நீ இன்னமும் முக்கியத்துவம் கொடுக்கிறாய்.”

இரண்டு நண்பர்களும் பேசாமல் சிறிது தூரம்நடந்தார்கள்.

“உன் தகப்பனாரின் பண்ணையை நான் பார்த்தேன்” என்று மறுபடிபேச்சைத் தொடங்கினான் பஸாரவ். “கால்நடைகள் மோசம். குதிரைகள் நொய்ந்து போனவை. கட்டுமானங்களும் ஆட்டம் கண்டுவிட்டன. பணியாட்கள் கடைந்தெடுக்க சோம்பேறிகளாகக் காண்கிறார்கள். காரியஸ்தன் ஒன்றா மடையன் இல்லாவிட்டால் மோசடி செய்பவன். இரண்டில் எது என்று நான் நன்றாக ஆராய்ந்து பார்க்கவில்லை இன்னும்.”

“இன்றைக்கு நீ ஒரே கண்டிப்பாய் இருக்கிறாய் அப்பா, யெவ்கேனி வஸீலிச்.”

“நல்ல குடியானவர்கள்கூட உன்தகப்பனாரை ஏய்க்கிறார்கள். ‘ருஷ்யக் குடியானவன் கடவுளையே விழுங்கிவிடுவான்” என்ற பழமொழி தெரியும் அல்லவா?”

“பெரியப்பாவின் கருத்தை நான் ஏற்றுக் கொள்ளத் தொடங்குகிறேன். ருஷ்யர்களை நீ மெய்யாகவே மோசமாக நினைக்கிறாய்” என்றான் அர்க்காதி.

“பெரிய ஆள்தான் போ! ருஷ்யனிடம் உள்ள ஒரே நலம், அவன் தானே தன்னை மோசமானவனாக நினைப்பதுதான். இரண்டும் இரண்டும் நான்கு என்பதுதான் முக்கியம். மற்றவை எல்லாம் அற்ப விஷயங்கள்.”

“இயற்கையும் அற்ப விஷயம்தானோ?” என்று தொலைவில் தெரிந்த பல் வண்ண வயல்களைச் சிந்தனையுடன் பார்த்தவாறு சொன்னான் அர்க்காதி. சாயத்தொடங்கியிருந்த கதிரவனின் மென்மையான ஒளியில் எழில் திகழ்ந்தன அவை.

“இயற்கையும் அற்ப விஷயம்தான்- நீ அதைப்புரிந்து கொள்கிற அர்த்தத்தில். இயற்கை கோயில் அல்ல, தொழிற்கூடம். மனிதன் அதில் வேலை செய்பவன்.”

வயலின்செல்லோ வாத்தியத்தின் விளம்பகால ஒலிகள் அந்தக் கணத்தில் வீட்டிலிருந்து அவர்கள் செவிகளை எட்டின. யாரோ கைத்தேர்ச்சி அவ்வளவாக இல்லாவிடினும் உணர்ச்சியோடு ஷூபெர்ட்டின்* ‘எதிர்பார்ப்பு” என்ற கிருதியை வாசித்துக் கொண்டிருந்தார்கள். இன்னிசை காற்றில் தேனாகப் பெருகியது.

“இது என்ன?” என்று வியப்புடன் கேட்டான் பஸாரவ்.

“அப்பா.”

“உன் தகப்பனார் வயலின் செல்லோ வாசிக்கிறாரா என்ன?”

“ஆமாம்.”

“உன் தகப்பனாருக்கு என்ன வயது?’

‘‘நாற்பத்து நான்கு.’

பஸாரவ் திடீரென்று வாய்விட்டுச்சிரித்தான்.

“எதற்காகச் சிரிக்கிறாய்?’

“யோசித்துப் பார், நாற்பத்து நான்கு வயதான மனிதர், பிள்ளை குட்டிக்காரரர்... நாட்டுப்புறத்தில் வயலின் செல்லோ வாசிக்கிறார்!”

---

* ஷூபெர்ட் ஃப்ரான்ஸ் (1797-1828)-மாபெரும் ஜெர்மானிய இசை அமைப்பாளர். ஷூபெர்ட்டின் இசை இனிமை மிக்கது, மக்கள் இசைக்கு நெருக்கமானது.

பஸாரவ் தொடர்ந்து சிரித்தான். தன் ஆசானை அர்க்காதி எவ்வளவோ உயர்வாக மதித்தாலும் இந்தத் தடவை புன்னகைகூடச் செய்யவில்லை.

௸ 10 ௵

ஏறத்தாழ இரண்டு வாரங்கள் கழிந்தன. மார்யினோவில் வாழ்க்கை தன் போக்கில் போயிற்று. அர்க்காதி உல்லாசமாக வெட்டிப்பொழுது போக்கினான். பஸாரவ் வேலை செய்தான். வீட்டில் எல்லோரும் அவனுக்கும் அவனுடைய மரியாதை அற்ற பழகுமுறைகளுக்கும் அவனது வெடுக்கு வெடுக்கென்ற பேச்சுக்கும் பழகிவிட்டார்கள். சிறப்பாக ஃபேனிச்கா அவனிடம் மிகவும் சொந்தம் பாராட்டினாள். ஓர் இரவு அவனை எழுப்பி அழைத்து வரக்கூடச் சொன்னாள், குழந்தை மீத்யாவுக்கு வலிப்பு கண்டிருந்தது என்பதற்காக. பஸாரவ் வந்து, வழக்கம்போலப் பாதிக்கிண்டலும் பாதி கொட்டாவியுமாக ஒரு இரண்டு மணி நேரம் அவள் அறையில் உட்கார்ந்து குழந்தைக்கு மருத்துவம் பார்த்தான். ஆனால் பாவெல் பெத்ரோவிச் உள்ளத்தின் முழு வலிமையோடும் பஸாரவை வெறுத்தார். அவன் அகந்தை பிடித்தவன், துடுக்கன், வெட்கங்கெட்டவன், பாமரன் என்று எண்ணினார். தம்மை - பாவெல் கிர்ஸானவை - பஸாரவ் மதிப்பதில்லை, அனேகமாக இகழ்ச்சி செய்கிறான் என்று அவர் சந்தேகித்தார். நிக்கலாய் பெத்ரோவிச் அந்த 'நிஹிலிஸ்ட்' இளைஞனை அஞ்சினார். அர்க்காதிமீது பஸாரவின் செல்வாக்கு நன்மை தரும் என்று அவர் நம்பவில்லை. ஆனாலும் அவன் சொன்னதை விருப்புடன் கேட்டார். அவனுடைய பௌதிக, இரசாயனச் சோதனைகளின் போது விருப்புடன் கூட இருந்தார். பஸாரவ் மைக்ராஸ்கோப்பையும் எடுத்து வந்திருந்தான், மணிக்கணக்காக அதை வைத்துப் பார்த்துக் கொண்டிருந்தான். பஸாரவ் பணியாட்களைக் கிண்டலும் கேலியும் செய்தான் என்றாலும் அவர்கள் அவனிடம் ஒட்டிக் கொண்டு பழகினார்கள். என்ன ஆனாலும் அவன் தங்கள் சகோதரன், பிரபு அல்ல என்பதை அவர்கள் உணர்ந்தார்கள். துன்யாஷா சந்தோஷமாக அவனுடன் சிரித்துப் பேசினாள், அவன் அருகாக விரட்டென்று பறந்து சென்றுகொண்டே பொருள் பொதிந்த பார்வையுடன் அவனைக் கடைக் கணித்தாள். பியோத்தர் எல்லைமீறிய தன்மானம் உள்ளவன், அடி மடையன். எப்போதும் சுருக்கம் விழுந்த நெற்றியுடன் வளைய வருவான். அவன்

கண்யமுள்ளவனாகத் தோன்றினான், எழுத்துக் கூட்டிப்படித்தான், தன் நீள்கோட்டை அடிக்கடி பிரஷ்ஷால் சுத்தப்படுத்திக்கொண்டான் என்பவையே அவனிடம் இருந்த நல்ல அம்சங்கள். அவன்கூட பஸாரவ் தன்னைப் பார்த்ததும் பல்லை இளித்தான், அவன் முகம் பளிச்சிட்டது. பண்ணை வேலைக்காரர்களின் சிறுவர்களோ, “டாக்கிட்டர் ஐயா” வின் பின்னே நாய்க்குட்டிகள் போல ஓடினார்கள். கிழவன் புரக்கோஃபிச் ஒருவன்தான் அவனை அவனை நேசிக்கவில்லை. அவனுக்கு உணவு பரிமாறும் போது முகத்தை உர்ரென்று வைத்துக்கொண்டான். அவனைக் “கொள்ளைக்காரன்” “போக்கிரி” என்று குறிப்பிட்டான். ‘இவனும் இவன் கிருதாவும், புதர் நடுவே தலைநீட்டும் பன்றி போல’ என்று அழுத்தமாகக் கூறினான். புரக்கோஃபிச் தன்வகையில் பாவெல் பெத்ரோவிச்சுக்கு எந்த விதத்திலும் சளைக்காத பிரபுவாக விளங்கினான்.

ஆண்டின் சிறந்தநாட்கள் - ஜூன் மாதத்தின் ஆரம்ப நாட்கள் - வந்தன. அருமையான பருவநிலை தொடங்கியது. தொலைவிலிருந்து காலரா மறுபடி பயங்காட்டிற்று என்பது உண்மையே. ஆனால்... குபேர்னியா மக்கள் இதற்குள் காலராவின் வருகைக்குப் பழகி விட்டார்கள். பஸாரவ் அதிகாலையில் எழுந்து இரண்டு மூன்று கிலோமீட்டர் செல்வான் உலாவுவதற்காக அல்ல, ஒரு நோக்கமும் இல்லாமல் உலாவுவது அவனுக்குச் சகிக்காது புல், பூண்டுகளும் பூச்சிகளும் சேகரிப்பதற்காக. சிலவேளைகளில் அவன் அர்க்காதியை உடன் அழைத்துப்போவான். திரும்பு காலில் அவர்களுக்கிடையே ஏதாவது விவாதம் தொடங்கும். அர்க்காதி தன் தோழனைக் காட்டிலும் அதிகமாகப் பேசுவான். ஆனாலும் எப்போதும் அவனே விவாதத்தில் தோற்பான்.

ஒருநாள் அவர்கள் திரும்பிவரத் தாமதம் ஆகிவிட்டது. நிக்கலாய் பெத்ரோவிச் அவர்களை எதிர்கொள்ளத் தோட்டத்துக்குப் போனார். கொடிவீட்டை நெருங்கியதும் விரைந்த காலடிச் சத்தமும் இரு இளைஞர்களுடைய குரல்களும் கேட்டன. அவர்கள் கொடிவீட்டின் மறுபக்கமாக நடந்தார்கள். எனவே அவரை அவர்களால் பார்க்க முடியவில்லை.

“உனக்கு அப்பாவை நன்றாகத் தெரியாது” என்றான் அர்க்காதி.

நிக்கலாய் பெத்ரோவிச் மறைந்து கொண்டார்.

“உன் தகப்பனார் நல்லமனிதர். ஆனால் அவர் பின்தங்கிவிட்டவர். அவருடைய ஆட்டம் முடிந்து விட்டது” என்று கூறினான் பஸாரவ்.

நிக்கலாய்பெத்ரோவிச் காதுகளைக் கூராக்கிக் கொண்டு கேட்டார்... அர்க்காதி பதிலே பேசவில்லை.

"பின்தங்கிவிட்டவர்" இரண்டொரு நிமிடங்கள் அசையாமல் நின்றுவிட்டு மெதுவாகத் தள்ளாடி நடந்து வீடு சேர்ந்தார்.

இதற்கிடையே பஸாரவ் பேச்சைத் தொடர்ந்தான்:

"நானும் பார்க்கிறேன், மூன்று நாட்களாக அவர் பூஷ்கினைப் படித்துக்கொண்டிருக்கிறார். இது எதற்கும் உதவாது என்று அவருக்குச் சொல்லேன். அவர் சின்னப்பையன் இல்லைபார். இந்தச் சப்புச் சவற்றைத் தூக்கி எறிய அவருக்கு வேளை வந்துவிட்டது. இந்தக் காலத்தில் கற்பனைக் கனவில் சஞ்சரிக்கத் தோன்றுகிறதே! அவருக்கு ஏதாவது உபயோகமானதைப் படிக்கக் கொடு."

"என்னத்தைப்படிக்கக்கொடுப்பது?" என்றுகேட்டான் அர்க்காதி.

"பியூஹ்னர்* எழுதிய 'சடப்பொருளும் சக்தியும்' முதலில்கொடு."

"நானும் அப்படித்தான் நினைக்கிறேன். 'சடப்பொருளும் சக்தியும்' எளிதில் புரியும் மொழியில் எழுதப்பட்டிருக்கிறது" என்று இசைந்தான் அர்க்காதி.

அன்றே மதியச் சாப்பாட்டுக்குப்பிறகு நிக்கலாய் பெத்ரோவிச் தமையனாரின் அலுவலறையில் உட்கார்ந்து அவரிடம்சொன்னார்:

"ஆகநீயும்நானும்பின்தங்கியவர்கள் ஆகிவிட்டோம், நமது ஆட்டம் முடிந்துவிட்டது. அதனால் என்ன? பஸாரவ் சொல்வது ஒருக்கால் உண்மையாய் இருக்கலாம். எனக்கு வருத்தமெல்லாம் ஒன்றுதான்: இப்போது அர்க்காதியோடு நெருக்கமாகநட்புறவு கொள்ள முடியும் என்று நம்பினேன். ஆனால், நான் பின்தங்கிவிட்டேன், அவன் முன்னே போய்விட்டான் - நாங்கள் ஒருவரை ஒருவர் புரிந்து கொள்ள முடியாது என்று தெரிகிறது."

"அவன் எப்படி முன்னே போய்விட்டானாம்? நமக்கும் அவனுக்கும் எந்த விஷயத்தில் பிரமாத வேறுபாடு இருக்கிறது?

இதை எல்லாம் அவன் மூளையில் புகுத்தியிருப்பவன் இந்த நிஹிலிஸ்ட்தான். இந்த மருந்துக்காரனை நான் வெறுக்கிறேன். அவன் வெறும் போலிப் பண்டிதன் எத்தனை தான் தவளைகளைக் கீறினாலும் இவன் இயற்கையியலில் ரொம்பக் கண்டுவிட வில்லை என்று உறுதியாய் எண்ணுகிறேன்" என்று பொறுமையின்றிக் கத்தினார் பாவெல் பெத்ரோவிச்.

"இல்லை அண்ணா, அப்படிச் சொல்லாதே. பஸாரவ் கெட்டிக்காரன், விஷயம் தெரிந்தவன்."

---

* பியூஹ்னர், லுத்விக் (1824-1899) ஜெர்மன் இயற்கையியலாளர், தத்துவவாதி. விஞ்ஞானக் கேடான பொருள் முதல்வாதத்தின் முதலாசிரியர்.

“அப்புறம் என்ன கேடுகெட்ட தன்மானம் அவனுக்கு!” என்று மறுபடி சள்ளென விழுந்தார் பாவெல் பெத்ரோவிச்.

“ஆம், அவன் தன்மானம் உள்ளவன் தான். ஆனால் அது இல்லாமல் முடியாதே.எனக்கு ஒரு விஷயந்தான் பிடிபடவில்லை. காலத்தின் போக்குக்குப் பின்தங்கிவிடாமல் இருப்பதற்காக நான் எல்லாம் செய்கிறேன்: குடியானவர்களுக்கு நிலத்தைப் பிரித்துக் கொடுத்து விட்டேன், பண்ணை அமைத்திருக்கிறேன். இதற்காக குபேர்னியா முழுவதிலும் ‘சிவப்பன்’ என்று கூடப் பெயர்வாங்கி விட்டேன். படிக்கிறேன், கற்றுக்கொள்கிறேன், மொத்தத்தில் நவீனத் தேவைகளுக்கு ஏற்றவன் ஆக முயற்சி செய்கிறேன். இவர்கள் என்னடா என்றால், என் ஆட்டம் ஓய்ந்துவிட்டது என்கிறார்கள். அதற்கென்ன, அண்ணா, ஆட்டம் என்று நானே நினைக்கத் உண்மையாகவே ஓய்ந்துவிட்டது தொடங்குகிறேன்.’

“ஏனாம்?”

“ஏனா, சொல்லுகிறேன். இன்றைக்கு உட்கார்ந்து பூஷ்கினைப் படித்துக் கொண்டிருந்தேன்... ‘ஜிப்ஸிகள்’ என்ற கவிதை, நினைவு வருகிறது. திடீரென்று அர்க்காதி என்னிடம் வந்து, ஒன்றும் பேசாமல் முகத்தில் அன்பு நிறைந்த வருத்தம் ததும்ப, குழந்தையிடமிருந்து போல என்னிடமிருந்து புத்தகத்தை மெதுவாகப்பிடுங்கிக் கொண்டு வேறொரு ஜெர்மன் புத்தகத்தை என் முன்னே வைத்தான்... புன்னகை செய்தான். பூஷ்கினின் கவிதைப் புத்தகத்தை எடுத்துக் கொண்டு வெளியே போய்விட்டான்.”

“அப்படியா! உனக்கு என்ன புத்தகம் கொடுத்தான்?”

“இதோ, இதை.”

நிக்கலாய்பெத்ரோவிச் நீள் கோட்டின் பின்பையிலிருந்து பியூஹ்னரின் அபகீர்த்தி பெற்ற பிரசுரத்தின் ஒன்பதாவது பதிப்பை வெளியில் எடுத்தார்.

பாவெல் பெத்ரோவிச் அதைக் கையில் வாங்கிப் புரட்டிப் பார்த்தார்.

“ஹ்ம்! அர்க்காதி உன்னைப் போதித்துப் பயிற்றுவதில் அக்கறை காட்டுகிறானாக்கும். என்ன, படித்துப் பார்த்தாயா?” என்று சீறினார்.

“படித்துப் பார்த்தேன்.’

“ஊம் என்ன?”

“ஒன்றா நான்மட்டி, இல்லாவிட்டால் இது எல்லாம் பிதற்றல். நான் தான் மட்டியாய் இருக்க வேண்டும்.”

“ஆமாம், ஜெர்மன் பாஷை உனக்கு மறந்துவிடவில்லையா?”

என்று கேட்டார் பாவெல்பெத்ரோவிச்.

"ஜெர்மன் பாஷை எனக்குப்புரிகிறது."

பாவெல்பெத்ரோவிச் புத்தகத்தை மறுபடி புரட்டிப்பார்த்துவிட்டு, குனிந்த தலையுடன் தம்பியை ஏறிட்டு நோக்கினார். இருவரும் பேசாதிருந்தார்கள்.

"ஆமாம், மறந்துவிட்டேனே, கலியாஸினிடமிருந்து இன்று எனக்குக் கடிதம் வந்தது" என்று பேச்சை மாற்றுவதற்காகப் போலும் தொடங்கினார் நிக்கலாய் பெத்ரோவிச்.

"மத்வேய் இலியீச்சிடமிருந்தா?"

"ஆமாம். குபேர்னியாவை மேற்பார்வை செய்வதற்காக அவன்... நகரத்துக்கு வந்திருக்கிறானாம். அவன் இப்போது பெரிய புள்ளி ஆகிவிட்டான். சொந்தக்காரன் என்ற முறையில் நம்மைப் பார்க்க விரும்புவதாக எழுதியிருக்கிறான். நம்மையும் அர்க்காதியையும் நகரத்துக்கு அழைத்திருக்கிறான்."

"நீ போகப் போகிறாயா?" என்று கேட்டார் பாவெல் பெத்ரோவிச்.

"இல்லை. நீயோ?"

"நானும் போகப் போவதில்லை. இவனுடைய பிரமாத விருந்தைச் சாப்பிடுவதற்கு ஐம்பது கிலோமீட்டர் தூரம் லொங்குலொங்கென்று போவது ரொம்பத்தான் வேண்டுமாக்கும். மத்வேய் தன்னுடைய பெருமையை எல்லாம் நமக்குக் காட்ட விரும்புகிறான், அவன் நாசமாய்ப் போக! குபேர்னியா அடிவருடிகள் அவனைச் சூழ்ந்திருப்பார்கள், போதும். நாமும் போக வேண்டியதில்லை. பெரிய ஆள் பார், அந்தரங்க ஆலோசகன்! நான் மட்டும் தொடர்ந்து இராணுவத்தில் இருந்திருந்தால், இந்த அசட்டு வேலையைத் தொடர்ந்து செய்து கொண்டிருந்தால், இதற்குள் அட்ஜுட்டாண்டு ஜெனரல் ஆகியிருப்பேன். தவிரவும் நீயும் நானும் பின்தங்கியவர்கள் தாமே."

"ஆமாம் அண்ணா, நாம் சவப்பெட்டிக்கு ஆர்டர் கொடுத்து விட்டுக் கைகளைக் கட்டிக்கொண்டு கிடக்க வேளை வந்துவிட்டதுபோல் இருக்கிறது" என்று பெருமூச்சுடன் சொன்னார் நிக்கலாய் பெத்ரோவிச்.

"ஆனால் நான் அவ்வளவு சீக்கிரம் தோல்வியை ஒப்புக்கொள்ள மாட்டேன். நமக்கும் இந்த மருந்துக்காரனுக்கும் இன்னும் மோதல் நடக்கும் என்று முன்னுணர்கிறேன்' என்று முணுமுணுத்தார் தமையனார்.

அன்றே மாலைத் தேநீர் அருந்தும்போது மோதல் நடந்தது. பாவெல்

பெத்ரோவிச் சண்டை போட ஆயத்தமாக, சிடுசிடுப்பும் உறுதியான கொண்டவராகவே விருந்தறைக்குள் புகுந்தார். தீர்மானமும் பகைவனைப் பாய்ந்து தாக்குவதற்கு ஏதாவது சாக்கு கிடைக்க வேண்டும் என்றே அவர் காத்திருந்தார். வெகுநேரம் வரை ஒரு சாக்கும் கிடைக்கவில்லை. "கிர்ஸானவ் கிழவர்கள்" (பஸாரவ் அவர்களை இவ்வாறே குறிப்பிட்டான்) முன் பஸாரவ் எப்போதுமே கொஞ்சந்தான் பேசினான். அன்று மாலையிலோ, அவனுக்குச் சுரத்தே இல்லை. எனவே பேசாமல் கிண்ணத்துக்குப்பின் கிண்ணமாகத் தேநீர் பருகிக் கொண்டு போனான். பாவெல் பெத்ரோவிச் பொறுமை இன்றித் துடித்தார். கடைசியில் அவருடைய விருப்பம் நிறைவேறிற்று.

பக்கத்து நிலப்பிரபு ஒருவனைப்பற்றிப் பேச்சு தொடங்கிற்று. 'உதவாக்கரை, பிரபு வேஷதாரி" என்று அவனைப் பீட்டர்ஸ்பர்கில் சந்தித்திருந்த பஸாரவ் அசட்டையாகச் சொன்னான்.

"ஒன்று கேட்க அனுமதியுங்கள்" என்று ஆரம்பித்தார் பாவெல்பெத்ரோவிச். அவருடைய உதடுகள் துடித்தன. "உங்கள் கருத்துப்படி 'உதவாக்கரை', 'பிரபு' என்ற சொற்கள் ஒரே அர்த்தம் உள்ளவைதாமோ?"

"பிரபு வேஷதாரி' என்றல்லவா சொன்னேன்" எனச் சோம்பலுடன் ஒருமடக்குதேநீரைவிழுங்கிவிட்டுக் கூறினான் பஸாரவ்.

"ஆமாம், அப்படித்தான் சொன்னீர்கள். ஆனால் பிரபு வேஷதாரிகளைப் பற்றிய அதே கருத்தைத்தான் நீங்கள் பிரபுக்களைப் பற்றியும் கொண்டிருக்கிறீர்கள் என்று நினைக்கிறேன். இந்தக் கருத்தை நான் ஏற்கவில்லை என்று உங்களிடம் தெரிவித்துவிடுவது என் கடமை என்று எண்ணுகிறேன். நான் முற்போக்காளன், முன்னேற்றத்தை விரும்புபவன் என்பதை எல்லோரும் அறிவார்கள். ஆனால் அதனாலேயேதான் நான் பிரபுக்களை -நிஜப்பிரபுக்களை - உயர்வாக மதிக்கிறேன். நினைவுபடுத்திக் கொள்ளுங்கள், அன்பார்ந்த ஐயா' (இந்தச்சொற்களைக் கேட்டு பஸாரவ் நிமிர்ந்து பார்த்தான்). "நினைவுபடுத்திக் கொள்ளுங்கள் அன்பார்ந்த ஐயா" என்று உக்கிரமாகத் திருப்பிச் சொன்னார் பாவெல்பெத்ரோவிச். "ஆங்கிலப் பிரபுக்களை நினைவுபடுத்திக் கொள்ளுங்கள். தங்கள் உரிமைகளை அவர்கள் இம்மியளவும் விட்டுக்கொடுப்பதில்லை, அதனால்தான் மற்றவர்களுடைய உரிமைகளை மதிக்கிறார்கள். தங்கள்பால் உள்ள பொறுப்புக்களை மற்றவர்கள் நிறைவேற்ற வேண்டும் என்று அவர்கள் கோருகிறார்கள், அதனால்தான் தங்கள் கடமைகளை நிறைவேற்றுகிறார்கள். பிரபுவம்சத்தினர் இங்கிலாந்துக்கு விடுதலை அளித்தார்கள். அதைக்காத்தும் வருகிறார்கள்."

"இந்தப் பாட்டை நாங்கள் எத்தனையோ தடவை கேட்டிருக்கிறோம். ஆனால் இதனால் நீங்கள் காட்ட விரும்புவது என்ன?" என்று எதிர்க்கேள்வி கேட்டான் பஸாரவ்.

"அன்பார்ந்த ஐயா, இதனால் நான் நிரூபிக்க விரும்புவது இதுதான்: சுய கௌரவம் பற்றிய உணர்வு இல்லாமல், தன் மீது மரியாதை இல்லாமல் -பிரபு வம்சத்தவனிடம் இந்த உணர்வுகள் வளர்ச்சி அடைந்திருக்கின்றன - சமுதாய நலத்திற்கு... *Bien Public*- கிற்கு, சமுதாயக் கட்டிடத்துக்கு, உறுதியான அஸ்திவாரம் அமையவே அமையாது. மனிதனின் தனித்தன்மை பாறைபோலத் திண்மை உள்ளதாக இருப்பதுதான் முக்கியம். ஏனென்றால் அதன் அடிப்படையிலேயே எல்லாம் அமைகின்றன. உதாரணமாக, என்னுடைய பழக்க வழக்கங்களும் ஆடையணிகளும் முடிவில் என்னுடைய நேர்த்தியும் துப்புரவும் உங்களுக்குக் கேலிக்கு உரியவையாகப்படுகின்றன என்பது எனக்கு நன்றாய்த் தெரியும். ஆனால் இவை எல்லாம் என்னுடைய தன்மதிப்பு உணர்விலிருந்து, கடமை உணர்விலிருந்து, ஆமாம், கடமை உணர்விலிருந்து தோன்றுகின்றன. நான் கிராமத்தில், ஒதுக்குப்புறத்தில் வசிக்கிறேன், ஆனாலும் என்னைத் தாழ்த்திக் கொள்வதில்லை, என்னிடம் உள்ள மனிதனை நான்மதிக்கிறேன்."

"ஒன்று சொல்ல அனுமதியுங்கள், பாவெல் பெத்ரோவிச். நீங்கள் தன்னை மதிக்கிறீர்கள், ஆனால் கைகளைக் கட்டிக்கொண்டு உட்கார்ந்திருக்கிறீர்கள். இதனால் *Bien Public*-க்கு என்ன பயன்? தன்னை மதிக்காமல் வேலை செய்தால் மேலாய் இருக்குமே" என்றான் பஸாரவ்.

பாவெல் பெத்ரோவிச்சின் முகம் வெளிறியது.

"இது முற்றிலும் வேறு விஷயம். நீங்கள் சொல்வதுபோல், கைகளைக் கட்டிக் கொண்டு நான் உட்கார்ந்திருப்பது ஏன் என்பதை இப்போது உங்களுக்கு விளக்க எனக்கு அவசியமே ஏற்படாது. நான் சொல்ல விரும்புவது ஒன்றுதான்; அரிஸ்டோகிராட்டிஸம் ஒரு பிரின்ஸிப்பிள். நம் காலத்தில் ஒழுக்கநெறி இல்லாதவர்கள் அல்லது வெற்று மனிதர்கள் மட்டுமே பிரின்ஸிப்பிள்கள் இல்லாமல் வாழ முடியும். அர்க்காதியிடம் அவன் வந்த மறுநாள் இதைச் சொன்னேன், இப்போது உங்களிடம் திருப்பிச்சொல்லுகிறேன், சொன்னேன் அல்லவா, நிக்கலாய்?"

நிக்கலாய் பெத்ரோவிச் தலையாட்டினார்.

"அரிஸ்டோகிராட்டிஸம், லிபரலிஸம், புரோகிரஸ், பிரின்ஸிப்பிள்- அடேயப்பா, எத்தனை அயல்மொழிச் சொற்கள், பயனற்ற சொற்கள்! ருஷ்யனுக்கு இவை சும்மா கொடுத்தாலும் வேண்டாம்" என்றான் பஸாரவ்.

"உங்கள் அபிப்பிராயப்படி அவனுக்கு என்ன வேண்டும்? நீங்கள் சொல்வதைக்கேட்டால் நாம் மனித சமூகத்துக்குப் புறம்பாக, அதன் விதிகளுக்குப் புறம்பாக இருக்கிறோம் என்று ஆகிறது. தயவு செய்யுங்கள் - வரலாற்றின் தர்க்கம் கோருவது என்ன என்றால்..."

"எங்களுக்கு இந்தத் தர்க்கம் எதற்கு? இது இல்லாமலே சமாளித்துக் கொள்வோம்."

"அது எப்படி?"

"அப்படித்தான். பசிக்கும்போது ஒரு துண்டு ரொட்டியை வாயில் போட்டுக்கொள்வதற்கு உங்களுக்குத்தர்க்கம் தேவைப்படுவதில்லை என்று நினைக்கிறேன். இந்த உல்லாசப் பொழுதுபோக்குகளுக்கு நமக்கு எங்கே நேரம்?"

பாவெல் பெத்ரோவிச் கைகளை வீசினார்.

"இதற்கு அப்புறம் என்னால் உங்களைப் புரிந்து கொள்ள முடியவில்லை. நீங்கள் ருஷ்ய மக்களை அவமதிக்கிறீர்கள். கோட்பாடுகளையும் விதிகளையும் ஏற்றுக் கொள்ளாமல் எப்படி இருக்க முடியும்? எந்த அடிப்படையில் நீங்கள் செயல் புரிகிறீர்கள்?"

"நான்தான் சொன்னேனே பெரியப்பா, அதிகார பூர்வமான பிரமாணங்கள் எவற்றையும் நாங்கள் ஏற்பதில்லை என்று" எனப் பேச்சில் குறுக்கிட்டான் அர்க்காதி.

"பயனுள்ளவை என்று நாங்கள் ஒப்புக்கொள்பவற்றின் அடிப்படையில் நாங்கள் செயல்புரிகிறோம். தற்காலத்தில் எல்லா வற்றிலும் அதிகப் பயன் உள்ளது மறுப்பதுதான். ஆகவே நாங்கள் மறுக்கிறோம்" என்றான் பஸாரவ்.

"எல்லாவற்றையுமா?"

"எல்லாவற்றையுமே."

"எப்படி? கலையையும் கவிதையையும் மட்டுமே அல்ல... மற்றவற்றையும்.. சொல்லவே பயங்கரமாய் இருக்கிறதே..."

"எல்லாவற்றையுமே" என்று வருணிக்க முடியாத அமைதியுடன் திரும்பச் சொன்னான் பஸாரவ்.

பாவெல் பெத்ரோவிச் அவனை உறுத்துப்பார்த்தார். அவர் இதை எதிர்பார்க்கவில்லை. அர்க்காதியோ, மகிழ்ச்சியால் முகங்கூடச் சிவந்தான்.

"ஆனாலும் ஒன்று சொல்ல அனுமதியுங்கள். எல்லாவற்றையும் மறுக்கிறீர்கள். அல்லது, இன்னும் சரியாகக் கூறினால், நீங்கள் எல்லா வற்றையும் இடித்துத் தகர்க்கிறீர்கள்... ஆனால், கட்டி அமைப்பதும் அவசியம் ஆயிற்றே" என்று கூறினார் நிக்கலாய்பெத்ரோவிச்..

இவான் துர்கனேவ் | 65

"இதுஎங்கள் காரியம் அல்ல... முதலில் இடத்தைச் சுத்தப்படுத்த வேண்டும்."

"மக்களின் தற்கால நிலைமை இதை அவசியம் ஆக்குகிறது. நாங்கள் இந்தத் தேவைகளை நிறைவேற்ற வேண்டும். தனிப்பட்ட சுயநலத்தைத் திருப்தி செய்து கொள்வதில் ஈடுபட எங்களுக்கு உரிமை கிடையாது" என்று ஆடம்பரமாகக் கூறினான் அர்க்காதி.

இந்தக் கடைசி வாக்கியம் பஸாரவுக்குப் பிடிக்கவில்லை போலிருந்தது. ஏனெனில் அதில் தத்துவ, அதாவது கற்பனை உணர்ச்சிப் பெருக்கின் மணம் வீசிற்று - பஸாரவ் தத்துவத்தையும் கற்பனை உணர்ச்சிப் பெருக்கு என்றே மதித்தான். ஆனால் தன் இளம் சீடனை மறுத்துப் பேசுவது அவசியம் என்று அவன் நினைக்கவில்லை.

"இல்லை, இல்லை!" என்று திடீர் ஆவேசத்துடன் கத்தினார் பாவெல் பெத்ரோவிச். "கனவான்களே, நீங்கள் ருஷ்ய மக்களைச் சரியாக அறிந்திருக்கிறீர்கள் என்றோ அவர்களின் தேவைகளுக்கும் விழைவுகளுக்கும் நீங்கள் பிரதிநிதிகள் என்றோ நான் நம்ப விரும்பவில்லை! இல்லை, ருஷ்ய மக்கள் நீங்கள் எண்ணும் வகையானவர்கள் அல்ல. அவர்கள் மரபுகளைப் புனிதமாகப் போற்றுபவர்கள், பழமைப் பிடிப்புள்ளவர்கள். நம்பிக்கை இல்லாமல் அவர்களால் வாழ முடியாது..."

"நான் இதை மறுத்து விவாதிக்கப் போவதில்லை. இந்த விஷயத்தில் நீங்கள் சொல்வது சரி என்ற ஒப்புக் கொள்ளக்கூட நான் தயார்" என்று இடையில் கூறினான் பஸாரவ்.

"நான் சொல்வது சரி என்றால்..."

"இருந்தாலும் இதனால் ஒன்றும் நிரூபணம் ஆகவில்லை.

"ஒன்றுமே நிரூபணம் ஆகவில்லை" என்று திருப்பிச் சொன்னான் அர்க்காதி. எதிராளி காயை அபாயகரமாக நகர்த்தப் போவதை முன்கூட்டி ஊகித்துவிட்டதால் கலக்கம் அடையாமல் இருக்கும் சதுரங்க ஆட்டக்காரனது போன்ற உறுதி அவன் குரலில் தொனித்தது.

"ஒன்றும் நிரூபணம் ஆகவில்லை என்பது எப்படி? நீங்கள் உங்கள் சொந்த மக்களுக்கு எதிராகச் செல்கிறீர்கள் என்று ஆகவில்லையா?" என்று முணுமுணுத்தார் வியப்படைந்த பாவெல் பெத்ரோவிச்.

"ஆகிறது என்றாலுந்தான் என்ன? இடி இடிக்கும்போது தீர்க்கதரிசி இலியா தேரேறி வானில் பவனி வருவதாக மக்கள் நினைக்கிறார்கள். அதற்காக? அவர்கள் நினைப்பது சரி என்று நான் ஏற்க வேண்டுமா? தவிர, அவர்கள் ருஷ்யர்கள், நான் ருஷ்யன் அல்லவா என்ன?"

என்றான் பஸாரவ்.

"இல்லை. நீங்கள் இப்போது சொன்னவற்றுக்கெல்லாம் பிறகு, நீங்கள் ருஷ்யர் அல்ல. நீங்கள் ருஷ்யர் என்று ஏற்றுக்கொள்ள என்னால் முடியாது."

"என் தாத்தா நிலத்தை உழுதார்" என்று ஆணவமும் பெருமையும் தொனிக்கக் கூறினான் பஸாரவ். "உங்கள் குடியானவர்களிலேயே எவனை வேண்டுமானாலும் கேட்டுப் பாருங்கள், யாரை அவன் தன் நாட்டினன் என்று நினைக்கிறான் உங்களையா என்னையா என்று. உங்களால் அவனோடு பேசக்கூட முடியாதே."

"நீங்களோ, அவனோடு பேசுகிறீர்கள், அதே சமயம் அவனை இகழ்கிறீர்கள்."

"என்ன செய்வது, அவன் இகழ்ச்சிக்கு உரியவனாய் இருக்கும்போது! என்னுடைய போக்கை நீங்கள் கண்டனம் செய்கிறீர்கள். ஆனால் அது எனக்குத் தற்செயலாக ஏற்பட்டது என்றும் எதன் பெயரால் நீங்கள் வாய்ப்போர் நடத்துகிறீர்களோ அந்த மக்களின் இவ்வளவு உள்ளுணர்வாலேயே தூண்டப்படவில்லை என்றும் உங்களுக்கு யார் சொன்னது?"

"அடேயப்பா! ரொம்பத்தான் வேண்டும் நிஹிலிஸ்ட்டுகள்"

"அவர்கள் வேண்டுமா, வேண்டாமா என்பதை முடிவுசெய்வது நம் பொறுப்பு அல்ல. நீங்களுந்தான் உங்களைப் பயனற்றவர் அல்ல என்று நினைக்கிறீர்கள்."

"கனவான்களே, கனவான்களே, ஒருவரை ஒருவர் தனிப்படத் தாக்க வேண்டாம்!" என்று கூறி எழுந்திருக்கப் பார்த்தார் நிக்கலாய் பெத்ரோவிச்.

பாவெல் பெத்ரோவிச் புன்னகை செய்து, தம்பியின் தோள்மேல் கையை வைத்து அவரை மறுபடி உட்கார்த்தினார்.

"கவலைப்படாதே. எந்த சுயகௌரவ உணர்வைத் திருவாளர்... திருவாளர் டாக்டர் அவ்வளவு இரக்கமின்றி எள்ளி நகையாடுகிறாரோ, அந்த உணர்வின் விளைவாகவே நான் என்னைக் கட்டுப்படுத்திக் கொள்வேன்" என்று கூறிவிட்டு பஸாரவைப் பார்த்துப் பேச்சைத் தொடர்ந்தார்: "உங்கள் போதனை புதிது என்று நீங்கள் ஒருவேளை நினைக்கிறீர்களோ? நீங்கள் அப்படி எண்ணுவது வீண். நீங்கள் பிரசாரம் செய்யும் மெடீரியலியம் எத்தனையோ தடவைகள் பிரமாதமாக முழங்கிற்று,ஆதாரமற்றதாக எப்போதும் நிரூபிக்கப் பட்டது..."

"மறுபடி அயல்மொழிச் சொல்!" என்று இடைமுறித்தான் பஸாரவ். அவனுக்கு எரிச்சல் உண்டாகத் தொடங்கிற்று. அவன்

முகத்தில் பொலிவற்ற ஒருவகைத் தாமிர நிறம்வந்துவிட்டது. "முதலாவதாக, நாங்கள் எதையுமே பிரசாரம் செய்யவில்லை. எங்களுக்கு இந்த வழக்கம் கிடையாது..."

"அப்படியானால் என்னதான் செய்கிறீர்களாம்?"

"நாங்கள் செய்வது இதுதான். முன்பு, சமீப காலம் வரை நாங்கள் சொன்னோம் நம் அதிகாரிகள் லஞ்சம் வாங்குகிறார்கள், நம் நாட்டில் சாலைகளோ, வாணிகமோ சரியான நீதிமன்றமோ இல்லை என்று..."

"ஆமாம், ஆமாம், நீங்கள் குற்றம் சாட்டுபவர்கள் - அப்படித்தான் இதற்குப் பெயர் என்று நினைக்கிறேன். உங்கள் குற்றச்சாட்டுகள் பலவற்றை நானும் ஒப்புக்கொள்கிறேன், ஆனால்..."

"அப்புறம் நாங்கள் கண்டுகொண்டோம், பேசுவதற்கு, நமது உள் புண்களைப் பற்றி வெறுமே வாயரட்டை அடிப்பதற்கு, சிரமப்படவே வேண்டியதில்லை. இது கொச்சைத் தனத்துக்கும் வெற்றுச் சித்தாந்த வாதத்துக்குமே இட்டுச் செல்கிறது என்று. நமது அறிவாளிகள், முற்போக்காளர்கள், குற்றம் சாட்டுவோர் எனப்பட்டவர்கள்கூட ஒன்றுக்கும் உதவாதவர்கள் என்பதை நாங்கள் தெரிந்துகொண்டோம். உண்மையில் விவகாரம் அன்றாட உணவைப் பற்றியது. படு அநாகரிகமான மூட நம்பிக்கைகள் நம்மை மூச்சுத் திணற அடிக்கின்றன.

நமது ஐக்கிய மூலதனக் கம்பெனிகள் எல்லாம் நேர்மையாளர்கள் போதவில்லை என்ற ஒரே காரணத்தால் முறிந்து சரிந்து கொண்டிருக்கின்றன. எந்த விடுதலைக்காக அரசாங்கம் தானே முயற்சி எடுத்துக் கொண்டிருக்கிறதோ, அதுவே பயனுள்ளதாய் இருக்குமோ என்ற சந்தேகம் உண்டாகிறது, ஏனென்றால் நம் குடியானவன் சாராயக் கடையில் வெறியேறக் குடிப்பதன் பொருட்டுத் தன்னைத்தானே கொள்ளையடித்துக் கொள்வதில் சந்தோஷப் படுகிறான். நிலைமை இப்படி இருக்க நாம் என்னடா என்றால் வெட்டிப்பேச்சில் ஈடுபடுகிறோம், எதுவோ கலையையும் தன்னுணர்வு அற்ற படைப்பையும் நாடாளுமன்ற முறையையும் நீதிமன்ற முறையையும் இன்னும் என்ன என்னவோ சப்புச் சவற்றையும் பற்றிக் கொட்டி அளக்கிறோம்."

"அப்படியா" என்று குறுக்கிட்டார் பாவெல் பெத்ரோவிச். "நீங்கள் இவற்றை எல்லாம் கண்டு கொண்டீர்களாக்கும், எனவே எதிலும் ஆழ்ந்த முறையில் ஈடுபடுவதில்லை என்று முடிவு செய்தீர்களாக்கும்?"

"எனவே எதிலும் ஆழ்ந்த முறையில் ஈடுபடுவதில்லை என்று முடிவு செய்தோம்" என்று கடுப்புடன் திருப்பிச் சொன்னான்

பஸாரவ்.

இந்தப்பிரபுவின் முன் இவ்வளவு விவரமாக ஏன் பேசினோம் என்று அவனுக்குத் தன்மீதே திடீரென்று எரிச்சல் உண்டாயிற்று.

"வெறும் திட்டுவது என்றும் முடிவு செய்தீர்களோ?"

"வெறும் திட்டுவது என்றும் தான்."

"இதற்குப் பெயர்தான் நிஹிலஸமோ?"

"இதற்குப் பெயர்தான் நிஹிலிஸம்" என்று மீண்டும் வெகு துடுக்காகத் திருப்பிச் சொன்னான் பஸாரவ்.

பாவெல் பெத்ரோவிச் சற்றே கண்ணைச் சுருக்கிக் கொண்டார்.

"அப்படியாக்கும் விஷயம்!" என்று விந்தையான அமைதிக் குரலில் பேசத் தொடங்கினார். "நிஹிலிஸம் எல்லாத் தொல்லைகளையும் தீர்க்கும் வழி, நீங்கள் எங்களை மீட்பவர்கள், வீரர்கள். ஆனால் எதற்காக நீங்கள் மற்றவர்களை, அந்தக் குற்றம் சாட்டுவோரையே தான், நிந்திக்கிறீர்கள்? நீங்களும் எல்லாரையும் போல வெறும் பேச்சுதானே பேசுகிறீர்கள்?"

"வேறு என்ன வேண்டுமானாலும் இருக்கலாம்? ஆனால் இந்தப் பாவத்தை நாங்கள் செய்யவில்லை" என்ற பற்களைக் கடித்தவாறு சொன்னான் பஸாரவ்.

"அப்படியானால் நீங்கள் செயல்புரிகிறீர்களா என்ன? செயல்புரியத் திட்டமிட்டிருக்கிறீர்களா?"

பஸாரவ் பதில் பேசவில்லை. பாவெல் பெத்ரோவிச்சின் உடல் நடுங்கிற்று. ஆனால் அக்கணமே அவர் தம்மைக் கட்டுப்படுத்திக் கொண்டார்.

"ஹ்ம்!... செயல்புரிவது, தகர்ப்பது... ஆனால் எதற்காக என்றுகூடத் தெரியாமல் தகர்ப்பது எப்படியாம்?" என்று தொடர்ந்தார்.

"நாங்கள் தகர்க்கிறோம், ஏனென்றால் நாங்கள் சக்தி" என்றான் அர்க்காதி.

பாவெல் பெத்ரோவிச்தம் மருமகனைப் பார்த்துக் குறுநகை செய்தார்.

"ஆம், சக்தி காரணம் காட்டுவதில்லையே" என்று கூறி விரைப்பாக நிமிர்ந்தான் அர்க்காதி.

"அட ஆக்கங் கெட்டவனே!" என்று இரைந்தார் பாவெல் பெத்ரோவிச். மேற்கொண்டு தம்மைக் கட்டுக்குள் வைத்திருக்க அவரால் முடியவில்லை. "உன்னுடைய இந்தக் கொச்சையா உபதேசத்தால் ருஷ்யாவில் நீ எதை ஆதரிக்கிறாய் என்றாவது

இவான் துர்கனேவ் | 69

உனக்குத் தெரியுமா? இல்லை, இது தேவதையைக்கூடப் பொறுமை இழக்கச் செய்துவிடும்! சக்தியாம்! காட்டுமிராண்டிக் கல்மீக் இனத்தானிடமும் மங்கோலியனிடமும் கூடத்தான் சக்தி இருக்கிறது. ஆனால் அது நமக்கு எதற்கா? நாகரிகம் நமக்கு விலை மிக்கது. ஆம், ஆம், அன்பார்ந்த ஐயா, அதன் பலன்கள் நமக்கு விலை மிக்கவை. இந்தப் பலன்கள் அற்பமானவை என்று என்னிடம் சொல்லாதீர்கள். படு மட்டமான வண்ணந்தீற்றி, மூன்றாந்தர எழுத்தாளன், ஓர் இரவு முழுவதற்கும் ஐந்து கோப்பெக்கு கூலியாகப் பெறும் பியானோக்காரன், இவர்கள்கூட உங்களைக் காட்டிலும் உபயோகமானவர்கள், ஏனென்றால் அவர்கள் நாகரிகத்தின் பிரதிநிதிகள், காட்டுத்தனமான மங்கோலியச் சக்தியின் பிரதிநிதிகள் அல்ல! நீங்கள் முற்போக்குள்ளவர்கள் என்று எண்ணிக் கொண்டிருக்கிறீர்கள். உண்மையிலோ, நாடோடிக்கல்மீக்கின் தோல்கூடாரத்தில் உட்கார்ந்திருக்க வேண்டியவர்கள் நீங்கள்! சக்தியாம்! முடிவில் ஒரு விஷயத்தை நினைவு வைத்துக்கொள்ளுங்கள், சக்தியுள்ள கனவான்களே, நீங்கள் மொத்தத்தில் எண்ணி நாலரைப் பெயர்தாம், தங்கள் மிகப்புனித நம்பிக்கைகளை நீங்கள் மிதித்துத் துவைக்க அனுமதிக்காதவர்களோ, கோடானுகோடிப் பேர், அவர்கள் உங்களை நசுக்கித் தேய்த்து விடுவார்கள்!"

"நசுக்கித்தேய்த்து விடுவார்கள் என்றால், அதுதான் வேண்டும் என்று ஆகும். ஆனால் என்ன நடக்கும் என்பது இன்னும் நிச்சயப்படவில்லையே.எங்கள் எண்ணிக்கையும் நீங்கள் நினைப்பதுபோல் அவ்வளவு குறைவு அல்ல."

"என்ன? மக்கள் எல்லாரையும் சரிக்கட்டிவிடலாம் என்று நீங்கள் உண்மையாகவே நம்புகிறீர்களா?"

"ஒரு காசு மெழுகுவத்தியால் மாஸ்கோ நகரம் தீக்கிரை ஆகிவிட்டது உங்களுக்குத் தெரியுமே" என்றான் பஸாரவ்.

"ஓகோ, அப்படியா, முதலில் பேய்த்தனமான ஆணவம்,அப்புறம் இடும்பு. இளைஞர்கள் ஈடுபடுவது இதில்தான். பச்சைப்பிள்ளைகளின் அனுபவற்ற உள்ளங்கள் வசப்படுவது இதற்குத்தான். இதோ பாருங்கள், அவர்களில் ஒரு பாலகன் உங்கள் பக்கத்தில் உட்கார்ந்திருக்கிறான். உங்களைத் தெய்வமாக வழிபடாத குறையாகப் போற்றுகிறான், பாருங்கள் சற்றே!" (அர்க்காதி மறுபுறம் திரும்பி முகம் சுளித்தான்.) "இந்தக் கொள்ளை நோய் வெகு நேரம்பரவிவிட்டது. ரோமாபுரியில் நம் ஓவியர்கள் வத்திக்கான்* பக்கம் தலைவைத்துக்கூடப்படுப்பது இல்லையாம். ரஃபேலை** அனேகமாக மடையன் என்று நினைக்கிறார்களாம், ஏனென்றால் அது அதிகாரப் பிரமாணம் ஆயிற்றே. சொந்தத்திலோ, கையாலாகாதவர்கள், ஆபாசம் என்னும் அளவுக்குப் பயன் அற்றவர்கள். 'நீரூற்றின் அருகே பெண்' என்பதற்கு

மேல் அவர்களுடைய கற்பனை ஓடுவதில்லை, என்னதான் மண்டையை உடைத்துக் கொண்டாலும் அந்தப் பெண்ணும் படுமோசமாகச் சித்தரிக்கப்பட்டிருக்கிறாள். உங்கள் கருத்துப்படி அவர்கள் அசகாய சூரர்கள், இல்லையா?"

"என் கருத்துப்படி, ரஃபேல் கால்காசு பெறமாட்டான். அவர்களும் அவனைவிட மேல் அல்ல" என்றான் பஸாரவ்.

"பலே! பலே! கேள், அர்க்காதி தற்கால இளைஞர்கள் இப்படியாக்கும் கருத்து தெரிவிக்க வேண்டும்! இளைஞர்கள் உங்களைப் பின்பற்றாமல் எப்படி இருப்பார்கள், கேட்கிறேன்! முன்பெல்லாம் இளைஞர்களுக்குக் கற்பது அவசியமாய் இருந்தது. கல்வியறிவு அற்றவன் என்று பெயர் வாங்கவிரும்பாததால் அவர்கள் நிர்ப்பந்தமாக உழைத்தார்கள். இப்போதோ, உலகில் எல்லாமே வெறும் குப்பை! என்று சொன்னாால் போதும். காரியம் ஆகிவிடும். இளைஞர்களுக்குக் கொம்மாளம்தான். உண்மையிலோ, முன்பு அவர்கள் வெறும் மக்குகளாய் இருந்தார்கள். இப்போது திடீரென்று நிஹிலிஸ்டுகள் ஆகிவிட்டர்கள்."

அர்க்காதி நெருப்பாய்க் கனன்றான். அவன் கண்கள் பொறி சிந்தின. பஸாரவோ, ஒரே அலட்சியத்தோற்றத்துடன் சொன்னான்:

"நீங்கள் பெருமை அடித்துக்கொண்ட சுய கௌரவ உணர்வு உங்களைக் கைவிட்டுவிட்டதே, பார்த்தீர்களா. நம்முடைய விவாதம் எல்லைகடந்து போய்விட்டது... இதை நிறுத்துவதேமேல் என்று படுகிறது." இவ்வாறு கூறி எழுந்தவன், மேலும் சொன்னான்: 'நமது அன்றாட வாழ்க்கையில், குடும்ப வாழ்க்கையிலோ சமுதாய

* *ரோமாபுரியில் போப்பாண்டவரின் வாசஸ்தலம். அங்கே விலை மதிப்பற்ற கலைப் படைப்புக்கள் (ஓவியங்கள், சிற்பங்கள் முதலியன) நிறைந்த பல காட்சிக் கூடங்கள் உள்ளன. பத்தொன்பதாம் நூற்றாண்டின் 50-60க்களில் ருஷ்ய ஓவியக் கலையில் புதிய, எதார்த்தவாதப் போக்கு தொடங்கியது. "பிரித்வீழ்னிச்சிஸ்த்வோ" (இடம் பெயர் கலைஞர்கள் பாணி) என்று இதுபெயர் பெற்றது. முதன்மையாகப்பண்டை இத்தாலிய மரபைப் பின்பற்ற வேண்டும் என்று விதித்த சாஸ்திரீய முறையை இந்த இளம் கலைஞர்கள் விலக்கி ஒதுக்கிவிட்டு, முற்போக்குள்ள ஜனநாயகக் கருத்துக்கள் நிறைந்த தனி ருஷ்யக்கலைமரபைத் தோற்றுவித்தார்கள். ருஷ்யக் கலைஞர்கள் வத்திக்கானைப் புறக்கணித்ததன் காரணம் இதுவே.*

** *ரஃபேல் ஸாண்டி (1483-1520)-தலைசிறந்த இத்தாலிய ஓவியர். அவருடைய ம்தோன்னா (மரியம்மை) ஓவியங்கள் மிகப் பிரபலமானவை.*

வாழ்க்கையிலோ, முழுமையாக, இரக்கமின்றி மறுத்து ஒதுக்க வேண்டியிராத ஒரு அமைப்பு முறையையாவது நீங்கள் எப்போது எடுத்துக்காட்டுவீர்களோ அப்போதுதான் நான் உங்கள் கருத்தை ஏற்கத்தயார் ஆவேன்."

"அந்த மாதிரிலட்சோபலட்சம் அமைப்பு முறைகளைக் காட்டுவேன் லட்சோபலட்சம்! உதாரணமாக அப்ஷீனாவை* எடுத்துக் கொள்வோமே!"

பஸாரவின் உதடுகளில் அமிழ்ந்த கேலிச்சிரிப்பு தவழ்ந்தது.

"நல்லது, அப்ஷீனாவைப்பற்றி நீங்கள் உங்கள் தம்பியுடன் பேசிக் கொள்வது மேல். அப்ஷீனா, பரஸ்பர உத்தரவாதம், மது அருந்தாமை முதலியவை என்ன என்பதை அவர் இப்போது நடப்பில் தெரிந்து கொண்டுவிட்டார் என்று தோன்றுகிறது."

"குடும்பத்தை, அதாவது நம் குடியானவர்களிடையே நிலவும் வகையான குடும்பத்தை எடுத்துக் கொள்வோமே" என்று கத்தினார் பாவெல் பெத்ரோவிச்.

"இந்த விஷயத்தை விவரமாக நுணுகி ஆராயாமல் இருப்பது உங்களுக்கே நல்லது என்று நினைக்கிறேன். மாற்றுப் பெண்களுடன் உடலுறவு வைத்துக் கொள்ளும் மாமனார்களைப் பற்றிக் கேள்விப் பட்டிருப்பீர்களே? நான் சொல்வதைக் கேளுங்கள், பாவெல் பெத்ரோவிச், இரண்டொரு நாள் கெடு வைத்துக் கொண்டு சிந்தனை செய்யுங்கள். சட்டென்று எதையும் எடுத்துக்காட்ட உங்களுக்கு முடிவது சந்தேகந்தான். நமதுசமூக வகுப்புக்கள் எல்லாவற்றையும் ஆராய்ந்து ஒவ்வொன்றையும் பற்றி தீர்க்கமாக ஆலோசனை செய்யுங்கள். நானும் அர்க்காதியும்..."

"எல்லாவற்றையும் கேலி செய்து நொடிக்கிறோம்" என்று பூர்த்தி செய்தார் பாவெல் பெத்ரோவிச்.

"இல்லை, தவளைகளைக் கீறிப் பார்ப்போம். போவோம் வா, அர்க்காதி. போய்வருகிறோம், வணக்கம், கனவான்களே!"

இரண்டு நண்பர்களும்போய்விட்டார்கள். சகோதரர்கள் தனியாய் இருந்தார்கள். முதலில் அவர்கள் வெறும் ஒருவரைஒருவர் பார்த்துக் கொண்டிருந்தார்கள்.

"ஊம், இதோ இவர்கள்தாம் தற்கால இளைஞர்கள்! இவர்கள்தாம் நம் வாரிசுகள்!" என்று கடைசியில் பேச்சைத் தொடங்கினார்

---

* அப்ஷீனா-பண்டைய ருஷ்யாவில் நடப்பில் இருந்த (பஞ்சாயத்து முறை போன்ற) கூட்டுச் சுய நிர்வாக முறை -(மொ-ர்)

பாவெல் பெத்ரோவிச்.

"வாரிசுகள்!" என்று சோர்ந்த பெருமூச்சுடன் திருப்பிச் சொன்னார் நிக்கலாய் பெத்ரோவிச். விவாதம் நடந்த நேரமெல்லாம் அவர் தணல் மேல் உட்கார்ந்திருப்பவர் போலத் துடித்துக் கொண்டிருந்தார்; மற்றவர் காணாத வகையில் மட்டுமே வேதனை ததும்ப அர்க்காதியை அவ்வப்போது பார்த்தார். "எனக்கு என்ன நினைவு வருகிறது தெரியுமா, அண்ணா? ஒருதரம் நம் அம்மாவுக்கும் எனக்கும் விவாதம் மூண்டது. அவள் இரைந்தாள், என் பேச்சைக் காதிலேயே வாங்கிக்கொள்ள மறுத்தாள்... 'உங்களால் என்னைப் புரிந்து கொள்ள முடியாது. நாம் இரண்டு வெவ்வேறு தலைமுறைகளைச் சேர்ந்தவர்கள்' என்று மனம் ஒரேயடியாகப் புண்பட்டுவிட்டது. நான் நினைத்தேன், என்ன செய்வது? மாத்திரை கசப்பானதுதான், ஆனால் விழுங்காமல் தீராதே' என்று. இப்போதோ நம்முறைவந்துவிட்டது. 'நீங்கள் எங்கள் தலைமுறையைச் சேர்ந்தவர்கள் அல்ல, கசப்பு மாத்திரையை விழுங்குங்கள்' என்று நம் வாரிசுகள் சொல்லக்கூடும்."

"நீ ரொம்பத்தானே தாராள மனதும் பணிவும் காட்டுகிறாய்" என்று மறுத்துரைத்தார் பாவெல் பெத்ரோவிச். "நீயும் நானும் சிறிது வழக்கிழந்துவிட்ட பாஷையில், பழைய மோஸ்தரில் பேசுகிறோம் போலும். துணிச்சலும் ஆணவமும் நம்மிடம் இல்லை. என்றாலும் இந்தக் கணவான்களைக் காட்டிலும் நாம் எவ்வளவோ சரியாகச் சிந்திக்கிறோம் என்று நான் உறுதியாக நம்புகிறேன்... இந்தக் காலத்து இளைஞர்களுக்குத்தான் என்ன மண்டைக்கனம்! 'என்ன மது உங்களுக்கு வேண்டும், சிவப்பா, வெள்ளையா?' என்று ஒருவனிடம் கேட்கிறோம். 'சிவப்புக்கு முதன்மை கொடுப்பது என் வழக்கம்!' என்று அவன் கட்டைக் குரலில் முழங்குகிறான். அந்தக் கணத்தில் பிரபஞ்சம் முழுவதும் தன்னையே வியந்து நோக்கிக் கொண்டிருப்பது போன்ற பெருமிதம் அவன் முகத்தில் தென்படுகிறது..."

"உங்களுக்கு இன்னும் தேநீர் வேண்டாமோ?" என்று வாயிலுக்குள் தலையை நீட்டி வினவினாள் ஃபேனிச்கா. விவாதிப்பவர்களின் குரல்கள் கேட்டுக் கொண்டிருந்த வரையில் அறைக்குள் வர அவள் தயங்கினாள்.

"வேண்டாம். நீ ஸமவாரை எடுத்துப் போகச் சொல்லலாம்' என்று கூறி, அவளை எதிர்கொள்ள எழுந்தார் நிக்கலாய் பெத்ரோவிச். பாவெல் பெத்ரோவிச் "மாலை வணக்கம்" என்று பிரெஞ்சு மொழியில் வெடுக்கெனக் கூறிவிட்டுத்தம் அறைக்குச்சென்றார்.

௸ 11 ௵

அரைமணி நேரம் கழிந்ததும் நிக்கலாய் பெத்ரோவிச் தோட்டத்தில் தமக்குப் பிடித்த இடமான கொடிவீட்டுக்குச் சென்றார். அவர் மனத்தில் துயர எண்ணங்கள் எழுந்தன. மகனிடமிருந்து தாம் தனித்துப் பிரிந்துவிட்டதை முதன் முதலாக அவர் தெளிவாகப் புரிந்து கொண்டார். இந்தப் பிரிவு நாளுக்கு நாள் அதிகமாகிக் கொண்டு போகும் என்பதை அவர் முன்னுணர்ந்தார். ஆகவே, பனிக்காலத்தில் அவர் பீட்டர்ஸ்பர்க் சென்று புதிய புத்தகங்களை நாள் கணக்கில் உட்கார்ந்து படித்ததும் இளைஞர்களின் உரையாடல்களை உற்றுக் கேட்டதும் அவர்களுடைய உற்சாகமான பேச்சுக்கு இடையே தாமும் சில வார்த்தைகள் சொல்ல வாய்த்தபோது மகிழ்ச்சி அடைந்ததும் வீண்தான். "உண்மை நம் பக்கம் என்கிறான் அண்ணா. தன்மதிப்பை எல்லாம் ஒரு புறம் ஒதுக்கிவிட்டுப் பார்த்தாலும், அவர்கள் உண்மையிலிருந்து நம்மைக் காட்டிலும் தொலைவில் இருக்கிறார்கள் என்றே எனக்கும் தோன்றுகிறது. ஆனாலும் நம்மிடம் இல்லாதது எதுவோ, நமக்கு இல்லாத மேம்பாடு எதுவோ அவர்களிடம் இருப்பதாக அதே சமயம் நான் உணர்கிறேன்... அது என்ன, இளமையா? இல்லை, இளமை மட்டுமே அல்ல. உயர்குலச் சொகுசின் தடங்கள் அவர்களிடம் குறைவாய் இருப்பதுதான் இந்த மேம்பாடோ?" என்று எண்ணமிட்டார் நிக்கலாய் பெத்ரோவிச்.

அவர் தலையைக் குனிந்து முகத்தைத் தடவிக் கொண்டார்.

"ஆனால் கவிதையை ஒதுக்கித் தள்ளுவதா? கலை நுட்பத்தையும் இயற்கையையும் ரசிக்காமல் இருப்பதா?..." என்று மறுபடி சிந்தனை செய்தார்.

இயற்கையை ரசிக்காமல் இருக்க எப்படி முடியும் என்று புரிந்து கொள்ள விரும்புபவர்போல அவர் நாற்புறமும் பார்வை செலுத்தினார். மாலை ஆகிவிட்டது. தோட்டத்திலிருந்து அரைக் கிலோ மீட்டர் தொலைவில் இருந்த சிறு ஆஸ்ப் மரச் சோலைக்குப் பின் மறைந்தது சூரியன். சோலையின் நிழல் அசைவற்ற திடல்கள் மீது முடிவின்றி நீண்டது. சோலையை ஒட்டினாற்போல் இருந்த இருண்ட குறுகிய பாதையில் வெள்ளைப் புரவியைக் குலுக்கு நடையில் ஓட்டியவாறு சவாரி செய்துகொண்டு போனான் ஒரு குடியானவன். அவன் நிழலோரமாகப் போனது வீண்தான்; அவன் உருவம் முழுவதும், தோளிலிருந்த ஒட்டுத் தையல் உட்பட, துலக்கமாகத் தெரிந்தது. குதிரை கால்களை மாற்றி

மாற்றி வைத்த தெளிவான காட்சியைக் காண இன்பமாய் இருந்தது. சூரிய கிரணங்களோ, சோலையினுள் நுழைந்த மரச் செறிவின் ஊடாகப் பிரகாசித்து ஆஸ்ப் அடி மரங்களை இதமான ஒளியால் முழுக்காட்டின. அந்த ஒளியில் அவை தேவதாரு அடிமரங்கள்போலக் காணப்பட்டன. அவற்றின் இலைகளோ, அனேகமாக நீலம் ஆகிவிட்டன. மாலைக்கதிர்களால் லேசாகச் செவ்வண்ணம் தீட்டப்பட்ட வெளிர் நீலவானம் அவற்றுக்கு மேலே கவிந்திருந்தது. தகைவிலான் குருவிகள் உயரப் பறந்தன. காற்று கப்பென அடங்கிப் போயிற்று. நேரந்தாழ்த்த தேனீக்கள் பவளக் குறிஞ்சி மலர்களில் சோம்பலும் உறக்க மயக்கமும் தொனிக்க முன்றன. தன்னந்தனியாக வெகுதூரம் நீட்டிக் கொண்டிருந்த கிளைக்கு உயரே சிறு கொசுக்கள் தூண்போலத் திரளாக மொய்த்தன. “ஆ, கடவுளே, எவ்வளவு நன்றாய் இருக்கிறது!” என்று எண்ணினார் நிக்கலாய் பெத்ரோவிச். அவருக்கு உவப்பான கவிதைவரிகள் வாய்வரை வந்தன. அர்க்காதியையும் ‘சடப்பொருளும் சக்தியும்’ நூலையும் நினைவு கூர்ந்து மௌனம் ஆனார். ஆயினும் தொடர்ந்து உட்கார்ந்திருந்தார். ஏக்கமும் மகிழ்வும் ஒருங்கே வாய்ந்த ஏகாந்தச் சிந்தனை விளையாட்டைத் தொடர்ந்தார். கனவு காண்பதில் அவருக்கு விருப்பம்.நாட்டுப்புற வாழ்க்கை அவரது இந்தத் திறமையை வளர்த்திருந்தது. வண்டிச் சாவடியின் மகனை எதிர்பார்த்தவாறு அண்மையில்தானே அவர் கனவு கண்டிருந்தார்! அதற்குப்பிறகு மாறுதல் நேர்ந்துவிட்டது. அப்போது தெளிவுபடாமல் இருந்த உறவுகள் இப்போது திட்டமாக வரையறுக்கப்பட்டுவிட்டன... அதுவும் எப்படி! காலம் சென்ற மனைவி அவர் மனக்கண் முன் மீண்டும் காட்சி அளித்தாள், ஆனால் வீட்டுக் கவலைகளில் உழலும் நல்ல இல்லக் கிழத்தியாகப் பல ஆண்டுக்காலத்தில் அவர் அறிந்திருந்த வடிவில் அல்ல, இளம் பெண்ணாக. நுண் இடையும் குற்றமற்ற ஆவல் ததும்பும் பார்வையும் குழந்தைக் கழுத்துக்கு மேல் இறுகச் சுற்றிக் கட்டிய பின்னலுமாக ஓடியாடித் திரிந்த கன்னி வடிவில். தாம்முதல் தடவை கண்ட உருவத்தில் அவளை நினைவுபடுத்திக் கொண்டார் அவர். அப்போது அவர் கல்லூரி மாணவர். தாம் வசித்த வீட்டு மாடிப்படியில் அவர் அவளைச் சந்தித்தார். தற்செயலாக அவள் மேல் மோதிக் கொண்டவர், திரும்பி, மன்னிப்புக் கேட்க விரும்பினார். ஆனால் “மன்னியுங்கள், ஐயா” என்று பிரெஞ்சு மொழியில் முணுமுணுக்க மட்டுமே அவரால் முடிந்தது. அவள் தலையைச் சாய்த்து, குறுநகை புரிந்து, திடீரென்று பயந்தவள்போல ஓடிவிட்டாள். படிக்கட்டின் திருப்பத்தில் அவரைச் சட்டெனஏறிட்டுப் பார்த்தவள், ஆழ்ந்த தோற்றம் கொண்டு முகம் சிவந்தாள். அப்புறம் கூச்சம் நிறைந்த முதல் சந்திப்புக்கள், அரைகுறை வார்த்தைகள், அரைகுறைப்

புன்சிரிப்புக்கள், விளங்காமை, ஏக்கம், உற்சாகப் பெருக்குகள், முடிவில், மூச்சுத்திணறச் செய்யும் அந்தப் பேருவகை... அவை எல்லாம் எங்கே ஓடிப்போய்விட்டன? அவள் அவருடைய மனைவி ஆனாள், அவர் இன்பம் அடைந்தார். அத்தகைய இன்பம் உலகில் சிலருக்கே வாய்க்கும்... "ஆனால், களிபொங்கிய அந்த முதல் கணங்களை, இறப்பு அற்ற வாழ்வுடன் என்றென்றும் துய்க்க முடியாதது ஏன்?" என்று எண்ணினார்.

தமது எண்ணத்தைத் தமக்கே தெளிவுபடுத்திக் கொள்ள அவர் முயலவில்லை. ஆனால் அந்தப் பேரின்ப நேரத்தை வெறும் நினைவைவிட அதிக வலிமையுள்ள வேறு எதனாலாவது பிடித்துவைத்துக்கொள்ளத் தமக்கு விருப்பம் உண்டானதை அவர் உணர்ந்தார். தம் மரீயாவின் அருகாமையை மீண்டும் பரிசிக்கவும் அவளது கதகதப்பையும் மூச்சையும் உணரவும் ஆசை கொண்டார். அவருக்குத் தோன்றியது, தமக்கு மேலே...

"நிக்கலாய் பெத்ரோவிச், எங்கே இருக்கிறீர்கள்?" என்று ஃபேனிச்காவின் குரல் அருகே கேட்டது.

அவர் திடுக்கிட்டார். அவருக்கு வேதனையோ, வெட்கமோ உண்டாகவில்லை... மனைவியையும் ஃபேனிச்காவையும் ஒப்பிட்டுப் பார்ப்பது முடியும் என்றுகூட அவர் எண்ணவில்லை. ஆனால் அவள் தம்மைத் தேடி வந்தது அவருக்கு வருத்தம் அளித்தது. அவளுடைய குரல் தம் நரை முடியையும் முதுமையையும் நிகழ்காலத்தையும் ஒரே சமயத்தில் அவருக்கு நினைப்பூட்டியது.

அவர் அடி வைத்திருந்த மாய உலகம், கடந்த காலத்தின் மூடுபனி அலைகளுக்கு உள்ளிருந்து வெளிப்பட்டிருந்த மாய உலகம் அசைந்து மறைந்துவிட்டது.

"நான் இங்கே இருக்கிறேன். நான் வருகிறேன், நீ போ" என்று பதில் அளித்தார். 'இதோ அவை, உயர்குலச் சொகுசின் தடங்கள்" என்ற எண்ணம் அவர் மனத்தில் பளிச்சிட்டது. ஃபேனிச்கா அவர் அருகே கொடிவீட்டில் பேசாமல் எட்டிப் பார்த்து விட்டு மறைந்துவிட்டாள். தாம் எண்ணத்தில் ஆழ்ந்திருக்கையில் இரவு வந்துவிட்டது என்பதை அவர் திகைப்புடன் கவனித்தார். சுற்றிலும் எல்லாம் இருண்டு ஓசையற்றுப் போய்விட்டது. ஃபேனிச்காவின் வதனம் முழுவதும் வெளிறி, சிறிதாகி அவர்முன்னே வழுகிச் சென்றது. அவர் எழுந்து வீடு திரும்ப நினைத்தார். ஆனால் இளகிய நிலையில் இருந்த அவரது இதயம் அமைதி அடையவில்லை. ஒரு சமயம் காலடியில் சிந்தனையுடன் பார்ப்பதும் மறு சமயம் விழிகளை வானத்தை நோக்கி உயர்த்துவதுமாகத் தோட்டத்தில் மெதுவாக நடக்கலானார். வானத்திலோ, அதற்குள் விண்மீன்கள் திரளாக

மொய்த்துக் கண் சிமிட்டின. களைத்துப்போகும் வரை நிறைய நடந்தார் அவர். ஆயினும் அவர் உள்ளத்தில் இருந்த கலவரம், எதையோ தேடுகிற, தெளிவற்ற, துயர் நிறைந்த கலவரம், அப்போதும் அடங்கவில்லை. அவருக்கு அப்போது என்ன நிகழ்ந்தது என்பதை அறிந்தால், ஓ, பஸாரவ் அவரை எப்படி எள்ளி நகையாடியிருப்பான்! அர்க்காதியும் அவரைக் கண்டனம் செய்திருப்பான். நாற்பத்து நான்கு வயதுள்ள விவசாயியும் பண்ணையாரும் ஆன அந்த மனிதரின் விழிகளில் பெருக்கெடுத்தது கண்ணீர், காரணமற்ற கண்ணீர். இது வயலின் செல்லோவைக் காட்டிலும் நூறு மடங்கு மோசம்.

நிக்கலாய் பெத்ரோவிச் தொடர்ந்து நடந்தார். வீட்டுக்குள், தன் ஒளிவீசும் ஜன்னல்கள் எல்லாவற்றாலும் அவரை நோக்கிய அந்த அமைதியும் வசதியும் நிறைந்த கூட்டுக்குள் புக அவர் தயங்கினார். இருளையும் தோட்டத்தையும் முகத்தில் தூய குளிர் காற்றின் வருடலையும் இந்தத் துயரத்தையும் இந்தக் கலவரத்தையும் விட்டுப் பிரிய அவருக்கு இயலவில்லை.

பாதைத் திருப்பத்தில் அவருக்கு எதிர்ப்பட்டார் பாவெல் பெத்ரோவிச்.

"உனக்கு என்ன நேர்ந்தது? நீ வெளிறி இருக்கிறாய், ஏதோ ஆவிபோல. உனக்கு உடம்பு சரியாய் இல்லை. நீ படுத்துக் கொள்வதற்கென்ன?' என்றார்.

நிக்கலாய் பெத்ரோவிச் தம் உள நிலையை அவருக்குச் சுருக்கமாக விளக்கிவிட்டு அப்பால் சென்றார். பாவெல் பெத்ரோவிச் தோட்டத்தின் கோடிவரை சென்றார். அவரும் சிந்தனையில் ஆழ்ந்தார், அவரும் வானை நோக்கி விழிகளை உயர்த்தினார். ஆனால் அவருடைய நேர்த்தியான கரு விழிகளில் ஒளிதவிர தாரகைகளின் வேறு எதுவும் பிரதிபலிக்கவில்லை. அவர் கற்பனை உலகில் சஞ்சரிக்கும் இயல்புடன் பிறக்கவில்லை. வெறும் மினுக்கும் வறட்சியும் கொண்ட, மோகாவேசம் நிறைந்த, பிரெஞ்சுத் தோரணையில் மனித வெறுப்பு நிறைந்த உள்ளத்தால் கனவு காண முடியவில்லை.

"ஒன்று சொல்கிறேன், கேட்கிறாயா?" என்று அன்று இரவே பஸாரவ் அர்க்காதியிடம் கூறினான். "எனக்கு ஒரு அருமையான எண்ணம் தோன்றியிருக்கிறது. உங்களுடைய பெயர் பெற்ற உறவினரிடமிருந்து அழைப்பு வந்திருப்பதாக உன் தகப்பனார் இன்று சொன்னார். உன் தகப்பனார் போகப் போவதில்லையாம். நீயும் நானும் நகரத்துக்குப் போவோம், வாயேன். கனவான் உன்னையுந்தான் அழைத்திருக்கிறார். பார், இங்கே பருவநிலை

இவான் துர்கனேவ் | 77

எப்படி இருக்கிறது என்று. நாம் வண்டிப் பயணம் செய்வோம், நகரத்தைச் சுற்றிப் பார்ப்போம். ஐந்தாறு நாட்கள் அளவளாவுவோம், அவ்வளவுதான், கதை முடிந்தது!"

"அங்கிருந்து நீ இங்கே திரும்பி வருவாயா?"

"மாட்டேன். என் தகப்பனாரிடம் போக வேண்டும். அவர் இருக்கும் இடம்நகரத்திலிருந்து ஒரு முப்பது கிலோமீட்டர் தூரம்தான். நான் அவரையும் தாயாரையும் பார்த்து வெகு காலம் ஆகிவிட்டது. கிழவர்களைச் சந்தோஷப்படுத்த வேண்டும். அவர்கள் நல்லவர்கள், அதிலும் தகப்பனார் ரொம்ப வேடிக்கையானவர். அவர்களுக்கு நான் ஒரே மகன்தானே."

"அங்கே நிறைய நாட்கள் இருப்பாயோ?"

"இருப்பேன் என்று நான் நினைக்கவில்லை. சலிப்பாயிருக்குமோ என்னவோ."

"திரும்புகாலில் எங்கள் வீட்டுக்கு வருவாயா?"

"தெரியாது... பார்க்கிறேன். அப்படியானால், சம்மதந்தானா? போவோமா?"

"போவோமே" என்று சோம்பலுடன் சொன்னான் அர்க்காதி.

நண்பனுடைய யோசனையால் அவன் உள்ளூற மிகுந்த மகிழ்ச்சி அடைந்தான். ஆயினும் உணர்ச்சியை மறைப்பது கடமை என்று எண்ணினான். அவன் நிஹிலிஸ்டாய் இருந்தது வீண் போகுமா!

மறுநாள் அவனும் பஸாரவும்... நகர் சென்றார்கள். மார்யினோவிலிருந்த இளவட்டங்கள் அவர்கள் போனது குறித்து வருந்தினார்கள். துன்யாஷா கொஞ்சம் கண்ணீர்கூடச் சிந்தினாள்.. ஆனால் முதியவர்களுக்கு அப்பாடா என்று இருந்தது.

௸ 12 ௵

நம் நண்பர்கள் சென்ற நகரம் 'இளைஞரான' ஒரு கவர்னரின் நிர்வாகத்தில் இருந்தது. ருஷ்யாவில் அடிக்கடி நிகழ்வதுபோல இந்த கவர்னர் ஒரே சமயத்தில் முற்போக்காளரும் சர்வாதிகாரியுமாக விளங்கினார். தாம் நிர்வாகப் பொறுப்பை மேற்கொண்ட முதல் ஆண்டிலேயே அவர் முன்பு குதிரைப்படைக் காப்டனாய் இருந்தவரும் குதிரைப் பண்ணைச் சொந்தக்காரரும் விருந்தோம்பலுக்குப் பெயர் பெற்றவருமான குபேர்னியா பிரபுக்கள் சமூகத் தலைவரைப் பகைத்துக்கொண்டதோடு தம் சொந்த

அதிகாரிகளுடனும் சச்சரவிட்டுக் கொண்டார். இதன் காரணமாக ஏற்பட்ட குற்றச்சாட்டுகளும் பதில் குற்றச்சாட்டுகளும் முடிவில் அளவு கடந்து போய்விடவே, பீட்டர்ஸ்பர்கில் இருந்த அமைச்சரகம் சச்சரவு நடந்த இடம் சென்று விவகாரத்தை முழுமையாகப் புரிந்து கொண்டு ஒழுங்குபடுத்துவதற்காக நம்பகமான நபரை அனுப்பிவைப்பது அவசியம் எனக் கருதியது. தலைமை அதிகாரிகள் இதன் பொருட்டு மத்வேய் இலியீச் கலியாஸினைத் தெரிந்தெடுத்தார்கள். ஒரு காலத்தில் கிர்ஸானவ் சகோதரர்களின் அரவணைப்பாளராக இருந்த அதே கலியாஸினின் புதல்வர் இவர். இவரும் 'இளைஞர்' தாம், அதாவது சமீபத்தில்தான் இவருக்கு நாற்பது வயது ஆகியிருந்தது. ஆனால் அதற்குள்ளாகவே அவர் ஆட்சி அதிகாரிகளில் ஒருவராக முயன்று வந்தார். அவரது கோட்டு மார்பின்மீது நட்சத்திர விருதுகள் பக்கத்துக்கு ஒன்றாக இலகின. ஆனால் அவற்றில் ஒன்று அயல்நாட்டு விருது, மதிப்பற்றது. எவருடைய விவகாரத்தைத் தீர்ப்பதற்காக அவர் வந்திருந்தாரோ அந்த கவர்னரைப்போலவே அவரும் முற்போக்காளராகக் கருதப்பட்டார். ஏற்கனவே பெரும்புள்ளியாய் இருந்தும் பெரும்பான்மையான பெரும் புள்ளிகளை அவர் ஒத்திருக்கவில்லை. தம்மைப்பற்றி அவர்மிக மிக உயர்வான கருத்து கொண்டிருந்தார். அவருடைய ஆணவம் எல்லை கடந்தது. ஆனால் எளிமையாகப் பழகினார், ஆதரவு தோன்றப் பார்த்தார், பெரிய மனிதப்பாங்குடன் கேட்டார், நல்லியல்பு பொங்கச் சிரித்தார். எனவே ஆரம்ப காலத்தில் 'அருமையான ஆள்' என்றுகூடப்பெயர் எடுக்க அவரால் முடிந்தது. ஆனால் முக்கியமான சந்தர்ப்பங்களில், பேச்சு வழக்கில் சொல்வதுபோல், தடபுடல் பண்ணவும் அவர் வல்லவராய் இருந்தார். 'ஆற்றல் இன்றியமையாதது' என்று கூறிவிட்டு, 'ராஜதந்திரியின் முதல் பண்பு ஆற்றல்தான்' என்று அப்போது அவர் பிரெஞ்சில் சொல்லுவது வழக்கம். இவ்வளவெல்லாம் இருந்தும் சாதாரணமாக அவர் மோசம் போய்விடுவார். ஓரளவு அனுபவசாலியான எந்த அரசாங்க ஊழியனும் அவர்மேல் ஏறிச் சவாரி செய்வான். மத்வேய் இலியீச்கிஸோவை* உயர்வாகப் போற்றினார். தாம் மரபுவாழ்க்கை இயந்திரம் போலப் பின்பற்றும் பிற்போக்குச் சடங்குமுறை அதிகாரிகளில் ஒருவர் அல்ல, பொதுவாழ்வில் நடக்கும் முக்கிய நிகழ்ச்சி எதையும் தாம் கவனிக்காமல் விடுவதில்லை என்று எல்லோரும் நம்பும்படி செய்ய முயன்று வந்தார்... இம்மாதிரிச் சொற்கள் எல்லாம் அவருக்கு நன்றாய்த் தெரிந்திருந்தன. தம்கால இலக்கிய வளர்ச்சியையும் அவர்

---

* *கிஸோஃபிரான்ஸுவா பியேர்கியோம் (1787-1874) - பிரெஞ்சு பூர்ஷ்வா வரலாற்று ஆசிரியர், பிற்போக்கு அரசியல்வாதி.*

அசட்டையான ஆடம்பரத்துடன்தான் என்றாலும் - கவனித்து வந்தார்: வயது மனிதன் வீதியில் சிறுவர்களின் ஊர்வலத்தைக் கண்டு சில வேளைகளில் தானும் அதில் சேர்ந்து கொள்வதுபோல. ஜார் அலெக்ஸாந்தர் காலத்து அரசாங்க அதிகாரிகள் அந்தக் காலத்தில் பீட்டர்ஸ்பர்கில் வசித்து வந்த ஸ்வேச்சினா* சீமாட்டியின் வீட்டில் மாலை விருந்துக்குப் போக ஆயத்தம் செய்து கொண்டு, காலையில் கோன்தியாக்கின் (கோன்தியாக், எத்தியேன் த போன்னோ (1715-1780) - பிரெஞ்சுக் கருத்துமுதல்வாதத் தத்துவாசிரியர்) நூலில் ஒரு பக்கத்தைப் படிப்பார்களாம். மத்வேய் இலியீச் உண்மையில் அவர்களைவிட வெகு தூரம் முன்னேறி விடவில்லை. அவர் கையாண்ட யுக்திகள்தாம் வேறாக, அதிக நவீனமாக இருந்தன. அவர் சாமர்த்தியமாகப் பசப்புபவர், பெரிய தந்திரக்காரர், அவ்வளவேதான். விவகாரங்கள் அவருக்கு விளங்கா, அறிவாற்றல் அவருக்குக் கிடையாது. ஆனால் தம் சொந்த விவகாரங்களை நிர்வகிப்பதில் வல்லவராய் இருந்தார்; இதில் அவரைப் புறம் காட்ட யாராலும் முடியவில்லை. இதுதானே முக்கியமானது.

மத்வேய் இலியீச் கல்வித்தேர்ச்சி பெற்ற உயர்அதிகாரிக்கு இயல்பான பெருந்தன்மையுடன், இன்னும் சொல்லப்போனால், வேடிக்கையும் விளையாட்டுமாக, அர்க்காதியை வரவேற்றுப் பேசினார். ஆனால் தாம் அழைத்த உறவினர்கள் கிராமத்திலேயே இருந்துவிட்டார்கள் என்று அறிந்தபோது அவர் வியப்பு அடைந்தார். "உன் தகப்பன் எப்போதுமே விசித்திரப் பிரகிருதியாய் இருந்தான்" என்று வீட்டில் அணியும் நேர்த்தியான மேலங்கியைக் கை நுனிகளால் வீசி ஆட்டியவாறு சொன்னவர், அலுவலகப் பாங்கில் கச்சிதமாகப் பொத்தான்கள் போட்ட சீருடை அணிந்த இளம் ஊழியன் ஒருவனைப் பார்த்து, "என்ன சேதி?" என்று திடீரென வினவினார். வெகு நேரம் பேசாதிருந்ததால் அந்த இளைஞனின் உதடுகள் ஒட்டிக் கொண்டிருந்தன. அவன் இருக்கையிலிருந்து எழுந்து தன் மேலதிகாரியை விளங்காமையுடன் நோக்கினான். ஆனால், அவனைச்சங்கடமான நிலைமையில் வைத்தபின் மத்வேய் இலியீச்அவனைக் கவனிக்கவே இல்லை. நம் உயர் அதிகாரிகள் தங்களுக்குக் கீழ்ப்பட்ட ஊழியர்களிடம் கேள்விகள் கேட்பதைப் பொதுவாகவே விரும்புகிறார்கள். இந்த நோக்கத்தை நிறைவேற்ற அவர்கள் கையாளும் முறைகள் பல்வகையானவை. பின்வரும் முறை பெரு வழக்கமானது, ஆங்கிலேயர்கள் சொல்வதுபோல(பெரிதும் விரும்பப்படுவது) அதிகாரிகள் திடீரென்று மிகச் சாதாரணமான சொற்களைக்கூடப்புரிந்து கொள்ள இயலாதவர்கள் ஆகிவிடுவார்கள், செவிடர்கள் ஆகிவிடுவார்கள். உதாரணமாக, இன்று என்ன கிழமை என்று அதிகாரி கேட்பான்.

"இன்று வெள்ளிக்கிழமை, மேன்மை தங்கிய... அவர்களே" என்று மிக மிக மரியாதையுள்ள விடை கிடைக்கும்.

"ஊம்? என்ன? என்ன அது? என்ன சொல்லுகிறீர்கள் நீங்கள்?" என்று விடாமல் திருப்பிக் கேட்பான் அதிகாரி.

"இன்றைக்கு வெள்ளிக்கிழமை, மேன்மை தங்கிய... அவர்களே.'

"எப்படி? என்ன? வெள்ளிக்கிழமை என்றால் என்ன? எந்த வெள்ளிக்கிழமை?"

"வெள்ளிக்கிழமை, மேன்மை தங்கிய... அவர்களே, வாரத்தில் ஒருநாள்."

"ஓகோ, நீ எனக்குக் கற்றுக் கொடுக்கக் கிளம்பிவிட்டாயோ?"

என்னதான் முற்போக்குவாதியாகக்கருதப்பட்டாலும் மத்வேய் இலியீச்சும் அதிகாரிதாமே!

"தம்பீ, கவர்னரைக் கட்டாயம் போய்ப் பார்க்கும்படி உனக்கு யோசனை சொல்லுகிறேன்" என்று அர்க்காதியிடம் கூறினார் அவர். "அதிகாரிகளிடம் போய் வணக்கம் தெரிவிக்க வேண்டும் என்ற பழைய கொள்கையைக் கடைப்பிடிப்பதால் நான் இதைச் சொல்லவில்லை, கவர்னர் கண்யமான மனிதர் என்பதனால் சொல்லுகிறேன். தவிர, இவ்வூர் உயர்குல வட்டாரத்தினரை அறிமுகம் செய்து கொள்ள நீ ஆசைப்படுவாயே... நீ கரடி அல்ல என்று நம்புகிறேன், ஊம்? அவர் நாளை நின்று பெரிய நடன விருந்து கொடுக்கிறார்."

"நீங்கள் இந்த விருந்துக்கு வருவீர்களா?" என்று கேட்டான் அர்க்காதி.

"எனக்காகத்தான் அவர் விருந்து கொடுக்கிறார்" என்று அநேகமாக வருத்தத்துடன் கூறினார் மத்வேய் இலியீச். "நீ நடனம் ஆடுவாய் அல்லவா?"

"ஆடுவேன், ஆனால் மோசமாக."

"இது மோசம். இங்கே அழகான பெண்கள் இருக்கிறார்கள். தவிரவும் நடனம் ஆடத் தெரியாமல் இருப்பதற்கு இளைஞன் வெட்கப்பட வேண்டும். இதை நான் சொல்லுவதும் பழைய கொள்கைப்படி அல்ல. மூளை கால்களில் இருக்க வேண்டும் என்று நான் நினைக்கவே இல்லை. ஆனால் பைரனிஸம்* கேலிக்குரியது, அவன் காலம் கடந்துவிட்டது."

"ஆனால், மாமா, நான் பைரனிஸம் காரணமாக அல்ல..."

"இவ்வூர் பெண்களை உனக்கு அறிமுகம் செய்து வைக்கிறேன். உன்னை என் அரவணைப்பில் ஏற்றுக்கொள்கிறேன்" என்று அவன்

வாக்கியத்தை முடிக்குமுன்பே குறுக்கிட்டார் மத்வேய் இலியீச். "உனக்குக் கதகதப்பாய் இருக்கும், இல்லையா?"

ஏவலாள் வந்து வரிவிதிப்பு அலுவலகத் தலைவர் வந்திருப்பதாக அறிவித்தான். இவர் சுருக்கம் விழுந்த உதடுகள் கொண்ட இன்விழிக் கிழவர். இயற்கைமேல் அளவு கடந்த அன்பு உள்ளவர். சிறப்பாகக் கோடைகாலப் பகல்கள் அவருக்கு நிரம்பப் பிடிக்கும். அப்போது 'ஒவ்வொரு தேனீயும் ஒவ்வொரு மலரிலிருந்தும் காணிக்கை பெறுகிறது" என்று அவர் சொல்வது வழக்கம். அர்க்காதி விடை பெற்றுச் சென்றான்.

தாங்கள் தங்கியிருந்த விடுதியில் அவன் பஸாரவைக் கண்டான். கவர்னரைப் பார்க்க உடன் வரும்படி வெகு நேரம் வாதாடி அவனை இணங்கச் செய்தான். 'ஒன்றும் செய்வதற்கில்லை. முன்வைத்த காலைப் பின்வைக்க வேண்டாம் - நிலப்பிரபுக்களைப் பார்க்க வந்திருக்கிறோம் என்றால்அவர்களைப் பார்த்துத் தொலைப்போம், வா!" என்று கடைசியில் இசைந்தான் பஸாரவ். கவர்னர் இரு இளைஞர்களையும் இன்முகத்துடன் வரவேற்றார். ஆனால் அவர்களை உட்காரச் சொல்லவில்லை, தானும் உட்காரவில்லை. அவர் ஓயாமல் பரபரப்புடன் ஆலை பாய்ந்து கொண்டிருந்தார். இறுக்கமான உத்தியோக உடுப்பையும் மட்டுமீறி இறுகக்கட்டிய டையையும் காலை முதல் மாட்டிக்கொண்டு வளைய வந்தார். ஆர அமரச் சாப்பிடவோ குடிக்கவோ செய்யாமல் எப்போது பார்த்தாலும் உத்தரவு போட்ட வண்ணமாய் இருந்தார். மாநிலத்தில் அவர் "புர்தாலு" (புர்தாலு, லுயீ (1632-1704) -பிரெஞ்சு மதப்பிரசாரகர்.) என்ற பட்டப் பெயர் பெற்றிருந்தார். பிரபல பிரெஞ்சு மத உபதேசியார் பெயரின் அடியாக அல்ல, "புர்தா" (புர்தா-குழம்பல் சேறு - (மொ-ர்). என்ற ருஷ்யச் சொல்லின் அடியாக வாய்த்த பட்டம் இது. கிர்ஸானவையும் பஸாரவையும் அவர் தம் விட்டு நடன விருந்துக்கு அழைத்தார். இரண்டு நிமிடம் பொறுத்துஅவர்களை கெய்ஸரோவ் என்ற குலப்பெயருள்ள அண்ணன் தம்பிகள் என்று நினைத்து, விருந்துக்கு வரும்படி மறுபடி அழைத்தார்.

கவர்னர் வீட்டிலிருந்து அவர்கள் தங்கள் இருப்பிடத்துக்குக் கால்நடையாகப் புறப்பட்டார்கள். வழியில் சென்ற சவாரி வண்டியிலிருந்து "யெவ்கேனி வஸீலிச்!" என்று கூவி அழைத்தவாறு திடீரென்று குதித்து பஸாரவை நோக்கிப் பாய்ந்தான் ஒருவன். அவன் உயரம் அற்றவன். ருஷ்ய மோஸ்தரில் தைத்த ஹங்கேரியக்

---

* *பைரன் ஜார்ஜ் நோயேல் கார்டன் (1788-1824) - மாபெரும் ஆங்கிலக் கவிஞர். ஆங்கிலப் பிரபுக்கள் சமூகத்தை அம்பலப்படுத்தினார்.*

குதிரைப்படையினர் மேல்கோட்டு அணிந்திருந்தான்.

"ஆ!நீங்களா திருவாளர் ஸீத்னிக்கவ்!" என்று நடைபாதையில் மேலே நடந்தவாறே சொன்னான் பஸாரவ். "என்ன காரியமாக வந்தீர்களோ?"

"தற்செயலாகத்தான்" என்று பதிலளித்தான் வந்தவன். பின்பு வண்டியின் பக்கம் திரும்பி, ஒரு ஐந்து தடவை கையை வீசி ஆட்டி, "எங்கள் பின்னே வா, வா!" என்று கத்திவிட்டு, வாய்க்காலைத் தாண்டிக் குதித்துப் பேச்சைத்தொடர்ந்தான்: "என் தகப்பனாருக்கு இங்கே காரியம் இருந்தது. சும்மாதான் என்னையும் கூப்பிட்டார்... நீங்கள் வந்திருப்பதாக இன்றைக்குத் தெரிந்துகொண்டு உங்கள் விடுதிக்குக் கூடப்போனேன்..." (உண்மையாகவே நண்பர்கள் விடுதி திரும்பியதும் தங்கள் அறையில் ஒரு பக்கம் பிரெஞ்சிலும் மறு பக்கம் ருஷ்யக் கூட்டெழுத்துக்களிலும் ஸீத்னிக்கவின் பெயர் பொறித்து ஓரங்களில் வளைந்த அடையாளச் சீட்டு இருந்ததைக் கண்டார்கள்.) "நீங்கள் கவர்னர் வீட்டிலிருந்து வரவில்லை என்று நம்புகிறேன். அப்படித்தானா?"

"நம்பாதீர்கள், நாங்கள் அங்கிருந்துதான் வருகிறோம்."

"ஆ! அப்படியானால் நானும் அவரிடம் போகிறேன்.. யெவ்கேனி வஸீலிச், எனக்கு உங்கள்.. இவரை... அறிமுகப்படுத்துங்கள்."

"ஸீத்னிக்கவ், கிர்ஸானவ்" என்று நிற்காமலே முணுமுணுத்தான் பஸாரவ்.

"எனக்கு நிரம்ப மகிழ்ச்சி" என்று பக்கவாட்டில் முன்னே வந்து மட்டுமீறி நாசூக்கான கையுறைகளைக் கழற்றியவாறு கூறினான் ஸீத்னிக்கவ். "உங்களைப் பற்றி நிறையக் கேள்விப்பட்டிருக்கிறேன்... நான் யெவ்கேனி, வஸீலிச்சின் நெடுங்கால நண்பன், அவருடைய சீடன் என்றுகூடச் சொல்ல முடியும். என் மறுபிறப்புக்கு நான் இவருக்கே கடன்பட்டிருக்கிறேன்.

அர்க்காதி பஸாரவின் சீடனை நோட்டமிட்டான். முடியை ஒட்ட, வாரியிருந்த அவனுடைய சிறிய, ஆனால் கவர்ச்சியான முக அமைப்பில் கலவரமும், மடமையும் நிறைந்த இறுக்கம் தென்பட்டது. சிறிய, இடுங்கிய கண்கள் அமைதியின்றி உறுத்துப் பார்த்தன. அவன் நிம்மதியின்றி, ஒரு மாதிரி விட்டு விட்டுக் கட்டைச் சிரிப்பு சிரித்தான்.

"எதையும், யாரையும் பிரமாணமாக ஏற்றுக்கொள்ளக்கூடாது என்ற பஸாரவ் என் முன்னிலையில் முதல் தடவை சொன்னதும் எனக்கு எப்படிக் களிபொங்கிற்று, தெரியுமா?... ஏதோ ஒளி பாய்ந்து எல்லாவற்றையும் விளக்கிவிட்டதுபோல இருந்தது, மெய்யாகவே! ஆகா, கடைசியில் சரியான மனிதர் கிடைத்துவிட்டார் என்று

நினைத்துக் கொண்டேன். ஒன்று கேளுங்கள், யெவ்கேனி வஸீலிச், ஒரு இளஞ்சீமாட்டியை நீங்கள் கட்டாயம் போய்ப் பார்க்க வேண்டும். அவள் உங்களை நன்றாகப் புரிந்து கொள்வாள். உங்கள் வருகை அவளுக்குத் திருநாளாக இருக்கும். அவளைப்பற்றிக் கேள்விப்பட்டிருப்பீர்களே?"

"யார் அவள்?" என்று விருப்பின்றிக் கேட்டான் பஸாரவ்.

"கூக்ஷினா, அவ்தோத்தியா கூக்ஷினா. அருமையான பெண், காழ்ப்புக்களிலிருந்து விடுபட்டவள் - இந்தச்சொல்லின் உண்மையான அர்த்தத்தில். முற்போக்குள்ள பெண். ஒன்று சொல்லட்டுமா? வாருங்களேன், இப்போதே அவள் வீட்டுக்குப் போவோம் எல்லோருமாக. அவள் வீடு இதோ இரண்டு எட்டில் தான் இருக்கிறது. அங்கே காலையாகாரம் சாப்பிடுவோம். நீங்கள் இன்னும் சாப்பிட்டிருக்க மாட்டீர்களே!"

"இன்னும் இல்லை."

"நிரம்ப நல்லதாயிற்று. அவள் மண முறிவு செய்துகொண்டு விட்டாள். யாரையும் சார்ந்தவள் அல்ல."

"அழகியா?" என்று குறுக்கே கேட்டான் பஸாரவ்.

"இல்... ல்லை. அழகி என்று சொல்ல முடியாது."

"அப்படியானால் எந்த இழவுக்காக எங்களை அவள் வீட்டுக்கு அழைக்கிறீர்?"

"அப்பா, எப்போதும் கேலிப்பேச்சுதான் உங்களுக்கு... அவள் நமக்கு ஷாம்பேன் கொடுத்து உபசரிப்பாள்."

"அப்படிச் சொல்லும்! காரியக்கார ஆசாமி இப்போதுதான் வெளிப்படுகிறார். ஆமாம், உங்கள் தகப்பனார் சாராயக் குத்தகை எடுப்பதில்தான் முனைந்திருக்கிறாரோ?"

"ஆமாம்" என்றுசட்டெனக் கூறிவிட்டுக் கீச்சுக்குரலில் சிரித்தான் ஸீத்னிக்கவ்."அப்புறம் என்ன? சம்மதந்தானே?'

"தெரியாது, மெய்யாகவே."

"மனிதர்களைப் பார்க்க விரும்பினாய் அல்லவா? போயேன்" என்று தணிந்த குரலில் சொன்னான் அர்க்காதி.

"நீங்கள் மட்டும் என்ன, திருவாளர் கிர்ஸானவ்? நீங்களும் வாருங்கள். நீங்கள் இல்லாமல் முடியாது" என்றான் ஸீத்னிக்கவ்.

"நாம் எல்லோரும் ஒரு மொத்தமாகப் படையெடுப்பதா, எப்படி?"

"பரவாயில்லை! கூக் ஷினா அருமையானவள்."

"ஷாம்பேன் கிடைக்கும் அல்லவா?' என்று கேட்டான் பஸாரவ்.

"ஒன்றுக்கு மூன்றாக! இதற்கு நான் உத்தரவாதம்!" என்றான் ஸீத்னிக்கவ்.

"எதைப் பணயம் வைக்கிறீர்?"

"என்தலையை."

"தகப்பனாரின் பணப்பையைப் பணயம் வைத்திருந்தால் மேலாயிருக்கும். நல்லது, போவோம்.

ௐ 13 ஐ

அவ்தோத்தியா நிக்கீத்திஷ்னா கூக் ஷினா வசித்து வந்த, மாஸ்கோ பாணியில் அமைந்த சிறு பிரபுவம்ச வீடுநகரின் எரிந்து புதுக்கிக் கட்டப்பட்ட ஒரு வீதியில் இருந்தது. நமது குபேர்னியா நகரங்கள் ஐந்து ஆண்டுகளுக்கு ஒரு தடவை தீ விபத்துக்கு உள்ளாகி எரிந்துவிடுகின்றன என்பது தெரிந்ததே. வாயிற் கதவருகே கோணலாக அடிக்கப்பட்ட பெயர்ப் பட்டயத்துக்கு மேலே மணியின் கைபிடி தெரிந்தது. மூடு தொப்பி அணிந்த ஒரு மாது முகப்பறையில் அவர்களை எதிர்கொண்டாள். அவள் பணிப்பெண்ணா, பொழுதுபோக்குத் தோழியா என்று தோற்றத்தைக் கொண்டு இனங்காண முடியவில்லை. இவை எல்லாம் எஜமானியின் முற்போக்குக்குத் துலக்கமான அடையாளங்களாக விளங்கின. "அவ்தோத்தியா நிக்கீத்திஷ்னா வீட்டில் இருக்கிறாளா" என்று கேட்டான் ஸீத்னிக்கவ்.

"யார் அது, நீங்களா, விக்டர்? உள்ளே வாருங்கள்" என்ற மெல்லிய குரல் பக்கத்து அறையிலிருந்து கேட்டது.

மூடுதொப்பிக்காரி அக்கணமே மறைந்துவிட்டாள்.

ஸீத்னிக்கவ் இராணுவக் கோட்டை அலட்சியமாக கழற்றிவிட்டு, "நான் தனியாக வரவில்லை" என்றுகூறி, அர்க்காதியையும் பஸாரவையும் சட்டென நோக்கினான். இராணுவக் கோட்டுக்கு அடியே அவன் நீள் இடைக்கோட்டோ, 'ஸாக்' கோட்டோ, எதுவோ அணிந்திருந்தான்.

"எல்லாம் ஒன்றுதான். உள்ளே வாருங்கள்" என்று பிரெஞ்சு மொழியில் கூறியது குரல்.

இளைஞர்கள் உள்ளே போனார்கள். அவர்கள் புகுந்தது விருந்தறையைவிட அலுவல் அறையை அதிகமாக ஒத்திருந்தது.

காகிதங்களும் கடிதங்களும் பெரும்பகுதி சுற்றுத்தாள் பிரிக்கப்படாத பருத்த ருஷ்யச் சஞ்சிகை இதழ்களும் புழுதி படிந்த மேஜைகள்மேல் இறைந்துகிடந்தன. சிதறிய சிகரெட்டுத்துணுக்குகள் எங்கும் வெள்ளைக் கறைகளாகத் தென்பட்டன.

தோல் நீள் சோபாவில் பாதி படுத்த நிலையில் சாய்ந்திருந்தாள் ஒரு மாது. அவள் இன்னும் யுவதி. அவளுடைய வெளிர் முடி சற்றுக் கலைந்திருந்தது. அவ்வளவாகப் பாங்கற்ற பட்டு உடையும் குட்டைக் கைகளில் பருத்த கங்கணங்களும் லேஸ் தலைக்குட்டையும் அணிந்திருந்தாள். அவள் சோபாவிலிருந்து எழுந்து மஞ்சள் பாரித்த எர்மைன் மென்மயிர்த்தோல் வைத்துத் தைத்த வெல்வெட் மேல்கோட்டை அசட்டையாகத் தோள்கள் மேல்போட்டுக் கொண்டாள்.

“வணக்கம், விக்டர்” என்று சோம்பலுடன் கூறி ஸீத்னிக்கவுடன் கைகுலுக்கினாள்.

அவன் பஸாரவின் தோரணையைப் பின்பற்றி, ‘பஸாரவ், கிர்ஸானவ்’ என்று சுருக்கமாக அறிமுகப்படுத்தினான்.

“நல்வரவு” என்று மொழிந்து வட்ட விழிகளை பஸாரவ் மீது நாட்டினாள் கூக் ஷினா . மேலே தூக்கிய சின்னஞ்சிறு மூக்கு அந்த விழிகளின் நடுவே அனாதை போலச் சிவந்துதோன்றியது. “உங்களை நான் அறிவேன்” என்று கூறி பஸாரவுடன் கை குலுக்கினாள் அவள்.

பஸாரவ் முகம் சுளித்தான். ‘காழ்ப்புகளிலிருந்து விடுபட்ட அந்த அழகற்ற மாதின் உருவத்தில் விகாரமானது எதுவும் இல்லை. ஆனால் அவளது முகத்தோற்றம் பார்ப்பவர்களுக்கு மகிழ்வற்ற உணர்வை ஏற்படுத்தியது. “உனக்கு என்ன, பசிக்கிறதா, அல்லது நீ அலுத்துப் போனாயா? அல்லது கூச்சப்படுகிறாயோ? ஏன் இப்படித் துவண்டு போகிறாய்?” என்று அவளிடம் கேட்க வேண்டும் போல இருந்தது. ஸீத்னிக்கவினது போலவே அவளது உள்ளத்தையும் சதா எதுவோ அரித்துக் கொண்டிருந்தது. அவள் மிகவும் சரளமாக, அதே சமயம் அசட்டுப் பிசட்டென்று பேசினாள், நடந்தாள். தான் நல்லமனம் உள்ளவள், எளிமையானவள் என்று அவள் எண்ணியதாகப் புலப்பட்டது. ஆனால் அவள் என்ன செய்தாலும், அந்தக் காரியத்தைத்தான் அவள் செய்யவே விரும்பவில்லை என்று பார்ப்பவர்களுக்குத் தோன்றியது. எல்லாவற்றையுமே அவள், குழந்தைகள் சொல்வதுபோல, வேண்டுமென்று, அதாவது சகஜமாகவும் இயல்பாகவும் இன்றிச் செயற்கையாகச் செய்வது போலப்பட்டது.

“ஆம்,ஆம், நான் உங்களை அறிவேன், பஸாரவ்” என்று திரும்பச்

சொன்னாள் அவள். (அனேப் பிராந்திய, மாஸ்கோச் சீமாட்டிகள் போன்று ஆண்களை முதல் நாள் பழக்கத்திலிருந்தே குலப்பெயரைச் சொல்லி அழைக்கும் வழக்கம் அவளுக்கு ஏற்பட்டிருந்தது.) "சுருட்டு புகைக்கிறீர்களா?"

இதற்குள் ஸீத்னிக்கவ் சாய்வு நாற்காலியில் விழுந்து கால்களை மேலே உயர்த்திக் கொண்டு சாய்ந்து கிடந்தான். "சுருட்டு அதன் வேளையில் புகைப்போம். முதலில் எங்களுக்குக் காலையாகாரத்துக்கு வகை செய்யுங்கள். எங்களுக்கு பயங்கரப்பசி. கையோடு ஒரு புட்டி ஷாம்பேன் கொண்டுவரச் சொல்லுங்கள்" என்றான் அவன்.

"சொகுசுக்காரப்பிள்ளை" என்று கூறி வாய்விட்டுச் சிரித்தாள் கூக் ஷினா. (சிரித்தபோது அவளுடைய மேல் ஈறு பற்களுக்கு மேல் தெரிந்தது.) "இவர் சொகுசுக்காரர் தானே, பஸாரவ்?"

'வாழ்க்கை வசதிகளை நான் விரும்புகிறேன். நான் முற்போக்காளனாய் இருப்பதற்கு இது தடையாய் இல்லை" என்று படாடோபமாகக் கூறினான் ஸீத்னிக்கவ்.

"இல்லை, தடையாய்த்தான் இருக்கிறது, தடையாய்த்தான் இருக்கிறது" என்று மறுத்தாள் கூக் ஷினா. ஆனால் காலையாகாரமும் ஷாம்பேனும் கொண்டுவரச் சொல்லிப் பணிப் பெண்ணுக்கு உத்தரவிட்டாள். பின்பு பஸாரவ் பக்கம்திரும்பி, "இதைப்பற்றி நீங்கள் என்ன நினைக்கிறீர்கள்? என்கருத்தையே நீங்களும் கொண்டிருக்கிறீர்கள் என்று நம்புகிறேன்" என்றாள்.

"ஊஹூம்,இல்லை. இறைச்சித் துண்டு ரொட்டித் துண்டைவிட மேல், இரசாயன நோக்கில் பார்த்தாலும்கூட" என்றான் பஸாரவ்.

"நீங்கள் இரசாயனம் பயில்கிறீர்களா? இதில் எனக்கு ஒரே மோகம். நான் ஒரு பிசின்கூடத் தயாரித்திருக்கிறேன்.'

"பிசினா? நீங்களா?"

"ஆமாம். நான்தான். எதற்காத் தெரியுமா? பொம்மைகள் செய்வதற்காக. அவற்றின் தலைகள் உடையாமல் இருப்பதற்காக. நானும் காரியக்காரி ஆயிற்றே. ஆனால் இன்னும் இது முழுவதும் தயாராகவில்லை. லீபிஹை இன்னும் படிக்க வேண்டும். ஆமாம், "மஸ்கோவ்ஸ்கியே வேதொமஸ்தி*செய்தித்தாளில் கிஸ்லியக்கோவின் மாதர் உழைப்பு பற்றிய கட்டுரையைப் படித்தீர்களோ? தயவு செய்து படியுங்கள். மாதர் பிரச்சினையில் உங்களுக்கு அக்கறை

* 'மஸ்கோவ்ஸ்கியே வேதொமஸ்தி" (தினச் செய்தித்தாள்) 19ம் நூற்றாண்டின் அறுபதுகளில் நிலப்பிரபுக்கள், மதகுருக்களின் கருத்துக்களை வெளியிட்டது.

உண்டு அல்லவா? பள்ளிக்கூடங்களிலுந்தான்? உங்கள் நண்பர் என்ன செய்கிறார்? அவர் பெயர் என்ன?"

திருமதி கூக் ஷினா தன் கேள்விகளை ஒன்றன் பின் ஒன்றாக, பதிலுக்காகக் காத்திராமலே கொஞ்சலான அலட்சியத்துடன் உதிர்த்தாள். செல்லக்குழந்தைகள் தங்கள் செவிலிகளுடன் இப்படித்தான் பேசும்.

"என் பெயர் அர்க்காதி நிக்கலாயிச் கிர்ஸானவ். நான் ஒரு வேலையும் செய்யவில்லை" என்றான் அர்க்காதி.

கூக் ஷினா கலகலவென்று நகைத்தாள்.

"இது ரொம்ப அருமை, என்ன, நீங்கள் புகை பிடிப்பதில்லையா? விக்டர், எனக்கு உங்கள் மேல் கோபம், தெரியுமா?"

"எதற்காக?"

"நீங்கள் ஜார்ஜ் ஸான்டை* மறுபடி புகழத் தொடங்கியிருக்கிறீர்களாமே! பின்தங்கிய பெண்பிள்ளை அவள், வேறு ஒன்றும் இல்லை. அவளை எமர்ஸனுடன் (எமர்ஸன் ரால்ஃப் வால்டோ (1803-1882) அமெரிக்க எழுத்தாளர், கருத்துமுதல்வாதத் தத்துவ ஆசிரியர்.) எப்படி ஒப்பிட முடியும்? போதனா முறை பற்றியோ, உடலியல் பற்றியோ, வேறு எதையேனும் பற்றியோ அவளிடம் எவ்விதக் கருத்துக்களும் கருத்துக்களும் இல்லையே! முளைக்கருவியல் பற்றிஅவள் கேள்விப்பட்டுக்கூட இருக்க மாட்டாள் என்று உறுதியாகச் சொல்லுவேன். நம் காலத்தில் இது இல்லாமல் எப்படி முடியும்?"(கூக்ஷிக்ஷினாகைகளைக்கூட விரித்தாள்.) "ஆகா, இந்த விஷயம் பற்றி யெலிஸேவிச் எவ்வளவு ஆச்சரியப்படும்படியான கட்டுரை எழுதியிருக்கிறார்! அவர் மேதை வாய்ந்த கனவான்!" (கூக் ஷிக்ஷினா 'மனிதர்' என்பதற்குப் பதில் 'கனவான்' என்ற சொல்லையே எப்போதும் பயன்படுத்தினாள்.) 'பஸாரவ் இப்படி என் பக்கத்தில் உட்காருங்கள் சோபாவில். உங்களுக்கு ஒருவேளை தெரிந்திருக்காது, நான் உங்களிடம் மிகவும் பயப்படுகிறேன்.

"இது ஏன்? தெரிந்து கொள்ளலாமா?"

---

* ஜார்ஜ் ஸான்ட் (1804-1876)-பிரெஞ்சுப் பெண் எழுத்தாளர் அரோர் தியூதிவான் என்பவரின் புனை பெயர். விடுதலைக் கருத்துக்கள் அடங்கிய நவீனங்களை அவர் எழுதியுள்ளார்.

---

* பாத்ஃபைண்டர் - அமெரிக்க எழுத்தாளர் ஜேம்ஸ் ஃபெனிமோர் கூப்பர் (1789-1851) இயற்றிய பல நவீனங்களின் கதாநாயகன்.

‘நீங்கள் அபாயமான கனவான், கடுமையான விமர்சகர். அட கடவுளே! எவளோ ஸ்தெப்பிவெளி நிலச் சொந்தக்காரி போல அல்லவா நான் பேசுகிறேன், எனக்கே சிரிப்பாயிருக்கிறது! ஆனால் ஒன்று, நான் உண்மையாகவே நிலச்சொந்தக்காரி. சொத்தை நானே நிர்வகிக்கிறேன். என் மணியக்காரன் இருக்கிறானே, விசித்திரப் பிரகிருதி -அசல் கூப்பரின் பாத்ஃபைண்டர்* தான். அவனிடம் அப்படி ஒரு வெகுளித்தனம்! நான் இங்கேயே நிலையாகக் குடிவந்து விட்டேன். சகிக்க முடியாதநகரம் இது, இல்லையா? ஆனால் என்ன செய்வது?”

“நகரம் எல்லா நகரங்களையும் போன்றதுதான்“ என்று ஏனோதானோ எனக் கூறினான் பஸாரவ்.

“எல்லாம் ஒரே அற்ப அக்கறைகள். அதுதான் கோரம்! முன்பெல்லாம்குளிர் காலத்தில் நான் மாஸ்கோவில் வசிப்பேன். இப்போது அங்கே வசிக்கிறார் என் கணவர் பெருந்தகை, திருவாளர் கூக் ஷின். தவிர மாஸ்கோவுந்தான் இப்போது... என்னவோ எனக்குத் தெரியாது முன்போல இல்லை. வெளிநாடு போகலாம் என்று இருக்கிறேன். போன ஆண்டு அனேகமாகத் தயாராகிவிட்டேன்.’

“பாரிஸுக்குத்தானே?” என்று கேட்டான் பஸாரவ்.

“பாரிஸுக்கும் ஹைடல்பர்குக்கும். (ஹைடல்பர்க் - ஜெர்மனியின் தென்மேற்கில் உள்ள நகரம். 1386ஆம் நிறுவப்பட்ட மிகத்தொன்மையான பல்கலைக் கழகம் அங்கே இருந்தது.)”

“ஹைடல்பர்குக்கு எதற்காக?”

‘நல்ல வேள்வி கேட்டீர்களே, புன்ஸேன் (புன்ஸேன் ராபர்ட் 1811-1899)பிரபல ஜெர்மன் விஞ்ஞானி. ஹைடல்பர்க் பல்கலைக் கழகத்தில் இரசாயனப் பேராசிரியராக இருந்தார்.) அங்கேதானே இருக்கிறார்!”

இதற்கு என்ன பதில் சொல்லுவது என்று பஸாரவுக்குத் தெரியவில்லை.

“திருவாளர் ஸப்போழ்னிக்கவ்... அவரை உங்களுக்குத் தெரியுமா?”

“தெரியாது.’

“அட அவர்தான் என்கிறேன். திருவாளர் ஸப்போழ்னிக்கவ்... லீதியா ஹஸ்தாத்தவா வீட்டுக்கு எப்போதும் வருவாரே, அவர்.”

“எனக்கு அவளையும் தெரியாது.”

“சரி, கிடக்கிறது. அவர் என்கூட வருவதாகக் கிளம்பினார்... கடவுள் அருள்தான் நான் கட்டற்றவள், எனக்குக் குழந்தைகள் இல்லை... அட நான் என்ன சொன்னேன்: கடவுள் அருள்தானா!

ஆனால், எல்லாம் ஒன்றுதான்."

கூக் ஷினா புகையிலைக் கறையேறிப் பழுப்பாகியிருந்த விரல்களால் ஒரு சிகரெட்டு சுருட்டினாள், நாக்கால் அதை ஒட்டவைத்தாள், பின்பு உறிஞ்சிப் புகைக்கத் தொடங்கினாள். பணிப்பெண் டிரேயுடன் உள்ளே வந்தாள்.

"இதோ காலையாகாரமும் வந்துவிட்டது! கொஞ்சம் சாப்பிடுகிறீர்களா? விக்டர், புட்டியைத் திறவுங்கள். இது உங்கள் வேலை."

"என் வேலை, என் வேலைதான்" என்று முணுமுணுத்துவிட்டு மறுபடி கீச்சுக் குரலில் சிரித்தான் ஸீத்னிக்கவ்.

"இந்த ஊரில் அழகான பெண்கள் இருக்கிறார்களா?" என்று மூன்றாவது கிளாஸைப்பருகிவிட்டுக் கேட்டான் பஸாரவ்.

"இருக்கிறார்கள். ஆனால் அவர்கள் எல்லாருமே வெறுமையானவர்கள். என் தோழி அதின்த்ஸோவாயை எடுத்துக் கொள்வோமே. அழகிதான். ஆனால் பாவம், அவளுக்கு ஏதோ ஒரு மாதிரிப் பெயர்.. அட இதுகூடப் பரவாயில்லை, ஆனால் அவளிடம் நோக்குகளில் சுதந்திரமோ, விசாலமோ... எதுவுமே கிடையாது. வளர்ப்பு முறை முழுவதையுமே மாற்றியாக வேண்டும். நான் இதைப்பற்றி ஏற்கனவே சிந்தித்திருக்கிறேன். நம் பெண்கள் படுமோசமாக பயிற்றி வளர்க்கப்பட்டிருக்கிறார்கள்.

"அவர்களை உங்களால் ஒன்றும் செய்ய முடியாது. அவர்களை இகழ்ந்து அருவருக்க வேண்டும், நான் அவர்களை அருவருக்கிறேன் முழுமையாக, ஒரேயடியாக!" (இகழ்ந்து அருவருக்கும் வாய்ப்பும் தன் இகழ்ச்சியை வெளியிடும் வாய்ப்பும் கிடைத்தால் ஸீத்னிக்கவுக்கு ஒரே மகிழ்ச்சி. சிறப்பாகப் பெண்களை அவன் தாக்குவான். சிலமாதங்கள் கழிந்ததும் தன் மனைவி முன், அவள் துர்தலெயோஸவா சிற்றரசியாகப் பிறந்தவள் என்ற ஒரே காரணத்துக்காக மட்டுமே, மண்டியிட்டு வணங்கப் போகிறோம் என்பது அவனுக்குத் தெரியாது.) "அவர்களில் ஒருத்தியால்கூட நம் உரையாடலைப் புரிந்து கொள்ள முடியாது. ஆழ்ந்த போக்குள்ள ஆடவர்களான நாம் சர்ச்சை செய்யத் தகுதி உள்ளவள் அவர்களில் ஒருத்திகூட இல்லை!"

---

* *புருதோன், பியேர் ஜோஸேஃப் (1809-1865) - பிரெஞ்சு கட்டுரையாளர், பொருளியல் அறிஞர், சமூக விஞ்ஞானி. அராஜகவாதத்திற்கு அடிகோலியவர்களில் ஒருவர். பெண்கள் விடுதலையை எதிர்த்தவர். புருதோனின் பிற்போக்குக் கருத்துக்களை மார்க்ஸ் கடுமையாகத் தாக்கினார்)*

"அட நம் உரையாடலைப் புரிந்துகொள்வது அவர்களுக்குத் தேவையே இல்லை" என்றான் பஸாரவ்.

"நீங்கள் யாரைச்சொல்லுகிறீர்கள்?" என்று குறுக்கிட்டான் கூக்ஷினா.

"அழகான பெண்களை."

"என்ன? அப்படியானால் புருதோனின்* கருத்தை நீங்கள் ஏற்கிறீர்களா என்ன?"

பஸாரவ் ஆணவம் தோன்ற நிமிர்ந்தான்.

"நான் எவருடைய கருத்தையும் ஏற்கவில்லை. எனக்குச் சொந்தக் கருத்துக்கள் உண்டு."

"பிரமாண புருஷர்கள் ஒழிக!" என்று கத்தினான் ஸீத்னிக்கவ். தான் அடிவருடிய மனிதன் முன்னிலையில் கடுமையாகக் கருத்தை வெளியிட வாய்ப்பு கிடைத்ததில் அவனுக்குப் பெருமகிழ்வு உண்டாயிற்று.

"ஆனால் மெக்காலேயே (மெக்காலே, தாமஸ் பாபிங்டன் (1800-1859) - ஆங்கில வரலாற்று ஆசிரியர். "இங்கிலாந்தின் வரலாறு' அவரது முக்கியமான நூல்.) என்று ஆரம்பித்தாள் கூக்ஷினா .

"மெக்காலே ஒழிக! இந்தப் பெண்பிள்ளைகளுக்கா பரிந்து பேசுகிறீர்கள் நீங்கள்?" என்று முழங்கினான் ஸீத்னிக்கவ்.

"பெண்பிள்ளைகளுக்கு அல்ல, மாதர்களின் உரிமைகளுக்கு. கடைசித் துளி இரத்தம் வரை சிந்தி இவற்றைக் காப்பதாக நான் சபதம் செய்திருக்கிறேன்.'

"ஒழிக!" என்று கத்திய ஸீத்னிக்கவ் சட்டென நிறுத்திவிட்டான். "அவற்றை நான் மறுக்கவில்லை" என்றான்.

"இல்லை, நான்தான் பார்க்கிறேனே, நீங்கள் ஸ்லாவிய மரபுவாதி!"

"நான் ஸ்லாவிய மரபுவாதி அல்ல. ஆனால், சந்தேகமில்லாமல்...'

"இல்லை, இல்லை, இல்லை. நீங்கள் ஸ்லாவிய மரபுவாதி. 'தமஸ்த்ரோய்'** கருத்துக்களைப் பின்பற்றுபவர்கள் நீங்கள். உங்கள்கையில் சவுக்கைக் கொடுத்தால் நன்றாய் இருக்கும்.

'சவுக்கு நல்ல விஷயம்தான். ஆனால் நாங்கள் கடைசித்துளிவரை குடித்துத் தீர்த்துவிட்டோமே...' என்று கூறினான் பஸாரவ்.

** தமஸ்த்ரோய்' 16-ம் நூற்றாண்டில் எழுதப்பட்ட நூல். குடும்ப வாழ்க்கை விதிகளின் தொகுப்பு இது. குடும்பத்தலைவனுக்குச் சர்வாதிகார உரிமை அளித்த நூல்.)

இவான் துர்கனேவ் | 91

“என்ன?” என்றாள் கூக் ஷினா.

“ஷாம்பேனை, மரியாதைக்குரிய கூக் ஷினா, ஷாம்பேனை, உங்கள் குருதியை அல்ல.”

“பெண்களையாராவது தாக்கினால் என்னால் கேட்டுக் கொண்டிருக்க முடியாது” என்று பேச்சைத் தொடர்ந்தாள் கூக் ஷினா. “இது பயங்கரம், கோரம். அவர்களைத் தாக்குவதற்குப் பதிலாக மிஷ்லே எழுதியுள்ள ‘காதலைப்பற்றி’ என்னும் நூலைப்படியுங்கள். அற்புதம்! கனவான்களே, காதலைப்பற்றிப் பேசுவோம்” என்று சோபாவின் கசங்கிய தலையணை மீது கையை ஆயாசத்துடன் போட்டாள் கூக் ஷினா.

திடீரென மௌனம் குடிகொண்டது.

“இல்லை, காதலைப்பற்றி பேசுவானேன்? நீங்கள் சற்றுமுன் அதின்த்ஸோவாவைப் பற்றிக் குறிப்பிட்டீர்கள்... அவள் பெயர் அதுதானே? யார் அந்தச் சீமாட்டி?”

“அருமையானவள்! அற்புதமான பெண். நான் உங்களை அவளுக்கு அறிமுகப்படுத்துகிறேன். அறிவுக் கூர்மை உள்ளவள், பணக்காரி, விதவை. வருத்தம் ஒன்றுதான்: அவள் இன்னும் போதிய வளர்ச்சி பெறவில்லை. நம் கூக் ஷினாவோடு நெருங்கிப் பழக வேண்டும் அவள். உங்கள் உடல் நலத்துக்காகப் பருகுகிறேன், அவ்தோத்தியா! கிண்ணங்களை மோதிக்கொள்வோம். எட் டோஸ், எட் டோஸ், எட்டின் டின்-டின்! எட் டோஸ், எட் டோஸிஸ் எட் டின்-டின்-டின்!”

“விக்டர், நீங்கள் குறும்புக்காரர்.”

காலைச் சாப்பாடு நெடு நேரம் நீடித்தது. முதல் ஷாம்பேன் புட்டியைத் தொடர்ந்து இரண்டாவது புட்டி வந்தது, பின்பு மூன்றாவதும் நாலாவதும் வந்தன... கூக் ஷினா வாய் ஓயாமல் பேசிக்கொண்டு போனாள். ஸீத்னிக்கவ் அவளுக்கு ஒத்துப்பாடினான். மணம் என்பது என்ன மூடப்பழக்கமா அல்லது குற்றமா? மக்கள் எப்படிப்பிறக்கிறார்கள் தனியர்களாகவா?அல்லது? தனித்தன்மை என்பது உண்மையில் என்ன? இந்த விஷயங்களைப் பற்றி நிறையப் பேசினார்கள். கடைசியில் கூக் ஷினா குடித்த சாராயத்தின் விளைவாக ஒரேயடியாகச் சிவப்பேறிப் போய், சுருதி சேராத பியானோக் கட்டைகளைத் தட்டை நகங்களால் அடித்தவாறு கரகரத்த குரலில் பாடத் தொடங்கும் அளவுக்கு முற்றிவிட்டது. அவள் முதலில் ஜிப்ஸிப் பாட்டுக்கள் பாடினாள். அப்புறம் ஸெய்மூர் - ஷிஃப் இயற்றிய “தூக்கத்தில் ஆழ்ந்த கிரனாடா” என்ற பாட்டைப்பாடினாள்.

"உன்னிதழ்களும் என்னவையும்

ஒன்று கலந்தன முத்தத்திலே"

என்ற வரிகள் பாடப்பட்டபோது ஸீத்னிக்கவ் தலையில் லேஞ்சியைச் சுற்றிக் கொண்டு சிலையாக நின்ற காதலனாக நடித்தான்.

முடிவில் அர்க்காதிக்குச் சகிக்கவில்லை.

"கனவான்களே, இது பைத்தியக்கார விடுதிபோல் இருக்கிறது" என்று உரக்கச் சொன்னான்,

பஸாரவ் உரையாடலின் நடுநடுவே எப்போதாவது கேலிப் பேச்சு பேசுவதுடன் நின்றுகொண்டான். அவன் ஷாம்பேன் பருகுவதில் அதிகமாக ஈடுபட்டிருந்தான். இப்போது அவன் உரக்கக் கொட்டாவி விட்டு, வீட்டுக்காரியிடம் சொல்லிக் கொள்ளாமலே அர்க்காதியுடன் வெளியேறினான். ஸீத்னிக்கவ் துள்ளி எழுந்து அவர்களைத் தொடர்ந்தான்.

அடிமைத்தனத்துடன்குழைந்தவாறு அவர்களுக்கு இடப்புறமும் வலப்புறமுமாக ஓடிக்கொண்டே, "என்ன, ஊம், என்ன? நான் தான்சொன்னேனே, அருமையான பேர்வழி என்று! இந்த மாதிரிப் பெண்கள் நிறைய இருந்தால் நமக்கு நல்லது. தன் வகையில் இவள் உயர்ந்த ஒழுக்கநெறி கொண்ட பிறவி" என்றான்.

"உன் தகப்பனாரின் இந்த நிலையமும் ஒழுக்கநெறி கொண்டதுதானோ?" என்று வழியில் இருந்த சாராயக் கடை ஒன்றை விரலால் சுட்டிவினவினான் பஸாரவ்.

ஸித்னிக்கவ் மறுபடி கீச்சுக்குரலில் வாய்விட்டுச் சிரித்தான். தனது பிறப்பில் அவனுக்கு நிரம்ப வெட்கம். பஸாரவ் தன்னைத் திடீரென்று ஒருமையில் குறித்ததைப் புகழ்ச்சியாக எடுத்துக் கொள்வதா அல்லது அதற்காக ரோசப்படுவதா என்று அவனுக்கு விளங்கவில்லை.

ௐ 14 ௐ

சில நாட்கள் கழிந்ததும் கவர்னர் மாளிகையில் நடன விருந்து நடைபெற்றது.மத்வேய் இலியீச் உண்மையான "விழா நாயகராக' விளங்கினார். அவர்மேல் உள்ள மரியாதை காரணமாகவே தாம் விருந்துக்கு வந்திருப்பதாக குபேர்னியா பிரபுக்கள் சமூகத் தலைவர் ஒருவர் பாக்கியின்றி எல்லோருக்கும் அறிவித்தார்.

கவர்னரோ, நடன விருந்தில்கூட, அசையாமல்நின்ற வண்ணமே கூட, "ஏற்பாடுகள் செய்வதைத்' தொடர்ந்தார். மத்வேய் இலியீச் பழகிய விதத்தில் இருந்த மென்மைக்கு அவருடைய பெருமிதந்தான் நிகராக முடிந்தது. அவர் எல்லோரையும் குஷிப்படுத்தினார் சிலரை ஓரளவு அருவருப்புத் தோற்றத்துடனும் வேறு சிலரைச் சற்று மரியாதையுடனும். சீமாட்டிகளுக்கு முன் பிரெஞ்சு வீர மரபினர் போலப் பாராட்டுரைகளை வாரி வீசினார். உயர் அதிகாரிக்கு ஏற்ற பாங்கில் ஒரே சீராக உரக்கக் கடகடவென்று சிரித்தார். அர்க்காதியின் முதுகைத்தடவி அவனை "மருமகப்பிள்ளை" என்று உரக்க அழைத்தார். கொஞ்சம் பழசுபட்ட நீள்கோட்டு அணிந்திருந்த பஸாரவை எங்கோ பார்ப்பதுபோலக் கன்னத்தின் மீதாக வழுகிச் சென்ற, ஆனால் பரிவுள்ள பார்வையால் கெளரவப்படுத்தினார், தெளிவற்ற வகையில் ஏதோ முணுமுணுத்தார். "நான்..." "மிகவும்" என்ற சொற்கள் மட்டுமே அதில் துலக்கமாகக் காதில் பட்டன. ஸீத்னிக்கவ் குலுக்குவதற்காக ஒரு விரலை நீட்டி, புன்னகை செய்தார். ஆனால் முகத்தை வேறு புறம் திருப்பிக் கொண்டார். இடைசிறுத்த நாகரிக உடையின்றி, சாதாரண உடையும் அழுக்கேறிய கையுறைகளும் அணிந்து தலையை மட்டும் சிங்காரக் கோழிச் சிறகுகளால் அலங்கரித்துக் கொண்டிருந்த கூக் ஷினாவைக் கூட "உங்கள் அழகு என்னை மயக்குகிறது" என்று பிரெஞ்சு மொழியில் புகழ்ந்தார். கூட்டம் ஏராளமாக நெரிந்தது. பெண்களோடு நடனம் ஆடுபவர்களுக்கும் குறைவில்லை. சிவில் உத்தியோகஸ்தர்கள் பெரும்பாலும் சுவரோரமாகக் கூடியிருந்தார்கள். ஆனால் இராணுவ அதிகாரிகள் முழு ஈடுபாட்டுடன் நடனம் ஆடினார்கள். அவர்களில் ஒருவன் பாரிஸ் நகரில் ஒரு ஆறு வாரங்கள் தங்கி, சில பிரெஞ்சுச் சொற்களைக் கற்று வந்திருந்தான். இந்தச் சொற்களை அவன் துளி பிசகு இல்லாமல், சரியான பாரிஸ் தோரணையில் உச்சரித்தான். ஆனால் மொத்தத்தில் ருஷ்ய பிரெஞ்சு மொழி பேசினான் அவன். தங்கள் மொழியை நாம் அற்புதமாகப் பேசுவதாகச் சொல்ல வேண்டிய நிர்ப்பந்தம் இல்லாதபோது பிரெஞ்சுக்காரர்கள் எள்ளி நகையாடும் வகையான பிரெஞ்சு மொழி அது.

நாம் ஏற்கனவே அறிந்ததுபோல அர்க்காதி மோசமாக நடனம் ஆடினான். பஸாரவோ, நடனம் ஆடவே இல்லை. அவர்கள் இருவரும் ஒரு மூலையில் இடம் பிடித்துக் கொண்டார்கள். ஸீத்னிக்கவ் அவர்களோடு சேர்ந்து கொண்டான். முகத்தில் இகழ்ச்சிச்சிரிப்பு தோன்ற, அவ்வப்போது நஞ்சு தோய்ந்த சொற்களால்விமர்சித்தவாறு தடுக்காக நாற்புறமும் கண்ணோட்டினான். உண்மையான இன்பம் துய்ப்பவன்போலக் காணப்பட்டான். திடீரென அவன் முகத் தோற்றம் மாறியது. அர்க்காதியின் பக்கம்திரும்பி, "அதின்த்ஸோவா வந்துவிட்டாள்" என்று கூச்சப்படும் பாவனையில் சொன்னான்.

அர்க்காதி முகத்தைத் திருப்பியவன் கரிய உடை அணிந்து ஹால் வாயிலில் நின்று கொண்டிருந்த உயரமான ஒரு யுவதியைக் கண்டான். அவள் நின்ற பாங்கில் இருந்த பெருமிதம் அவனை வியப்பில் ஆழ்த்தியது. அவளுடைய திறந்த கரங்கள் வடிவமைந்த இடையை ஒட்டினாற்போல அழகாகக் கிடந்தன. பளிச்சிட்ட கூந்தலிலிருந்து மெல்லிய ஃபூக்ஸ் கிளைகள் வடிவாகச் சரிந்த தோள்கள்மேல் அழகாக விழுந்திருந்தன. அமைதியும் அறிவும் களையும் ததும்ப, அதிலும் சிந்தனையற்ற அமைதி ததும்ப, சற்றே முன் கவிந்த நெற்றிக்கு அடியிலிருந்து நோக்கின நெளிந்த விழிகள். இதழ்களில் சற்றே தென்பட்ட இளநகை அரும்பியது. அன்பும் மென்மையும் வாய்ந்த ஆற்றல் அவளுடைய முகத்தில் ஒளிர்ந்தது.

"உங்களுக்கு இவளைப் பழக்கம் உண்டா?" என்று ஸீத்னிக்கவிடம் கேட்டான் அர்க்காதி.

"நெருக்கமான பழக்கம் உண்டு. உங்களை அறிமுகம் செய்து வைக்கட்டுமா?"

"செய்து வையுங்களேன்... இந்த நடனத்துக்குப் பிறகு.'

பஸாரவும் அதின்த்ஸோவாவைக் கவனித்தான்.

"யார் இந்தப் பேர்வழி? மற்றப் பெண்பிள்ளைகள் போல இல்லையே" என்றான்.

நடனம் முடியும்வரை காத்திருந்துவிட்டு ஸீத்னிக்கவ் அர்க்காதியை அதின்ஸோவாவிடம் இட்டுச் சென்றான். ஆனால் அவனுக்கு அதின்ஸோவாவுடன் நெருங்கிய பழக்கம் உண்டா என்பது சந்தேகமாய் இருந்தது; அவளிடம் பேசும்போது அவனும் தடுமாறினான், அவளும் அவனைச் சற்று திகைப்புடன் நோக்கினாள். ஆனால் அர்க்காதியின் குலப்பெயரைக் கேட்டதும் அவள் முகம் மகிழ்ச்சித் தோற்றம் கொண்டது. அவன் நிக்கலாய் பெத்ரோவிச்சின் மகன்தானே என்று விசாரித்தாள்.

"ஆமாம்."

"உங்கள் தகப்பனாரை இரண்டு தடவை பார்த்திருக்கிறேன், அவரைப் பற்றி நிறையக் கேள்விப்பட்டிருக்கிறேன். உங்களை அறிமுகம் செய்து கொண்டதில் எனக்கு ரொம்ப மகிழ்ச்சி" என்றாள்.

அப்போது எவனோ இராணுவ அதிகாரி அவளிடம் பாய்ந்து வந்து குவாட்ரில் நடனத்தில் உடன் ஆட அழைத்தான். அவள் இசைந்தாள்.

"நீங்கள் நடனம் ஆடுவீர்களா?" என்று மரியாதையுடன் வினவினான் அர்க்காதி.

"ஆடுவேன். நான் ஆட மாட்டேன் என்று ஏன் நினைக்கிறீர்கள்? அல்லது எனக்கு அதிக வயது ஆகிவிட்டதாக உங்களுக்குப் படுகிறதோ?'

மன்னியுங்கள். இப்படிப்பேசலாமா... அப்படியானால் என்னுடன் மஸூர்க்கா ஆட வரும்படி உங்களை அழைக்க அனுமதியுங்கள்."

அதின்ஸோவா பரிவுடன் புன்னகை செய்தாள்.

"அதற்கென்ன" என்று இசைவு தெரிவித்து, மணமான சகோதரிகள் மிகச் சிறுவர்களான தம்பிகளைப் பார்ப்பதுபோன்று அர்க்காதியை நோக்கினாள்.

அதின்ஸோவா அர்க்காதியைக் காட்டிலும் கொஞ்சம்தான் பெரியவள். அவளுக்கு இருபத்தொன்பதாவது வயது நடந்து கொண்டிருந்தது. ஆனாலும் அவள் முன்னிலையில் அர்க்காதிக்குத்தான் பள்ளிச்சிறுவன், இளைய மாணவன் என்ற உணர்வு ஏற்பட்டது. தாங்கள் இருவருக்கும் இடையே வயது வித்தியாசம் மிக அதிகம் போலப்பட்டது. மத்யேவ் இலியீச் மிடுக்கான தோற்றத்துடன் அவளை நெருங்கி. அடிமைத் தனமான பணிவு ததும்பும் சொற்களால் பசப்பினார். அர்க்காதி ஒருபக்கம் விலகி நின்றுகொண்டான். ஆனால் தொடர்ந்து அவளையே கவனித்தான். குவார்ட்ரில் நடனத்தின்போதும் அவள் மேல் பதித்த பார்வையை அவன் அகற்றவில்லை. உயர் அதிகாரியுடன் பேசிய அதே இயல்பான தோரணையில் அவள் உடனாடியவனோடும் பேசினாள், தலையையும் விழிகளையும் மெதுவாக அசைத்தாள், ஓரிரு தடவைகள் அடக்கமாகச் சிரித்தாள். அனேகமாக எல்லா ருஷ்யர்களுக்கும் உள்ளது போலவே அவளுக்கும் மூக்கு சற்று பருமனாய் இருந்தது அவளுடைய தோல்நிறமும் முழுவதும் தூயதாக இல்லை. இவை எல்லாம் இருந்தும் அவள் போன்ற வனப்புள்ள மங்கையைத் தான் கண்டதே இல்லை என்று அர்க்காதிக்குத் தோன்றியது. அவள் குரல் ஒலி அவன் காதுகளை விட்டு அகலவே இல்லை. அவளுடைய உடை மடிப்புக்கள்கூட மற்றவர் களுடையவற்றையும் விட வேறு விதமாக, அதிகப் பாங்காகவும் அகலமாகவும் இருப்பதாக அவனுக்குப்பட்டது. அவளுடைய அங்க அசைவுகள் ஒரேசமயத்தில் ஒயிலுள்ளவையாகவும் இயல்பானவை யாகவும் இருந்தன.

மஸூர்க்கா நடன இசை தொடங்கியதும் தன் நடன ஜோடி அருகே உட்கார்ந்த அர்க்காதியின் உள்ளத்தில் ஓரளவு கூச்சமும் பயமும் ஏற்பட்டன. பேச்சை ஆரம்பிக்க எண்ணியவன் வெறுமே தலையைக் கோதிக் கொண்டிரந்தானே தவிர, ஒரு வார்த்தைகூட அவன் வாயிலிருந்து வரவில்லை. ஆனால்

இந்தக் கூச்சமும் பதற்றமும் சற்றுநேரத்தில் அகன்றுவிட்டன. அதின்த்ஸோவாவின் அமைதி அவள் உள்ளத்திலும் பரவியது. கால் மணி நேரம் கழிவதற்குள் அவன் தன் தகப்பனாரைப் பற்றியும் பெரிய தந்தையைப் பற்றியும் பீட்டர்ஸ்பர்க் வாழ்க்கையையும் கிராம வாழ்க்கையையும் அதின்த்ஸோவா அலங்கார விசிறியை லேசாக விரிப்பதும் மடக்குவதுமாக, பண்பு வாய்ந்த பரிவுடன் அவன் கூறியவற்றைச் செவி மடுத்தாள். யாராவது அவளை உடன் ஆட அழைக்கும்போது அர்க்காதியின் பேச்சு இடை நிற்கும். இதற்கிடையே ஸீத்னிக்கவ் இரண்டு தரம் ஆட அழைத்துவிட்டான். ஆடி முடிந்து அவள் திரும்புவாள், மறுபடி உட்கார்ந்து விசிறியைக் கையில் எடுத்துக் கொள்வாள். அவள் மார்புகூட விரைந்த மூச்சைக் காட்டாது. அர்க்காதியோ, மீண்டும் பொரிந்து கொட்டத் தொடங்குவான். அவள் அருகாமையில் இருக்கவும் அவளுடன் உரையாடவும் வாய்த்த இன்பத்தால் அவன் உள்ளம் நிறைந்து பொங்கும். அவளுடைய விழிகளையும் நேர்த்தியான நெற்றியையும் இனிமையும் பெருமிதமும் அறிவுக் களையும் ஆர்ந்த வதனத்தையும் பார்த்தவாறு பேசிக்கொண்டு போவான். அவள் கொஞ்சந்தான் பேசினாள். ஆனால் வாழ்க்கை பற்றிய அறிவு அவள் சொற்களில் வெளிப்பட்டது. இந்த யுவதி எத்தனையோ உணர்ச்சிகளை அனுபவித்தும் எத்தனையோ விஷயங்கள் பற்றிச் சிந்தித்தும் தேர்ந்தவள் என்று அவள் வெளியிட்ட சில கருத்துக்களிலிருந்து அர்க்காதி முடிவு செய்தான்.

"திருவாளர் ஸீத்னிக்கவ் உங்களை என்னிடம் அழைத்து வந்தாரே, அப்போது நீங்கள் யாரோடு நின்று கொண்டிருந்தீர்கள்?" என்று கேட்டாள் அவள்.

"நீங்கள் அவனைக் கவனித்தீர்களா?" என்று பதிலுக்குக் கேட்டான் அர்க்காதி. "அவன் முகம் மிகவும் எடுப்பானது, இல்லையா? அவன்தான் பஸாரவ் என்பவன், என் நண்பன்.

பின்பு அர்க்காதி தன் நண்பனைப் பற்றிப் பேசத் தொடங்கினான்.

அவன் மிக விரிவாக, உவகை ஊற்றெடுக்க வர்ணித்ததைக் கேட்டு அதின்த்ஸோவா அவன் பக்கம் திரும்பி அவனை உற்றுப்பார்த்தாள். இதற்கிடையே மஸூர்க்கா முடிவை நெருங்கியது. தன் நடன ஜோடியைப் பிரிய அர்க்காதிக்கு வருத்தமாய் இருந்தது. அவளோடு கழித்த சுமார் ஒரு மணி நேரம் அவன் அவ்வளவு இன்பத்தில் திளைத்தான்! அவள் தன்மேல் கருணை காட்டியதாகவும் தான் அவளுக்கு நன்றி பாராட்ட வேண்டும் என்றும் அந்த நேரம்முழுவதும் அவனுக்குத் தோன்றிக்கொண்டிருந்தது உண்மையே... ஆனால் இளம் இதயங்களை இந்த உணர்வு சுமையாய் அழுத்துவதில்லை.

இசை நின்றது.

“நன்றி” என்று பிரெஞ்சில் கூறி எழுந்தாள் அதின்த்ஸோவா. “நீங்கள் என்னைப் பார்க்க வருவதாகச் சொல்லியிருக்கிறீர்கள். உங்கள் நண்பரையும் உடன் அழைத்துக்கொண்டு வாருங்களேன். எதையும் நம்பாமலிருக்கத் துணிவு கொண்ட மனிதரைக் காண எனக்கு நிரம்ப ஆவலாக இருக்கிறது.”

கவர்னர் அதின்த்ஸோவாவிடம் வந்து சாப்பாடு தயாராகிவிட்டது என்று அறிவித்து, கவலை தோய்ந்த முகத்துடன் அவளுக்குக் கை கொடுத்தார். அவருடன் போய்க் கொண்டே அவள் திரும்பி அர்க்காதியைக் கடைசி முறையாக நோக்கி முறுவலித்துத் தலை அசைத்தாள். அவன் சிரம்தாழ்த்து வணங்கிவிட்டு அவள் போவதைப் பார்த்துக் கொண்டு நின்றான். (கரும் பட்டின் சாம்பல் நிற ஒளியால் பளபளத்த அவளுடைய மேனி அவனுக்கு எவ்வளவு அழகாய்த்தோற்றம் அளித்தது!) “நான் ஒருவன் இருப்பதை இந்தக் கணமே அவள் மறந்து விட்டாள்” என்று எண்ணியதும் தன் உள்ளத்தில் ஏதோ இனிய பணிவு உண்டாவதை உணர்ந்தான்...

பஸாரவ் இருந்த மூலைக்கு அவன் திரும்பியதுமே “என்ன? திருப்தி அடைந்தாயா?” என்று அவனிடம் கேட்டான் பஸாரவ். “இந்தச் சீமாட்டி ‘ஐயையோ’ என்று இப்போதுதான் ஒருசீமான் என்னிடம் சொன்னான். அட அந்தச் சீமான் மடையனாய் இருப்பான்.ஊம், உன் கருத்துப்படி அவள் என்ன, ‘ஐயையோதானா?”

“இந்த அடைமொழி எனக்கு நன்றாகப் புரியவில்லை” என்றான் அர்க்காதி.

“அடேயப்பா! எவ்வளவு வெகுளிப் பிள்ளை!”

“அப்படியானால் உன்னுடைய சீமானை எனக்குப் புரியவில்லை. அதின்த்ஸோவா மிக இனியவள், ஒப்புக் கொள்கிறேன். ஆனால் அவள் பனிக்கட்டிபோல ஒரே அலட்சியமாக, கண்டிப்பாக நடந்து கொள்கிறாள்,ஆகவே...”

“அமைதியான கசத்தில் ஆழ் நீரோட்டம் இருக்குமே, உனக்கு தெரியாதா! அவள் ‘பனிக்கட்டிபோல’ இருப்பதாக நீ சொல்கிறாய். உண்மைச்சுவையே அதில்தான் இருக்கிறது. உனக்கு ஐஸ்கிரீம் பிடிக்கும் அல்லவா?”

“இருக்கலாம். இதை நிர்ணயிக்க என்னால் முடியாது. அவள் உன்னை அறிமுகம் செய்துகொள்ள விரும்புகிறாள். தன் இருப்பிடத்துக்கு உன்னையும் அழைத்து வரச்சொன்னாள்.”

“நீ என்னை எப்படிச் சித்தரித்திருப்பாய் என்று எனக்குத் தெரியுமே! ஆனால் நீ செய்தது சரியே. என்னைஅழைத்துக் கொண்டு

போ. அவள் வெறும் பிராந்திய மினுக்கியோ அல்லது கூக் ஷினா வகையைச் சேர்ந்த 'விடுதலை பெற்ற நவீன மங்கையோ, யாராய் இருந்தாலும் சரி. அவளிடம் உள்ளவை போன்ற தோள்களைநான் வெகு காலமாகக் காணவில்லை.

பஸாரவின் நெஞ்சீரமற்ற இகழ்ச்சிப் போக்கு அர்க்காதிக்கு அருவருப்பு ஊட்டியது. ஆனால் - அடிக்கடி நேர்வது போல- அவன் தன் நண்பனைக் கடிந்துகொண்டது அவனிடம் தனக்குப் பிடிக்காத கெட்ட குணத்துக்காக அல்ல...

"பெண்கள் சுதந்திரமாகச் சிந்திக்க முடியும் என்பதை ஏற்க நீ ஏன் மறுக்கிறாய்?" என்று குரலைத் தாழ்த்திக் கூறினான்.

"எதனால் தெரியுமா, தம்பீ? என் கருத்துப்படி பெண்களில் சுதந்திரமாகச் சிந்திக்க வல்லவர்கள் குரூபிகள் மட்டுமே."

உரையாடல் இத்துடன் நின்றுவிட்டது. இரண்டு இளைஞர்களும் சாப்பாடு முடிந்ததுமே வெளியேறி விட்டார்கள். கூக் ஷினா நரம்பு நோய் கண்டவள் போன்ற வன்மத்துடன், ஆனால் ஓரளவு பயத்துடனுந்தான், அவர்களை நோக்கி வாய்விட்டுச் சிரித்தாள். இருவரில் ஒருவருமே தன்னைக் கவனிக்கவில்லை என்பதனால் அவளுடைய தன்மானம் ஆழ்ந்து புண்பட்டிருந்தது. நடன விருந்தில் மற்ற எல்லோரையும் விட அதிக நேரம் அவள் தங்கினாள். காலை மூன்றே கால் மணி ஆகிவிட்ட போதும் அவள் ஸீத்னிக்கவுடன் போல்காமஸுர்க்கா நடனத்தைப் பாரிஸ் பாணியில் ஆடிக் காட்டினாள். அறிவூட்டக் கூடிய இந்தக் காட்சியுடன் நிறைவு பெற்றது கவர்னர் வீட்டு விருந்துக் கொண்டாட்டம்.

௸ 15 ௵

"இந்த நபர் பாலூட்டிகளின் எந்த வகுப்பைச் சேர்ந்தவள் என்று பார்ப்போம். இங்கே ஏதோ சரியாய் இல்லை என்று என் மூக்கிற்குப்படுகிறது." அதின்த்ஸோவா தங்கியிருந்த விடுதியின் மாடிப்படியில் மறுநாள் அர்க்காதியுடன் ஏறுகையில் பஸாரவ் இவ்வாறு கூறினான்.

"நீ சொல்வது எனக்கு ஆச்சரியமாய் இருக்கிறது!" என்று சீறினான் அர்க்காதி. "என்ன இது? நீ, பஸாரவ், இவ்வளவு குறுகிய ஒழுக்க நெறிகளை ஆதரிக்கிறாயா! இவற்றை..."

“வேடிக்கையான ஆளப்பா நீ!” என்று அசட்டையாகக் குறுக்கிட்டான் பஸாரவ். “நமது பேச்சு வழக்கிலும், என் சொந்தப் பேச்சிலும் ‘சரியாய் இல்லை’ என்பதற்கு அர்த்தம் ‘சரியாய் இருக்கிறது’ என்பதே. இது உனக்குத் தெரியாதா என்ன? இவளிடம் சரக்கு இருக்கிறது என்று அர்த்தம். நீதானே இன்று சொன்னாய், இவள் விந்தையான முறையில் வாழ்க்கைப்பட்டாள் என்று. ஆனால் என் கருத்துப்படி, பணக்காரக் கிழவனுக்கு வாழ்க்கைப்படுவது விந்தையானதே அல்ல, மாறாக, புத்திசாலித்தனமான காரியம். நகரவாசிகளின் வம்புப் பேச்சுக்களில் எனக்கு நம்பிக்கை கிடையாது. ஆனால், கல்விமானான நம் கவர்னர் சொல்வது போல, அவை நியாயமானவை என்று எண்ண ஆசைப்படுகிறேன்.”

அர்க்காதி பதில் பேசாமல் அறைக் கதவைத் தட்டினான். பணியுடை அணிந்த இளம் ஏவலன் இரு நண்பர்களையும் ஒரு பெரிய அறைக்கு இட்டுச் சென்றான். ருஷ்ய ஹோட்டல்களின் எல்லா அறைகளையும் போலவே அதிலும் மேஜை நாற்காலிகள் மோசமாய் இருந்தன. ஆனால் பூச்செடித் தொட்டிகள் வைக்கப்பட்டிருந்தன. விரைவில் அதின்த்ஸோவா சாதாரணக் காலை உடை அணிந்துவந்தாள். வசந்தகாலச் சூரிய வெளிச்சத்தில் அவள் முன்னிலும் இளமையுள்ளவளாகக் காணப்பட்டாள். அர்க்காதி அவளுக்கு பஸாரவை அறிமுகப் படுத்தினான். அதின்த்ஸோவா தலைக்கு நாள் போலவே முற்றிலும் அமைதியாய் இருந்தாள். பஸாரவோ குழப்பம் அடைந்தவன்போல் காணப்பட்டான். இதைக்கண்டு அர்க்காதி உள்ளூற வியப்புற்றான். தான் குழப்பம் அடைந்ததை பஸாரவும் உணர்ந்தான். அவனுக்கு எரிச்சலாக வந்தது. “நல்ல ஆள்தான் போ பெண்பிள்ளைக்குப் பயந்துவிட்டாயே!” என்று எண்ணிக் கொண்டான். ஸீத்னிக்கவ் முன்பு செய்தது போன்றே சோபாவில் உட்கார்ந்து கால்களைப் பரப்பியவாறு மட்டுமீறிய சொந்தத்துடன் வாய்க்கு வந்ததைப் பேசலானான். அதின்த்ஸோவா தன் தெளிந்த விழிகளை அவன் மீதிருந்து அகற்றவே இல்லை.

ஆன்னா ஸெர்கேயெவ்னா அதின்த்ஸோவாவின் தகப்பனார் ஸெர்கேய் நிக்கலாயெவிச் லோக்தெவ் பெயர் பெற்ற அழகர், மோசடிக்காரர், சூதாடி. மாஸ்கோவிலும் பீட்டர்ஸ்பர்கிலும் பதினைந்து ஆண்டுகள் கோலாகலமாகப் பெருவாழ்வு வாழ்ந்த பின் அவர் உடைமையை எல்லாம் சூதில் தோற்றுவிட்டு கிராமத்தில் குடியேறினார். அங்கேயே விரைவில் இறந்துபோனார். இருபது வயதான ஆன்னா, பன்னிரண்டு வயதான யெக்கத்தெரீனா, இரண்டு பெண்களுக்கும் அவர் வைத்துச் சென்றது அற்ப சொத்துத்தான். சிற்றரசர்கள் ஹ...வின் வம்சத்தைச் வறுமைப்பட்ட தாய், சேர்ந்த அவர்களுடைய பீட்டர்ஸ்பர்கில் கணவன் செயலாயிருந்த

காலத்திலேயே இறந்து போனாள். தகப்பனார் காலம் சென்றபின் ஆன்னாவின் பாடு மிகக் கஷ்டமாய் இருந்தது. பீட்டர்ஸ்பர்கில் அவள் பெற்றிருந்த சிறந்த கல்விப் பயிற்சி வீட்டையும் சொத்தையும் நிர்வகிப்பதில் தொல்லைகளைத் தாங்குவதற்கு - ஒதுக்குப்புற கிராம வாழ்க்கைக்கு - அவளைத் தயார் செய்யவில்லை. அக்கம் பக்கத்தில் ஒருவரைக்கூட அவளுக்குத் தெரியாது, யோசனை கேட்க அவளுக்கு யாரும் இல்லை. அவளுடைய தகப்பனார் அண்டை அயலாருடன் நெருங்கிப் பழகுவதைத் தவிர்த்தார். அவர்களை அவர் இகழ்ந்து ஒதுக்கினார், அவர்களும் அவரை இகழ்ந்து ஒதுக்கினார்கள் - இருசாராரும் தம் தம் வகையில். ஆயினும் ஆன்னா செய்வதறியாது திகைத்துப் போய்விடவில்லை. தன் தாயின் சகோதரி சிற்றரசி அவ்தோத்தியா ஸ்தெப்பானவ்னா ஹ... என்பவளுக்கு உடனே கடிதம் எழுதி வரவழைத்தாள். இவள் சிடுசிடுப்பும் அகந்தையும் கொண்ட கிழவி. மருமகளின் வீட்டில் குடியேறியதும் எல்லா நல்ல அறைகளையும் தனக்குவைத்துக்கொண்டாள். காலை முதல் மாலைவரை எரிந்து விழுவதும் முணுமுணுப்பதுமாக இருப்பாள். அவளிடம் எஞ்சியிருந்தவன் ஒரே ஒரு பண்ணையடிமைதான். கருங் கும்மென்று இருந்த பணியாள் இவன். இளநீலச் சரிகைப் பூத்தையல் போட்ட நைந்த மஞ்சள் பணியுடையும் முக்கோணத் தொப்பியுமாக இவன்பின்னே வந்தால்தான் கிழவிதோட்டத்தில் உலாவுவாள், தனியாக உலாவ மாட்டாள். பெரிய தாயின் இச்சபலங்களை எல்லாம் ஆன்னா பொறுமையுடன் சகித்துக்கொண்டாள் தங்கையைப் படிப்படியாகப் பயிற்றி வளர்ப்பதில் ஈடுபட்டாள். இந்தக் கண்ணற்ற நாட்டுப் புறத்திலேயே வாடி வதங்குவதுதான் தனக்கு வாய்த்தது என்று அவள் ஏற்றுக்கொண்டுவிட்டதாகத் தோன்றியது... ஆனால் விதியின் எண்ணம் வேறாய் இருந்தது. அவளைத் தற்செயலாகக் கண்டான் அதின்த்ஸோவ் என்பவன். இவன் நாற்பத்தாறு வயதான பெரும்பணக்காரன். விசித்திரப் போக்குள்ளவன், மனவாட்ட நோய்க்கு ஆளானவன். கொழுத்த, பாரியான ஆசாமி. ஏக்கமும் சோர்வுமாய் இருப்பான், ஆனால் அறிவீனனோ, கெட்டவனோ அல்ல. இவன் ஆன்னாமேல் காதல்கொண்டு அவளைக் கரம் பற்றும் விருப்பத்தை வெளியிட்டான். அவள் அவனுடைய மனைவி ஆக இசைந்தாள். அவன் அவளோடு ஒரு ஆறு ஆண்டுகள் வாழ்ந்துவிட்டு, இறக்குமுன்பு தன்சொத்துக்களை எல்லாம் அவளுக்கு எழுதி வைத்துச் சென்றான். அவன் காலமான ஓர் ஆண்டுவரை ஆன்னா கிராமத்திலிருந்து வெளியே போகவில்லை. அப்புறம் தங்கையோடு வெளிநாடு சென்று ஜெர்மனியில் மட்டுமே சிறிது காலம் தங்கியிருந்தாள். அலுப்படைந்து நகரிலிருந்து சுமார் நாற்பது கிலோ மீட்டர் தூரத்தில் இருந்த தன் அன்புக்குரிய நிக்கோல்ஸ்கொயே கிராமத்துக்குத் திரும்பி வந்து வசிக்கலானாள்.

அருமையான வசதிகள் அமைந்த மிக நல்ல மாளிகையும் நேர்த்தியான தோட்டமும் மூடு தோட்டமும் அவளுக்கு இருந்தன. காலம் சென்ற அதின்த்ஸோவ் வாழ்க்கை வசதிகள் எதிலும் தனக்குக் குறை வைத்துக் கொள்ளவில்லை. நகரத்துக்கு ஆன்னா ஸெர்கேயெவ்னா எப்போதாவதுதான் போவாள். பெரும்பாலும் அலுவல் நிமித்தமாகப் போய்விட்டு விரைவில் திரும்பிவிடுவாள். குபேர்னியா உயர்குடியினருக்கு அவளைப் பிடிக்கவில்லை. அதின்த்ஸோவுக்கு அவள் வாழ்க்கைப்பட்டது பற்றி அவர்கள் பயங்கரமாகக் கத்திக் கூச்சலிட்டார்கள். அவளைப் பற்றி இல்லாததும் பொல்லாததுமாகக் கதைகட்டிப் பரப்பினார்கள். தகப்பனுடைய சூதாட்ட மோசடிகளில் அவள் உதவியாய் இருந்ததாகவும் அவள் வெளிநாடு சென்றதுகூட வெறுமே அல்ல, துன்ப விளைவுகளை மறைப்பது அவசியம் ஆகிவிட்டதாலேயே என்றும் தீர்மானமாகக் கூறினார்கள். 'எதன் துன்ப விளைவுகளை என்பது புரிகிறதல்லவா?" என்று ஜாடையாகக் குறிப்பிட்டார்கள் ஆன்னா மீது ஆத்திரம் கொண்ட வம்பர்கள். "எல்லாம் பட்டுத் தேறியவளாக்கும்' என்று அவளைப் பற்றிக் கதைத்தார்கள். அதோடு தாமிரக் குழாய்களையும் கடந்து வந்தவள்" என்று வழக்கமாகச் சேர்த்துச் சொன்னான் வட்டாரத்தின் பிரபல நையாண்டிக்காரன். இந்த வம்புப் பேச்சுக்கள் எல்லாம் ஆன்னாவின் காதுகளையும் எட்டின ஆனால் அவள் அவற்றைப் பொருட்படுத்தவே இல்லை. கட்டற்ற, மிக உறுதியான சுபாவம் கொண்டிருந்தாள் அவள்.

சாய்வு நாற்காலியின் முதுகில் சாய்ந்து, கைமேல்கை வைத்தவாறு உட்கார்ந்த வண்ணம் பஸாரவின் பேச்சைக்கேட்டாள் அதின்த்ஸோவா. வழக்கத்துக்கு மாறாக அவன் மிக நிறையப் பேசினான், அதின்ஸோவாயைத் தன் பேச்சினால் மயக்க வெளிப்படையாக முயன்றான். இதனால் அர்க்காதி மீண்டும் வியப்பு அடைந்தான். பஸாரவின் நோக்கம் ஈடேறியதா, இல்லையா என்று அவனால் தீர்மானிக்க முடியவில்லை. அதின்த்ஸோவாவின் உள்ளத்தில் என்ன பதிவுகள் ஏற்பட்டன என்பதை அவள் முகத் தோற்றத்தைப் பார்த்துத் தெரிந்து கொள்வது கடினமாய் இருந்தது. இனிமையும் நுண்மையும் வாய்ந்த ஒரே தோற்றத்தைத்தான் அது எப்போதும் கொண்டிருந்தது. அவளுடைய அழகிய விழிகள் கவனத்தால் ஒளி வீசின. ஆனால் அது உள்ளக் கிளர்ச்சியற்ற கவனம். வந்தபின் ஆரம்ப நிமிடங்களில் பஸாரவ் செய்த கோரணிகள் துர்நாற்றம் அல்லது கடுப்பான திடீரோசை போல அவளுக்கு அருவருப்பு உண்டாக்கின. ஆனால் அவன் கூச்சப்படுகிறான் என்பதை அவள் சட்டெனப் புரிந்துகொண்டாள். இது அவளுக்குப் புகழ்ச்சியாகக் கூடப்பட்டது. கீழ்மை ஒன்றைத்தான் அவள் வெறுத்து ஒதுக்கினாள். பஸாரவிடம் கீழ்மை இருப்பதாகவோ

எவனும் குற்றம்சாட்ட முடியாது. அன்றைய தினம் அர்க்காதியின் வியப்புக்கு முடிவே வரவில்லை. பஸாரவ் அறிவுள்ள பெண்ணாக அதின்த்ஸோவா விடம் தன் கொள்கைகளையும் கண்ணோட்டங்களையும் பற்றிப் பேசத் தொடங்குவான் என்று அர்க்காதி எதிர்பார்த்தான். "எதையும் நம்பாமலிருக்கத் துணிவு கொண்ட" மனிதனின் கருத்துக்களைக் கேட்க விரும்புவதாக அவளேதான் சொல்லியிருந்தாளே. பஸாரவோ என்றால் அதற்குப் பதில் மருத்துவத்தையும் ஹோமியோபதியையும் தாவரவியலையும் பற்றிப் பேசினான். தனித்து ஒதுங்கிய வாழ்க்கையில் அதின்ஸோவா நேரத்தை வீண்போக்கவில்லை என்பது தெரிந்தது. சில நல்ல புத்தகங்களை அவள் படித்திருந்தாள், சரியான ருஷ்ய மொழி பேசினாள். இசையைப் பற்றிப் பேச்சுத் தொடங்கியவள், பஸாரவ் கலையை ஏற்கவில்லை என்று கண்டதும், மக்கள் பாட்டிசையின் முக்கியத்துவம்பற்றி அர்க்காதி உற்சாகமாகப் பேசத் தொடங்கியதைப் பொருட்படுத்தாமல், சர்ச்சையை மெதுவாகத் தாவரவியலுக்குத் திருப்பினாள். அர்க்காதியை அவள் இப்போது தம்பி போலவே நடத்தினாள். அவனுடைய நல்ல குணத்தையும் இளமைக்குரிய வெகுளித்தனத்தையும் அவள் மதித்தாள், அவ்வளவுதான். பல விஷயங்கள் பற்றிய உயிரோட்டமுள்ள உரையாடல் மூன்று மணிக்குக் கொஞ்சம் கூடுதலான நேரம் நிதானமாகத் தொடர்ந்தது.

கடைசியில் நண்பர்கள் எழுந்து விடைபெற்றுக் கொண்டார்கள். அதின்த்ஸோவா அவர்களை அன்பு ததும்ப நோக்கினாள், தன் அழகிய வெண் கரத்தை இருவர்பக்கமும் நீட்டினாள், பின்பு, சற்று யோசித்து, தயக்கமுள்ள இனிய புன்னகையுடன் சொன்னாள்:

"கனவான்களே, அலுப்பு தட்டுவது பற்றி நீங்கள் அஞ்சவில்லை என்றால் நிக்கோல்ஸ்கொயே கிராமத்தில் என் வீட்டுக்கு வாருங்கள்."

"அலுப்புத் தட்டவாவது, நன்றாய்ச் சொன்னீர்களே. உங்கள் வீட்டுக்கு வருவதைப் பெரிய பாக்கியமாகக் கருதுவேன்" என்றான் அர்க்காதி.

"நீங்களோ, திருவாளர் பஸாரவ்?"

பஸாரவ் வெறுமே சிரம் தாழ்த்து வணங்கினான். தன் நண்பனின் முகம் சிவப்பேறியதைக் கண்டு அர்க்காதி கடைசி முறையாக ஆச்சரியம் அடைந்தான்.

"ஊம்? இப்போதும் உன் கருத்து அதேதானோ - அவள் 'ஐயையோதானோ?" என்று வீதிக்கு வந்ததும் பஸாரவிடம் கேட்டான்.

"யார் கண்டார்கள்? அவள் எப்படித் தன்னைப் பனிக்கட்டியாய் உறைய வைத்துக் கொண்டிருக்கிறாள் பார்த்தாயா?" என்று கூறினான்

பஸாரவ். சற்று நேரம் பேசாதிருந்துவிட்டு, 'உயர்குடிப்பெருமாட்டி, செல்வத்தை ஆளும் சீமாட்டி அவள். தலையில் கிரீடம் சூடி, ஆடைப்பின் தொங்கலும் தானுமாக இலங்குவதுதான் பாக்கி" என்றான்.

"நம் உயர்குடிப் பெருமாட்டிகள் இவ்வளவு தூய ருஷ்ய மொழி பேசுவதில்லை" என்றான் அர்க்காதி.

"இவள் வறுமையில் உழன்றவள், தம்பீ. பல கஷ்டங்களைப்பட்டுத் தேறியவள்."

"இருந்தாலும் அற்புதமானவள்" என்று வியந்தான் அர்க்காதி.

"எப்பேர்ப்பட்ட நிகுநிகுப்புள்ள, வாகான மேனி! உடலமைப்பியல் கூடத்துக்கு அனுப்பலாம் போல!" என்றான் பஸாரவ்.

"நிறுத்தப்பா,யெவ்கேனி, கெஞ்சிக் கேட்டுக் கொள்கிறேன். இது கொஞ்சங்கூட நன்றாய் இல்லை."

"கோபித்துக் கொள்ளாதே, நாசூக்குக்காரா. முதல்தரம் என்றுதான் சொல்லிவிட்டேனே. அவள் வீட்டுக்குப்போக வேண்டியதுதான்."

"எப்போது?"

"நாளைநின்றே கூட. இங்கே நமக்கு வேலைதான் என்ன? கூக் ஷினா வீட்டில் ஷாம்பேன் குடிப்பதா? உன் உறவினர் இருக்கிறாரே, 'முற்போக்குள்ள அதிகாரி, அவர் பேச்சைக் கேட்பதா?... நாளை நின்றே நடையைக்கட்டுவோம். அதோடு என் தகப்பனாரின் பண்ணையும் அங்கிருந்துகிட்டடம்தான். இந்த நிக்கோல்ஸ்கொயே கிராமம்சாலையில்தான் இருக்கிறது?"

"ஆமாம்."

"நல்லது. காலங்கடத்துவதில் அர்த்தம் இல்லை. மடையர்களும் மகா புத்திசாலிகளும் மட்டுமே காலங் கடத்துவார்கள். நான் சொல்வதைக் கேள்: நிகுநிகுப்புள்ள மேனி!"

மூன்று நாட்கள் கழிந்ததும் இரு நண்பர்களும் நிக்கோல்ஸ்கொயே செல்லும் சாலையில் வண்டிப் பயணம் செய்தார்கள். பளிச்சென்று வெயில் அடித்துக்கொண்டிருந்தது. ஆனால் மட்டுமீறி வெக்கையாகவும் இல்லை. வயிறார உண்ட அஞ்சல் வண்டிக் குதிரைகள் முறுக்கிப் பின்னிய வால்களை லேசாக ஆட்டியவாறு ஒத்து ஓடின. அர்க்காதி சாலையை நோக்கி, ஏனென்று தனக்கே தெரியாமல் புன்னகை செய்தான்.

"எனக்கு வாழ்த்து கூறு" என்று திடீரெனச் சொன்னான் பஸாரவ். "இன்று ஜூன் 22, என் தேவதைக்குரிய நாள். பார்ப்போம், இது எனக்கு என்ன கொண்டு தருகிறது என்று. இன்று என்னை வீட்டிலும்

எதிர்பார்ப்பார்கள்" எனக்குரலைத் தாழ்த்திக் கூறினான்... "ஊம், காத்திருக்கட்டுமே, என்ன பிரமாதம்!"

௸ 16 ௵

ஆன்னா ஸெர்கேயெவ்னா அதின்த்ஸோவா வசித்த எஸ்டேட், படிப்படியாகச் சரிந்து சென்ற திறந்த குன்றின்மேல் அமைந்திருந்தது. அதற்குச் சிறிது தூரத்தில் இருந்தது பச்சை முகடும் வெள்ளைத் தூண்களும் கொண்ட சர்ச்சின் மஞ்சள் கல்கட்டிடம். சர்ச்சின் பிரதான வாயிலுக்கு மேலே, 'இயேசு கிறிஸ்துவின் மறு உயிர்ப்பு' சுவரோவியமாக 'இத்தாலியப் பாணியில்' தீட்டப்பட்டிருந்தது. கூர் உச்சித் தலைக்காப்புடன் முன்னணியில் நெடுஞ்சாண் கிடையாகக் கிடந்த கரும்பழுப்பு நிறப் படைவீரனின் உருவம் வட்ட உருவரைகள் காரணமாக கவனத்தை விசேஷமாக ஈர்த்தது. சர்ச்சுக்குப் பின்னே நீண்ட கிராமம் இரு வரிசை வீடுகளாகப் பரந்திருந்தது. வீடுகளின் வைக்கோல் கூரைகளுக்கு மேல் புகைபோக்கிகள் இங்கொன்றும் அங்கொன்றுமாகத் தென்பட்டன. பண்ணையார் வீடு சர்ச்போலவே அலெக்ஸாந்தர் பாணி என்று ருஷ்யாவில் பிரபலமான பாணியில் கட்டப்பட்டிருந்தது. இந்த வீடும் மஞ்சள் வண்ணம் பூசப்பட்டு, பச்சை முகடும் வெள்ளைத் தூண்களும் இலச்சினை பொறித்த முகப்பும் கொண்டிருந்தது. குபேர்னியா கட்டிடச்சிற்பி இந்த இரு கட்டிடங்களையும் காலம் சென்ற அதின்த்ஸோவின் இசைவுடன் அமைத்திருந்ததுதான். அதின்ஸோவுக்கோ, அர்த்தம் அற்றவையும் தான்தோன்றித் தனமுள்ளவையும் ஆன (அவன் சொல்வதுபோல) புதுப்புனைவுகள் கட்டோடு பிடிக்கா. பழங்காலத் தோட்டத்தின் பசியமரங்கள் வீட்டின் இரு மருங்கிலும் கவிந்திருந்தன. அலங்கார ஃபிர் மரப்பாதை வீட்டின் புகுவாயிலுக்கு இட்டுச் சென்றது.

பணியுடை அணிந்த இரண்டு உயரமான வேலைக்காரர்கள் முன்னறையில் நம் நண்பர்களை எதிர்கொண்டார்கள், அவர்களில் ஒருவன் உடனே வீட்டு மேற்பார்வையாளனிடம் ஓடினான். கறுப்பு நீள்கோட்டு அணிந்த பெருத்த மனிதனான மேற்பார்வையாளன் தாமதமின்றி வந்து, கம்பளம் விரித்த படிக்கட்டு வழியே விருந்தாளிகளை ஒரு தனி அறைக்கு இட்டுச் சென்றான். அதில் இரண்டு கட்டில்களும் எல்லா வகை அலங்காரச் சாதனங்களும் இருந்தன. வீட்டில் ஒழுங்கு நிலவியது என்பதுதெரிந்தது. எல்லாம் துப்புரவாக இருந்தன. எங்கும் ஒரு வகையான நறுமணம் கமழ்ந்தது

அமைச்சர்களின் வரவேற்பு அறைகளில் போல.

"ஆன்னா ஸெர்கேயெவ்னா இன்னும் அரை மணி நேரத்தில் தம் அறைக்கு வரும்படி உங்களைக் கேட்டுக் கொள்கிறார்கள். இப்போதைக்கு உங்களுக்கு ஏதாவது வேண்டியிருந்தால் உத்தரவு கொடுங்கள்" என்று பணிவுடன் கூறினான் வீட்டு மேற்பார்வையாளன்.

"ஒன்றும் வேண்டியிராது, ஐயா. தயவு செய்து ஒருகிண்ணம் வோத்கா வேண்டுமானால் கொண்டுவரச் சொல்லுங்கள்" என்றான் பஸாரவ்.

"உத்தரவுங்க" என்று ஓரளவு விளங்காமையுடன் சொல்லிவிட்டு, பூட்சுகள் கறுமுறுக்க வெளியேறினான் மேற்பார்வையாளன்.

"அடேயப்பா, என்ன படாடோபம் - அப்படித்தானே இதைக் குறிப்பிட வேண்டும்? உயர்குடிப் பெருமாட்டிதான், வேறு ஒன்றும் இல்லை" என்று கூறினான் பஸாரவ்.

"நல்ல பெருமாட்டிதான் போ. அதனால்தான் உன்னையும் என்னையும் போன்ற இரண்டு பெரிய பிரபுக்களை முதல் சந்திப்பின் போதே வீட்டுக்கு அழைத்திருக்கிறாளாக்கும்" என்று மறுத்துரைத்தான் அர்க்காதி.

"அதிலும் வருங்கால மருத்துவன், மருத்துவர் மகன், உதவிப் பாதிரியின் பேரனான என்னை.. நான் உதவிப் பாதிரியின் பேரன் என்பது உனக்குத் தெரியும் அல்லவா?... ஸ்பெரான்ஸ்கி* போல" என்று சொல்லிவிட்டு, சற்று நேரம் பேசாதிருந்தான் பஸாரவ். பிறகு வரட்டுப் புன்னகையுடன் சொன்னான்: "என்னவானாலும் பிலுக்குகிறாள் இவள். அப்பப்பா! எவ்வளவு பிலுக்குகிறாள் இந்தச் சீமாட்டி! நாம் மோஸ்தர்படி நீள்கோட்டு அணிய வேண்டியிருக்குமோ?"

அர்க்காதி வெறுமே தோள்களைக் குலுக்கினான்.. ஆனால் அவனுக்கும் ஓரளவு மனக் கலக்கம் ஏற்பட்டது.

அரை மணிநேரத்துக்குப்பின் அர்க்காதியும் பஸாரவும் விருந்தறை சென்றார்கள். அது உயர்ந்தவிட்டமுள்ள விசாலமான அறை. மிகப்பகட்டாக, ஆனால் சிறப்பான நயப் பாங்கு

---

* *ஸ்பெரான்ஸ்கி, மிஹயீல் மிஹாய்லவிச் (1772-1839) - பிரபல ருஷ்ய ராஜதந்திரி, ஜனநாயகச் சீர்திருத்தங்களைத் திட்டமிட்டவர். பிற்போக்குள்ள உயர்குடியினரின் வற்புறுத்தலால் 1812-ஆம் ஆண்டு அரசாங்க ஊழியத்திலிருந்து நீக்கப்பட்டு, தலைநகரிலிருந்து வெளியேற்றப் பட்டார். அவருடைய தகப்பனார் பாதிரியாராய் இருந்தார்.*

எதுவும் இன்றி அலங்கரிக்கப்பட்டிருந்தது. விலைமிக்க, கனத்த தட்டுமுட்டுச் சாமான்கள் வழக்கமான ஒழுங்கில் சுவரோரமாகப் போடப்பட்டிருந்தன. சுவர்கள்மீது தங்கச் சித்திர வேலை செய்த பழுப்புநிறக் காகிதங்கள் ஒட்டப்பட்டிருந்தன. சாராய வியாபாரம் செய்து வந்த கமிஷன் ஏஜெண்டான தன் நண்பன் மூலம் இந்தச் சுவர்க் காகிதங்களை மாஸ்கோவிலிருந்து தருவித்திருந்தான் காலம் சென்ற அதின்த்ஸோவ். வெளிர் முடி கொண்ட ஒரு கொழுத்த மனிதனின் உருவப்படம் நடு நீள்சோபாவுக்கு மேலே தொங்கியது. அவன் விருந்தாளிகளை நட்பின்றி நோக்குவதுபோல் தோன்றியது.

"அவனேதான் போலிருக்கிறது" என்று அர்க்காதியின் காதில் கிசுகிசுத்தான் பஸாரவ். பின்பு மூக்கைச்சுளித்து, "கம்பி நீட்டிவிடுவோமா?" என்றான்.

அந்தக் கணத்தில் அறைக்குள் வந்தாள் வீட்டு எஜமானி. அவள் மெல்லிய கம்பளி உடை அணிந்திருந்தாள். காதுகளுக்குப் பின் இழைய வாரி விடப்பட்டிருந்த கேசம் தூய புதுமைப் பொலிவுள்ள அவள் முகத்துக்குக் கன்னிக் கவர்ச்சி அளித்தது.

"சொல்லைக் காப்பாற்றினீர்களே, அதற்கு நன்றி" என்று பேச்சைத் தொடங்கினாள். "என்வீட்டில் சிறிது காலம் விருந்தாளிகளாகத் தங்குங்கள். இங்கே மெய்யாகவே மோசமாய் இராது. என் தங்கையை உங்களுக்கு அறிமுகம் செய்து வைக்கிறேன். அவள் நன்றாகப் பியானோ வாசிப்பாள். திருவாளர் பஸாரவ், உங்களுக்கு இது எல்லாம் ஒன்றுதான். ஆனால் திருவாளர் கிர்ஸானவ், நீங்கள் சங்கீதத்தில் விருப்பம் உள்ளவர் என்று நினைக்கிறேன். தங்கை தவிர, என் பெரியம்மாவும் என்னோடு வசிக்கிறாள். அவள் கிழவி. பக்கத்துப் பண்ணைக்காரர் ஒருவர் எப்போதாவது சீட்டாட வருவார். என்னுடைய சமுதாயம் இதுதான். இப்போது உட்காருவோம்."

இந்தச் சிற்றுரையை அதின்த்ஸோவா விசேஷத் தெளிவுடன் எழுதி மனப்பாடம் செய்தவள்போல நிகழ்த்தினாள். அப்புறம் அர்க்காதியுடன் உரையாடத் தொடங்கினாள். அவளுடைய தாயார் அர்க்காதியின் தாயாரை அறிந்திருந்தாளாம். நிக்கலாய் பெத்ரோவிச்சின்மேல் தன்காதலைக்கூட அர்க்காதியின் தாய் அவளிடம் அப்போதே சொல்லியிருந்தாளாம். அர்க்காதி தன் தாயைப் பற்றி உற்சாகமாகப் பேசலானான். இதற்கிடையே பஸாரவ் படப் புத்தகங்களைப் பார்வையிடுவதில் முனைந்தான். "நான்தான் எவ்வளவு பணிவுள்ளவன் ஆகிவிட்டேன்!" என்று நினைத்துக் கொண்டான்.

இள நீலக் கழுத்துப்பட்டை கட்டிய அழகிய ருஷ்ய வேட்டை நாய் உகிர்களால் தரையில் மெல்லொலி செய்தவாறு விருந்தறைக்குள்

ஓடிவந்தது. அதன்பின்னே வந்தாள் ஒரு இளநங்கை. அவளுக்குப் பதினெட்டு வயது இருக்கும். கருங் கூந்தலும் பழுப்பேறிய மேனியும் ஓரளவு வட்டமான, பார்வைக்கு இனிய முகமும் சிறிய கரு விழிகளும் கொண்டவள் அவள். மலர்கள் நிறைந்த பூக்கூடை அவள் கையில் இருந்தது.

“இவள்தான் என் தங்கை காத்யா” என்று தலையசைப்பால் அவளைக் காட்டிக் கூறினாள் அதின்த்ஸோவா.

காத்யா முழங்கால்களை லேசாக மடக்கி விருந்தினருக்கு வணக்கம் தெரிவித்துவிட்டு, தமக்கை அருகே உட்கார்ந்து மலர்களை வகைப்படுத்தத் தொடங்கினாள். ஃபிஃபீ என்ற பெயருள்ள வேட்டை நாய் வாலை ஆட்டிக்கொண்டு விருந்தாளிகளை நெருங்கி முதலில் ஒருவன் கையிலும் அப்புறம் மற்றவன் கையிலும் தன் குளிர்ந்த முகத்தை நுழைத்தது.

“இந்தப் பூக்களை எல்லாம் நீயே கொய்தாயா?” என்று கேட்டாள் அதின்த்ஸோவா.

“நானேதான்” என்றாள் காத்யா.

“பெரியம்மா தேநீர் சாப்பிட வருவாளா?”

“வருவாள்.”

பேசியபோது காத்யா கூச்சத்துடன் முகம்மலர இனிமையாக முறுவலித்தாள். வேடிக்கையான கடுமை தோன்றக் கீழிருந்து மேலே கண்ணோட்டினாள். அவளுடைய குரல், முகம் முழுவதிலும் காணப்பட்ட மென் தூவி, ரோஜாக் கரங்கள், அங்கைகளில் வெண் வட்டங்கள், சற்றே நெரிந்த தோள்கள் எல்லாமே பச்சிளம் பருவத்துக்கு உரியவையாக இருந்தன. அவள் ஓயாமல் முகம் சிவப்பதும் பெருமூச்சு விடுவதுமாக இருந்தாள்.

அதின்ஸோவா பஸாரவிடம் பேச்சுக் கொடுத்தாள்.

“நீங்கள் ஏதோ மரியாதைக்காகப் படங்களைப் பார்க்கிறீர்களே தவிர, அவற்றில் உங்கள் மனம் ஈடுபடவில்லை. எங்கள் பக்கத்தில் வந்து உட்காருங்களேன். எதையாவது பற்றி வாதாடுவோமே” என்றாள்.

பஸாரவ் அருகே வந்தான்.

“எதைப்பற்றி வாதாடலாம் என்கிறீர்கள்?” என்று வினவினான். “எதைப்பற்றி வேண்டுமானாலும். நான் வாதாடுவதில் ஒரே பிடிவாதக்காரி என்று முன்கூட்டி எச்சரித்துவிடுகிறேன்.”

“நீங்களா?”

“ஆமாம். உங்களுக்கு இது வியப்பாய் இருக்கிறது போலிருக்கிறதே,

ஏன்?”

“ஏனென்றால் நான்மதிப்பிட முடிந்த வரையில் உங்கள் மனப்போக்கு அமைதியானது, தீவிர ஈடுபாடு இல்லாதது, வாதத்துக்கோ ஆழ்ந்த ஈடுபாடு வேண்டும்.”

“இவ்வளவு சீக்கிரமாக என்னை எப்படித் தெரிந்துகொள்ள முடிந்தது உங்களால்? முதலாவதாக நான் பொறுமையற்றவள், விடாப்பிடியாக வற்புறுத்துபவள், காத்யாவிடம் வேண்டுமானால் கேட்டுப் பாருங்கள். இரண்டாவதாக, நான் எளிதில் ஆழ்ந்து ஈடுபட்டுவிடுவேன்.”

பஸாரவ் அவளை ஏறிட்டுப் பார்த்தான்.

“ஒருவேளை, உங்களுக்கு இது என்னைவிட நன்றாய்த் தெரிந்திருக்கும். ஆக, வாதாடுவோம் என்கிறீர்களாக்கும். உத்தரவு. உங்கள் படப்புத்தகத்தில் ஸக்ஸோனிய சுவிட்ஸர்லாந்துக் காட்சிகளை நான் பார்த்துக் கொண்டிருந்தேன். அவற்றில் எனக்கு ஈடுபாடு இருக்க முடியாது என்று நீங்கள் சொன்னீர்கள். எனக்கு ஓவியக்கலை உணர்வு கிடையாது என்ற அனுமானத்தின் பேரில் நீங்கள் இப்படிக் கூறினீர்கள். எனக்கு அந்த உணர்வு உண்மையிலேயே கிடையாதுதான். ஆனால் இந்தக் காட்சிகளை புவிஇயல் நோக்கில், உதாரணமாக, மலைகள் உருவானதன் நோக்கில் எனக்கு அக்கறைக்கு உரியவையாக இருக்கலாம் அல்லவா?”

“மன்னியுங்கள், புவி இயல் அறிஞர் என்ற முறையில் நீங்கள் புத்தகத்தையோ புவி இயல்கட்டுரையையோ பார்ப்பீர்களே தவிர, படங்களை அல்ல.”

“புத்தகத்தில் முழுதாகப் பத்துப் பக்கங்களில் விவரிக்கப்பட்டிருக்கும் விஷயங்களை ஒரு படம் எனக்குக் கண்கூடாகக் காட்டிவிடும்.”

அதின்ஸோவா சற்று நேரம் பேசாதிருந்தாள்.

“அப்படியானால் உங்களிடம் ஓவியக் கலை உணர்வு துளிக்கூட இல்லையோ?” என்று மேஜைமேல் முழங்கைகளை ஊன்றி முன்னே குனிந்தாள். அதனால் அவள் முகம் பஸாரவை நெருங்கியது. “கலை உணர்வு இல்லாமல் உங்களால் எப்படி இருக்க முடிகிறது?”என்றாள்.

“அது எனக்கு எதற்காக வேண்டும் என்று கேட்கலாமா?”

“மனிதர்களைத் தெரிந்து கொள்வதற்காகவும் ஆராய்வதற்காகவும் என்றாவது வைத்துக் கொள்ளுங்களேன்.”

பஸாரவ் கேலியாக நகைத்தான்.

“முதலாவதாக, வாழ்க்கை அனுபவம் இதற்காகத்தான் இருக்கிறது. இரண்டாவதாக, தனி நபர்களை ஆராய்வதற்குச் சிரமமே பட

வேண்டியதில்லை. எல்லா மனிதர்களும் உடலிலும் உளத்திலும் ஒருவரை ஒருவர் ஒத்திருக்கிறார்கள். மூளையும் மண்ணீரலும் இருதயமும் நுரையீரலும் நம்மில் ஒவ்வொருவருக்கும் ஒரேமாதிரி அமைந்திருக்கின்றன. உளப் பண்புகள் எனப்படுபவையும் எல்லாருக்கும் ஒரே மாதிரியானவைதாம்: சிறு வகை வேறுபாடுகள் எந்த முக்கியத்துவமும் உள்ளவை அல்ல. மாதிரிக்கு ஒரு மனிதன் போதும், மற்ற எல்லாரையும் பற்றித் தெரிந்து கொண்டுவிடலாம். மனிதர்கள், காட்டில் மரங்கள் போன்றவர்கள். எந்தத் தாவர இயலானும் ஒவ்வொரு பிர்ச் மரத்தையும் தனித்தனியே ஆராய முற்படமாட்டான்."

ஒவ்வொரு மலராக அவசரமின்றிப் பொறுக்கிச் சேர்த்துக் கொண்டிருந்த காத்யா ஒன்றும் விளங்காமல் பஸாரவை நிமிர்ந்து பார்த்தாள். அவனுடைய துடியான அலட்சியப் பார்வையை எதிர்ப்பட்டதும் குப்பெனக் காதுகள் வரை கன்றிச் சிவந்தாள். அதின்த்ஸோவா தலையை அசைத்தாள்.

"காட்டில் மரங்கள். ஆகவே, உங்கள் கருத்துப்படி, அறிவீனனுக்கும் அறிவாளிக்கும் இடையே, நல்லவனுக்கும் கெட்டவனுக்கும் இடையே, வேறுபாடே கிடையாதாக்கும்?" என்றாள்.

"இல்லை, உண்டு. நோயாளிக்கும் ஆரோக்கிய சாலிக்கும் இடையே உள்ளதுபோல. எலும்புருக்கி நோய் வந்தவனுடைய நுரையீரல்கள் உங்களுடையவும் என்னுடையவும் நுரையீரல்கள் போலவே அமைந்தவை, ஆனாலும் அவற்றின் நிலை ஒரேமாதிரியானது அல்ல. உடல் நோய்கள் எதனால் ஏற்படுகின்றன என்பதை நாம் கிட்டத்தட்ட அறிவோம். உள நோய்கள் ஏற்படுவதற்குக் காரணம் கெட்ட வளர்ப்பு, மனிதர்களின் மண்டைகளில் சிறு வயது முதலே புகுத்தித் திணிக்கப்படும் பலவகைச் சப்புச் சவறுகள், மொத்தத்தில் சமூகத்தின் அலங்கோல நிலைமை. சமூகத்தைச் சீர்திருத்துங்கள், நோய்கள் ஏற்பட மாட்டா."

'நீ நம்பினால் நம்பு, நம்பாவிட்டால் போ, எனக்கு எல்லாம் ஒன்றுதான்!' என்று தனக்குள் நினைப்பவன் போன்ற தோற்றத்துடன் பஸாரவ் இவ்வாறு சொல்லி முடித்தான். நீண்ட விரல்களால் கிருதாவை மெதுவாக வருடினான், ஆனால் அவன் விழிகள் ஓரத்துக்கு ஓரம் ஓடிய வண்ணமாயிருந்தன.

'சமூகம் சீர்திருந்திவிடும் போது அறிவீனர்களோ கெட்டவர்களோ இருக்க மாட்டார்கள் என்பது உங்கள் கருத்தோ?" என்று கேட்டாள் அதின்த்ஸோவா.

"குறைந்தபட்சம், சமூகம் சரியாக அமைக்கப்பட்டதும் ஒருவன் அறிவீனனா, அறிவாளியா, கெட்டவனா, நல்லவனா என்பது

ஒரு பொருட்டாகவே இருக்காது.”

“ஆமாம், புரிந்து கொண்டேன். எல்லாருக்கும் ஒரே மாதிரி மண்ணீரல்தான் இருக்கும்.”

“முற்றிலும் சரி, அம்மணி!”

அதின்ஸோவா அர்க்காதியின் பக்கம் திரும்பினாள்.

“உங்கள் கருத்து என்ன, அர்க்காதி நிக்கலாயெவிச்?”

“நான் பஸாரவின் கருத்தை ஏற்கிறேன்” என்று விடையிறுத்தான் அர்க்காதி.

காத்யா குனிந்த தலையை நிமிர்த்தாமலே அவனை ஏறிட்டுப் பார்த்தாள்.

“உங்கள் கருத்து எனக்கு வியப்பு அளிக்கிறது, கனவான்களே. ஆனால் இதைப்பற்றி நாம் இன்னும் பேசுவோம். இப்போது, பெரியம்மா தேநீர் சாப்பிட வரும் சத்தம் கேட்கிறது. அவளுடைய காதுகள்மேல் நாம் இரக்கம் காட்ட வேண்டும்” என்றாள் அதின்த்ஸோவா.

அதின்த்ஸோவாவின் பெரிய தாயார் சிற்றரசி ஹ... சிறு கூடான மேனியுள்ள ஒடிசலான மாது. கை முட்டி அளவாகச் சுருங்கி இறுகியிருந்தது அவள் முகம். போலி நரை முடியின் கீழ் அசைவின்றிக் கடுமையாக விழித்தன கண்கள். அவள் அறைக்குள் வந்து விருந்தாளிகளுக்கு வணக்கம் தெரிவிப்பதாகப் பாவனை செய்துவிட்டு அகலமான வெல்வெட் நாற்காலியில் அமர்ந்தாள். அவளைத் தவிரவேறு யாருக்கும் அந்த நாற்காலியில் உட்கார உரிமை கிடையாது. காத்யா அவள் காலடியில் பாதந்தாங்கியை வைத்தாள். கிழவி அவளுக்கு நன்றி கூறவில்லை, அவளை ஏறிட்டுப் பார்க்கக்கூட இல்லை. நலிந்த உடல் முழுவதையும் மூடியிருந்த மஞ்சள் சால்வைக்குள் கைகளை மட்டுமே அசைத்தாள். சிற்றரசிக்கு மஞ்சள் நிறம் பிடித்திருந்தது. அவளுடைய மூடுதொப்பி மேலும் பளிச்சிடும் மஞ்சள் நாடாக்கள் இருந்தன.

“இரவை எப்படிக் கழித்தீர்கள், பெரியம்மா?” என்று குரலை உயர்த்தி வினவினாள் அதின்த்ஸோவா.

“மறுபடி இந்த நாய் வந்துவிட்டதா இங்கே” என்று பதிலுக்கு முணுமுணுத்தாள் கிழவி. ஃபிப்ஃபீ தன்னை நோக்கித் தயக்கத்துடன் இரண்டு அடி எடுத்துவைத்ததைக் கண்டு, “சீ போ! சீ போ” என்று அதட்டினாள்.

காத்யா நாயை அழைத்து அதற்காக கதவைத்திறந்தாள்.

தன்னை உலாவ இட்டுச் செல்வார்கள் என்ற நம்பிக்கையில்

சந்தோஷமாக வெளியே பாய்ந்தது நாய். ஆனால் கதவுக்கு மறுபுறம் தனியே விடப்பட்டதும் அது சுரண்டவும் சிணுங்கவும் தொடங்கியது. சிற்றரசி முகம் சுளித்தாள். காத்யா வெளியே செல்ல எண்ணினாள்.

“தேநீர் தயாராகிவிட்டது என்று நினைக்கிறேன். கனவான்களே, போவோம் வாருங்கள், பெரியம்மா, தேநீர்சாப்பிட வாருங்கள்” என்றாள் அதின்ஸோவா.

சிற்றரசி பேசாமல் நாற்காலியிலிருந்து எழுந்து எல்லோருக்கும் முன்னே விருந்தறையிலிருந்து வெளியேறினாள். எல்லாரும் அவள் பின்னே உணவறைக்குப் போனார்கள். பணியுடை அணிந்த வேலைக்காரப் பையன் தலையணைகள் பரப்பிய நாற்காலியை மேஜை அருகிலிருந்து ஓசையுடன் நகர்த்தினான். தனக்கு என்று ஒதுக்கப்பட்ட இந்தப் புனித நாற்காலியில் அமர்ந்தாள் சிற்றரசி. தேநீர் கலந்த காத்யா வண்ண இலச்சினை பொறித்த கோப்பையில் முதலாவதாக அவளுக்குத் தேநீர் ஊற்றித் தந்தாள். கிழவி தன் கோப்பையில் தேன் விட்டுக் கொண்டாள். (சர்க்கரை போட்டுத் தேநீர் குடிப்பது பாவம், அதோடு கிராக்கியுங்கூட என்று அவள் எண்ணினாள் - தன் கையிலிருந்து எதற்கும் ஒரு காசுகூட அவள் செலவிடா விட்டாலும்).

“சிற்றரசர் இவான் என்ன எழுதுகிறார்?” எனத் திடீரென்று கேட்டாள் அவள்.

ஒருவரும் அவளுக்குப் பதில் சொல்லவில்லை. அவளிடம் எல்லோரும் மரியாதையாக நடந்து கொண்டாலும் அவள் பேச்சைப் பொருட்படுத்துவதில்லை என்று பஸாரவும் அர்க்காதியும் விரைவில் புரிந்து கொண்டார்கள். “இவள் சிற்றரச வம்சத்தவள் ஆகையால்தான் மதிப்புக்காக இவளை வைத்துக் கொண்டிருக்கிறார்கள்” என்று எண்ணிக் கொண்டான் பஸாரவ்... தேநீர்சாப்பிட்டபின், உலாவப்போகலாம் என்று சொன்னாள் அதின்த்ஸோவா. ஆனால் மழை தூறத்தொடங்கவே சிற்றரசி தவிர மற்றவர்கள் எல்லோரும் விருந்தறைக்குத் திரும்பி விட்டார்கள். சீட்டாட்டப் பிரியனான அண்டைப் பண்ணைக்காரன் பர்ஃபீரி பிளத்தோனிச் வந்தான். இவன் தலை நரைத்த கொழுத்த மனிதன். அவனுடைய குட்டைக்கால்கள் கடைச்சல் பிடித்தவைபோல இருந்தன. மிகவும் மரியாதையாக நடந்துகொண்டான். வேடிக்கையாகப் பேசினான். பஸாரவுடன் வரவர அதிகமாய்ப் பேசிய அதின்த்ஸோவா, பிரிஃபரன்ஸ் சீட்டாட்டத்தில் பழைய மோஸ்தர்படி தங்களோடு ‘போராட’ அவனுக்குச் சம்மதமா என்று கேட்டாள். தான் வட்டார மருத்துவனாக வேலை பார்க்கப் போவதால் அதற்கு முன்கூட்டியே ஆயத்தம் செய்துகொள்வது

தனக்கு அவசியம் என்று கூறி இசைந்தான் பஸாரவ்.

"எச்சரிக்கையாய் இருங்கள். பர்ஃபீரி பிளத்தோனிச்சும் நானும் உங்களை நொறுக்கிவிடுவோம்" என்று சொல்லிவிட்டு அதின்த்ஸோவா தங்கையைப் பார்த்து, "காத்யா, அர்க்காதி நிக்காலாயெவிச்சுக்கு ஏதாவது வாசித்துக் காட்டு. அவருக்கு சங்கீதத்தில் பிரியம். நாங்களும் கேட்கிறோம்" என்றாள்.

காத்யா விருப்பின்றிப் பியானோ அருகே சென்றாள். அர்க்காதியும், உண்மையான இசையில் பற்றுதல் கொண்டவன் ஆயினும், விருப்பின்றியே அவள் பின்னே சென்றான். அதின்த்ஸோவா தன்னைத் தொலைவில் அனுப்புவதாக அவனுக்குத் தோன்றியது. அவன் உள்ளத்திலோ, அவன் வயதில் எந்த இளைஞனுக்கும் ஏற்படுவது போலவே காதலின் முன்னுணர்வை நிகர்த்த துன்புறுத்தும் குழம்பிய உணர்ச்சி பொங்கிக் கொண்டிருந்தது. காத்யா பியானோவின் மூடியைத் திறந்து, அர்க்காதியை நேரிட்டுப் பார்க்காமலே, "என்ன வாசிக்கட்டும்?" என்று தணிந்த குரலில் வினவினாள்.

"இஷ்டமானதை வாசியுங்கள்" என்று அசட்டையாக விடையளித்தான் அர்க்காதி.

"எந்த இசை உங்களுக்கு அதிகம் பிடிக்கும்?" என்று நிலையை மாற்றாமலே கேட்டாள் காத்யா.

"சாஸ்திரீய இசை" என்று அதே குரலில் பதில் கூறினான் அர்க்காதி.

"மோத்ஸர்ட்*"

"பிடிக்கும்."

காத்யா மோத்ஸர்ட்டின் ஒரு ஸோனாட்டாவின் இசைக் குறிப்பை எடுத்து வைத்துக்கொண்டாள். அவள் வாசிப்பில் ஓரளவு கண்டிப்பான சம்பிரதாய ஒழுங்கும் வறட்சியும் இருந்தன. ஆனாலும் அவள் நன்றாகவே வாசித்தாள். இசைக் குறிப்பிலிருந்து பார்வையை அகற்றாமல், உதடுகளை இறுக்கியவாறு விரைப்பாக அசையாமல் உட்கார்ந்து வாசித்தாள். ஸோனாட்டா முடியும் தறுவாயில்தான் அவள் முகத்தில் உணர்ச்சி பரவியது, சிறு சுருள் மயிர்க் கற்றை கரும் புருவத்தின் மேல் விழுந்தது.

ஸோனாட்டாவின் கடைசிப் பகுதியில், மெட்டின் உள்ளம்

---

* மோத்ஸர்ட், வோல்ஃப்காங்க் அமாதேய் -(1756-1791) ஆஸ்திரிய இசை மேதை. அவருடைய படைப்புகள் இசைக் கருவூலத்தின் பொக்கிஷங்கள்.

கவரும் களிப்பின் நடுவே, துன்ப மிகுதியால் ஏற்படும் துயரப் பெருக்கு போன்ற ஆழ்ந்த சோகம், திடீரென்று தொனிக்கும் பகுதி அர்க்காதிக்குப் பரவசம் உண்டாக்கிற்று. ஆனால் அதில் மோத்ஸர்ட்டின் ஒலிகள் அவன் உள்ளத்தில் எழுப்பிய எண்ணங்கள் காத்யாவைப் பற்றியவை அல்ல. "இளஞ் சீமாட்டி மோசமில்லாமல் வாசிக்கிறாள், பார்வைக்கும் நன்றாய் இருக்கிறாள்" என்று அவன் மீது கண்ணோட்டியவாறு எண்ணமிட்டான் அவன்.

ஸோனாட்டா வாசித்து முடித்ததுமே, பியானோவிலிருந்து கைகளை அகற்றாமலே, "போதுமா?" என்று கேட்டாள் காத்யா. அவளுக்கு மேற்கொண்டு சிரமம் கொடுக்கத் தனக்குத் துணிவு இல்லை என்று கூறி அவளோடு மோத்ஸர்ட்டைப் பற்றி உரையாடத் தொடங்கினான் அர்க்காதி. இந்த ஸோனாட்டாவை அவள் தானாகவே தேர்ந்தெடுத்துக் கொண்டாளா அல்லது யாரேனும் இதைக் கற்கும்படி சொன்னார்களா என்று கேட்டான். ஆனால் காத்யா அவனுக்கு ஒரு வார்த்தை, அரை வார்த்தையில் பதில் அளித்தாள் அவள் தனக்குள் அமிழ்ந்து மறைந்து கொண்டாள். இம்மாதிரி நேர்கையில் அவள் விரைவில் வெளிவர மாட்டாள். அப்போது அவள் முகம் பிடிவாதத்தை, அனேகமாக மந்த புத்தியைக் காட்டும். அவள் கூச்சப்பட்டாள் என்றுசொல்ல முடியாது. அவளுக்கு மற்றவர்கள் மேல் சுலபத்தில் நம்பிக்கை ஏற்படுவதில்லை. தன்னைப் பயிற்றி வளர்க்கும் தமக்கையிடம் அவளுக்கு ஓரளவு பயமும் உண்டு. தமக்கைக்கு இது தெரியவே தெரியாது என்று சொல்லவே வேண்டாம். அர்க்காதி அவளோடு சிறிது பேசிவிட்டு, அறைக்குள் திரும்பி வந்த நாயைத் தன்னிடம் அழைத்து, நல்லியல்பு ததும்பும் புன்னகையுடன் மெய்ப்புக்காக அதன் தலையைத் தடவிக் கொடுக்கலானான். காத்யா மீண்டும் மலர்களை வகை பிரித்து வைப்பதில் ஈடுபட்டாள்.

இதற்கிடையே பஸாரவ் சீட்டாட்டத்தில் தோல்விக்கு மேல் தோல்வி அடைந்து கொண்டிருந்தான். அதின்ஸோவா மிகத் திறமையுடன் சீட்டு ஆடினாள். பர்ஃபீரி பிளத்தோனிச்சும் தன் வரையில் நன்றாக ஆடினான். பஸாரவ் தோற்றுப்போனான். அவன் இழந்தது அற்பத் தொகைதான் என்றாலும் இந்தத் தோல்வி அவனுக்கு உவப்பாய் இல்லை. இரவுச் சாப்பாட்டுக்குப் பிறகு அதின்ஸோவா தாவரவியல் பற்றி மறுபடி பேச்செடுத்தாள்.

"நாளைக் காலையில் உலாவப் போவோம். காட்டுச் செடிகளின் லத்தீன் பெயர்களையும் அவற்றின் தன்மைகளையும் உங்களிடம் கேட்டுத் தெரிந்து கொள்ள விரும்புகிறேன்" என்றாள்.

"லத்தீன் பெயர்கள் உங்களுக்கு எதற்காக?" என்று கேட்டான் பஸாரவ்.

“எல்லாவற்றிலும் ஒழுங்கு வேண்டும்” என்று அவள் பதில் அளித்தாள்.

“இந்த ஆன்னா ஸெர்கேயெவ்னாதான் எவ்வளவு அற்புதமான பெண்!” என்று தங்களுக்காக ஒதுக்கப்பட்ட அறையில் நண்பனோடு தனித்திருக்கையில் வியந்து பாராட்டினான் அர்க்காதி.

“ஆமாம். மூளையுள்ள பெண்பிள்ளை. நிறையப்பட்டுத் தேறியவள் ஆயிற்றே” என்றான் பஸாரவ்.

“எந்த அர்த்தத்தில் சொல்லுகிறாய்?”

“நல்ல அர்த்தத்தில், நல்ல அர்த்தத்தில்தான், என் அப்பனே, அர்க்காதி! தன் சொத்தையும் அவள் அருமையாக நிர்வகிக்கிறாள் என்று நம்புகிறேன். ஆனால் அற்புதம் அவள் அல்ல, அவளுடைய தங்கை.”

“என்ன? அந்தப் பழுப்பு நிறப் பெண்ணா?”

“ஆமாம், அந்தப் பழுப்பு நிறப் பெண்தான். புத்திளமை, கை படாத தூய்மை, மிரட்சி, பேச்சற்ற அடக்கம், எதுவேண்டுமோ எல்லாம் இவளிடம் இருக்கின்றன. அக்கறைக்கு உரியவள் இவள்தான். நான் நினைக்கிற விதத்தில் இவளை உருவாக்கலாம். ஆனால் அவளோ, பழமும் தின்று கொட்டையும் போட்டவள்.”

அர்க்காதி அவனுக்குஒரு பதிலும் சொல்லவில்லை. இருவரும் தம் தம் எண்ணங்களில் ஆழ்ந்தவர்களாகப்படுத்துக் கொண்டார்கள்.

அதின் ஸோவாவும் அன்று இரவு தன் விருந்தாளிகளைப் பற்றி எண்ணமிட்டாள். பஸாரவிடம் பசப்பும் நடிப்பும் இல்லாததும் அவன் வெட்டு ஒன்று துண்டு இரண்டாகக் கருத்துக்களை வெளியிட்டதும் அவளுக்குப் பிடித்தன. அதற்குமுன் காண வாய்க்காத ஏதோ புதுமையை அவள் அவனிடம் கண்டாள். அவளுடைய ஆவல் அதனால் கிளர்ந்து எழுந்தது.

அதின்ஸோவா மிக விந்தையான பேர்வழி. அவளுக்கு எந்த வகையான காழ்ப்பும் கிடையாது. அதே சமயம் எதிலும் உறுதியான நம்பிக்கையும் கிடையாது. எனவே அவளுக்கு எவ்விதத் தடையும் இல்லை, எவ்விதக் குறிக்கோளும் இல்லை. அவள் எத்தனையோ விஷயங்களைத் தெளிவாகக் கண்டாள், எத்தனையோ விஷயங்கள் அவள் கவனத்தை ஈர்த்தன, ஆனால் எதுவுமே அவளுக்கு முழு மன நிறைவு அளிக்கவில்லை. முழு மன நிறைவை அவள் விரும்பினாளா என்பதும் சந்தேகந்தான். அவளுடைய மூளை, அறிவு ஆர்வமும் யாவற்றிலும் அசட்டையும் ஒருங்கே கொண்டிருந்தது. அவளுடைய சந்தேகங்கள் மறக்கும் அளவுக்கு ஒருபோதும் தீரவில்லை. கலவரம் ஊட்டும் அளவுக்கு

வளரவுமில்லை. அவள் பணக்காரியாகவும் கட்டற்றவளாகவும் இருந்திராவிட்டால் போராட்டத்தில் ஈடுபட்டிருப்பாள், உணர்ச்சி வேகத்தை அறிந்திருப்பாள்... ஆனால், சில வேளைகளில் அவளுக்கு அலுப்பு தட்டினாலும், அவள் வாழ்க்கை எளிதாக நடந்து கொண்டு போயிற்று. அவசரப்படாமல் ஒன்றன்பின் ஒன்றாக நாட்களைக் கழித்து வந்தாள். எப்போதாவதுதான் கிளர்ச்சி அடைந்தாள். சில வேளைகளில் அவள் முன்பும் வானவில் நிறங்கள் ஒளிவீசிச் சுடர்ந்தன. ஆனால் அவை மங்கி மறைந்ததும் அவள் களைப்பாறினாள். அவற்றைக் குறித்து வருந்தவில்லை. அவளுடைய கற்பனை வழக்கமான ஒழுக்க நெறி விதிகளின்படி அனுமதிக்கத் தக்கதாகக் கருதப்படும் எல்லைகளையும் மீறி ஓடும். ஆனால் அப்போதுகூட அவளுடைய கவர்ச்சியான வடிவமைப்பும் அமைதியும் உள்ள மேனியில் இரத்தம் முன்போலவே நிதானமாகப் பெருகும். சில நாட்களில், மணக்க மணக்க வெந்நீரில் குளித்துவிட்டு. கதகதப்பும் மென்மையும் திகழும் மேனியுடன் அவள் வாழ்க்கையின் சிறுமையையும் அதன் துயரத்தையும் சிரமத்தையும் கொடுமையையும் பற்றிச் சிந்தனை செய்யத் தொடங்குவாள்... அவளுடைய உள்ளம் திடீரெனத் துணிவால் நிறைந்து பொங்கும், உயர்நோக்கங்களை நிறைவேற்ற ஆர்வத்துடன் கிளர்ந்து எழும். ஆனால் பாதி மூடிய ஜன்னலிலிருந்து ஊடு காற்று வீச வேண்டியதுதான், அவள் ஒரேயடியாக முடங்கி, குறை சொல்லவும் அனேகமாகக் கோபப்படவும் கூடத் தொடங்கிவிடுவாள். அந்தக்கணத்தில் அவள் வேண்டுவது, இந்த அசிங்கம் பிடித்த காற்று தன்மேல் வீசக் கூடாது என்பது ஒன்றுதான்.

காதல்கொள்ள வாய்க்காத எல்லா மாதரையும்போலவே அவள் அவளுக்கே தெரியவில்லை. தளக்கு எல்லாம் வேண்டும் போல அவளுக்குத் தோன்றியதே தவிர உண்மையில் அவளுக்கு எதுவும் வேண்டியிருக்க வில்லை. காலம் சென்ற கணவனை அவள் சிரமத்துடனேயே சகித்துக் கொண்டாள் (அவனை நல்லவன் என்று மதிக்காவிட்டால் அவனுடைய மனைவி ஆக அவள் இசைந்திருக்க மாட்டாள்தான். ஆனாலும் அவள் அவனுக்கு வாழ்க்கைப்பட்டது பணத்தைக் கருதியே). அவன்காரணமாக எல்லா ஆடவர்கள் மேலும் மறைமுகமான அருவருப்பு அவளுக்கு உண்டாயிற்று. அவர்கள் பாங்கற்ற, பெருஞ்சுமையான, தொய்ந்த, எதற்கும் ஏலாத, தொல்லை கொடுக்கும் பிராணிகள் என்று எண்ணினாள். ஒரு தடவைவெளிநாட்டில் எங்கோ ஒரு சுவீடன் தேச இளைஞனை அவள் சந்தித்தாள். அவன் அழகன். நேர்மை துலங்கும் நீல விழிகளும் அகன்ற நெற்றியும் சால்புவாய்ந்த தோற்றமும் கொண்டிருந்தது அவன் முகம். அவன்பால் அவள் வலிவாக ஈர்க்கப்பட்டாள்.

ஆனாலும் அவள் ருஷ்யா திரும்புவதற்கு இந்தக் கவர்ச்சி தடையாய் இருக்கவில்லை.

"இந்த மருத்துவன் விசித்திரமான ஆள்! - தனது நேர்த்தியான கட்டிலில், லேஸ் வைத்த தலையணைகள் மீது மெல்லிய பட்டுப் போர்வை போர்த்துப் படுத்துக் கொண்டு இவ்வாறு சிந்தனை செய்தாள் அதின்த்ஸோவா... ஆடம்பரப் பொருள்களில் விருப்பம் தகப்பனாரிடமிருந்து ஒரு சிறிது மரபு வழியாக அவளுக்கு வந்திருந்தது. பாவிதான் என்றாலும் நல்லவரான தன் தந்தையை அவள் மிகவும் நேசித்தாள். அவரோ, அவள்மேல் உயிரையே வைத்திருந்தார்.சமமானவள் போல அவளுடன் நட்பார்ந்த வேடிக்கைப் பேச்சுகள் பேசுவார், அவளிடம் ஒளிவு மறைவு இன்றி எல்லா அந்தரங்களையும் சொல்லுவார், அவளிடம் யோசனை கேட்பார். தன் தாயை அவளுக்கு அனேகமாக நினைவில்லை.

"இந்த மருத்துவன் விசித்திரமானஆள்" என்று மனதுக்குள் மறுபடிசொல்லிக் கொண்டாள் அதின்த்ஸோவா. சோம்பல் முறித்து, புன்னகை செய்தாள், கைகளைத் தலைக்குப் பின்நீட்டிக் கொண்டாள். பிறகு ஒரு அசட்டு பிரெஞ்சு நவீனத்தின் இரண்டொரு பக்கங்கள் மீது கண்ணோட்டினாள், புத்தகத்தை நழுவவிட்டாள், அப்புறம் உறங்கி விட்டாள் - துப்புரவான, மணம் கமழும் உள்ளாடைகளுடன்,தூய்மையும் கிளர்ச்சியின்மையும் உள்ளவளாக

மறுநாள் காலைச் சிற்றுண்டி முடிந்ததுமே அதின்த்ஸோவா பஸாரவுடன் தாவரவியல் ஆராய்ச்சி நடத்தப்புறப்பட்டுப் போனவள், மதியச் சாப்பாட்டு வேளைக்குச் சற்று முன்புதான் திரும்பினாள். அர்க்காதி எங்கும் போகாமல் காத்யாவுடன் சுமார் ஒரு மணி நேரம் பேசிக் கொண்டிருந்தான். அவளோடு இருப்பதில் அவனுக்கு அலுப்பு உண்டாகவில்லை. தலைக்கு நாள் வாசித்த ஸோலனாட்டாவை மறுபடி வாசிப்பதாக அவளே முன்வந்தாள். ஆனால் கடைசியில் அதின்த்ஸோவா திரும்பியதும், அவளைக் கண்டதுமே அவன் இதயம் கணப்போது வேதனையால் துடித்தது... அவள் ஓரளவு களைத்துப்போய், தோட்டத்தில் தளர்நடை நடந்து வந்தாள். அவள் முகம் சிவசிவுவென்று இருந்தது. வட்ட வைக்கோல்தொப்பிக்கு அடியில் கண்கள் வழக்கத்தை விட அதிகப் பிரகாசமாகச் சுடர்ந்தன. அவள் காட்டுப்பூவின் மெல்லிய காம்பை விரல்களால் சுழற்றிக் கொண்டிருந்தாள். லேசான போர்வை அவள்

முழங்கை மேல் நழுவி விழுந்திருந்தது. தொப்பியின் அகலமான சாம்பல் நிற நாடாக்கள் அவள் மார்பில் ஒட்டிக் கொண்டிருந்தன. பஸாரவ் எப்போதும் போலவே தன்னம்பிக்கையும் அசட்டையும் தோன்ற அவள் பின்னே நடந்தான். அவன் முகத் தோற்றத்தில் குதூகலமும் கொஞ்சலும் தென்பட்டன. ஆனாலும் அர்க்காதிக்கு அந்தத் தோற்றம் பிடிக்கவில்லை. "வணக்கம்" என்று வாய்க்குள் முணுமுணுத்து விட்டு பஸாரவ் தன் அறைக்குப் போய்விட்டான். அதின்த்ஸோவா எங்கோ நினைவாக அர்க்காதியின் கையைப் பற்றிக்குலுக்கிவிட்டு அவனைக் கடந்து சென்றாள்.

"வணக்கமாம்! இன்றைக்கு ஏதோ இப்போதுதான் முதல் தடவை சந்திப்பதுபோல" என்று தனக்குள் சொல்லிக் கொண்டான் அர்க்காதி.

∞ 17 ∞

நேரம் (தெரிந்த சங்கதிதான்) சில வேளைகளில் பட்சியாய்ப் பறக்கும், சில வேளைகளில் புழுவாய் ஊரும். ஆனால் அது விரைவாகக் கழிகிறதா, மெதுவாகவா என்று கவனிக்கக்கூட வாய்க்காதபோதுதான் நாம் விசேஷ மகிழ்ச்சியோடு இருப்போம். அர்க்காதியும் பஸாரவும் இந்த மாதிரி ஒரு பதினைந்து நாட்கள் அதின்த்ஸோவா வீட்டில்கழித்தார்கள். வீட்டிலும் வாழ்க்கையிலும் அவள் கடைப்பிடித்து வந்த ஒழுங்கு இதற்கு ஓரளவு உதவியது. அவள் தானும் இந்த ஒழுங்கைக் கண்டிப்பாக அனுசரித்தாள், மற்றவர்களையும் அதற்குக் கட்டுப்பட்டு நடக்க வைத்தாள். எல்லாக் காரியங்களும் அன்றாடம் குறித்த நேரத்தில் நடந்தன. காலையில் சரியாக எட்டு மணிக்கு எல்லோரும் தேநீர் பருகக் குழுமுவார்கள். தேநீர் பருகிய பின் காலைச்சிற்றுண்டி நேரம்வரை அவரவர் தமக்கு விருப்பமான அலுவலில் ஈடுபடுவார்கள். வீட்டு எஜமானி காரியஸ்தனுக்கும் (சொத்து குத்தகைக்கு விடப்பட்டிருந்தது) வீட்டு மேற்பார்வையாளனுக்கும் தலைமை உக்கிராணக்காரிக்கும் உத்தரவுகள் இடுவதில் அந்த இடை நேரத்தைச் செலவிடுவாள். மதியச் சாப்பாட்டுக்கு முன் எல்லோரும்கூடி உரையாடுவார்கள் அல்லது படிப்பார்கள். மாலை நேரங்களில் உலாவுதல், சீட்டாட்டம், பியானோ வாசிப்பு நடக்கும். இரவு பத்தரை மணிக்கு அதின்த்ஸோவா தன் அறைக்குப் போய், மறுநாளைக்கு வேண்டிய உத்தரவுகள் கொடுத்துவிட்டு, உறங்கப் போய்விடுவாள். அன்றாட வாழ்வின் அளவறுத்த, ஓரளவு சடங்கு முறையுள்ள

இந்த ஒழுங்கு பஸாரவுக்குப் பிடிக்கவில்லை. 'தண்டவாளத்தில் உருள்வது போல இருக்கிறது" என்பான் அவன். பணியுடை அணிந்த வேலைக்காரர்களும் மரியாதைப் பாங்குள்ள வீட்டு மேற்பார்வை யாளர்களும் அவனுடைய ஜனநாயக உணர்வுக்கு அவமதிப்பாகப் பட்டார்கள். இவ்வளவு தூரம் போய்விட்டபின் ஆங்கிலேயர்கள் போல நீள்கோட்டுகளும் வெள்ளைடைகளும் அணிந்துகொண்டே பகல் உணவு கொள்வது என்றும் திட்டப்படுத்தி விடலாமே என்பான். ஒரு தடவை அதின்ஸோவாவிடமே இதைப்பற்றிப் பேச்செடுத்தான். அவள் பழகிய விதம் காரணமாக எவனும் தன் கருத்தை அவளிடம் தயங்காமல் சொல்ல முடிந்தது. பஸாரவ் கூறியதை முழுவதும் கேட்டுவிட்டு அவள் சொன்னாள்: "உங்கள் நோக்கிலிருந்து பார்த்தால் நீங்கள் கூறுவது சரிதான். இந்த அர்த்தத்தில் நான் பிரபுவம்ச தோரணை உள்ளவள்தான் போலும். ஆனால் கிராமத்தில் ஒழுங்கில்லாமல் வாழக்கூடாது, ஒரே சலிப்பு உண்டாகிவிடும்." இப்படிக் கூறிவிட்டு அவள் தன் போக்கைத் தொடர்ந்தாள். பஸாரவ் பொடுபொடுத்தான். ஆனால் அதின்த்ஸோவா வீட்டில் எல்லாம் "தண்டவாளத்தில் உருள்வதுபோல" நடந்தபடியால் தான் அர்க்காதிக்கும் அவனுக்கும் அவ்வளவு சுலபமாகப் பொழுது போயிற்று. இதெல்லாம் இருந்தும், நிக்கோல்ஸ்கொயெ கிராமத்துக்கு வந்த நாள் முதலே இரண்டு இளைஞர்களின் போக்கிலும் மாறுதல் ஏற்பட்டுவிட்டது. அதின்த்ஸோவா பஸாரவின் கருத்துக்கு அரிதாகவே இணங்கினாலும் அவன் பால் வெளிப்படையாக அன்பு காட்டினாள். ஆனால் முன்பு ஒருபோதும் இல்லாத கலவரம் இப்போது அவனிடம் காணப்படத் தொடங்கியிருந்தது. அவன் எளிதில் எரிச்சல் அடைந்தான், விருப்பின்றிப் பேசினான், சிடுசிடுப்புடன் தோற்றம் அளித்தான், இருப்புக் கொள்ளாமல் தவித்தான் - எதனாலோ கிளர்ச்சி அடைந்தவன் போல. தான் அதின்த்ஸோவா மேல் காதல் கொண்டுவிட்டதாக இறுதியாக முடிவு செய்துவிட்ட அர்க்காதியோ உள்ளுக்குள் வாட்டம் அடையலானான். ஆனால் இந்த மனவாட்டம் காத்யாவுடன் அவன் நெருங்கிப் பழகுவதற்குத் தடையாய் இல்லை. மாறாக, அவளுடன் அன்பும் இனிமையும் ததும்ப அளவளாவுவதற்கு இது உதவக்கூடச் செய்தது. 'அவள் என்னை மதிக்கவில்லையாக்கும்! வேண்டாமே!... இந்த நல்ல ஜீவன் என்னைப் புறக்கணிக்கவில்லை' என்று எண்ணமிட்டான். பெருந்தன்மை உணர்ச்சியின் இனிமை அவன் உள்ளத்தில் பரவியது. தனது கூட்டுறவில் அவன் ஏதோ ஆறுதல் பெற விரும்புகிறான் என்பதைக் காத்யா அரைகுறையாகப் புரிந்து கொண்டாள். எனினும் பாதி நாணயம் பாதி ஒளிவுமறைவற்ற நம்பிக்கையும் கலந்த நட்பின் இன்பத்தை அவனுக்கு அளிப்பதிலும் தான் பெறுவதிலும் கேடு எதுவும் இல்லை என்று கருதினாள்.

அதின்த்ஸோவா முன்னிலையில் அவர்கள் தங்களுக்குள் பேசிக் கொள்வதில்லை. தமக்கையின் கூரிய பார்வைக்கு முன் காத்யா எப்போதுமே அடங்கி ஒடுங்கிவிடுவாள். அர்க்காதியோ, காதல் கொண்டவனுக்கு ஏற்பவே, தன் காதலுக்கு உரியவள் அருகே இருக்கையில் வேறு யார்மீதும் கவனம் செலுத்த முடியாதவனாய் இருந்தான். ஆனாலும் காத்யா ஒருத்தியுடன் இருக்கையில்தான் அவனுக்கு இன்பமாயிருந்தது. அதின்த்ஸோவாவுடன் அளவளாவத் தனக்கு இயலவில்லை என்பதை அவன் உணர்ந்தான். அவளுடன் தனியாய் இருக்கையில் அவன் கூச்சப்பட்டான். அவனிடம் என்ன சொல்லுவது என்று அவளுக்கும் தெரியவில்லை. அவளுக்கு அவன் மிகவும் இளையவனாய் இருந்தான். மாறாக, காத்யாவுடன் இருக்கையில் அர்க்காதிக்கு விட்டாற்றியாக இருந்தது. அவளிடம் அவன் பெரியதனத்துடன் நடந்து கொண்டான். இசையினாலோ, ஏதேனும் நவீனத்தையோ கவிதையையோ, படித்ததாலோ வேறு எவையேனும் அற்ப விஷயங்களாலோ தனக்கு ஏற்பட்ட உணர்ச்சிகளை அவன் விவரிக்கையில் குறுக்கே பேசாமல் கேட்டான். ஆனால் இந்த அற்ப விஷயங்களே தனக்குக் கவர்ச்சி அளித்தன என்பதை அவன் கவனிக்கவில்லை. தன் தரப்பில் காத்யா அவன் ஏங்குவதைத் தடை செய்யவில்லை. அர்க்காதிக்குக் காத்யாவுடன் இருப்பதும் பஸாரவுக்கு அதின்த்ஸோவாவுடன் இருப்பதும் இன்பமாய் இருந்தன. எனவே இரண்டு ஜோடிகளும் கொஞ்ச நேரம் சேர்ந்து இருந்துவிட்டு, தனித்தனியாகப் பிரிந்து போய்விடுவது வழக்கமாகிவிட்டது. விசேஷமாக உலாவும் வேளைகளில். காத்யாவுக்கு இயற்கை மேல் ஒரே மோகம். அர்க்காதிக்கும் இயற்கை பிடிக்கும், ஆனால் இதை ஒப்புக்கொள்ள அவன் தயங்கினான். அதின்த்ஸோவா பஸாரவ் போலவே இயற்கை விஷயத்தில் அசட்டையாய் இருந்தாள். நம் நண்பர்கள் அனேகமாக எப்போதும் பிரிந்திருந்ததற்கு விளைவு ஏற்படாமல் போகவில்லை. அவர்களுடைய பரஸ்பர உறவு மாறத் தொடங்கிற்று. பஸாரவ் அர்க்காதியுடன் அதின்ஸோவாவைப் பற்றிப் பேசுவதை நிறுத்திவிட்டான். "பிரபு வம்ச தோரணைகளுக்காக" அவளைத் திட்டுவதைக்கூட நிறுத்திவிட்டான். காத்யாவை அவன் முன்போலவே புகழ்ந்தான் என்பது உண்மையே. அவளுடைய உருக்க உணர்ச்சிகளை மட்டுப்படுத்தும்படி மட்டுமே அர்க்காதிக்கு அறிவுரைத்தான். ஆனால் அவனுடைய புகழ்ச்சிகளில் பரபரப்பும் அறிவுரைகளில் வறட்சியும் புலப்பட்டன. பொதுவாகவே அவன் அர்க்காதியுடன் முன்னைவிடக் குறைவாகத்தான் பேசினான்... அவன் அர்க்காதியைத் தவிர்ப்பது போலவும் அவன் எதிரில் நாணுவது போலவும் இருந்தது.

அர்க்காதி இதை எல்லாம் கவனித்தான், ஆனால் தான்

கண்டவற்றைத் தனக்குள்ளேயே வைத்துக்கொண்டான்.

இந்தப் 'புதுமை' எல்லாவற்றுக்கும் உண்மையில் காரணமாய் இருந்தது பஸாரவின் மனத்தில் அதின்த்ஸோவா ஏற்படுத்தியிருந்த உணர்ச்சிதான். இந்த உணர்ச்சி அவனை வதைத்தது, வெறி கொள்ளச் செய்தது. அவன் உள்ளத்தில் நிகழ்ந்ததை யாராவது ஜாடை மாடையாகக் குறிப்பிட்டிருந்தால்கூட அவன் அதிர்வேட்டுச் சிரிப்பு சிரித்து துடுக்கான வசைச்சொற்கள் பேசி அதை உடனே மறுத்திருப்பான். பஸாரவ் பெண்களையும் பெண்களின் அழகையும் பெரிதும் விரும்புபவன்தான். ஆனால் ஆதர்ச அர்த்தத்தில், அல்லது அவன் கூறியதுபோல, கற்பனை உணர்ச்சிப் பெருக்கு என்ற அர்த்தத்தில் காதல் அபத்தம் என்றும் மன்னிக்க முடியாத மடத்தனம் என்றும் சொல்லுவான். மங்கையர்பால் பெருந் தகைமையை ஒருவகை விகாரம் அல்லது நோய் என்று கருதி வந்தான். "டோகென்புர்கை (டோகென்புர்க் - ஜெர்மானியக் கவி ஷில்லர் இயற்றிய "பெருந்தகை என்னும் கதைப்பாட்டின் நாயகன். தன் காதலி இருந்த கிறிஸ்தவ மடாலயத்தின் அருகே, "இனியவளின் சாரளக் கதவுகள் தட்டப்படுவதற்காகப்" பல நீண்ட ஆண்டுகளைக் கழித்தவன்.) எல்லாப் பாணர்கள், பாடகர்களுடன் பைத்தியக்கார விடுதிக்கு ஏன் அனுப்பவில்லை?" என்பான். "ஒரு பெண்ணை உனக்குப் பிடித்திருந்தால் காரியத்தைச் சாதித்துக்கொள்ளப் பார். முடியவில்லையானால் வேண்டாம், விட்டுத்தள்ளு - உலகத்தில் பெண்களுக்குப் பஞ்சம் வந்துவிடவில்லை" என்று கூறுவான். அதின்த்ஸோவாவை அவனுக்குப் பிடித்திருந்தது.அவளைப் பற்றிப் பரவியிருந்த வதந்திகள், அவளுடைய சுதந்திரமான, கட்டற்ற சிந்தனை, தன்மேல் அவள் காட்டிய பரிவு, எல்லாமே அவனுக்குச் சாதகமாய் இருந்ததாகத் தோன்றியது. ஆனால் அவளிடம் "காரியத்தைச் சாதித்துக்கொள்வது" முடியாது என்பதை அவன் விரைவில் புரிந்துகொண்டான். அவளைவிட்டுத் தள்ளவும் அவனால் முடியவில்லை. இது அவனுக்கு வியப்பளித்தது. அவளைப் பற்றி நினைத்ததுமே அவனுடைய குருதியில் சூடேறியது. தன் குருதியை அவன் எளிதாகச் சரிப்படுத்தியிருப்பான். ஆனால் வேறு ஏதோ ஒன்று அவனுள் குடிபுகுந்துவிட்டது. அவன் ஒருகாலும் சாத்தியம் என்று நினைக்காதது, எப்போதும் எள்ளி நகையாடி வந்தது அது. அவனுடைய தன் மதிப்பு அனைத்தும் இதனால் சீறி எழுந்தது. அதின்த்ஸோவாவுடன் பேசுகையில் அவன் கற்பனை உணர்ச்சிப் பெருக்கை அடிப்படையாகக் கொண்டவை எல்லாவற்றையும் தான் இகழ்ந்து ஒதுக்குவதாக முன்னிலும் வெளிப்படையாக அறிவித்தான். தனியாய் இருக்கையிலோ, இந்தக் கற்பனை உணர்ச்சிப் பெருக்கு தனக்கு உள்ளேயே இருப்பதைப் புரிந்து கொண்டு ஆத்திரம் அடைந்தான். அந்த வேளையில் அவன்

சோலைக்குப்போய், கைக்கு எட்டிய கிளைகளை முறிப்பதும் தன்னையும் அவளையும் திட்டி நொறுக்குவதுமாக அகல அடிகள் வைத்து நடப்பான், அல்லது கொட்டகையில் இருந்த உலர்ந்த தீனிப்புல் குவியல் மேல் ஏறிப்படுத்து, பிடிவாதமாகக் கண்களை மூடிக்கொண்டு தூங்க முயல்வான். இந்த முயற்சி எப்போதும் பலிப்பதில்லை என்று சொல்லவே வேண்டாம். கன்னிமையும் தூய்மையும் திகழும் அந்தக் கரங்கள் எப்போதாவது தன் கழுத்தைக் கொடிபோலத் தழுவும், பெருமிதம் ததும்பும் அந்த உதடுகள் தன் முத்தத்துக்குப் பதில் முத்தம் தரும், அறிவு சுடரும் அந்த விழிகளை கனிவுடன்-ஆம், கனிவுடன் - தன் விழிகளை நோக்கும் எனத் திடீரென்று எண்ணிக் கொள்வான். அவ்வளவுதான், அவனுக்குத் தலை சுற்றும். கணப்போது அவன் மெய் மறந்துவிடுவான். ஆனால் மறுகணமே அவனுக்கு எரிச்சல் பீறிடும். “வெட்கப்படத்தக்க” பலவித எண்ணங்களில்தான் ஆழ்ந்திருப்பதை உணர்வான். சைத்தானே தன்னை நையாண்டி செய்வதுபோல இருக்கும் அவனுக்கு. அதின்ஸோவாவின் உள்ளத்திலும் மாறுதல்நிகழ்வதாகவும் அவள் முகத் தோற்றத்தில் ஏதோ தனிப்பட்ட உணர்ச்சி தென்படுவதாகவும் அவனுக்குப்படும். அது ஒருவேளை... இந்த எண்ணம் வந்ததும் அவன் வழக்கமாகக் காலைத் தொப்பென்று அடிப்பான், அல்லது பற்களை நெறுநெறுத்து முட்டியைக் காட்டித் தன்னையே அச்சுறுத்திக் கொள்வான்.

ஆனால் பஸாரவ் நினைத்தது முற்றிலும் தவறு அல்ல. அதின்ஸோவாவின் கற்பனையை அவன் வியப்பில் ஆழ்த்தினான். அவள் மனம் அவனிடம் ஈடுபட்டது. அவள் அவனைப்பற்றி நிறையச் சிந்திந்தாள். அவன் இல்லாதபோது அவள் ஏங்கிப்போகவில்லை, அவனை எதிர்பார்த்துக் காத்திருக்கவில்லைதான். ஆனால் அவன் வரவு அவளுக்கு உடனே உற்சாகம் ஊட்டியது. அவனோடு தனியாக இருக்க அவள் விருப்புடன் இசைந்தாள். அவனோடு விருப்புடன் பேசினாள் அவள் அவளுக்குக் கோபமூட்டிய போதும், அவளுடைய ருசியையும் நாகரிகப் பழக்கவழக்கங்களையும் அவன் அவமதித்த போதுங்கூட. அவனைச் சோதிக்கவும் தன்னை அறிந்து கொள்ளவும் அவள் விரும்பியதுபோல் இருந்தது.

ஒருநாள் அவளோடு தோட்டத்தில் உலாவும்போது, தான் தகப்பனாரின் கிராமத்துக்கு விரைவில் போக எண்ணியிருப்பதாகக் கடுகடுத்த குரலில் திடீரெனக் கூறினான் பஸாரவ். அவள் முகம் வெளிறிற்று. அவள் நெஞ்சில் ஏதோ சுரீரென்று குத்தியதுபோல் இருந்தது. அந்த வேதனை அவளுக்கே ஆச்சரியமாய் இருந்தது. இதற்கு என்ன அர்த்தம் என்று அப்புறம் நெடு நேரம் எண்ணிப் பார்த்தாள். பஸாரவ் தான் போவது பற்றி அவளிடம் தெரிவித்தது

அவளைச் சோதிக்கும் நோக்கத்துடனோ, அதனால் என்ன நேர்கிறது என்று பார்ப்பதற்காகவோ அல்ல. அவன் ஒருபோதுமே 'புனைந்துரைத்தது' கிடையாது. தன் தந்தையின் காரியஸ்தனும் தன் குழந்தைப் பருவத்தில் தனக்கு ஏவலனும் ஆசானுமாக இருந்தவனும் ஆன திமஃபேயிச் என்பவனை அன்று காலை அவன் சந்தித்தான். இவன் அலங்கோலத் தோற்றம் உள்ள துடியான கிழவன். மங்கிய மஞ்சள் முடியும் காற்றில் அடிபட்ட சிவந்த முகமும் இடுங்கிய விழிகளில் சிறு கண்ணீர்த் துளிகளுமாகத் திடீரென்று பஸாரவின் முன்னே வந்து நின்றான். நீலச் சாம்பல் நிறமான கனத்த கம்பளி அங்கியைத் துண்டுத் தோல் இடைவாரால் இறுக்கி, கீலெண்ணெய்பூசிய பூட்சுகள் அணிந்திருந்தான் அவன்.

"ஆ, நீயா, வணக்கம்!" என்று கூவினான் பஸாரவ்.

"வணக்கம், சின்ன எஜமான்" என்று கூறி, முகமெல்லாம் சுருக்கங்கள்விழ மகிழ்வுடன் புன்னகை செய்தான் கிழவன்.

"எதற்காக வந்தாய்? அப்பா என்னிடம் அனுப்பினாரோ?"

"இதென்ன சொல்லுகிறீர்கள், சின்ன எஜமான். அப்படி நடக்குமா?" என்று குழறிப் பேசத் தொடங்கினான் திமஃபேயிச் (தன் எஜமானர் புறப்படும் முன்பு இட்டிருந்த கண்டிப்பான உத்தரவு அவனுக்கு நினைவு இருந்தது.) "எஜமான் காரியமாக நகரத்துக்குப் போகிற வழியில் இப்படித் திரும்பினேன், அதாவது, சின்ன எஜமானைப் பார்த்துவிட்டுப் போவோமே என்று... இல்லாவிட்டால் சும்மா தொல்லை கொடுப்பேனா!"

"சரி, சரி, புளுகாதே. நகரத்துக்குப் போக உனக்கு இதுவா வழி?" என்று அவன் மேலே பேசுவதற்குள் குறுக்கிட்டான் பஸாரவ்.

திமஃபேயிச் மென்று விழுங்கிக் கொண்டு பேசாதிருந்தான். "அப்பா சௌக்கியமா?"

"ஆண்டவன் புண்ணியத்திலே சௌக்கியம்.

"அம்மா?"

"அவர்களும் சௌக்கியந்தான், கடவுள் அருளாலே."

"என்னை எதிர்பார்த்துக் கொண்டிருக்கிறார்களாக்கும்?"

கிழவன் தன் சிறு தலையை ஒரு பக்கம் சாய்த்தான்.

"ஐயோ சின்ன எஜமான், எதிர்பார்க்காமல் எப்படி? ஆண்டவன் சத்தியமாக, உங்களைக் காணாமல் தாயார் தகப்பனார் நெஞ்சு சோர்ந்து போய்க் கிடக்கிறார்களே!""

"சரி, சரி. பிரமாதமாக அளக்காதே. நான் சீக்கிரம் வருவேன் என்று அவர்களிடம் சொல்லு."

“உத்தரவு” என்று பெருமூச்சுடன் சொன்னான் திமஃபேயிச்.

வீட்டுக்கு வெளியே வந்ததும் அவன் இரு கைகளாலும் தொப்பியைத் தலையில் அழுத்தி வைத்துக்கொண்டான். வாயிலருகே நிறுத்தியிருந்த வறுமைத் தோற்றம்அளித்த நாற்சக்கர வண்டியில் ஏறிக் கொண்டு - குதிரையைக் கெச்சை நடையில் ஓட்டிச் சென்றான் ஆனால் நகரத்தின் திக்கில் அல்ல.

அன்றுமாலை அதின்த்ஸோவா தன்அறையில் பஸாரவுடன் உட்கார்ந்திருந்தாள். அர்க்காதி ஹாலில் குறு நடை நடந்தவாறு காத்யாவின் பியானோ வாசிப்பைக் கேட்டுக் கொண்டிருந்தான். சிற்றரசி மேல் மாடியில் இருந்த தன் அறைக்குப் போய்விட்டாள். அவளுக்கு விருந்தினர்களைப் பொதுவாகவே பிடிக்காது. “புதுப் பைத்தியங்கள்” என்று அவள் குறிப்பிட்ட இந்த இருவரையுமோ அவளால் சகிக்கவே முடியவில்லை. பொது அறைகளில் அவள் வெறுமே உர்ரென்று இருப்பாள். ஆனால் தன் அறையில் இருக்கையிலோ, சொந்த வேலைக்காரி முன் சில வேளைகளில் அவள் தன் மூடு தொப்பியும் பின்னல் கொண்டையும் எகிறி எகிறிக் குதிக்கும்படி திட்டுக்களும் வசவுகளுமாகப் பொழிவாள். இதெல்லாம் அதின்த்ஸோவாவுக்குத் தெரியும்.

“ஆமாம், நீங்கள் போகிறேன் என்று கிளம்புகிறீர்களே, எப்படி? உங்கள் வாக்குறுதி என்ன ஆயிற்று?” என்று பஸாரவிடம் கேட்டாள் அதின்த்ஸோவா.

பஸாரவ் திடுக்கிட்டான்.

“எந்த வாக்குறுதி?”

“மறந்துவிட்டீர்களா? எனக்குச் சில இரசாயனப் பாடங்கள் கற்றுத் தருவதாகச் சொன்னீர்களே.”

“நான் போக வேண்டும். என் தகப்பனார் காத்திருக்கிறார். நான் இன்னும் நேரம் கடத்துவது கூடாது. நீங்கள் ஒன்று செய்யலாம். பெலூஸூம், ஃபிரெமீயும், ‘இரசாயனத்தின் பொதுக் கோட்பாடுகள்’ என்ற பிரெஞ்சு நூலைப் படியுங்கள். நல்ல புத்தகம், விளங்கும்படி எழுதப்பட்டிருக்கிறது. வேண்டியது எல்லாம் அதில் உங்களுக்குக் கிடைக்கும்.’

“நினைவிருக்கிறதா? நீங்கள் சொன்னீர்கள் புத்தகம்... மாற்றாகாது... நீங்கள் சொன்ன வார்த்தைகள் எனக்கு நினைவில்லை. ஆனால் நான் கூற விரும்புவது என்ன என்பது உங்களுக்குத் தெரியும். நினைவிருக்கிறதா?”

“நான் போக வேண்டும்!” என்று திரும்பச் சொன்னான் பஸாரவ்.

“எதற்காகப் போகவேண்டும்?” என்று குரலைத் தாழ்த்திக்

கூறினாள் அதின்த்ஸோவா.

பஸாரவ் அவளை ஏறிட்டு நோக்கினான். அவள் நாற்காலியின் பின்னே தலையைச் சாய்த்து, முழங்கைகள் வரை திறந்திருந்த கரங்களை மார்பின்மீது கட்டிக்கொண்டு உட்கார்ந்திருந்தாள். ஒட்டுக்காகித வலை மூடிய ஒற்றை விளக்கின் ஒற்றை வ வெளிச்சத்தில் அவள் வெளிறிக் காணப்பட்டாள். அகலமான வெண்ணிற உடை மென்மையான மடிப்புக்களால் அவள் மேனி முழுவதையும் மூடியிருந்தது. ஒன்றன்மேல் ஒன்றாகப் போட்டிருந்த அவளுடைய கால்களின் நுனிகள்கூடச் சிறிதே வெளித் தெரிந்தன.

"எதற்காக இங்கே இருக்க வேண்டுமாம்?" என்று பதில் கேள்வி போட்டான் பஸாரவ்.

அதின்ஸோவா தலையை லேசாகத்திருப்பிக் கொண்டாள்.

"எதற்காகவாவது? என் வீட்டில் உங்களுக்குக் குதூகலமாய் இல்லையா என்ன? அல்லது இங்கே உங்களுக்காக ஒருவரும் ஏங்க மாட்டார்கள் என்று நினைக்கிறீர்களோ?"

"ஏங்க மாட்டார்கள் என்று எனக்கு நிச்சயமாகத் தெரியும்."

அதின்த்ஸோவா சற்று நேரம் பேசாதிருந்தாள்.

"நீங்கள் இப்படி நினைப்பது வீண். ஆனால் நான் உங்களை நம்பவில்லை. நீங்கள் ஆழ்ந்த முறையில் இப்படிச் சொல்லியிருக்க முடியாது.'-பஸாரவ் முன்போலவே அசையாமல் உட்கார்ந்திருந்தான். "யெவ்கேனி வஸீலிச், ஏன் பேசாமல் இருக்கிறீர்கள்?"

"அட நான் என்ன சொல்வது உங்களிடம். மனிதர்களைப் பற்றி ஏங்குவது பொதுவாகவே தேவை இல்லை. என்னைப் பற்றியோ, கேட்கவே வேண்டாம்."

"ஏனோ?"

"நான் பயனுள்ளவன், ஆனால் சுவை அற்றவன். எனக்குப் பேசத் தெரியாது."

"தனிப்பட்ட மரியாதையைக் கோருகிறீர்கள் நீங்கள்."

"இது என் வழக்கம் அல்ல. வாழ்க்கையின் பகட்டான பகுதி, நீங்கள் அவ்வளவு பெரிதாக மதிக்கும் பகுதி எனக்கு எட்ட முடியாதது என்பது உங்களுக்கே தெரியாதா என்ன?"

அதின்த்ஸோவா கைக்குட்டை முனையைக் கடித்தாள்.

"நீங்கள் என்ன வேண்டுமானாலும் நினைத்துக் கொள்ளுங்கள். ஆனால் நீங்கள்போன பின் எனக்குப் பொழுதே போகாது."

"அர்க்காதி இருப்பானே" என்றான் பஸாரவ்.

இவான் துர்கனேவ் | 125

அதின்த்ஸோவா லேசாகத் தோள்களைக் குலுக்கினாள்.

"எனக்கு ஒரே சலிப்பாய் இருக்கும்" என்றாள்.

"மெய்யாகவா? என்ன ஆனாலும் நீண்ட காலம் நீங்கள் சலிப்படையப் போவதில்லை."

"ஏன் அப்படி நினைக்கிறீர்கள்?"

"ஏனென்றால் உங்கள் ஒழுங்கு குலையும்போதுதான் சலிப்பு அடைவதாக நீங்கள் சொன்னீர்கள். உங்கள் வாழ்க்கையைக் குற்றம் குறை ஏற்பட முடியாதபடி சரியாக ஒழுங்குபடுத்திக் கொண்டிருக்கிறீர்கள். ஆகவே சலிப்புக்கோ ஏக்கத்துக்கோ... துயர உணர்ச்சி எதற்குமே அதில் இடம்கிடையாது.'

"நான் குற்றம் குறை ஏற்பட முடியாதவள் என்று... அதாவது நான் என் வாழ்க்கையை அவ்வளவு சரியாக ஒழுங்குபடுத்திக் கொண்டிருக்கிறேன் என்று உங்களுக்குப்படுகிறதோ?"

"படாமல் இருக்குமா? உதாரணமாக, சில நிமிடங்களில் மணி பத்து அடிக்கும். நீங்கள் என்னை வெளியேற்றிவிடுவீர்கள் என்பதை இப்போதே அறிவேன்."

"இல்லை, வெளியேற்ற மாட்டேன், யெவ்கேனி வஸீலிச். நீங்கள் இருக்கலாம். இந்த ஜன்னலைத் திறவுங்கள்... எனக்கு என்னவோ இறுக்கமாய் இருக்கிறது."

பஸாரவ் எழுந்து ஜன்னல் கதவை அழுத்தித் தள்ளினான். அது சட்டென்று ஓசையுடன் விரியத் திறந்துகொண்டது. அது அவ்வளவு லேசாகத் திறந்துவிடும் என்று அவன் எதிர்பார்க்கவில்லை. தவிர அவன் கைகள் வேறு நடுங்கின. சுருண்ட மெல்லிரவு அனேகமாகக் கறுத்த வானுடன் அறைக்குள் எட்டிப் பார்த்தது. மரங்களின் லேசான சரசரப்பு ஒலியும், சுயேச்சையான தூய காற்றின் புது மணமும் அறைக்குள் வந்தன.

"திரையைப்போட்டுவிட்டு உட்காருங்கள். நீங்கள் போவதற்கு முன் உங்களோடு கொஞ்சம் பேசிக்கொண்டிருக்க விரும்புகிறேன். உங்களைப் பற்றி எனக்கு ஏதாவது சொல்லுங்கள். நீங்கள் உங்களைப் பற்றி ஒருபோதும் பேசுவது இல்லை" என்றாள் அதின்ஸோவா.

"பயனுள்ள விஷயங்கள் பற்றி உங்களுடன் பேச முயல்கிறேன், ஆன்னா ஸெர்கேயெவ்னா..."

"நீங்கள் மிகவும் தன்னடக்கம் உள்ளவர்... உங்களையும், உங்கள் குடும்பத்தையும், உங்கள் தகப்பனாரையும் பற்றி -அவருக்காகத்தானே நீங்கள் எங்களை விட்டுப்போகிறீர்கள் - ஏதேனும் தெரிந்து கொள்ள எனக்கு விருப்பம் உண்டாகிறது."

"இவள் எதற்காக இந்த மாதிரி வார்த்தைகள் பேசுகிறாள்?" என்று எண்ணமிட்டான் பஸாரவ்.

"அதெல்லாம். கொஞ்சங்கூட ருசிக்காது, விசேஷமாக உங்களுக்கு. நாங்கள் சாதாரண மனிதர்கள்" என்றான்.

"நான் மட்டும், பிரபு வம்சத்தினள் என்பது உங்கள் நினைப்போ?"

பஸாரவ் விழிகளை உயர்த்தி அதின்ஸோவா மீது பார்வையை நாட்டினான்.

"ஆமாம்" என்று மிகையான கடுமையுடன்கூறினான்.

அவள் குறுநகை செய்தாள்.

"எல்லா மனிதர்களும் ஒருவரை ஒருவர் ஒத்திருக்கிறார்கள், அவர்களைத் தனித்தனியே ஆராயத் தேவை இல்லை என்று நீங்கள் சொன்னாலும் என்னை நீங்கள் அறிந்திருப்பது சொற்பமே என்பதைக் காண்கிறேன். எப்போதாவது உங்களுக்கு என் வாழ்க்கையைப் பற்றிச் சொல்கிறேன்... ஆனால் முதலில் நீங்கள் உங்களைப் பற்றிச் சொல்லுங்கள்."

"நான் உங்களை அறிந்தது சொற்பமே" என்று திருப்பிக் கூறினான் பஸாரவ். 'ஒருவேளை நீங்கள் சொல்வது சரியாய் இருக்கலாம். எந்த மனிதனுமே புதிர்தான்போலும். உங்களையே எடுத்துக் கொள்வோமே. நீங்கள் சமூகத்திலிருந்து விலகி ஒதுங்குகிறீர்கள், அது உங்களுக்கு அலுப்பு ஏற்படுத்துகிறது. ஆனாலும் இரண்டு மாணவர்களை வீட்டில் தங்க அழைத்திருக்கிறீர்கள். இந்த அறிவையும் இந்த அழகையும் வைத்துக் கொண்டு நீங்கள் கிராமத்தில் ஏன் வசிக்கிறீர்கள்?"

"என்ன? என்ன சொன்னீர்கள்?" என்று உற்சாகத்துடன் கேட்டாள் அதின்ஸோவா. "என்னுடைய... அழகை வைத்துக்கொண்டா?"

பஸாரவ் முகம் சுளித்தான்.

"அது முக்கியம் இல்லை. நீங்கள் கிராமத்தில் ஏன் வாழ்கிறீர்கள் என்பது புரியவில்லை என்றுதான் சொல்ல வந்தேன்."

"உங்களுக்கு இது புரியவில்லையாக்கும்... ஆனால் இதற்குக் காரணம் என்னவாய் இருக்கும் என்று ஏதேனும் ஊகம் செய்து கொண்டிருப்பீர்களே?"

"ஆமாம்... நீங்கள் ஒரே இடத்தில் நிலையாக வசிப்பதன் காரணம், நீங்கள் சொகுசுக்குப் பழகிவிட்டீர்கள், நீங்கள் சொகுசுக்குப் பழகி விட்டீர்கள், நீங்கள் வாழ்க்கை வசதிகளை, சௌகரியங்களை, மிகவும் விரும்புகிறீர்கள், மற்றவை எவையும் உங்களுக்கு ஒரு பொருட்டு இல்லை என்பதுதான் என்று எண்ணுகிறேன்."

அதின்ஸோவா மறுபடி குறு நகை புரிந்தாள்.

"ஒரு விஷயத்தில் என்னால் ஆழ்ந்து ஈடுபட முடியும் என்பதை நம்ப அறவே மறுக்கிறீர்களாக்கும்?"

பஸாரவ் தலையை நிமிர்த்தாமலே அவளை நோக்கினான்.

"ஆவல் காரணமாக ஈடுபடலாம், வேறு வகையில் அல்ல."

"மெய்யாகவா? இப்போது எனக்குப் புரிகிறது, நாம் இருவரும் நண்பர்களானது ஏன் என்று. நீங்களும் என்னைப் போன்றவர்தாமே."

"நண்பர்களானது..." என்று கம்மிய குரலில் சொன்னான் பஸாரவ்.

"அடே, ஆமாம்!... நீங்கள் போக விரும்புகிறீர்கள் என்பதை மறந்துவிட்டேன்."

பஸாரவ் எழுந்தான். நறுமணம் கமழ்ந்த, இருண்ட ஒதுக்கமான அறையின் நடுவே விளக்கு மங்கலாக எரிந்தது. அலையடித்து அசைந்த திரையின் ஊடாக, இரவின் கிளர்ச்சியூட்டும் குளுமை எப்போதாவது அறைக்குள் வந்தது. அதன் மர்மக் கிசுகிசுப்பு கேட்டது. அதின்த்ஸோவா விரலைக்கூட அசைக்கவில்லை. ஆனால் மர்மக் கிளர்ச்சி சிறிது சிறிதாக அவளை ஆட்கொண்டது... அது பஸாரவையும் பற்றிக் கொண்டது. அழகிய இளம் பெண்ணுடன் தான் தனியாய் இருப்பதை அவன் திடீரென உணர்ந்தான்...

"எங்கே கிளம்பி விட்டீர்கள்?" என்று மெதுவாகச்சொன்னாள் அவள்.

அவன் பதில் பேசாமல் நாற்காலியில் உட்கார்ந்தான்.

"நான் அமைதியானவள், மென்மையானவள், சொகுசு பாராட்டு பவள் என்று நீங்கள் எண்ணுகிறீர்கள். ஆனால் நான் மிகவும் துர்ப்பாக்கியசாலி என்பதை நான் அறிவேன்" என்று ஜன்னலிலிருந்து பார்வையை அகற்றாமல் அதே குரலில் தொடர்ந்தாள் அதின்த்ஸோவா.

"நீங்களா துர்ப்பாக்கியசாலி! எதனால்? வெறும் வம்புப் பேச்சுகளுக்கு நீங்கள் ஏதேனும் முக்கியத்துவம் கொடுக்கிறீர்களா என்ன?"

அதின்த்ஸோவா முகம் சுளித்தாள். அவன் தன்னை அப்படிப் புரிந்து கொண்டதால் அவளுக்கு மனத்தாங்கல் உண்டாயிற்று.

"இந்த வம்புப் பேச்சுக்கள் எனக்குச் சிரிப்புகூட உண்டாக்குவ தில்லை, யெவ்கேனி வஸீலிச். நான் தன்மானம் மிக்கவள், ஆகவே, இவை என் அமைதியைக் குலைக்கும்படி விடவே மாட்டேன். நான் துர்ப்பாக்கியசாலியாக இருப்பதற்குக் காரணம் உயிர் வாழ்ந்திருக்கும் விருப்பமோ ஆசையோ என்னிடம் இல்லாததுதான்.

நீங்கள் நம்பிக்கை இன்றி என்னைப் பார்க்கிறீர்கள். லேஸ் வைத்த ஆடைகள் அணிந்து வெல்வெட் திண்டு தைத்த நாற்காலியில் உட்கார்ந்திருக்கும் 'பிரபு வம்சத்தினள்' இப்படிப் பேசுகிறாளே என்று நினைக்கிறீர்கள். நானும் இதை மறைக்கவில்லை. நீங்கள் வசதி என்று குறிப்பிடுவதை நான் விரும்பத்தான் செய்கிறேன். அதே சமயம் உயிர் வாழ்ந்திருக்க நான் அவ்வளவாக ஆசைப்படவில்லை. இந்த முரண்பாட்டை எப்படி வேண்டுமானாலும் சரிக்கட்டிக் கொள்ளுங்கள். ஆனால் உங்கள் கண்களுக்கு இது எல்லாமே கற்பனை உணர்ச்சிப் பெருக்காகப்படும்."

பஸாரவ் தலையை அசைத்தான்.

"நீங்கள் ஆரோக்கியசாலி, கட்டற்றவர், செல்வி, அப்புறம் என்ன? வேறு என்னதான் வேண்டும் என்கிறீர்கள்?"

"என்னதான் வேண்டும் என்கிறேன்" என்று திருப்பிக்கூறிப் பெருமூச்செறிந்தாள் அதின்த்ஸோவா. "நான் மிகவும் களைத்துப் போனேன், நான் வயதானவள். நெடுங்காலமாக வாழ்வதாக எனக்குத் தோன்றுகிறது. ஆமாம், நான் வயதானவள்" என்று மேலாடை நுனிகளைத் திறந்த கைகள் மேல் மெதுவாக இழுத்துவிட்டுக் கொண்டு மீண்டும் சொன்னாள். அவளுடைய விழிகள் பஸாரவின் விழிகளைச் சந்தித்தன. அவள் சற்றே முகம் சிவந்தாள். "கடந்த கால நினைவுகள் என் மனத்தில் ஏராளமாக நிறைந்திருக்கின்றன; பீட்டர்ஸ்பர்க் வாழ்க்கை, செல்வம், பின்பு வறுமை, அப்புறம் தந்தையின் மரணம், மண வாழ்க்கை, பிறகு அயல்நாட்டுப் பயணம், முறைப்படி... நினைவுகள் நிறைய, ஆனால் நினைத்துமகிழ ஒன்றும் இல்லை. முன்னே, எனக்கு எதிரே இருக்கிறது நீண்ட, மிக நீண்ட பாதை, ஆனால் குறிக்கோள் எதுவும் இல்லை... எனக்குப்போகவும் விருப்பம் இல்லை."

"நீங்கள் அவ்வளவு ஏமாற்றம் அடைந்து விட்டீர்களோ?" என்று கேட்டான் பஸாரவ்.

"இல்லை, ஆனால் எனக்கு மன நிறைவு ஏற்படவில்லை. ஏதாவது ஒன்றில் நான் ஆழ்ந்த பற்று கொள்ள முடிந்தால் நன்றாய் இருக்கும் போலும்" என்று நிறுத்தி நிறுத்திப்பேசினாள் அதின்த்ஸோவா.

"காதல் கொள்ள உங்களுக்கு விருப்பம் உண்டாகிறது. ஆனால் காதலிக்க உங்களால் முடியவில்லை. உங்கள் துர்ப்பாக்கியத்துக்குக் காரணம் இதுவே" என்று குறுக்கிட்டான் பஸாரவ்.

அதின்ஸோவாதன் மேலாடைக்கைகளைப் பார்வையிடலானாள்.

"என்னால் காதலிக்க முடியாதோ?" என்று கேட்டாள்.

"சந்தேகந்தான்! ஆனால் இதைத் துர்ப்பாக்கியம் என்று நான்

சொல்லுவது வீண். மாறாக, எவனுக்கு இது நேர்கிறதோ அவன்தான் இரக்கத்துக்கு உரியவன்!"

"என்ன நேர்கிறதோ.."

"காதலிக்க."

"உங்களுக்கு இது எப்படித்தெரியும்?"

"கேள்வி வாயிலாக" என்று எரிச்சலுடன் பதில் அளித்தான் பஸாரவ்.

"நீ சரசமாடுகிறாய். உனக்குச் சலிப்பாய் இருக்கிறது, வேறு வேலை இல்லாததால் என்னைச் சீண்டி வேடிக்கை பார்க்கிறாய். எனக்கோ..." இவ்வாறு எண்ணியபோதே பஸாரவின் நெஞ்சு உண்மையாகவே விண்டு போயிற்று.

உடல் முழுவதையும் முன்னே சாய்த்து நாற்காலிக் குஞ்சத்தை நெருடியவாறு, "தவிர நீங்கள் ஒருவேளை மட்டுமீறி நிறையக் கோருகிறீர்கள்" என்றான்.

"இருக்கலாம். என் கருத்துப்படி, ஒன்றா எல்லாம் வேண்டும் இல்லாவிட்டால் ஒன்றுமே வேண்டாம். வாழ்க்கைக்கு மாற்றாக வாழ்க்கை. என் வாழ்க்கையை எடுத்துக் கொண்டாயா, உன் வாழ்க்கையை எனக்கு வழங்கு, வருத்தமோ, மறுபடி பெறும் எண்ணமோ இல்லாமல், அது முடியாது என்றால் எதுவுமே வேண்டாமே."

"அதற்கென்ன? இது நியாயமான நிபந்தனைதான். எனக்கு ஆச்சரியம் என்ன என்றால் இதுவரை நீங்கள்... விரும்பியதை அடைய முடியாதது எப்படி என்பதுதான்" என்றான் பஸாரவ்.

"யாருக்கு வேண்டுமானாலும் தன்னை முழுமையாக வழங்கிவிடுவது எளிது என்று நினைக்கிறீர்களோ?"

"எளிது இல்லைதான், சிந்தனை செய்யவும், காத்திருக்கவும், தனக்கே விலையை நிர்ணயித்துக் கொள்ளவும், அதாவது தன்னை உயர்வாகக் கருதிக் கொள்ளவும் தொடங்கினால், சிந்தனை செய்யாமல் தன்னை வழங்கி விடுவதாக, மிக எளிது."

"தன்னை உயர்வாகக்கருதிக்கொள்ளாமல்இருப்பதுஎப்படியாம்? எனக்கு எவ்வித மதிப்பும் இல்லை என்றால் என் சமர்ப்பணம் யாருக்குத் தேவை?"

"இது என் வேலை அல்ல. என் மதிப்பு என்ன என்று சீர்தூக்கிப் பார்ப்பது மற்றவருடைய வேலை. முக்கியமானது தன்னையே வழங்கத் திறன் பெற்றிருப்பதுதான்."

அதின்ஸோவா நாற்காலி முதுகிலிருந்து விலகி முன்னே

சாய்ந்தாள்.

"இதை எல்லாம் அனுபவித்தவர் போல நீங்கள் பேசுகிறீர்கள்" என்றாள்.

"சும்மா ஒரு பேச்சுக்குச் சொன்னேன், ஆன்னா ஸெர்கேயெவ்னா. இதெல்லாம் எனக்குப் புறம்பானது என்பதை நீங்கள் அறிவீர்கள்."

"உங்களால் தம்மையே வழங்க முடியுமா?"

"அறியேன். வீண்பெருமை அடித்துக்கொள்ள நான் விரும்ப வில்லை."

அதின்த்ஸோவா ஒன்றும் சொல்லவில்லை. பஸாரவும் பேசாதிருந்தான். பியானோ இசையொலி விருந்தறையிலிருந்து அவர்கள் காதுகளை எட்டியது.

"காத்யா என்ன இவ்வளவு நேரம் சென்று வாசித்துக் கொண்டிருக்கிறாள்" என்றாள் அதின்த்ஸோவா.

பஸாரவ் எழுந்தான்.

"ஆமாம், இப்போது உண்மையிலேயே நேரமாகிவிட்டது. நீங்கள் உறங்கும் வேளை வந்துவிட்டது."

"பொறுங்கள். எங்கே போக அவசரப்படுகிறீர்கள்?.. உங்களிடம் ஒரு வார்த்தை சொல்ல வேண்டும் எனக்கு."

"என்ன வார்த்தை?"

"பொறுங்கள்" என்று கிசுகிசுத்தாள் அதின்த்ஸோவா.

அவளுடைய விழிகள் பஸாரவ் மீது நிலைத்தன. அவள் அவனைக் கவனமாக உற்றுப்பார்ப்பது போல் இருந்தது.

அவன் அறையின் குறுக்கே நடந்தான். பின்பு திடீரென்று அவளை நெருங்கி, "விடை கொடுங்கள்" என்று கிசுகிசுத்து அவள் கையைப் பற்றி இறுக்கினான். அந்த வலி தாங்காமல் அவள் அனேகமாகக் கத்தத் தெரிந்தாள். அவன் சட்டென்று வெளியே போய்விட்டான். ஒன்றோடு ஒன்று ஒட்டிய தன் விரல்களை அவன் உதட்டருகே கொண்டுபோய் அவற்றில் ஊதியவள், திடீரென்று கிளர்ச்சி பொங்க நாற்காலியிலிருந்து துள்ளி எழுந்து, விரைந்து அடி வைத்து கதவை நோக்கி நடந்தாள்- பஸாரவைத் திரும்பி வரும்படி அழைக்க விரும்பியவள்போல... பணிப்பெண் வெள்ளித்தட்டில் தண்ணீர்ப் பாத்திரத்தை வைத்து எடுத்துக்கொண்டு வந்தாள். அதின்த்ஸோவாநின்று, பணிப்பெண்ணைப் போகச் சொல்லிவிட்டு மறுபடி உட்கார்ந்தாள். மீண்டும் சிந்தனையில் ஆழ்ந்தாள். அவளுடைய பின்னல் கட்டவிழ்ந்து கருநாகம்போல அவள் தோள்மேல் விழுந்தது. ஆன்னா ஸெர்கேயெவ்னாவின் அறையில்

விளக்கு இன்னும் வெகுநேரம் எரிந்துகொண்டிருந்தது. இரவுக்குளிர் மெல்லெனத் தாக்கிய கரங்களை எப்போதாவது மட்டுமே விரல்களால் வருடியவாறு அவள் நெடுநேரம் அசையாமல் உட்கார்ந்திருந்தாள்.

பஸாரவோ, இரண்டு மணி நேரம் கழிந்தபின் தன் அறைக்குத் திரும்பினான். அவனுடைய பூட்சுகள் பனித்துளிகளால் நனைந்திருந்தன. தலைமயிர் கலைந்து சிலுப்பிக் கொண்டிருந்தது. முகம் கடு கடு என்று இருந்தது. அவன் வந்தபோது அர்க்காதி நீள்கோட்டுப் பொத்தான்களைக் கூடக் கழற்றாமல் எழுதுமேஜை அருகே புத்தகமும் கையுமாக உட்கார்ந்திருந்தான்.

“நீ இன்னும் படுத்துக் கொள்ளவில்லையா?” என்று எரிந்து விழுபவன் போலக் கேட்டான் பஸாரவ்.

“இன்றைக்கு நீ ஆன்னா ஸெர்கேயெவ்னாவோடு ரொம்ப நேரம் உட்கார்ந்திருந்தாய்” என்று அவன் கேள்விக்கு விடை அளிக்காமலே கூறினான் அர்க்காதி.

“ஆமாம், காத்யாவும் நீயும் பியானோ வாசித்துக் கொண்டிருந்த நேரமெல்லாம் நான் அவள் அறையில் உட்கார்ந்திருந்தேன்.”

“நான் வாசிக்கவில்லை” என்று ஆரம்பித்த அர்க்காதி மௌனம் ஆகிவிட்டான். விழிகளில் கண்ணீர்பொங்கி வருவதை அவன் உணர்ந்தான். தன் நகையாடும் நண்பன் முன் கண்ணீர் பெருக்க அவன் விரும்பவில்லை.

மறுநாள் பஸாரவ், அதின்த்ஸோவா, இருந்த இடத்துக்கு வந்தான். பஸாரவ் விழிகளை உயர்த்தாமல், முன்னே வழுகிச் சென்ற பட்டு உடையின் நுண்ணிய சீழ்க்கை ஒலியையும் சரசரப்பையும் மட்டுமே செவிமடுத்தவனாக அவள் பின்னே துடியாக நடந்தான். அதின்ஸோவா தலைக்கு நாள் உட்கார்ந்திருந்த அதே நாற்காலியில் அமர்ந்தாள். பஸாரவ் தனது முந்திய நாளைய இடத்தில் உட்கார்ந்தான்.

“அப்படியானால் அந்தப் புத்தகத்தின் பெயர் என்ன?” என்று சிறிது நேர மௌனத்துக்குப்பின் பேச்சைத் தொடங்கினாள் அதின்த்ஸோவா.

“பெலூஸு்ம்ஃப்பிரெமீயும் ‘இரசாயனத்தின் பொதுக்கோட்பாடுகள்’ என்று பதில் அளித்தான் பஸாரவ். ‘ஆனால் நானோ, ‘சோதனைப் பௌதிகவியல் ஆரம்பப் பாடபுத்தகம்’ என்ற நூலையும் படிக்கும்படி உங்களுக்குச் சொல்லுவேன். இந்தப் புத்தகத்தில் படங்கள் இன்னும் துலக்கமானவை. பொதுவாகவே இந்தப் பாட புத்தகம்...”

அதின்த்ஸோவா கையை நீட்டினாள்.

“யெவ்கேனி வஸீலிச், என்னை மன்னியுங்கள். நான் உங்களை இங்கே அழைத்தது பாடபுத்தகங்களைப் பற்றிச் சர்ச்சை செய்வதற்காக அல்ல. நமது நேற்றைய உரையாடலைத் தொடர விரும்புகிறேன். நீங்கள் அப்படி திடுதிப்பென்று போய்விட்டீர்கள்... உங்களுக்கு அலுப்பாய் இருக்குமோ?”

“நான் உங்கள் தொண்டுக்குக் காத்திருக்கிறேன், ஆன்னா ஸெர்கேயெவ்னா. ஆனால் நேற்று நாம் எதைப்பற்றி உரையாடினோம்?”

அதின்த்ரோஸாவா பஸாரவை ஓரக்கண்ணால் பார்த்தாள்.

“நாம் இன்பத்தைப் பற்றிப் பேசினோம் என்று நினைக்கிறேன். நான் உங்களுக்கு என்னையே பற்றிச் சொன்னேன். இதோ நான் ‘இன்பம்’ என்ற வார்த்தையைக் கூறினேனே, அது விஷயமாக ஒன்று கேட்கிறேன், சொல்லுங்கள்; நாம் சங்கீதத்தையோ இனிய மாலை வேளையையோ, மனதுக்குப் பிடித்தவர்களுடன் உரையாடலையோ அனுபவித்துக் கொண்டிருக்கும்போதுகூட, இவை எல்லாம் மெய்யான இன்பம் அல்ல, ஏதாவது நாமே பெற்றிருக்கும் இன்பம் அல்ல, எங்கேயோ நிலவும், அளவு கடந்த இன்பத்தைக் குறிப்பால் காட்டுபவை மட்டுமே என்று நமக்குத் தோன்றுகிறதே, அது ஏன்? எதனால் இப்படித் தோன்றுகிறது? அல்லது இந்த மாதிரி உணர்ச்சி எதுவும் உங்களுக்குஏற்பட்டதில்லையோ ஒருவேளை?”

“நாம் இல்லாத இடத்தில் இன்பம் பொங்குகிறது” என்ற ருஷ்யப் பழமொழி உங்களுக்குத் தெரியுமே” என்று மறுத்துரைத்தான் பஸாரவ். “தவிர, நீங்கள் மனநிறைவு அடையவில்லை என்று நீங்களே நேற்று சொன்னீர்களே. இந்த மாதிரி எண்ணங்கள் என் மூளையில் உதிப்பதே கிடையாது.”

“உங்களுக்கு அவை கேலிக்குரியவையாகப் படுகின்றனவோ?”

“இல்லை, ஆனால் அவை என் மூளையில் உதிப்பதே கிடையாது.”

“உண்மையாகவா? கேளுங்கள், எதைப்பற்றி நீங்கள் நினைக்கிறீர்கள் என்று தெரிந்துகொள்ள எனக்கு மிகவும் ஆசையாய் இருக்கிறது.”

“என்ன? நீங்கள் கேட்பது எனக்குப் புரியவில்லை.”

“கேளுங்கள். உங்களிடம் பேசித் தெளிவுபடுத்திக் கொள்ள வெகு நாட்களாகவே எனக்கு விருப்பம். நீங்கள் சாதாரண ரகத்தைச் சேர்ந்த மனிதர் அல்ல என்பதை உங்களுக்குச்சொல்ல வேண்டியதில்லை நீங்களே அறிவீர்கள். நீங்கள் இன்னும் இளைஞர்–வாழ்நாள் முழுவதும் உங்கள் முன்னே இருக்கிறது. நீங்கள் உங்களை எதற்குத் தயார்படுத்திக் கொள்கிறீர்கள்? எந்த மாதிரி வருங்காலம் உங்களை எதிர்நோக்கி இருக்கிறது? நான் என்ன

சொல்ல விரும்புகிறேன் என்றால் எந்தக் குறிக்கோளை அடைய நீங்கள் ஆசைப்படுகிறீர்கள்? நீங்கள் எங்கே போகிறீர்கள்? உங்கள் உள்ளத்தில் என்ன இருக்கிறது? சுருக்கமாக, யார் நீங்கள், என்ன ஆக விரும்புகிறீர்கள்?”

“நீங்கள் என்னை வியப்பில் ஆழ்த்துகிறீர்கள், ஆன்னா ஸெர்கேயெவ்னா. உங்களுக்குத் தெரியும், நான் இயற்கை விஞ்ஞானம் பயில்கிறேன் என்பது. நான் யார் என்பதோ...”

“யார் நீங்கள்?”

“நான் ஏற்கனவே உங்களிடம் சொல்லிவிட்டேன், நான் வருங்கால நாட்டுப்புற மருத்துவன் என்று.”

அதின்த்ஸோவா உடலசைவால் பொறுமையின்மையைக் காட்டினாள்.

“எதற்காக இப்படிச் சொல்லுகிறீர்கள்? இதை நீங்களே நம்பவில்லை. அர்க்காதி எனக்கு இந்த மாதிரி பதில் சொல்லலாம், ஆனால் நீங்கள் சொல்லக்கூடாது.”

“எந்த வகையில் அர்க்காதி...’

“நிறுத்துங்கள்! இவ்வளவு அடக்கமான செயலில் நீங்கள் மனநிறைவு பெறுவது முடியுமா எங்காவது? தவிர நீங்களேதாம் எப்போதும் சொல்லுகிறீர்களே, உங்கள் வரையில் மருத்துவ இயல் நிலவவே இல்லை என்று. இவ்வளவு தன்மானம் உள்ள நீங்களாவது, நாட்டுப்புற மருத்துவர்கள் ஆகவாவது! என்னை எப்படியாவது தட்டிக் கழிப்பதற்காகவே இப்படிச் சொல்லுகிறீர்கள், ஏனென்றால் என்மேல் உங்களுக்கு நம்பிக்கையே இல்லை. ஆனால் ஒன்றுதெரியுமா யெவ்கேனிவஸீலிச்! என்னால் உங்களைப் புரிந்து கொள்ள முடியும். நானுந்தான் ஏழையும் தன்மானம் உள்ளவளுமாக இருந்திருக்கிறேன், உங்களைப்போலவே. உங்களைப் போலவே நானும் சோதனைகளுக்கு உள்ளாகி இருக்கிறேன்.”

“இதெல்லாம் நன்றாய்த்தான் இருக்கிறது, ஆன்னா ஸெர்கேயெவ்னா, ஆனால் நீங்கள் என்னை மன்னியுங்கள்... எனக்கு உள்ளத்தைத் திறந்து பேசும் வழக்கம் பொதுவாகவே கிடையாது. அதிலும் உங்களுக்கும் எனக்கும் இடையே உள்ள தூரம்...”

“தூரமா? அது என்ன?நான் பிரபு வம்சத்தவள் என்று மறுபடி சொல்லுவீர்களோ? போதும், யெவ்கேனி வஸீலிச். நான்தான் உங்களுக்கு நிரூபித்துக் காட்டிவிட்டேனே...”

“ஆமாம், தவிர” என்று இடைமுறித்தான் பஸாரவ். “பெரும்பகுதி நம்மைச் சார்ந்திராத வருங்காலத்தைப் பற்றிப் பேசுவதிலும் எண்ணுவதிலும் என்ன இன்பம்? ஏதாவது செய்ய வாய்த்தால்

நல்லது. வாய்க்காவிட்டால் முன்கூட்டியே வீணாகப் பிதற்றவில்லை என்ற திருப்தியாவது இருக்கும்."

"நட்பார்ந்த உரையாடலைப் பிதற்றல் என்கிறீர்கள்.. அல்லது, ஒருவேளை, நான் பெண் ஆகையால் உங்கள் நம்பிக்கைக்கு ஏற்றவள் அல்ல என்று எண்ணுகிறீர்களோ? நீங்கள்தாம் எங்கள் எல்லோரையும் இகழ்கிறீர்களே!"

"உங்களை நான் இகழவில்லை, ஆன்னா ஸெர்கேயெவ்னா. உங்களுக்கே இது தெரியும்."

"இல்லை, எனக்கு ஒன்றுமே தெரியாது... ஆனால் அப்படியே வைத்துக்கொள்வோம்; உங்கள் வருங்காலச் செயல்கள் பற்றிப் பேச நீங்கள் விரும்பாததை நான் புரிந்து கொள்கிறேன். ஆனால் இப்போது உங்கள் மனத்தில் நிகழ்வதை.."

"நிகழ்வதையா!" என்று திருப்பிச் சொன்னான் பஸாரவ். "நான் ஏதோ அரசு அல்லது சமுதாயம் போல! என்னவானாலும் இது அக்கறைக்கு உரியதே அல்ல. தவிர, எனக்குள் 'நிகழ்வது' எல்லாவற்றையும் எப்போதும் உரக்கச்சொல்ல ஒருவனால் முடியுமா?"

"மனத்தில் இருப்பதை எல்லாம் வெளியே சொல்ல ஏன் முடியாது என்பது எனக்குத் தெரியவில்லை."

"உங்களால் முடியுமா?" என்று கேட்டான் பஸாரவ்.

"முடியும்" என்று சிறு தயக்கத்துக்குப்பின் கூறினாள் ஆன்னா ஸெர்கேயெவ்னா.

பஸாரவ் தலை வணங்கினான்.

"நீங்கள் என்னைவிடப் பாக்கியசாலி" என்றான்.

ஆன்னா ஸெர்கேயெவ்னா கேள்விக் குறியுடன் அவனைப் பார்த்தாள்.

"உங்கள் இஷ்டம். ஆனால் நாம் நெருங்கிப் பழகியது வீண் அல்ல, நாம் நல்லநண்பர்களாக இருப்போம் என்று எனக்கு எதுவோ சொல்லுகிறது. உங்களுடைய இந்த, எப்படிச் சொல்லுவது அதை, உங்களுடைய இறுக்கம், உங்களுடைய கமுக்கம் முடிவில் மறைந்துவிடும் என்று நம்புகிறேன்.

"என்னிடம், நீங்கள் சொன்னதுபோல, கமுக்கமும் இறுக்கமும் இருப்பதை நீங்கள் கவனித்தீர்களா?"

"ஆமாம்."

பஸாரவ் எழுந்து ஜன்னல் அருகே போனான்.

"இந்தக் கமுக்கத்தின் காரணம் என்ன என்று அறிய விரும்புகிறீர்களா? என் மனத்தில் என்ன நடக்கிறது என்று தெரிந்து கொள்ள நீங்கள் விரும்புகிறீர்களா?"

"ஆமாம்" என்று தனக்கே இன்னும் விளங்காத ஏதோ அச்சத்துடன் மீண்டும் கூறினாள் அதின்த்ஸோவா.

"நீங்கள் கோபிக்க மாட்டீர்களே?"

"மாட்டேன்.'

"மாட்டீர்களா?" - பஸாரவ் அவளுக்கு முதுகைக்காட்டிக் கொண்டு நின்றான். "அப்படியானால் தெரிந்து கொள்ளுங்கள், நான் உங்களைக் காதலிக்கிறேன் மடத்தனமாக, வெறியுடன்... நீங்கள் விரும்பியதைப் பெற்றுவிட்டீர்கள்."

அதின்த்ஸோவா இரண்டு கைகளையும் முன்னே நீட்டினாள். பஸாரவ் நெற்றியை ஜன்னல் கண்ணாடியில் அழுத்திக்கொண்டான். அவனுக்கு மூச்சு திணறிற்று. அவன் உடல் முழுவதும் வெடவெடவென்று நடுங்கியது. ஆனால் அது இளமைக் கூச்சத்தால் ஏற்படும் நடுக்கம் அல்ல. அவனை ஆட்கொண்டது, காதலை முதல் தடவை வெளியிடுகையில் ஏற்படும் இனிய பயங்கர உணர்வு அல்ல. அவனுக்குள் துடிதுடித்தது தீவிரமான, தாங்க அரிதான மோகாவேசம். வன்மத்துக்கு நிகரான, மோகாவேசம்... ஒருவேளை அதனுடன் உறவுகொண்ட அதின்த்ஸோவாவுக்கு அவனிடம் அச்சம் உண்டாயிற்று. இரக்கமாகவும் இருந்தது.

"யெவ்கேனி வஸீலிச்" என்று அவனை விளித்தாள். அவளையும் அறியாமல் கனிவு அவள் குரலில் தொனித்தது.

அவன் சட்டெனத் திரும்பி, அவளை விழுங்கி விடுபவன் போலப்பார்த்தான். பின்பு அவளுடைய இரு கரங்களையும் பற்றி, திடீரென அவளைத் தன் மார்பருகே இழுத்தான்.

அவனுடைய அணைப்பிலிருந்து அவள் உடனே விடுபடவில்லை. ஆனால் கண நேரம் கழிந்ததும் அவள் தொலைவில் மூலையில் நின்றுகொண்டு அங்கிருந்து பஸாரவை நோக்கினாள். அவன் அவள் பக்கம் பாய்ந்தான்...

"நீங்கள் என்னைப் புரிந்து கொள்ளவில்லை" என்று அச்சமும் பரபரப்புமாகக் கிசுகிசுத்தாள் அவள். அவன் இன்னும் ஓர் அடி முன்னே நகர்ந்தால் அவள் வீரிட்டுவிடுவாள் போல் இருந்தது... பஸாரவ் உதட்டைக் கடித்துக் கொண்டு வெளியேறினான்.

அரை மணி நேரத்துக்குப்பின்பணிப்பெண் பஸாரவின் கடிதத்தை அதின்ஸோவாவிடம் கொடுத்தாள். அதிலே ஒரே ஒரு வரிதான் எழுதப்பட்டிருந்தது: "நான் இன்றே போய்விட வேண்டுமா, நாளை

வரை தாமதிக்கலாமா?" "எதற்காகப் போகவேண்டும்? நான் உங்களைப் புரிந்து கொள்ளவில்லை. நீங்கள் என்னைப்புரிந்து கொள்ளவில்லை" என்று அவனுக்குப் பதில் எழுதி அனுப்பினாள் அதின்த்ஸோவா. "நான் என்னையே கூடப்புரிந்து கொள்ளவில்லை" என்று நினைத்துக் கொண்டாள்.

மதியச் சாப்பாட்டு வேளை வரை அவள் வெளியே தலையைக் காட்டாமல் கைகளைப் பின்னே இணைத்தவாறு தன் அறையில் முன்னும் பின்னும் நடந்த வண்ணமாக இருந்தாள். எப்போதாவது ஜன்னலுக்கு எதிரேயும் பிறகு எப்போதாவது நிலைக்கண்ணாடியின் முன்னேயும் நின்று, கைக்குட்டையால் கழுத்தை மெதுவாகத்துடைத்துக்கொள்வாள். கழுத்தில் சூடான கறை பட்டிருப்பதாக அவளுக்கு ஓயாமல் பிரமை உண்டாயிற்று. பஸாரவ் கூறியதுபோல அவனது உளம் திறந்த பேச்சை "விரும்பிப் பெறும்படி" தன்னை நிர்ப்பந்தித்தது எது, தான் எதையும் முன்கூட்டியே எதிர்பார்க்கவில்லையா என்று தன்னைத்தானே கேட்டுக் கொண்டாள். 'குற்றவாளி நான்தான். ஆனால் இப்படி நடக்கும் என்று என்னால் ஊகிக்க முடியவில்லை' என்று வாய்விட்டுச் சொன்னாள். சிந்தனையில் ஆழ்ந்தாள். பஸாரவ் தன்னை நோக்கிப் பாய்ந்தபோது அனேகமாக விலங்கினுடையது போலத் தோன்றிய அவனுடைய முகம் நினைவுக்கு வந்ததும் நாணிச் சிவந்தாள்.

"அல்லது?" என்று திடீரெனக்கூறி நின்று, கூந்தல் சுருள்கள் குலுங்கத்தலையை வெட்டி அசைத்தாள்... கண்ணாடியில் தன்னைப் பார்த்துக் கொண்டாள். பாதி மூடிய விழிகளிலும் பாதி திறந்த உதடுகளிலும் மர்மப்புன்னகை தவழப் பின்னே சாய்ந்திருந்த அவளுடைய தலை அந்தக் கணத்தில் அவளுக்கு ஏதோ கூறியதுபோல் இருந்தது. அதனால் அவளே கூச்சமும் குழப்பமும் அடைந்தாள்.

'இல்லை, இது எங்கே இட்டுச்சென்றிருக்குமோ ஆண்டவனே அறிவான். இதனுடன் விளையாட கூடாது. என்னவானாலும் நிம்மதி, உலகில் எல்லாவற்றையும் விட மேலானது' என்று கடைசியில் தீர்மானித்தாள்.

அவளுடைய நிம்மதி குலையவில்லைதான். ஆனால் அவள் துயரம் அடைந்து ஒரு தடவை கண்ணீர் கூடச் சிந்தினாள்.

எதற்காக என்று அவளுக்கே தெரியவில்லை. தனக்கு ஏற்பட்ட அவமானத்தினால் அல்ல என்பது மட்டும் நிச்சயம். தான் அவமதிக்கப்பட்டதாக அவள் உணரவில்லை. தான் குற்றவாளி என்ற உணர்வே அவளுக்குள் மேலோங்கி இருந்தது. தெளிவற்ற பலவித உணர்ச்சிகளாலும், வாழ்க்கை கழிந்து செல்கிறது என்ற உணர்வாலும், புதுமை விருப்பத்தாலும் தூண்டப்பட்டு அவள் குறித்த வரம்பு வரை செல்லவும் அதற்கு அப்பால் எட்டிப்பார்க்கவும் தன்னைக் கட்டாயப்படுத்திக் கொண்டாள். அந்த வரம்புக்கு அப்பால் அவள் கண்டது அடியற்ற கிடங்குகூட அல்ல, ஒரே வெறுமை... அல்லது அவலட்சணம்.

∞ 18 ∞

அதின்த்ஸோவா தன்னை எவ்வளவுதான் கட்டுக்குள் வைத்திருந்தாலும் எல்லாவித மூட நம்பிக்கைகளையும் இகழ்ந்து ஒதுக்கினாலும் மதியச் சாப்பாட்டுக்காக உணவு அறைக்கு வந்தபோது அவளுக்குக்கூடக் கூச்சமாக இருந்தது. ஆனால் சாப்பாடு இடையூறு இன்றிக் கழிந்தது. பர்ஃபீரி பிளத்தோனிச் வந்து பலவித வேடிக்கைக் கதைகள் சொன்னார். அவர் அப்போதுதான் நகரத்திலிருந்து திரும்பியிருந்தார். விசேஷப் பொறுப்பதிகாரிகள் குதிமுட்கள் அணிய வேண்டும் என்று கவர்னர் புர்தாலு கட்டளை இட்டிருப்பதாக அவர் அறிவித்தார். இந்த அதிகாரிகளைத் தாம் எங்கேனும் (விரைவுக்காக) குதிரையேறிப் போகும்படி அனுப்பினால் குதிமுட்கள் உபயோகப்படும் என்றாராம் கவர்னர். அர்க்காதி தணிந்த குரலில் காத்யாவோடு வார்த்தையாடிக்கொண்டே சாமர்த்தியமாகச் சிற்றரசிக்குப் பணிவிடை செய்தான். பஸாரவ் பிடிவாதமாக, கடுப்புடன் மௌனம் சாதித்தான்.

அதின்ஸோவா இரண்டொரு தடவை - மறைவாக அல்ல, அவன் முகத்தை நேரிட்டு பார்த்தாள். அவன் விழிகளைத் தாழ்த்திக் கொண்டிருந்தான். கண்டிப்பும் சிடுசிடுப்பும் தோன்றிய அந்த முகத்தின் ஒவ்வொரு அமைப்பு வரையிலும் பதிந்திருந்தது அகந்தை நிறைந்த சித்த உறுதி அதைக்கண்ட அதின்த்ஸோவா, “இல்லை... இல்லை... இல்லை...” என்று எண்ணிக்கொண்டாள். சாப்பாட்டுக்குப்பின் அவள் எல்லோருடனும் தோட்டத்துக்குப் போனாள். பஸாரவ் தன்னுடன் பேச விரும்புவதைக் கண்டு சில அடிகள் ஒருபுறமாக ஒதுங்கி நின்றாள்.அவன் அவளை நெருங்கி, விழிகளை, உயர்த்தி, கம்மிய குரலில் சொன்னான்:

"நான் உங்களிடம் மன்னிப்பு கேட்க வேண்டும், ஆன்னா ஸெர்கேயெவ்னா. உங்களால் என்மேல் கோபம் கொள்ளாமல் இருக்க முடியாது."

"இல்லை, நான் உங்கள்மேல் கோபம் கொள்ளவில்லை. ஆனால் வருத்தப்படுகிறேன்" என்றாள் அதின்த்ஸோவா.

"இது இன்னும் மோசம். என்ன ஆனாலும் எனக்குப் போதுமான தண்டனை கிடைத்துவிட்டது. என்னுடைய நிலைமை மிகவும் அசட்டுத்தனமானது, இதை நீங்கள் கட்டாயம் ஒப்புக்கொள்வீர்கள். 'எதற்காகப் போக வேண்டும்?' என்று நீங்கள் எனக்கு எழுதினீர்கள். ஆனால் என்னால் தங்கி இருக்க முடியாது. நான் இருக்க விரும்பவும் இல்லை. நாளைக்கு நான் இங்கே இருக்க மாட்டேன்."

"யெவ்கேனி வஸீலிச், எதற்காக நீங்கள்..."

"எதற்காகப் போகிறேன் என்கிறீர்களா?"

"இல்லை, நான்கேட்க நினைத்ததுவேறு."

போனது திரும்பி வராது, ஆன்னா ஸெர்கேயெவ்னா... எப்போதாவது இப்படிக் கட்டாயம் நடந்திருக்கும். ஆகவே நான் போய்விடுவது அவசியம். நான் இங்கே ஒரே ஒரு நிலைமையில்தான் தங்கி இருக்க முடியும். ஆனால் அந்த நிலைமை ஒருகாலும் ஏற்பட முடியாது. என்னுடைய துணிச்சலை மன்னித்துக்கொள்ளுங்கள், நீங்கள்தாம் என்னைக் காதலிக்கவில்லை, ஒருபோதும் காதலிக்கப் போவதில்லையே?"

பஸாரவின் விழிகள் அவனுடைய கரிய புருவங்களுக்கு அடியில் ஒருகணம் சுடர் வீசின.

அதின்ஸோவா அவனுக்குப் பதில் சொல்லவில்லை. "இந்த மனிதனை நான் அஞ்சுகிறேன்" என்ற எண்ணம் அவள் மனத்தில் எழுந்தது.

பஸாரவ் அவளுடைய எண்ணத்தை எப்படியோ ஊகித்துக் கொண்டவன்போல "விடைகொடுங்கள்" என்று கூறிவிட்டு வீட்டைநோக்கி நடந்தான்.

அதின்த்ஸோவா மெதுவாக அவன்பின்னே சென்று, காத்யாவை அழைத்து அவள் கையோடு கை கோத்துக்கொண்டாள். மாலை வரை அவள் காத்யாவைப் பிரியவே இல்லை. சீட்டாட அவள் மறுத்து விட்டாள். வர வர அதிகமாகச்சிரித்தாள். அவளுடைய வெளிறிய, குழப்பம் ததும்பிய முகத்துக்கு அந்தச்சிரிப்பு பொருந்தவே இல்லை. அர்க்காதி ஒன்றும் விளங்காதவனாய், இளைஞர்கள் கவனிப்பது போலவே அவளைக் கவனித்துப் பார்த்தான். அதாவது, "இதற்கு என்னதான் அர்த்தம்?" என்று தன்னையே

ஓயாமல் கேட்டுககொண்டான். பஸாரவ் அறைக்குள் புகுந்து தாழிட்டுக் கொண்டான். ஆனால் தேநீர் பருகும் வேளையில் அவன் விருந்தறைக்குத் திரும்பினான். அவனிடம் ஏதாவது நல்ல வார்த்தை சொல்ல அதின்ஸோவாவுக்கு விருப்பம் உண்டாயிற்று. ஆனால் அவனிடம் எப்படிப் பேச்சு கொடுப்பது என்று அவளுக்குப்புரியவில்லை.

எதிர்பாராத ஒரு நிகழ்ச்சி, இந்த இக்கட்டிலிருந்து தப்ப அவளுக்குக் கை கொடுத்தது: ஸீத்னிக்கவ் வந்திருப்பதாக வீட்டு மேற்பார்வையாளன் அறிவித்தான்.

அந்த இளம் முற்போக்காளன் எப்படிப்பட்சியாய் அறைக்குள் பறந்து வந்தான் என்பதைச் சொற்களால் விவரிப்பது கடினம். அவனுக்கு அதின்த்ஸோவாவிடம் கொஞ்சந்தான் பழக்கம். அவள் அவனைத் தன் வீட்டுக்கு ஒருபோதும் அழைத்தது கிடையாது. ஆனாலும் தனக்கு நெருக்கமானவர்களும் அறிவாளிகளுமான இருவர் அவள் வீட்டில் விருந்தினராகத் தங்கியிருப்பதாகப் பராபரியாகத் தகவல் கிடைத்ததும், தனக்கு இயல்பான நச்சரிக்கும் குணத்துக்கு ஏற்ப அங்கே போவது என்று முடிவு செய்தான் ஸீத்னிக்கவ். ஆனாலும் இப்போது அவனுக்கு உச்சந்தலை முதல் உள்ளங்கால்வரையில் கூச்சத்தால் நடுக்கம் ஏற்பட்டது. முன்கூட்டித் தயார் செய்திருந்த சொற்களால் மன்னிப்பு கேட்டு வணக்கம் தெரிவிப்பதற்குப் பதில், கூக் ஷினா தன்னை அதின்ஸோவாவின் உடல் நலம் பற்றி அறிந்து வர அனுப்பியதாகவும், அர்க்காதி நிக்கலாயிச்மேலும் தனக்கு எப்போதுமே மிக உயர்ந்த மதிப்பு உண்டு என்றும் ஏதோ தத்துப்பித்தென்று உளறிக்கொட்டினான்... கடைசிச் சொல்லில் திக்கித் தடுமாறி, ஒரேயடியாகக் குழப்பம் அடைந்து, தன் தொப்பி மேலேயே உட்கார்ந்துவிட்டான். ஆயினும் ஒருவரும் அவனை வெளியே போகச் சொல்லவில்லை, அதின்த்ஸோவா அவனைத் தன் தங்கைக்கும் பெரிய தாயாருக்கும் அறிமுகம்கூடச் செய்து வைத்தாள் ஆகையால் அவன் விரைவில் சுதாரித்துக்கொண்டு வாய் ஓயாமல் சளசளக்கத் தொடங்கினான். பாமரத்தனம் வருவது வாழ்க்கையில் அடிக்கடி பயன் உள்ளதாக இருக்கிறது; மட்டுமீறி விகு ஏறிய தந்திகளை அது தளர்த்துகிறது, அளவு கடந்த தன்னம்பிக்கை அல்லது சுய மறதி உணர்ச்சிகளை, தான் அவற்றுக்கு நெருங்கிய உறவு கொண்டது என்பதை நினைவுபடுத்தி நிதானத்துக்குக்கொண்டு வருகிறது. ஸீத்னிக்கவ் வந்ததும் எல்லாமே ஏதோகூர் மழுங்கியவை, எளியவை ஆகிவிட்டன. எல்லோரும் வயிறாரச் சாப்பிடவும் செய்தார்கள், வழக்கமானநேரத்துக்கு அரை மணி முன்பே உறங்கப் போய்விட்டார்கள்.

அர்க்காதி கட்டிலில்படுத்தவாறு, உடை களைந்து கொண்டிருந்த

பஸாரவிடம் சொன்னான்:

“ஒருமுறை நீ என்னிடம் கூறியதை நான் இப்போது உனக்குத்திருப்பிச் சொல்லலாம்: ‘ஏன் இப்படி ஏங்கிப் போய் இருக்கிறாய்? ஏதேனும் புனிதக்கடமையை நிறைவேற்றினாயோ, ஊம்?”

சில நாட்களாகவே இரு நண்பர்களுக்கு இடையிலும் ஒரு வகைப் போலிச் சொந்தம் பாராட்டும் கேலிப் பேச்சுகள் தொடங்கியிருந்தன. மறைமுக அதிருப்தி அல்லதுவெளிப்படையாகச்சொல்லப்படாத சந்தேகங்களின் அடையாளம் இந்த வழக்கம்.

“நான் நாளைக்கு அப்பா வீட்டுக்குப்போகிறேன்” என்றான் பஸாரவ்.

அர்க்காதி எழுந்து முழங்கைகளை ஊன்றிக் கொண்டான். அவனுக்கு வியப்பும் என்ன காரணத்தினாலோ மகிழ்ச்சியும் உண்டாயின.

“ஆ! அதனாலா நீ கூட ஏங்கிப்போய் இருக்கிறாய்?” என்று கேட்டான்.

பஸாரவ் கொட்டாவி விட்டான்.

“ரொம்பத் தெரிந்து கொண்டாயானால் கிழடு தட்டிப் போவாய்” என்றான்.

“ஆன்னா ஸெர்கேயெவ்னா விஷயம் என்ன?”

“அது என்ன, ஆன்னா ஸெர்கேயெவ்னா?”

“அவள் உன்னைப்போக விடுவாளா என்று கேட்கிறேன்.”

“நான் அவளுடைய பணியாள் அல்ல.”

அர்க்காதிசிந்தனையில் ஆழ்ந்தான்.பஸாரவோ படுத்து முகத்தைச் சுவரின் பக்கம் திருப்பிக் கொண்டான்.

சில நிமிடங்கள் பேச்சின்றிக் கழிந்தன.

“வெவ்கேனி!” என்று திடீரென அழைத்தான் அர்க்காதி.

“நானும் நாளைக்கு உன்னோடு வருகிறேன்.”

பஸாரவ் பதில் பேசவில்லை.

“ஆனால் நான் என் வீட்டுக்குப் போகிறேன். ஹஹ்லோவ் குடியிருப்பு வரை சேர்ந்து போவோம். அங்கே ஃபெத்தோத்திடம் நீ குதிரைகள் வாங்கிக் கொள். உன் வீட்டாரோடு பரிச்சயம் செய்து கொள்வது எனக்குச் சந்தோஷமாகத்தான் இருக்கும். ஆனால் அவர்களுக்கும் உனக்கும் இடைஞ்சலாய் இருப்பேனோ என்று

பார்க்கிறேன். எப்படியும் நீ அப்பறம் எங்கள் வீட்டுக்குத் திரும்பி வருவாய் அல்லவா?"

"சாமான்களை உங்கள் வீட்டில் வைத்திருக்கிறேனே" என்று முகத்தைத் திருப்பாமலே சொன்னான் பஸாரவ்.

"நான் எதற்காகப் போகிறேன், அதுவும் இவனைப்போலவே திடீரென்று ஏன் போகிறேன் என்று இவன் கேட்காதது ஏன்?" என்று எண்ணமிட்டான் அர்க்காதி. 'உண்மையாகவே, நான் எதற்காகப் போகிறேன், இவன் எதற்காகப் போகிறான்?" என்று சிந்தனையைத் தொடர்ந்தான். தன் கேள்விக்கே திருப்தியான விடை காண அவனால் முடியவில்லை. அவன் நெஞ்சில் ஒருவகை கைப்பு நிறைந்தது. தான் அவ்வளவு பழகிவிட்ட இந்த வாழ்க்கையைப் பிரிவது தனக்குக் கஷ்டமாய் இருக்கும் என்று அவன் உணர்ந்தான். ஆனால் தனியாகத் தங்கி இருப்பதும் ஏதோ விசித்திரமாய் இருந்தது. "இவர்களுக்குள் என்னவோ நடந்திருக்கிறது. இவன் போன பிறகு நான் அவளுக்கு முன் எதற்காகக் கூர்ச்சம் போல நீட்டிக் கொண்டிருக்க வேண்டும்? நான் அவளுக்கு ஒரேயடியாகச் சலிப்பு ஊட்டிவிடுவேன். கடைசி நம்பிக்கையையும் நான் இழந்துவிடுவேன்" என்று தனக்குள் தர்க்கித்துக்கொண்டான். அதின் ஸோவாவின் உருவத்தை மனக்கண்ணால் காண முயன்றான். பின்பு இளம் விதவையின் அழகிய வடிவத்தின் ஊடாக வேறு உருவரைகளும் கொஞ்சம் கொஞ்சமாகப் புலப்படலாயின.

"காத்யாவை நினைத்தாலும் வருத்தமாய் இருக்கிறது" என்று தலையணையில் முகத்தைப் புதைத்துக்கொண்டு கிசுகிசுத்தான் அர்க்காதி. அவனுடைய கண்ணீர்த்துளி தலையணை மேல் சொட்டியது... திடீரென்று முடியைச் சிலுப்பிக் கொண்டு தலையை நிமிர்த்தி, 'இந்த மடையன் ஸீத்னிக்கவ் எந்த இழவுக்காக வந்து தொலைந்திருக்கிறான்?" என உரக்கக் கூறினான்.

பஸாரவ் முதலில் படுக்கையில் அசைந்தான். பிறகு சொன்னான்:

"தம்பீ, நீ அசடுங்கூட என்பதைக் கண்டுகொண்டேன். ஸீத்னிக்கவ்கள் நமக்கு இன்றியமையாதவர்கள். எனக்கு - இதைப்புரிந்துகொள் - இந்தமாதிரி மடமட்டிகள் எனக்கு வேண்டும். 'மண் சட்டியைச் சூளையில் சுட தேவர்கள் வர மாட்டார்கள்' என்ற பழமொழி தெரியாதா உனக்கு?"

"ஓகோ-கோ!" என்று மனதுக்குள் சொல்லிக் கொண்டான் அர்க்காதி. பஸாரவின் ஆணவம் எத்தகைய அடியற்ற அகாதம் என்பது இப்போதுதான் ஒரே கணத்தில் அவனுக்கு வெட்ட வெளிச்சமாகப் புலப்பட்டது. "ஆகவே, நீயும் நானும் தேவர்களாக்கும்? அதாவது, நீ தேவன், நான் மடமட்டியோ?" என்று உரக்கக் கேட்டான்.

"ஆமாம். நீஇன்னும் அசடன்" என்று கடுகடுப்புடன் சொன்னான் பஸாரவ்.

பஸாரவுடன் தானும் போகப்போவதாக மறுநாள் அர்க்காதி அறிவித்தபோது அதின்த்ஸோவா அவ்வளவாக ஆச்சரியத்தைக் காட்டவில்லை. அவள் எங்கோ நினைவாக, களைத்தவளாகக் காணப்பட்டாள். காத்யா ஒன்றும் பேசாமல் ஆழ்ந்த தோற்றத்துடன் அவனைப்பார்த்தாள். சிற்றரசி போர்வைக்குள், எல்லோரும் காணும் விதத்தில், சிலுவைக் குறி இட்டுக் கொண்டாள். ஆனால் ஸீத்னிக்கவ் ஒரேயடியாக நிலைகுலைந்து போனான். அப்போதுதான் அவன் காலைச் சிற்றுண்டிக்கு ஸ்லாவிய மோஸ்தர் அல்லாத புதிய நாகரிக உடை அணிந்து வந்திருந்தான். தனக்காக ஒதுக்கப்பட்ட பணியாளைத் தான் கொண்டுவந்திருந்த ஏராளமான துணிமணிகளால் தலைக்கு நாள் அவன் வியப்பில் ஆழ்த்தியிருந்தான். திடீரென்று அவனுடைய நண்பர்கள் அவனைவிட்டுச் செல்கிறார்கள்! விரட்டுபவர்களுக்குத்தப்பிக் காட்டோரத்தில் ஓடும் முயல்போலச் சற்றுநேரம் இங்கும் அங்கும் பலிந்தாடினான். பிறகு, தானும் போக விரும்புவதாகக் கிட்டத்தட்ட பயத்துடன், திடீரென்று அனேகமாகக் கூப்பாடு போட்டு அறிவித்தான். அதின்ஸோவா அவனைத்தடை செய்யவில்லை.

"என்னிடம் நிரம்ப வசதியுள்ள பெட்டிவண்டி இருக்கிறது. நான் அதில் உங்களைக் கொண்டுவிட முடியும். யெவ்கேனி வஸீலிச் உங்கள் வண்டியை எடுத்துக் கொள்ளலாம். இப்படிச் செய்வது அதிக சௌகரியமாய் இருக்கும்" என்று அர்க்காதியிடம் சொன்னான்.

"மன்னியுங்கள். உங்கள் வழி முற்றிலும் வேறு. என் வீடு வெகுதூரம்" என்றான் அர்க்காதி.

"பரவாயில்லை, பரவாயில்லை. எனக்கு நேரம் நிறைய இருக்கிறது. அதோடு அந்தப் பக்கம் கொஞ்சம் காரியமும் இருக்கிறது."

"சாராயக் குத்தகை விஷயமாகவா?" என்று மிகுந்த ஏளனத்துடன் கேட்டான் அர்க்காதி.

ஆனால் ஸீத்னிக்கவ் புகலற்ற நிலைமையில் இருந்தபடியால் வாய்விட்டுச் சிரிக்கக்கூட இல்லை.

"நான் சொல்வதை நம்புங்கள், பெட்டி வண்டி மிகவும் சௌகரியமானது. எல்லோருக்கும் அதில் இடமும் போதும்" என்று முணுமுணுத்தான்.

"மாட்டோம் என்று சொல்லி, திருவாளர் ஸீத்னிக்கவுக்கு வருத்தம் உண்டாக்காதீர்கள்" என்றாள் அதின்த்ஸோவா.

அர்க்காதி அவளைப் பார்த்து அர்த்தபுஷ்டியுடன்

தலைவணங்கினான்.

காலைச் சிற்றுண்டிக்குபிறகு விருந்தாளிகள் புறப்பட்டார்கள். பஸாரவிடம் பிரிவு சொல்லிக் கொள்கையில் அதின்த்ஸோவா கைகுலுக்குவதற்காகக் கரத்தை அவன் பக்கம் நீட்டி, “நாம் மறுபடி சந்திப்போம், இல்லையா?”என்றாள்.

“உங்கள் உத்தரவுப்படி” என்றான் பஸாரவ்.

“அப்படியானால் நாம் சந்திப்போம்.”

அர்க்காதி எல்லோருக்கும் முன்னால் வீட்டை விட்டுவெளியே வந்தான். அவன் ஸீத்னிக்கவின் பெட்டி வண்டியில் ஏறிக்கொண்டான். வீட்டு மேற்பார்வையாளன் அவனை மரியாதையாக வண்டியில் ஏற்றிவிட்டான். அர்க்காதிக்கோ அவனை அறைந்தால் அல்லது வாய்விட்டு அழுதால் அப்பாடா என்று இருந்திருக்கும். பஸாரவ் சவாரி வண்டியில் ஏறிக்கொண்டான். ஹஹ்லோவ்குடியிருப்பைச் சேர்ந்ததும், வண்டிச்சாவடிச் சொந்தக்காரன் ஃபெதோத் புதிய குதிரைகளைப்பூட்டும் வரை காத்திருந்துவிட்டு அர்க்காதி சவாரி வண்டி அருகே போனான்.

“யெவ்கேனி, என்னையும்கூட அழைத்துக்கொண்டு போ. நான் உன் வீட்டுக்கு வர விரும்புகிறேன்” என்று முன்பு போன்ற புன்னகையுடன் பஸாரவிடம் சொன்னான்.

“ஏறிக்கொள்” என்று வாய்க்குள்ளாகக் கூறினான் பஸாரவ்.

தனது வண்டிச் சக்கரங்களைச் சுற்றி உற்சாகமாகச் சீழ்க்கை அடித்தவாறு குறு நடை நடந்து கொண்டிருந்த ஸீத்னிக்கவ் இந்தச் சொற்களைக் கேட்டதும், ஆவென்று வாயைத் திறக்க மட்டுமே செய்தான். அர்க்காதியோ, அலட்சியமாகத் தன் சாமான்களை அவன் வண்டியிலிருந்து எடுத்துக்கொண்டு பஸாரவின் அருகே உட்கார்ந்து, தன் முந்திய வழித்துணைவனை நோக்கி மரியாதையாகத் தலை வணங்கி விட்டு, “விடுவண்டியை!” என்று வண்டிக்காரனுக்கு உத்தரவிட்டான். சவாரி வண்டி கிளம்பிச் சென்று விரைவில் பார்வையிலிருந்து மறைந்தது... ஸீத்னிக்கவ் முற்றிலும் குழப்பம் அடைந்து தன் வண்டிக்காரனை நோக்கினான். அவனோ, பக்கத்துக் குதிரையின் வாலுக்கு மேலே சாட்டையை ஆட்டி விளையாடிக் கொண்டிருந்தான். அப்போது ஸீத்னிக்கவ் வண்டியில் தாவி ஏறி, வழியே சென்ற இரண்டு குடியானவர்களைப் பார்த்து, “தொப்பிகளைப் போட்டுக் கொள்ளுங்களடா மடையர்களா!” என்று அதட்டிவிட்டு, நகரத்தின் திக்கில் வண்டியை விடச் சொன்னான். இரவு வெகு நேரம் சென்றே நகரத்தை அடைந்தான். மறுநாள் கூக் ஷினா வின் வீட்டில், ‘பாழாய்ப் போகிற அகந்தை பிடித்த அறிவிலிகள்” இருவரும் கடுமையாக விளாசப்பட்டார்கள்.

பஸாரவின் வண்டியில் ஏறிக்கொண்ட பின் அர்க்காதி அவன் கையை இறுகப்பற்றி அழுத்தி, வெகு நேரம் பேசாதிருந்தான். இந்தக் கை அழுத்தலையும் இந்த மௌனத்தையும் பஸாரவ் புரிந்து கொண்டான். மதித்தான்போலத் தோன்றியது. தலைக்குநாள் இரவு முழுவதும் அவன் உறங்கவில்லை. புகையும் பிடிக்கவில்லை. கடந்த சிலநாட்களாகவே அவன் அநேகமாக ஒன்றும் சாப்பிடவில்லை. தலையில் அழுத்தி வைக்கப்பட்டிருந்த விளிம்பு வைத்த தொப்பிக்கு அடியே அவனுடைய மெலிந்த பக்கத் தோற்றம் ஏக்கம் ததும்பத் துலக்கமாகத்தெரிந்தது.

“என்ன தம்பீ, எங்கே, ஒரு சுருட்டுக்கொடு... அதோடு என் நாக்கைப் பார், மஞ்சளாயிருக்கிறதோ?” என்று என்று கடைசியில் பேச்சைத் தொடங்கினான்.

“மஞ்சளாயிருக்கிறது” என்று பதில் அளித்தான் அர்க்காதி.

“ஆமாம்... அதனால்தான் சுருட்டுகூடச் சுவைப்படவில்லை. இயந்திரம் பழுதடைந்துவிட்டது.”

“இந்தக் கடைசி நாட்களில் நீ உண்மையாகவே மாறிவிட்டாய்” என்றான் அர்க்காதி.

“பரவாயில்லை, நேராகிவிடுவோம். ஒன்றுதான் தொல்லை; என் தாயாருக்கு ரொம்ப இளகின மனது. தொப்பை தள்ளவில்லை, ஒரு நாளைக்குப்பத்து தரம் சாப்பிடவில்லை என்றால் என்னவோ ஏதோ என்று பதைப்பாள். அப்பா பரவாயில்லை அவரே நிறைய அனுபவித்தவர், நல்லதையும் கெட்டதையும் பட்டுத் தேறியவர். இல்லை, புகை பிடிக்க முடியவில்லை” என்று கூறிச்சுருட்டைச் சாலைப் புழுதியில் எறிந்தான்.

“உன் வீடு இருபத்தைந்து கிலோமீட்டர் தூரமா?” என்று கேட்டான் அர்க்காதி.

“ஆமாம். இதோ இந்த அறிஞனிடம் கேளேன்.”

முற்பீடத்தில் உட்கார்ந்திருந்த ஃபெதோத்தின் வேலைக்காரக் குடியானவனைச் சுட்டிக் காட்டினான் பஸாரவ்.

ஆனால் அறிஞனோ, “அதைக் கண்டது யார்? இந்தப் பக்கத்து கிலோ மீட்டர்களை ஒருவரும் அளவெடுக்கவில்லையே” என்று சொல்லிவிட்டு, ‘தலையால் உதைப்பதற்காக,’ அதாவது தலையை வெட்டி வெட்டி அசைப்பதற்காக, நடுக் குதிரையைத் தணிந்த குரலில் திட்டி நொறுக்கினான்.

“ஆம், ஆம்” என்று ஆரம்பித்தான் பஸாரவ். என் இளம் நண்பா, இது உனக்குப்பாடம், படிப்பினை நல்கும் உதாரணம். என்னதான் அபத்தமோ, சைத்தானுக்கே வெளிச்சம்! ஒவ்வொரு

மனிதனும் நூலிழையில் தொங்குகிறான், அவனுக்குக் கீழே அகாதம் எந்தக் கணமும் அகன்று அவனை விழுங்கக்கூடும். அவனோ, மேற்கொண்டு பலவகைத் துன்பங்களைத்தானே ஏற்படுத்திக் கொள்கிறான், தன் வாழ்க்கையைக் கெடுத்துக் கொள்கிறான்."

"நீ எதைக் குறிப்பிடுகிறாய்?" என்று கேட்டான் அர்க்காதி.

"நான் எதையும் குறிப்பிடவில்லை. நேரடியாகச் சொல்லுகிறேன், நீயும் நானும் படு அசட்டுத்தனமாக நடந்துகொண்டோம் என்று. இதிலே விளக்கு என்ன இருக்கிறது? நான் மருத்துவமனையிலேயே பார்த்திருக்கிறேன்; தன் நோய்மேல் எவன் கடுங்கோபம் கொள்கிறானோ, அவன் கட்டாயமாக அதை வெற்றி கொள்கிறான்.

"எனக்கு உன் கருத்து முழுவதும் விளங்கவில்லை. நீ குறை சொல்லும்படி ஒன்றுமே இல்லை என்று நினைக்கிறேன்."

"என் கருத்து உனக்கு முழுவதும் விளங்கவில்லை என்றால் ஒன்றைத் தெளிவாகச் சொல்லிவிடுகிறேன்; என் கருத்துருப்படி, நம் விரல் நுனியைக்கூட ஒரு பெண் தனதாக்கிக்கொள்ளுமாறு விடுவதைக் காட்டிலும் சாலையில் கல் உடைப்பது மேல். இது எல்லாம்..." பஸாரவ் தனக்குப்பிடித்த 'உணர்ச்சிப்பெருக்கு' என்ற வார்த்தையைச் சொல்ல வாயெடுத்தவன் தன்னைக் கட்டுப்படுத்திக் கொண்டு கூறினான் "அபத்தம். நீ இப்போது என்னை நம்ப மாட்டாய், ஆனால் உனக்குச் சொல்லுகிறேன் நீயும் நானும் பெண்களுக்கு நடுவே மாட்டிக் கொண்டோம், நமக்கு இன்பமாகவும் இருந்தது. ஆனால் இந்த மாதிரிக் கூட்டுறவிலிருந்து வெளியேறுவது இருக்கிறதே, இது வெக்கை நாளில் தண்ணீரைத் தலையில் கொட்டிக் கொள்வதுபோலவாக்கும். ஆண் மகனுக்கு இத்தகைய வெட்டி வேலைகளில் ஈடுபட நேரம் கிடையாது. ஆண்மகன் கொடூரமானவனாக இருக்க வேண்டும் என்கிறது பழமொழி' அருமையான ஒரு ஸ்பானியப் என்று கூறிவிட்டு வண்டிக்காரனைப் பார்த்து, "ஏனப்பா, அறிவாளி, உனக்குப்பெண்சாதி இருக்கிறாளா?" என்று கேட்டான்.

அந்த ஆள் பார்வை மங்கிய தட்டை முகத்தை இரு நண்பர்களையும் நோக்கித் திருப்பினான்.

"பெண்சாதியா? இருக்கிறாள். பெண் சாதி இல்லாவிட்டால் எப்படி?"

"நீ அவளை அடிப்பது உண்டா?"

"வீட்டுக்காரியையா? எல்லாம் நடக்கிறதுதான். காரணமில்லாமல் அடிக்க மாட்டோம்."

"அருமை. ஆமாம், அவள் உன்னை அடிப்பது உண்டா?"

ஆள் கடிவாள வார்களைச் சுண்டி இழுத்தான்.

"என்ன வார்த்தை சொல்லிவிட்டாய், எஜமான். உனக்கு எல்லாம் கேலிதான்..." - அவன் மனம் புண்பட்டுவிட்டது தெரிந்தது.

"கேட்டாயா, அர்க்காதி நிக்கலாயிச்! நீயும் நானுமோ, அடி வாங்கிக் காண்டு வந்திருக்கிறோம்... படித்தவர்களாக இருப்பதன் பயன் இதுதான்."

அர்க்காதி வலிந்து சிரிப்பை வரவழைத்துக்கொண்டான். பஸாரவ் முகத்தைத்திருப்பிக்கொண்டு வழி நெடுகிலும் வாயேதிறவாமல் உட்கார்ந்திருந்தான்.

இருபத்தைந்து கிலோமீட்டர்கள் அர்க்காதிக்கு ஐம்பது கிலோ மீட்டர்களாகத் தோன்றின. படிப்படியாகமேலே சென்ற குன்றின் சரிவில் கடைசியாகத் தென்பட்டது பஸாரவின் பெற்றோர் வசித்த சிறு கிராமம். அதன் பக்கத்தில், இளம்பிர்ச் மரச் சோலையில், வைக்கோல் கூரை வேய்ந்த சிறு வீடும் தெரிந்தது. கிராமத்தின் முதல் குடிலின் அருகே இரண்டு குடியானவர்கள் தொப்பிகள் அணிந்து நின்று ஒருவரை ஒருவர் திட்டிக் கொண்டிருந்தார்கள். "நீ பெரிய பன்றிப்பயல், சின்னப் பன்றிக் குட்டியை விட மோசமானவன்" என்றான் ஒருவன். "உன் பெண்சாதி சூனியக்காரி" என்று பதிலுக்குத் தாக்கினான் மற்றவன்.

"சகஜமான பழகுமுறைகளையும் சொற்சிலம்ப ஆட்டத்தையும் கொண்டு, என் தகப்பனாரின் குடியானவர்கள் மிகவும் அடக்கி ஒடுக்கப்படவில்லை என்பதை நீ தெரிந்து கொள்ளலாம். அதோ . அவரே தம் வீட்டு முன்வாயிலுக்கு வருகிறார் சலங்கைச் சத்தம் காதில் பட்டிருக்கும் அவரேதாம். உருவத் தோற்றத்தை அடையாளம் கண்டு கொண்டேன். அடாடா! எப்படி நரைத்துப் போய்விட்டார் பாரேன், பாவம்!" என்றான் பஸாரவ்.

❧ 19 ❧

பஸாரவ் வண்டியிலிருந்து வெளியே எட்டிப்பார்த்தான். அர்க்காதி நண்பனுடைய முதுகின் பின்னிருந்து தலையை நீட்டியவன், பண்ணை வீட்டு முன் வாயிலில் உயரமும் ஒடிசலுமான ஒருவர் நிற்கக் கண்டான். அவருடைய தலைமயிர் சிலிர்த்து நின்றது. மெல்லிய மூக்கு கழுகினுடையதுபோல் இருந்தது. பொத்தான்கள் மாட்டாத பழைய இராணுவக் கோட்டை அணிந்து, கால்களை அகலப் பரப்பி, வெயிலில் கண்களைச் சுரித்தவாறு நீண்ட

சுங்கானைப் புகைத்துக்கொண்டுநின்றார்.

வண்டி நின்றது.

"கடைசியில் வந்துவிட்டாய். ஊம், இறங்கு, இறங்கு, கட்டி முத்தம் இட்டுக் கொள்வோம்" என்று புகை பிடிப்பதை நிறுத்தாமலே கூறினார் பஸாரவின் தகப்பனார். ஆனால் சுங்கான் குழாய் அவருடைய விரல்களுக்கிடையே துள்ளியது.

அவர் மகனைத் தழுவிக்கொண்டார்.... "யெவ்கேனீ, யெவ்கேனீ" என்று அழைத்தது நடுங்கும் பெண்குரல். கதவு விரியத் திறந்தது. உருண்டை முகமும் உயரமற்ற மேனியும் கொண்டு ஒரு முதியவள் வெள்ளை மூடு தொப்பியும் குட்டைப் பல்நிற பிளவுஸூம் அணிந்த நிலையில் காணப்பட்டாள். அவள் வியப்பினால் ஆவென்று கத்தி, தள்ளாடினாள். பஸாரவ் அவளைத் தாங்கிக்கொண்டிராவிட்டால் விழுந்துகூட இருப்பாள். அவளுடைய உப்பிய கரங்கள் ஒரே நொடியில் அவன் கழுத்தைச் சுற்றி அணைத்தன, தலை அவனுடைய மார்பில் புதைந்தது, எல்லா ஓசைகளும் அடங்கிப் போயின. அவளுடைய விம்மல்கள் மட்டுமே கேட்டன.

பஸாரவின் தகப்பனார் ஆழ்ந்து மூச்சுவிட்டு, கண்களை முன்னிலும் கடுமையாகச் சுரித்தார்.

வண்டிக்காரன் முகத்தைக்கூடத் திருப்பிக் கொண்டான். அர்க்காதி வண்டியின் அருகே அசையாமல் நின்றுகொண்டிருந்தான். கிழவரும் அவனும் ஒருவரை ஒருவர் பார்த்துக்கொண்டார்கள்.

"ஊம், போதும், அரீனா! நிறுத்து, இது வேண்டவே வேண்டாம்! தயவுசெய்து நிறுத்து" என்று மனைவியிடம் சொன்னார் பெரியவர்.

"ஐயொ, வஸிலி இவானிச். எத்தனை யுகக் கணக்காக என் கண்மணியை, என் செல்வத்தை, யெவ்கேனியை..." என்று குழறினாள் கிழவி. பின்பு கைகளை நெகிழ்த்தி, கண்ணீரால் நனைந்து உருக்குலைந்து கனிந்த முகத்தை மகன் மார்பிலிருந்து அகற்றி, பேருவகையும் குழப்பமும் ததும்பும் விழிகளால் அவனைப் பார்த்தவள், மறுபடி அவன்மேல் விழுந்து தழுவிக்கொண்டாள்.

"ஊம், ஆமாம். எல்லாம் சரிதான். சகஜந்தான். ஆனால் இப்போது வீட்டுக்குள் போவோம் வா. யெவ்கேனியோடு விருந்தாளி வந்திருக்கிறார் பார்" என்று கூறிவிட்டு வஸிலி இவானிச் அர்க்காதியைப் பார்த்து, "மன்னிக்க வேண்டும்" என்று காலை லேசாகத் தரையில் தேய்த்துத் தொடர்ந்து பேசினார் "பெண்களுடைய பலவீனம் உங்களுக்குத் தெரிந்ததுதானே, தாய் உள்ளம்."

அவருடைய உதடுகளும் புருவங்களும் கோணின, மோவாய்

நடுங்கியது... ஆனால் அவர்தம்மைக் கட்டுப்படுத்திக் கொள்ளவும் உணர்ச்சி அற்றவர் போல நடிக்கவும் முயன்றார். அர்க்காதி தலையைக் குனிந்துகொண்டான்.

"போதும் அம்மா, போவோம் வா" என்று கூறி, சோர்ந்து போயிருந்த தாயாரை வீட்டுக்குள் இட்டுச் சென்றான் பஸாரவ். அவளைச் சாய்வு நாற்காலியில் அமர்த்திவிட்டு அவன் தகப்பனாரை விரைவாகத் தழுவி, அவருக்கு அர்க்காதியை அறிமுகப்படுத்தினான்.

"உங்களை அறிமுகம் செய்து கொண்டதில் எனக்கு உளமார்ந்த மகிழ்ச்சி. நீங்கள்தாம் தயை செய்து நிரம்ப எதிர்பார்க்கக்கூடாது. எங்கள் வீட்டில் எல்லாம்சர்வ சாதாரணம், இராணுவப் பாங்கில். அரீனா விளாஸிவ்னா, நிதானத்துக்கு வா. தயவு பண்ணு. இப்படி மனம் சோரலாமா? நம் மதிப்புக்குரிய விருந்தாளி என்ன நினைத்துக் கொள்வார்?" என்றார் வஸிலி இவானிச்.

"அப்பனே, உன்பெயரும் தகப்பனார் பெயரும் என்னவோ தெரியவில்லை..." என்று கண்ணீர் மல்கக் கூறினாள் கிழவி.

"அர்க்காதி நிக்கலாயிச்" என்று தணிந்த குரலில் பெருமிதத்துடன் சொன்னார் பெரியவர்.

"நான் அசடு, என்னை மன்னியுங்கள்" என்று மூக்கைச் சிந்தி, தலையை முதலில் ஒருபுறமும் பின்பு மறுபுறமும் சாய்த்து, கண்களை ஒன்றன்பின் ஒன்றாகத் துடைத்துக்கொண்டாள் முதியவள். "என்னை மன்னியுங்கள். நான் இறந்துபோவேன், என் கண்... ண்...ணாளனைக் காண உயிரோடு இருக்க மாட்டேன் என்று நினைத்தேன்."

"நல்லது அவன்தான் வந்துவிட்டானே, அம்மணி" என்றுதேற்றினார் வஸிலி இவானிச். பின்பு பள்ளிச்சிடும் சிவப்புச் சீட்டி உடை அணிந்து கதவின் பின்னிருந்து மிரண்டு பார்த்துக் கொண்டிருந்த வெறுங்காலியான ஒரு பதின் மூன்று வயதுச் சிறுமியை விளித்து, 'தான்யா, எஜமானிக்கு ஒரு தம்ளர் தண்ணீர் கொண்டுவந்து கொடு டிரேயில் வைத்து - கேட்டாயா?" என்று அனுப்பிவிட்டு, "உங்களை, கனவான்களே, ஓய்வுபெற்ற போர்வீரனின் அலுவல் அறைக்கு வரும்படி அழைக்க அனுமதியுங்கள்" என்று பழைய தோரணை நடிப்புடன் கூறினார்.

"இன்னும் ஒரு தரமாவது உன்னைத் தழுவிக்கொள்ள விடு, மகனே' என்று ஏக்கத்துடன் முனகி அரீனா விளாஸிவ்னா. பஸாரவ் அவள் பக்கம் குனிந்தான். "நீ தான் எவ்வளவு அழகன் ஆகிவிட்டாய்!" என்று வியந்தாள் தாய்.

"அழகனோ, அழகன் இல்லையோ, ஆனால் ஆண்மகனாக

வளர்ந்து விட்டான், உண்மை ஆடவனாக. இப்போது அரீனா விளாஸிவ்னா, உன்தாய் உள்ளம் நிறைந்துவிட்டபடியால் நம் அருமை விருந்தாளிகளின் வயிறுகளை நிரப்ப ஏற்பாடு செய்வாய் என்று நம்புகிறேன். வானம்பாடிகளுக்குக் கதைகளால் வயிறு நிறையாது என்ற ருஷ்யப் பழமொழி உனக்குத் தெரியுமே" என்றார் தகப்பனார்.

கிழவி நாற்காலியிலிருந்து எழுந்தாள்.

"இதோ, வஸிலி இவானிச். அரை நொடியில் எல்லாம் ஏற்பாடாகி விடும். நானே சமையலறைக்குப்போய் ஸமவார் தயாரித்து வைக்கச் சொல்லுகிறேன். எல்லாம் ஏற்பாடாகிவிடும், சம்பிரமமாக. மூன்று வருஷங்களாக என் கண்ணாளனை நான் பார்க்கவில்லை. அவனுக்குச் சாப்பாடு போடவில்லை, லேசில் விடுவேனா?"

"இந்தா, கவனித்துக் கொள், எஜமானி, நன்றாக ஏற்பாடு செய், அவமானப்படுத்திவிடாதே. கனவான்களே, உங்களை என்னோடு வரும்படி கேட்டுக் கொள்கிறேன். யெவ்கேனி, இதோ திமஃபேயிச் உனக்கு வணக்கம் தெரிவிக்க வந்திருக்கிறான். இவனுக்கும் சந்தோஷம் பிடிபடவில்லை, கிழட்டு நாய். என்ன? சந்தோஷம்தானே, கிழட்டு நாயே?... நல்லது, வாருங்கள் என்னோடு."

இப்படிக்கூறிவிட்டு வஸிலி இவானிச்செருப்புகளைச் சரட்டென்று இழுப்பதும் சடக்கென்று அடிப்பதுமாகப் பரபரப்புடன் முன்னே நடந்தார்.

அவருடைய வீட்டில் ஆறு சிறு அறைகள் மட்டுமே இருந்தன. அதில் ஒன்று அலுவல் அறை எனப்பட்டது. அதற்குத்தான் வஸிலி இவானிச் நம் நண்பர்களை அழைத்துச் சென்றார். அறையின் இரு ஜன்னல்களுக்கும் நடுவிலிருந்த இடம் முழுவதையும் அடைத்துக் கொண்டு நின்றது பருத்த கால்கள் வைத்த மேஜை. நெடுங்காலப் புழுதி படிந்து கருத்து, புகையில் வாட்டியவை போலக்காணப்பட்ட காகிதங்கள் அதன்மேல்இறைந்து கிடந்தன. துருக்கியத்துப்பாக்கிகளும் சவுக்குகளும் வாளும் இரண்டுநில வரைபடங்களும் எவையோ உடலமைப்புப் படங்களும் குஃபேலாந்தின்* உருவப்படமும் கறுப்பு பிரேம் போட்ட தலைமயிர்க் கையெழுத்துப் பின்னல் வேலையும் கண்ணாடிச் சட்டம் போட்ட கல்லூரிப் பட்டமும் சுவர்களில் மாட்டப்பட்டிருந்தன சில இடங்களில் அமுங்கியும் கிழிந்தும் போயிருந்ததோல் நீள்சோபா கரேலிய பிர்ச் மரத்தால் செய்த

---

* குஃபேலாந்த் கிறிஸ்தோஃபர் (1762-1836) - ஜெர்மானிய மருத்துவர். 'மனித ஆயுளை நீடிக்கும்கலை' என்னும் அவரது நூல் ஒரு காலத்தில் விரிவாகப் பிரபலமாகியிருந்தது.

இரண்டு பிரமாண்டமான அலமாரிகளுக்கு நடுவே இருந்தது.

அலமாரித் தட்டுகள்மீது புத்தகங்களும் டப்பாக்களும் பஞ்சடைத்த பறவைகளும் ஜாடிகளும் சீசாக்களும் ஒழுங்கின்றி நெரிந்தன. ஓர் ஓரத்தில் உடைந்த மின்சார இயந்திரம் கிடந்தது.

“நான் தான் முன்னமே சொன்னேனே, என் அன்பார்ந்த விருந்தினரே, நாங்கள் இங்கே இராணுவ முகாமில் போல வாழ்கிறோம்” எனக் கூறினார் வஸிலி இவானிச்.

“அட விடு. நீ என்ன மன்னிப்புக் கேட்கிறாய்? நாம் கோடீசுவரர்கள் அல்ல, உன்னிடம் அரண்மனை கிடையாது என்பது கிர்ஸானவுக்கு நன்றயாய்த் தெரியும். அவனை எங்கே தங்க வைப்பது, அதுதான் பிரச்சினை” என்று குறுக்கிட்டான் பஸாரவ்.

“அதற்கென்ன, யெவ்கேனி. என் பக்க வீட்டில் அருமையான அறை இருக்கிறது. இவருக்கு அங்கே நிரம்ப வசதியாய் இருக்கும்.”

“அப்படியானால் நீ பக்கவீடு கூடக்கட்டிக்கொண்டு விட்டாயா?”

“பின்னே இல்லாமல்? குளியறை இருந்த இடத்திலே” என்று குறுக்கே பேசினான் திமஃபேயிச்.

“அதாவது குளியறையின் பக்கத்தில்” என்று சட்டெனத் திருத்தினார் வஸிலி இவானிச். “இப்போது கோடைகாலம்தானே... இதோ அங்கேபோய் ஒழுங்கு பண்ணச் சொல்லுகிறேன். திமஃபேயிச், நீ இவர்களுடைய சாமான்களை அங்கே கொண்டு வையேன்... உனக்கு, யெவ்கேனி, என் அலுவல் அறையைத்தருகிறேன். அவரவருக்கு அவரவர் இடம்.”

“பார்த்துக்கொள்! வேடிக்கையான கிழவர், நிரம்ப நல்லவர்” என்று வஸிலி இவானிச் அறைக்கு வெளியே போனதும் கூறினான் பஸாரவ். “உன் தகப்பனார்போலவே கிறுக்கு. வகைதான்வேறு. கணக்கு வழக்கில்லாமல் பேசுவார்.”

“உன தாயார் அருமையானவள்” என்றான் அர்க்காதி.

“ஆமாம், அவளுக்குச் சூதுவாது தெரியாது. எவ்வளவு சம்பிரமமான விருந்து நமக்காகத் தயாரிக்கிறாள் என்று நீயே பார்ப்பாய்.”

“இன்றைக்கு நீங்கள் வருவீர்கள் என்று தெரியாது. அதனால் மாட்டிறைச்சி வாங்கி வரவில்லை” என்று பஸாரவின் பெட்டியோடு அறைக்குள் அப்போதுதான் வந்த திமஃபேயிச் சொன்னான்.

“அது இல்லாமலே சமாளித்துக் கொள்வோம். இல்லை என்றால் ஒரு வம்பும் இல்லை, ஏழ்மை குற்றம் ஆகாது என்பார்கள்.”

“உன் தகப்பனாரிடம் பண்ணையடிமைகள் எத்தனைபேர்?” என்று திடீரெனக் கேட்டான் அர்க்காதி.

“சொத்து அவருடையது அல்ல, அம்மாவுடையது. பண்ணை யாட்கள் பதினைந்து பேர் என்று நினைவு.”

“எல்லோரும் சேர்ந்து இருபத்திரண்டு பேர்” என்று அதிருப்தியுடன் திருத்தினான் திமஃபேயிச்.

செருப்புச் சத்தம் கேட்டது. வஸிலி இவானிச் மறுபடி அறைக்குள் வந்தார்.

“சிலநிமிடங்களில் உங்கள் அறை உங்களை வரவேற்கத் தயாராகிவிடும்” என்று வெற்றி முழக்கம் செய்தார். அர்க்காதி... நிக்கலாயிச்? உங்கள் பெயர் இதுதானே?– இவன்தான் உங்கள் பணியாள்” என்று தன்பின்னே வந்த சிறுவனைக் காட்டினார். அவன் முடியை ஒட்டக் கத்தரித்து விட்டிருந்தான். முழங்கைகளில் கிழிந்த நீலச் சட்டையும் வேறுயாருடையவோ பூட்சுகளும் அணிந்திருந்தான். “இவன் பெயர் ஃபேத்கா. மகன் தடை செய்கிறான், இருந்தாலும் இருந்தாலும் மறுபடி சொல்லுகிறேன். நிரம்ப எதிர்பார்க்காதீர்கள். ஆனால் சுங்கானில் புகையிலை நிறைத்துக் கொடுக்க இவனுக்குத்தெரியும். நீங்கள் புகை பிடிப்பீர்கள் அல்லவா?”

“நான் பெரும்பாலும் சுருட்டுதான் குடிப்பேன்” என்றான் அர்க்காதி.

“அது எவ்வளவோ புத்திசாலித்தனம். நானும் சுருட்டுக்கே முதன்மைகொடுப்பேன், ஆனால் எங்கள் ஒதுக்குப்புறவட்டாரத்தில் சுருட்டு வாங்குவது மிகவும் கடினம்.”

“பஞ்சப்பாட்டு பாடியது போதும்” என்று மறுபடி குறுக்கிட்டான் பஸாரவ். “நீ இப்படி சோபாவில் உட்கார். உன்னை நன்றாகப் பார்க்கிறேன்.”

வஸிலி இவானிச் குலுங்கிச் சிரித்து சோபாவில் உட்கார்ந்தார். முகத்தோற்றத்தில் அவர் மகனைப் பெரிதும் ஒத்திருந்தார். அவரது நெற்றிதான் சற்று தாழ்ந்து குறுகி இருந்தது. வாய் சிறிது அகலமாய் இருந்தது. அவர் இடைவிடாமல் அசைந்தவண்ணமாய் இருந்தார், சட்டை கக்கத்தில் உராய்வதுபோல ஓயாமல் தோள்களை ஆட்டினார், கண்களைச்சிமிட்டினார், இருமினார், விரல்களை அசைத்தார். மாறாக மகனோ அசட்டையுடன் அசையாதிருந்தான்.

“பஞ்சப்பாட்டு பாடுகிறேனாம்!” என்று திருப்பிச் சொன்னார் வஸிலி இவானிச். “நான் விருந்தாளிக்கு இரக்கம் உண்டாக்க முயல்வதாக நாங்கள் எப்பேர்ப்பட்ட கண்ணற்ற ஒதுக்குப்புறத்தில்

வசிக்கிறோம் பாருங்கள் என்று நினைக்காதே. என்கருத்து இதற்கு மாறானது. சிந்தனை செய்யத்திறன் கொண்டவனுக்கு ஒதுக்குப்புறமே கிடையாது என்பது என் அபிப்பிராயம். குறைந்தபட்சம், வழக்கில் சொல்லுவதுபோல, பாசி பிடித்துவிடாமல், காலப்போக்கிற்கு பின் தங்கிவிடாமல் இருக்க என்னால் முடிந்தவரை முயல்கிறேன்.”

அர்க்காதியின் அறைக்குப்போகையில் எடுத்துக்கொண்ட புதிய மஞ்சள் கைக்குட்டையைப் பையிலிருந்து எடுத்து ஆட்டிக்கொண்டே பேச்சைத் தொடர்ந்தார் வஸிலி இவானிச்:

“உதாரணமாக, எவ்வளவோ சொந்த நஷ்டத்தைப் பொறுத்துக் கொண்டு பண்ணையடிமைகளுக்கு விடுவரி உரிமை கொடுத்து அவர்களுக்கு என் நிலத்தை அரை மகசூல் குத்தகைக்கு விட்டேன் என்பதை நான் சொல்ல வரவில்லை. இது என்னுடைய கடமை என்று எண்ணினேன். மற்ற நிலச்சொந்தக்காரர்கள் இதைப்பற்றி நினைப்பதே இல்லை, ஆனாலும் நல்லறிவுக்கு ஒத்த செய்கை இதுவே என்பது என்கருத்து. ஆனால் நான் சொல்ல வந்தது விஞ்ஞானத்தைப் பற்றி, கல்வியைப்பற்றி.”

“ஆமாம், உன்னிடம் ‘த்ரூக் ஸ்திராவியா’* செய்தித்தாளின் ஆயிரத்து எண்ணூற்று ஐம்பத்தைந்தாம் ஆண்டு இதழ்கள் இருப்பதைப் பார்க்கிறேன்” என்றான் பஸாரவ்.

“என் நெடுங்காலத் தோழர் ஒருவர் நட்பு காரணமாக இதை அனுப்புகிறார்” என்று சட்டென விளக்கினார் வஸிலி இவானிச். பின்பு அலமாரியில் இருந்த சுண்ணச் சாந்தால் செய்த மண்டையைச் சுட்டிக் காட்டினார். அது இலக்கமிட்ட நாற்கோணங்களாகப் பகுக்கப்பட்டிருந்தது. “ஃபிரெனாலஜி* எங்களுக்குத் தெரியாதது அல்ல. ஷென்லைன், ராதெமாஹர்* இவர்களையும் நாங்கள் அறிவோம்” - பெரும்பாலும் அர்க்காதியை நோக்கியவாறு கூறினார்.

‘...மாநிலத்தில் ராதெமாஹரை ஜனங்கள் இன்னமும் நம்புகிறார்களா?” என்று கேட்டான் பஸாரவ்.

வஸிலி இவானிச் இருமினார். “இங்கே... கனவான்களே, சந்தேகம் இன்றி உங்களுக்கு நிறையத் தெரியும். நாங்கள் உங்களோடு போட்டி

---

* *ஃபிரெனாலஜி மண்டையோட்டின் அமைப்பைக் கொண்டு மனிதனின் பண்புகளை அறியலாம் என்று கூறிய போலி விஞ்ஞானம். *ஷென்லைன், ராதெமாஹர்- ஜெர்மானிய மருத்துவ விஞ்ஞானிகள். *த்ரூக் ஸ்திராவியா’ - 1833 முதல் 1869 வரை பீட்டர்ஸ்பர்கில் வெளியான மருத்துவச் செய்தித்தாள். *ஹாஃப்மன் -ஜெர்மானிய மருத்துவ விஞ்ஞானி, ஹியூமரலிஸ்ட்-உடலில் நீர்மச்சுரப்புகளின் சமன்பாடு குலைவதே நோய்களுக்குக் காரணம் என்று கருதுபவர்.*

போட முடியுமா? எங்கள் இடத்துக்கு நீங்கள்தாமே வந்திருக்கிறீர்கள் இப்போது!"

எங்கள் காலத்தில் ஹயூமரலிஸ்ட் ஹாஃப்மனோ**உயிராற்றல்வாதி பிரவுனோ* எங்களுக்கு கேலிக்கு உரியவர்களாகத்தோன்றினார்கள் ஆனால் அவர்களும் ஒரு காலத்தில் புகழேணியின் உச்சியில் இருந்தவர்கள்தாமே! உங்கள் காலத்தில் ராதெமாஹரின் இடத்தில் வேறு யாரேனும்புதியவன் வந்திருப்பான், நீங்கள் அவனுக்குத் தலைவணங்குகிறீர்கள். இருபது ஆண்டுகளுக்குப்பின், அவனையும் அந்தக்காலத்தவர்கள் ஒருவேளை எள்ளி நகையாடுவார்கள்.

'உன் ஆறுதலுக்காகச் சொல்லுகிறேன், இப்போது நாங்கள் மொத்தத்தில் மருத்துவ இயலையே எள்ளி நகையாடுகிறோம், யாருக்குமே தலை வணங்குவதில்லை" என்றான் பஸாரவ்.

"அது எப்படி? நீ டாக்டர் ஆக விரும்புகிறாய் அல்லவா?"

"விரும்புகிறேன். அதற்கு இது தடங்கலாய் இராது."

வஸிலி இவானிச் சூடான சாம்பல்கொஞ்சம் மீதமிருந்த சுங்கானில் நடுவிரலை விட்டு அழுத்தினார்.

"இருக்கலாம், இருக்கலாம், நான் மறுத்து வாதாடப் போவதில்லை. பார்க்கப் போனால் நான் யார்? ஓய்வு பெற்ற இராணுவ மருத்துவன், அவ்வளவுதானே. இப்போது விவசாயத்தில் தலையிட்டிருக்கிறேன். நான் உங்கள் பாட்டனாரின் பிரிகேடில்வேலை செய்தேன்" என்றுமறுபடி அர்க்காதியை நோக்கிப் பேசலானார் பெரியவர்."ஆமாம், ஆமாம். என் வாழ்நாளில் நான் எத்தனை எல்லாமோ கண்டிருக்கிறேன். எப்பேர்ப்பட்டவர்களுடன்

---

* *பிரவுன் - பெரிய ஆங்கில மருத்துவர். சடப் பொருள்சார்பு அற்ற உயிராற்றலே வாழ்க்கை நிகழ்முறைகளை நடத்துகிறது என்ற தவறான கொள்கையைப் பரப்பியவர்.*

---

* *வித்ஹென்ஷ்தைன், பியோத்தர் கிறிஸ்தியான விச் (1768-1842) -ருஷ்ய தளகர்த்தர். 1812-ல் து நெப்போலியனது படையெடுப்பை எதிர்த்து நடந்த போரில் பீட்டர்ஸ்பர்க் முனையில் பங்காற்றியவர்.*

---

* *ழுக்கோவ்ஸ்கி வஸீலி அந்தி ரேயிச் (1783- 1852) - ருஷ்யக் கவிஞர், ருஷ்யக் கவிதையில் பாவனை நவிற்சி மரபைத் தோற்றுவித்தவர்.1812-ல் நெப்போலியனுக்கு எதிராக நடந்த போரில் பங்கு கொண்டவர். *டிசெம்பர் கிளர்ச்சிக்காரர்கள், ருஷ்யப் பிரபு வம்சத்தைச் சேர்ந்த புரட்சிக்காரர்கள். 1825, டிசெம்பர் 14-ந்தேதி அவர்கள் முதன்முதலாக ஜாரின் எதேச்சாதிகாரத்துக்கு எதிராகக் கிளர்ச்சி நடத்தினார்கள். இந்தக் கிளர்ச்சி விரைவில் ஒடுக்கப்பட்டது.*

இருந்திருக்கிறேன், யாரோடெல்லாம் பழகியிருக்கிறேன்! நான், இப்போது நீங்கள் உங்கள் முன் காண்கிற இதே நான், சிற்றரசர் வித்ஹென்ஷ்தைனையும்* முக்கோவ்ஸ்கியையும்* நாடி பிடித்துப் பார்த்திருக்கிறேன்! தெற்கு சைனியத்தில், பதினாலாந் தேதிக்காரர்களை* புரிகிறதல்லவா உங்களுக்கு"- (வஸிலி இவானிச் இங்கே உதடுகளை அர்த்தபுஷ்டியுடன் இறுக்கிக் கொண்டார்) - "எல்லாரையும் ஒருவர் பாக்கிஇல்லாமல் எனக்குத் தெரியும். ஆனால் என்வேலை ஒதுங்கி இருப்பதுதான். அறுவைக் கத்தி உண்டு, நான் உண்டு, அவ்வளவுதான்! ஆனால் உங்கள் பாட்டனார் நிரம்ப மரியாதைக்கு உரியவர். உண்மையான படைவீரர்.

"சரியான உலக்கைக் கழுந்து என்று சொல்லு" என்று சோம்பலுடன் கூறினான் பஸாரவ்.

"அடடா, யெவ்கேனி, என்ன வார்த்தைகள் சொல்லுகிறாய் நீ! கொஞ்சம் இரக்கம் காட்டு... ஜெனரல் கிர்ஸானவ் அப்படிப்பிரமாத...'

"கிடக்கிறார், விடு அவரை" என்று இடைமுறித்தான் பஸாரவ். 'நான் இங்கே வரும்போது உன் பிர்ச் மரச்சோலையைக் கண்டு மகிழ்ச்சி அடைந்தேன். நன்றாக வளர்ந்திருக்கிறது."

வஸிலி இவானிச்சுக்கு உற்சாகம் வந்துவிட்டது.

"என் தோட்டம் இப்போது எப்படி இருக்கிறது என்று நீயே பார்! ஒவ்வொரு கன்றையும் நானே நட்டேன். பல்வகைப் பழங்கள் என்ன, மூலிகைச் செடிகள் என்ன, எல்லாம் இருக்கின்றன. கிழவர் பரத்ஸேல்ஸ்கி* அற்புதமான உண்மையை வெளியிட்டார்: மூலிகைகளிலும் சொற்களிலும் கற்களிலும்... நான் பிராக்டிஸை விட்டுவிட்டேன், தெரியும் அல்லவா? ஆனாலும் வாரத்தில் இரண்டொரு தடவை பழைய கடையை விரிக்க வேண்டியிருக்கிறது. ஆட்கள் யோசனை கேட்க வருகிறார்கள். கழுத்தைப் பிடித்துத்தள்ள முடியுமா? ஏழைகள் சிலவேளைகளில் உதவி வேண்டும் என்று வருகிறார்கள். தவிர டாக்டர்களும் இங்கே கிடையவே கிடையாது. இந்தப் பக்கத்து ஆசாமி ஒருவர், ஓய்வு பெற்ற மேஜர், தாமும் மருத்துவம் பார்க்கிறார், எப்படி இருக்கிறது! நான் கேட்டேன், அவர் மருத்துவ விஞ்ஞானம் படித்திருக்கிறாரா என்று. ஆட்கள் சொல்கிறார்கள்: படிக்கவில்லையாம் அவர், பரோபகாரத்தை முன்னிட்டே மருத்துவம் பார்க்கிறாராம்! ஹா-ஹா, பரோபாகரத்தை

---

* *பரத்ஸேல்ஸ்கி - சுவிஸ் இயற்கை விஞ்ஞானியும் மருத்துவரும் ஆன பம்பாஸ்ட் வான் ஹோஹன்ஹைம் (1493-1541) என்பவரின் புனைபெயர் பரத்ஸேல்ஸி என்பதன் திரிபு. எத்தனையோ மூலிகைகளைக் கண்டுபிடித்தவர்.*

முன்னிட்டு! ஊம்? எப்படி இருக்கிறது? ஹா! ஹா! ஹா-ஹா!"

"ஃபேத்கா!சுங்கானில் புகையிலை நிரப்பிக் கொடு!" என்று கண்டிப்பாக உத்தரவிட்டான் பஸாரவ்.

வஸிலி இவானிச் விடாப்பிடியாகப் பேச்சைத்தொடர்ந்தார்:

"இன்னொரு மருத்துவன் நோயாளியைப் பார்க்க வந்தானாம். அதற்குள் நோயாளி மூதாதையரிடம் போய்ச் சேர்ந்துவிட்டான். வேலைக்காரன் மருத்துவனை அறைக்குள் போகவிடாமல், இனி உங்கள் உதவி தேவை இல்லை என்றானாம். இதை எதிர்பாராத மருத்துவன் குழப்பம் அடைந்து, 'என்ன? எஜமான் சாவதற்கு முன் விக்கினாரா?' என்று கேட்டானாம். 'விக்கினாருங்க. 'ரொம்ப விக்கினாரா?' 'ஆமாமுங்க'. 'ஆ, இது நல்லது' என்று சொல்லிவிட்டு நடையைக் கட்டினானாம் மருத்துவன். ஹ-ஹா-ஹா!"

கிழவர் ஒருவர் தாம் சிரித்தார். அர்க்காதி புன்னகையை வருவித்துக் கொண்டான். பஸாரவ் புகை மட்டுமே இழுத்தான். இந்த ரீதியில் பேச்சு சுமார் ஒருமணி நேரம் தொடர்ந்தது. இடையில் அர்க்காதி தன் அறைக்குப் போய்ப் பார்த்தான். அது குளியறைக்கு முன் இருந்தது. ஆனால் மிகவும் அடக்கமாகவும் துப்புரவாகவும் காணப்பட்டது. முடிவில் தான்யா வந்து சாப்பாடு தயார் என்று அறிவித்தாள்.

வஸீலி இவானிச் எல்லோருக்கும்முன்னே எழுந்தார்:

"போவோம் வாருங்கள் கனவான்களே! என் தொனதொனப்பால் உங்களுக்குச் சலிப்பு ஏற்பட்டிருந்தால் மன்னித்துக் கொள்ளுங்கள். என் வீட்டுக்காரி உங்களுக்கு அதிகத் திருப்தி ஏற்படுத்துவாள், கட்டாயமாக."

சாப்பாடு அவசரமாகத் தயாரிக்கப்பட்டிருந்தாலும் மிகவும் நன்றாய் இருந்தது, சம்பிரமமாகவும் இருந்தது. சாராயந்தான் கொஞ்சம் சளித்துப் போயிருந்தது. திமஃபேயிச் நகரத்தில் தெரிந்த கடைக்காரனிடம் வாங்கிய அந்த திராட்சை மது அனேகமாகக் கறுப்பாய் இருந்தது. செப்புக் களிம்போ, ரோஜனமோ போல இருந்தது அதன் சுவை. ஈக்களும் தொல்லை கொடுத்தன. சாதாரணவேளைகளில் வீட்டு வேலைக்காரப் பையன் பெரிய பசுங்கிளையால் அவற்றை விரட்டுவது வழக்கம். ஆனால் இளந்தலை முறையினர் கண்டனம் செய்வார்களோ என்ற அச்சத்தால் வஸிலி இவானிச் இந்தத்தடவை அவனை வெளியே அனுப்பிவிட்டார். அரீனா விளாஸிவ்னா நல்லுடை அணிந்திருந்தாள். பட்டு

---

* *அன்னிய ஆதிக்கத்திலிருந்து விடுபடவும் தேசீய ஒருமைப்பாட்டுக்காகவும் இத்தாலி நடத்தியபோராட்டம் 1860-க்களில் ருஷ்யர்களின் கவனத்தை ஈர்த்தது. ருஷ்யச் சஞ்சிகைகளில் இதுபற்றித் தீவிரமான சர்ச்சை நடந்தது.*

நாடாக்கள் கட்டிய உயர்ந்த மூடு தொப்பியும் சித்திரவேலை செய்த சால்வையும் போட்டுக் கொண்டிருந்தாள். மகனைக் கண்டதும் அவள் மறுபடி அழத் தொடங்கினாள். ஆனால் இந்தத் தடவை கணவர் அவளைச் சமாதானப்படுத்த வேண்டி வரவில்லை. அவளே விரைவில் கண்ணீரைத் துடைத்துக்கொண்டாள் - சால்வையில் கண்ணீர் சொட்டிவிடக்கூடாது என்பதற்காக. இளைஞர்கள் மட்டுமே உணவு அருந்தினார்கள். வீட்டுக்காரர்கள் வெகுநேரத்துக்கு முன்பே சாப்பிட்டுவிட்டார்கள். ஃபேத்கா பரிமாறினான். பழக்கம் இல்லாத பூட்சுகள் அவனுக்குச் சுமையாய் இருந்தன போலத் தோன்றியது. அன்ஃபீஸுஷ்கா என்ற பெயருள்ள ஆண் தோற்றம் கொண்ட ஒற்றைக் கண் மாது அவனுக்கு ஒத்தாசை செய்தாள். இவள் உக்கிராணக்காரியாகவும் வாத்து, கோழிகளைப் பார்த்துக் கொள்பவளாகவும் சலவை செய்பவளாகவும் ஏககாலத்தில் பணியாற்றினாள். சாப்பாட்டின்போது வஸிலி இவானிச் அறையில் குறுக்கும் நெடுக்கும் நடந்தவாறு நெப்போலியனின் கொள்கையாலும் இத்தாலியப் பிரச்சினையின் சிக்கலாலும்* தமக்கு ஏற்பட்டுள்ள ஆழ்ந்த அச்சங்களைப் பற்றி முற்றிலும் உவகை நிறைந்த, அனேகமாகப் பேரின்பத்தில் திளைப்பவர் போன்ற முகத்தோற்றத்துடன் சொல்லிக் கொண்டு போனார். விளாஸிவ்னா அர்க்காதியைக் கவனிக்கவோ, உபசரிக்கவோ இல்லை. உப்பிய செவ்வுதடுகளும் கன்னங்களிலும் புருவங்களுக்குமேலேயும் இருந்த மச்சங்களும் அவளுடைய உருண்டை முகத்துக்கு மிகவும் நல்லியல்பு நிறைந்த தோற்றத்தை அளித்தன. இந்த முகத்தை முட்டியால் தாங்கிக்கொண்டு வைத்தகண் வாங்காமல் மகனையே பார்த்தவாறு பெருமூச்செறிந்தவண்ணமாய் இருந்தாள் அவள். அவன் எத்தனை நாட்கள் தங்கியிருப்பான் என்று தெரிந்துகொள்ள அவள் மனம் ஆவல்கொண்டு துடித்தது. ஆனால் இதைவாய்விட்டுக் கேட்க அஞ்சினாள். "இரண்டு நாட்கள் என்று சொல்லிவிட்டானானால்?" என்று எண்ணியபோதே அவள் உள்ளம் குமைந்தது. இளைஞர்கள் பொரியல் கறி சாப்பிட்டானதும் வஸிலி இவானிச் ஒருநிமிடம் எங்கோ போய்விட்டு, திறந்த அரைப்புட்டி ஷாம்பேனுடன் திரும்பிவந்தார். "இந்தாருங்கள். நாங்கள் ஒதுக்குப்புறத்தில் வசித்தாலும் விழா நாட்களைக் கொண்டாடுவதற்கு எங்களிடம் சரக்கு இல்லாமல் போய்விடவில்லை!" என்று கூறி மூன்று கிளாஸ்களிலும் ஒரு கிண்ணத்திலும் ஷாம்பேன் ஊற்றி "விலைமதிக்க முடியாத விருந்தாளிகளின்" உடல் நலத்துக்காகக் குடிப்பதாகக் கூறி, இராணுவ முறையில் ஒரே மடக்கில் தம் ஷாம்பேனைக் குடித்தார், மனைவியையும் கிண்ணத்து ஷாம்பேனை ஒரு துளி

* *ஹொரேஷியா ஃபிளாக் குவினத் (கி.மு.65-8) புகழ்பெற்ற ரோமானியக் கவிஞர். தமது கவிதைகளில் அவர் இயற்கைச் சூழ்நிலையில் வாழ்க்கையை அனுபவிப்பது பற்றிப் பாடினார்.*

மீதமின்றிக் குடிக்க வைத்தார். பழக்கூழ் சாப்பிடும் முறை வந்ததும் இனிப்புப் பண்டம் எதையும் விரும்பாத அர்க்காதி, அப்போதுதான் தயாரித்த நான்கு வகைப் பழக்கூழ்களை ருசி பார்ப்பது தன் கடமைஎன்று கருதினான் – அதிலும் பஸாரவ் வேண்டாமென்று வெடுக்கெனக் கூறிவிட்டுச்சுருட்டு புகைக்கத் தொடங்கிவிட்டதால். பின்பு பாலேடும் பிஸ்கோத்துகளும் தேநீரும் வந்தன.

அப்புறம் வஸீனி இவானிச் எல்லாரையும் மாலையின் அழகைக் கண்டு களிப்பதற்காகத் தோட்டத்துக்கு அழைத்துச் சென்றார். ஒரு பெஞ்சியின் அருகாகச் செல்கையில் அவர் அர்க்காதியின் காதோடு சொன்னார்:

“இந்த இடத்தில் உட்கார்ந்து சூரியன் மறைவதைப் பார்த்துக் கொண்டே பல்வகைச் சிந்தனையில் ஆழ்வது எனக்குப் பிடிக்கும். தனிமையில் ஒதுங்கி வாழ்பவனுக்கு ஏற்றது இந்தச்சிந்தனை. அங்கே, சற்று தொலைவில் நான் ஹொரேஷியாவுக்கு* உவப்பான சில மரங்களை நட்டிருக்கிறேன்.

“என்ன மரங்களை?” என்று வினவினான் இதைக் கேட்ட பஸாரவ்.

“வேறு எதை... வேல மரங்களைத்தான்.”

பஸாரவ் கொட்டாவி விடத்தொடங்கினான்.

“பிரயாணிகள் நித்திரா தேவியைச் சரண் அடைய வேளை வந்துவிட்டது என்று எண்ணுகிறேன்” என்றார் வஸிலி இவானிச்.

“அதாவது தூங்க நேரம் ஆகிவிட்டது என்கிறாயா? நியாயமான முடிவு, உண்மையாகவே நேரம் ஆகிவிட்டது” என்று ஒத்துப்பாடினான் பஸாரவ்.

தாயாரிடம் விடை பெறுகையில் அவன் அவள் நெற்றியில் முத்தம் இட்டான்.அவள் மகனைத் தழுவிக்கொண்டு அவன் முதுகுக்குப் பின் மூன்று முறை இரகசியமாகச் சிலுவைக்குறி இட்டு ஆசீர்வதித்தாள். வஸிலி இவானிச் அர்க்காதியை அவன் அறையில் கொண்டுவிட்டு, “உங்கள் இன்ப வயதில் நான் அனுபவித்தது போன்ற இனிய உறக்கம் உங்களுக்குக் கிட்டுமாக” என்று வாழ்த்தினார். உண்மையாகவே குளியறைக்கு முன் இருந்த தன் இருப்பிடத்தில் அர்க்காதிக்கு அருமையான தூக்கம் வந்தது. அதில் புதீனாக்கீரை மணம் வீசிற்று, இரண்டு சிள்வண்டுகள் அடுப்புக்குப் பின்னால் தாலாட்டுபவை போலப் போட்டிபோட்டுக் கொண்டு ரீங்காரம் செய்தன. வஸிலி இவானிச் தம் அலுவல் அறைக்குப்போய், நீள் சோபாவில் மகன் கால் அருகே சாய்ந்து கொண்டு அவனோடு வம்பளக்க வாயெடுத்தார். ஆனால் பஸாரவ் தனக்குத் தூக்கம் வருவதாகச் சொல்லி அவரை உடனே வெளியே ரைஉ அனுப்பிவிட்டான். உண்மையில் விடியும் வரை அவன்

உறங்கவே இல்லை. கண்களை அகலத் திறந்தவாறு வன்மத்துடன் இருட்டைப் பார்த்துக் கொண்டிருந்தான்.

குழந்தைப் பருவ நினைவுகள் அவன் மீது ஆட்சி செலுத்தவில்லை. தவிர அண்மையில் ஏற்பட்ட கைப்பான அனுபவங்களின் பாதிப்பிலிருந்து அவன் இன்னும் விடுபடவில்லை. அரீனா விளாஸிவ்னா முதலில் ஆண்டவனைத் துதித்தாள். பின்பு வெகுநேரம் அன்ஃபீஸுஷ்காவுடன் பேசிக் கொண்டிருந்தாள். அவள் எஜமானிக்கு முன் சிலையடித்ததுபோல் நின்று தன் ஒற்றைக் கண்ணால் அவளை நிலைத்து நோக்கியவாறு பஸாரவைப் பற்றித் தான் கண்டவற்றையும் எண்ணியவற்றையும் ஒன்றுவிடாமல் இரகசியமாகக் கிசுகிசுத்துக்கொண்டு போனாள். களிப்பாலும் மதுவாலும் சுருட்டுப் புகையாலும் கிழவியின் தலை ஒரேயடியாகக் கிறுகிறுத்துப் போயிற்று. கணவர் அவளுடன் பேசலாம் என்று வந்தவர் கையை உதறிவிட்டுப் போய்விட்டார்.

அரீனா விளாஸீவ்னா பழங்கால ருஷ்ய உயர்குடிமாது. இருநூறு ஆண்டுகளுக்குமுன், பண்டைய மாஸ்கோக் காலத்தில் வாழ்ந்திருக்க வேண்டியவள் அவள். தெய்வ பக்தியும் இளகிய மனதும் உள்ளவள். சகுனங்கள், குறிகள், ஆரூடங்கள், கனவுகள் எல்லாவற்றையும் சன்னதக்காரர்களையும் வீட்டுத்தெய்வங்களையும் நம்பினாள். காட்டேரிகளையும் சகுனத் தடைகளையும் சூனியம் வைத்ததால் வரும் நோய்களையும் நாட்டு மருந்துகளையும் ஈஸ்டர் திருநாளுக்கு முந்திய வியாழக்கிழமை வறுத்துப் பொடித்த உப்பின் மந்திரசக்தியையும் உலகம் விரைவில் முடிந்துவிடும் என்பதையும் அவள் நம்பினாள். ஈஸ்டரை அடுத்த ஞாயிறன்று இரவு கோயிலில் நடக்கும் பிரார்த்தனையின்போது மெழுகுவத்திகள் அணையாவிட்டால் பக்வீட் விளைச்சல் நன்றாய் இருக்கும்,மனிதர்கண் பட்டால் நாய்க்குடை வளராது என்று நம்பினாள். சைத்தான் தண்ணீர் இருக்கும் இடத்தில் வாழ்வதை விரும்புவான் என்றும் ஒவ்வொரு யூதனின் மார்பிலும் இரத்தக்கறை இருக்கும் என்றும் நம்பினாள். சுண்டெலிகள், பச்சைப் பாம்புகள், தவளைகள், குருவிகள், அட்டைகள், இடி, குளிர்ந்த நீர்,மாறு காற்று, குதிரைகள், ஆடுகள், செம்பட்டைத் தலையர்கள், கறுப்புப் பூனைகள் ஆகியவற்றை அஞ்சினாள். சிள்வண்டுகளும் நாய்களும் அசிங்கம் பிடித்த பிராணிகள் என்று எண்ணினாள். கன்று இறைச்சி, புறா இறைச்சி, இறால்கள், பாலாடைக்கட்டி,

---

** அலெக்ஸில் அல்லது காட்டில் குடில்" என்பது தியூக்ரே தியூமினீல் (1761-1819) என்னும் பிரெஞ்சு எழுத்தாளரின் நீதி புகட்டும் உருக்க உணர்ச்சிகள் நிறைந்த காதல் நவீனம்.*

தண்ணீர்விட்டான் கொடி, முள்ளிக்கிழங்கு, முயல் இறைச்சி, தர்பூசனிப்பழம் (அறுத்த தர்பூசனி தூயர் ஜானின் தலைபோல் இருப்பதால்) ஆகியவை எவற்றையும் அவள் சாப்பிடுவதில்லை. ஆளிகளைப் பற்றி அருவருப்புடன்தான் பேசுவாள்.

சாப்பிடுவதில் அவளுக்கு விருப்பம், ஆனால் விரதங்களைக் கண்டிப்பாகக் கடைப்பிடித்தாள். நாள்தோறும் அவள் பத்துமணிநேரம் உறங்கினாள், ஆனால், வஸிலி இவானிச்சுக்குத் தலைவலித்தால் அவள் படுத்துக் கொள்வதே கிடையாது. "அலெக்ஸில் அல்லது காட்டில் குடில்'* என்ற நவீனம் தவிர வேறு ஒரு புத்தகத்தையும் அவள் படிப்பதில்லை. ஆண்டுக்கு ஒரு அல்லது அதிகமாய்ப்போனால் இரண்டு கடிதங்கள் எழுதினாள். வீட்டு நிர்வாகத்திலும் வற்றல்கள், பழக்கூழ்கள் தயாரிப்பதிலும் தேர்ச்சி பெற்றிருந்தாள். ஆனால் தன்கைகளால் எதையும் அவள் தொடுவதே இல்லை. வேண்டாவெறுப்புடன்தான் இடத்தைவிட்டு நகர்ந்தாள். அரீனா விளாஸிவ்னா மிகவும்நல்லவள், தன் வகையில் புத்திசாலியும் கூட. டலகத்தில் எஜமானர்கள் இருக்கிறார்கள், அவர்கள் கட்டளை இட வேண்டும், சாதாரண மக்கள் இருக்கிறார்கள், அவர்கள் பணியாற்ற வேண்டும் என்று அவள் அறிந்திருந்தாள். எனவே ஆட்கள் அடிமைத் தனத்துடன் குழைவதையும் தரைவரை தாழ்ந்து பணிவதையும் அவள் அருவருத்து விலக்குவதில்லை. ஆனால் தனக்குக் கீழ்ப்பட்டவர்களிடம் அன்பும் ஆதரவுமாக நடந்துகொண்டாள்.

எந்தப் பிச்சைக்காரனையும் ஏதாவது கொடுக்காமல் அனுப்ப மாட்டாள். அவள் யாரையும் ஒருபோதும் நிந்திப்பதில்லை, ஆனால் சில வேளைகளில் அரட்டையடித்தாள். இளமையில் அவள் பார்வைக்கு மிகவும் லட்சணமாக இருந்தாள். ஆர்மோனியம் வாசித்தாள். கொஞ்சம் பிரெஞ்சு மொழியும் அறிந்திருந்தாள். தன் விருப்பத்துக்கு மாறாகவே அவள் வாழ்க்கைப்பட்டாள். கணவருடன் பல ஆண்டுகள் ஊர் ஊராகச் சுற்றி அலைந்தபோது அவள் ஊதிப்போனாள், சங்கீதத்தையும் பிரெஞ்சு மொழியையும் மறந்துவிட்டாள். மகனை அவள் நேசித்தாள், ஒரேயடியாக அஞ்சவும் செய்தாள். சொத்து மேற்பார்வையைக் கணவர் பொறுப்பில் ஒப்படைத்துவிட்டு எதிலும் தலையிடாமல் விலக்கிக் கொண்டாள். வரப்போகும் மாறுதல்களையும் தமது திட்டங்களையும் பற்றிக் கணவர்விவரிக்கத் தொடங்கியதுமே அவள் பெருமூச்சுவிட்டாள், பயத்தினால் புருவங்களை மேலும் மேலும் உயர்த்தினாள். அவளுடைய சித்தம் அடிக்கடி மாறும். ஏதோ பெரிய விபத்து நேரப் போவதாக ஓயாமல் எதிர்பார்ப்பாள்.ஏதேனும் துயர நிகழ்ச்சியைப்பற்றி நினைத்துக்கொண்டதுமே அழுவாள்... இந்த

மாதிரி மாதர்கள் இப்போது மறைந்து வருகிறார்கள். இதற்காக மகிழ்ச்சி அடைவதா என்ன என்பது ஆண்டவனுக்கே வெளிச்சம்.

20

அர்க்காதி படுக்கை விட்டு எழுந்து ஜன்னலைத் திறந்ததும் அவன் கண்ணில் முதன்முதல் பட்டவர் வஸிலி இவானிச்தாம். புஹாரா அங்கியைக் கைக்குட்டையால் இடையில் இறுக்கிக் கொண்டு கிழவனார் உற்சாகமாகத் தோட்டத்தைக் கொத்திக் கொடுத்துக்கொண்டிருந்தார். தம் இளம் விருந்தாளியைப் பார்த்ததும் மண்வெட்டியை ஊன்றிச் சாய்ந்தவாறு, “வணக்கம்/ எப்படி உறங்கினீர்கள்?” என்று கூவினார்.

“நன்றாக” என்று பதில் அளித்தான் அர்க்காதி.

“நான் ஸின்ஸினாட்டஸ்* போல, நூல்கோல் நடுவதற்குப் பாத்தி பிடித்துக் கொண்டிருக்கிறேன். இப்போது ஒவ்வொருவனும் தன் ஊட்டத்துக்கான பொருள்களைத் தன் கைகளாலேயே உற்பத்தி செய்ய வேண்டிய காலம் வந்துவிட்டது அதற்காக ஆண்டவனுக்கு நன்றி செலுத்த வேண்டும்! மற்றவர்களை நம்பிப் பயன் இல்லை, நாமே உழைக்க வேண்டும். ஆகவே ழான் ழாக் ரூஸோ* சொன்னது சரி ஆகிவிட்டது. அரைமணி நேரத்துக்கு முன், என் அன்பார்ந்த ஐயா, நீங்கள் என்னை முற்றிலும் வேறு நிலையில் பார்த்திருப்பீர்கள். வயிற்றுக்கடுப்பு அதாவது சீதபேதி என்று சொல்லிக்கொண்டு வந்த ஒரு பெண்பிள்ளைக்கு நான்... இதை எப்படிச்சொல்வது மேல்... குடலில் அபினி ஏற்றினேன்.

இன்னொருத்திக்குச் சொத்தைப் பல்லைப் பிடுங்கினேன்.

---

* *ஸின்ஸினாட்டஸ் லூஷியஸ் குவின்ஷியஸ் (கி.மு.6-5 நூற்றாண்டுகள்) - ரோமானிய மேற்குடியினர், கான்ஸல். எளிய வாழ்வு வாழ்ந்தார். தாமே வயலை உழுதார். ஆதர்சக் குடிமகனாக மதிக்கப்பட்டார்.*

* *ழான் ழாக் ரூஸோ (1712-1778) - பிரெஞ்சு போதகர், ஜனநாயகவாதி, மனிதாபிமானி, பிரபுவம்ச விரோதி. ஆடம்பரமும் வீண்பகட்டும் தம்கால நாகரிகத்தின் இயல்புகள் என்று கருதினார். இவற்றின் நாசகரமான பாதிப்புகளிலிருந்து விடுபட்ட ‘இயற்கை’ நிலையில் மனிதர்கள் இன்ப வாழ்வு வாழ்வார்கள் என்றும் உடல் உழைப்பு இன்ப வாழ்வுக்கு இன்றியமையாத நிபந்தனைகளில் ஒன்று என்றும் அவர் கருதினார்.*

அவளுக்கு மயக்கமருந்து கொடுக்கிறேன் என்றேன். அவள்தான் வேண்டாம் என்று விட்டாள். இதெல்லாம் நான் இலவசமாகச் செய்கிறேன் - பொழுதுபோக்காக. ஆனால் இதில் ஆச்சரியம் ஒன்றும் இல்லை.

"நான் சாதாரணக்குடிமகன், புதுமனிதன் தானே. பரம்பரைப் பிரபு வம்சத்தவன் அல்லவே என் இல்லத்தரசி போல... இங்கே வந்து, தேநீர் பருகுவதற்குமுன் காலைக் குளுமையை இப்படி நிழலில் இருந்து அனுபவிக்க உங்களுக்கு விருப்பமாய் இல்லையா?""

அர்க்காதி அவர் அருகே சென்றான்.

"இன்னொரு முறை நல்வரவு!" என்று சிக்குப்பிடித்த குல்லாயில் கையை வைத்து இராணுவ முறைப்படி சலாம் செய்து வரவேற்றார் வஸிலி இவானிச், "நீங்கள் ஆடம்பரத்துக்கும் வசதிகளுக்கும் பழகினவர், எனக்குத்தெரியும். ஆனாலும் உலகின் பெரியார்கள்கூட ஏழைக் குடிலில் கொஞ்ச நேரம் கழிப்பதை அருவருத்து ஒதுக்க மாட்டார்கள்" என்றார்.

"என்ன இப்படிச் சொல்கிறீர்கள்!" என்று கத்தினான் அர்க்காதி. "நானாவது உலகின் பெரியோனாவது? ஆடம்பரத்துக்கும் நான் பழகினவன்அல்ல."

"பொறுங்கள், பொறுங்கள்" என்று பரிவுதோற்ற முகத்தைக் கோணியவாறு கூறினார் வஸிலி இவானிச். "நான் இப்போது பழஞ்சுவடி ஆகிவிட்டேன் என்றாலும் நானும் உயர் சமூகத்தில் பழகியிருக்கிறேன், பறப்பிலிருந்தே பட்சியை இனங்கண்டு கொள்ள என்னால் முடியும். என் வகையில் நானும் உளவியலையும் முகப்பாங்கு இயலையும் அறிவேன். நான் தற்புகழ்ச்சி செய்துகொள்ளவில்லை, இந்த இயற்கைத்திறமை இல்லாவிட்டால் நான் என்றைக்கோ உருப்படாமல்போயிருப்பேன். சின்ன மனிதனான என்னை எல்லோரும் காலடியில் போட்டுத் துவைத்திருப்பார்கள். போலிப்புகழ்ச்சி இல்லாமல் சொல்லுகிறேன்: உங்களுக்கும் என் மகனுக்கும் இடையே நான் காணும் நட்பு எனக்கு உளமார்ந்த மகிழ்ச்சி அளிக்கிறது. இப்போதுதான் அவனைப் பார்த்தேன். அவன் தன் வழக்கப்படி - இது உங்களுக்குத் தெரிந்திருக்கும் அதிகாலையில் எழுந்திருந்து கிராமப்புறத்தைச் சுற்றிப்பார்க்கப் போய்விட்டான். ஒன்று கேட்க அனுமதியுங்கள், என் யெவ்கேனியோடு உங்களுக்கு நெடுங்காலப் பழக்கமோ?'

"இந்தக் குளிர்காலம் முதல்."

"அப்படியா. இன்னொன்றும் கேட்க அனுமதியுங்கள். உட்கார்ந்து கொள்ளுங்களேன். தகப்பன் என்ற முறையில் ஒளிக்காமல் ஒன்று கேட்கிறேன்: என யெவ்கேனியைப் பற்றி நீங்கள் எனன

நினைக்கிறீர்கள்?”

“உங்கள் மகன் நான் இதுவரை சந்தித்த மிகச்சிறந்த மனிதர்களில் ஒருவன்” என்று உற்சாகமாக விடை அளித்தான் அர்க்காதி.

வஸிலி இவானிச்சின் விழிகள் திடீரென்று விரிந்தன, கன்னங்கள் லேசாகச்சிவந்தன. மண்வெட்டி அவர்கைகளிலிருந்து நழுவி விழுந்தது.

“அப்படியானால், உங்கள் எண்ணப்படி...” என்று ஆரம்பித்தார்.

“உங்கள் மகனைப்பெரிய வருங்காலம் எதிர்நோக்கி இருக்கிறது, அவன் உங்கள் பெயரைப் புகழ் பெற்று விளங்கச் செய்வான் என்று நான் உறுதியாக நம்புகிறேன். முதல் தரம்நாங்கள் சந்தித்தபோதே எனக்கு இது நிச்சயப்பட்டுவிட்டது” என்று கூறி முடித்தான் அர்க்காதி.

“எப்படி... எப்படி இது நேர்ந்தது?” என்று மென்று விழுங்கிக் கொண்டு கேட்டார் வஸிலி இவானிச். பேரின்பப் புன்னகை அவரது அகன்ற உதடுகளில் பரவி நிலைத்துவிட்டது.

“நாங்கள் எப்படி முதலில் சந்தித்தோம் என்றுதெரிந்து கொள்ள விரும்புகிறீர்களா?”

“ஆமாம், அதோடு பொதுவாகவே...”

அர்க்காதி இதை விவரிக்கவும் பஸாரவைப்பற்றிப் பேசவும் முன்பு அதின்ஸோவாவுடன் மஸூர்க்கா நடனம் ஆடிய மாலையில் செய்ததைக் காட்டிலும் அதிக உற்சாகத்துடன், அதிக ஆர்வத்துடன் தொடங்கினான்.

வஸிலி இவானிச் அவன் சொன்னதைக் காதாரக் கேட்டார், மூக்கைச் சிந்தினார், கைக்குட்டையை இரு கைகளிலும் சுற்றிக் கொண்டார், இருமினார், தலைமயிரைக் கலைத்துவிட்டுக் கொண்டார் - முடிவில் தாங்க முடியாமல் அர்க்காதியின் பக்கம் குனிந்து அவன் தோளில் முத்தமிட்டார்.

“நீங்கள் என்னை முழு மகிழ்ச்சியில் ஆழ்த்திவிட்டீர்கள்” என்று புன்னகையை நிறுத்தாமலே கூறினார். “நான்... என் தெய்வமாகக்கொண்டாடுகிறேன் என்பதை உங்களிடம் சொல்லிவிட வேண்டும். என வீட்டுக்காரியைப் பற்றியோ சொல்லவே வேண்டியதில்லை. என்ன இருந்தாலும் தாய் ஆயிற்றே! ஆனால் அவனுக்கு முன்னால் என் உணர்ச்சிகளைக்காட்ட எனக்குத் துணிவு வருவதில்லை, ஏனென்றால் அவனுக்கு இது பிடிக்காது. வெளிப்படையான உணர்ச்சிப் பெருக்குக்கு அவன் எதிரி. அவனுடைய இந்தக் கண்டிப்புக்காகப் பலர் அவனைக் கண்டனம் செய்வார்கள். இது ஆணவம் அல்லது உணர்ச்சி இன்மையின்

அடையாளம் என்று சொல்வார்கள். ஆனால் அவன் போன்ற மனிதர்களை வழக்கமான அளவுகோலால் அளவிடக்கூடாது, இல்லையா? உதாரணமாக ஒன்று சொல்லுகிறேன்: அவன் இடத்தில் வேறு ஒருவன் இருந்தால், பெற்றோர்களிடமிருந்து பணத்தைக் கொண்டா, கொண்டா என்று கறந்திருப்பான். ஆனால் அவனோ -நம்புவீர்களா? - எங்களிடமிருந்து அதிகப்படியாக ஒருகாசுகூடப் பிறந்தது முதலேகேட்டு வாங்கிக்கொண்டதில்லை. கடவுள் ஆணை!"

"அவன் தன்னலம் அற்றவன், நேர்மை உள்ளவன்' என்றான் அர்க்காதி.

"தன்னலமே இல்லாதவன். நான், அர்க்காதி நிக்கலாயிச், அவன்மேல் உயிரையே வைத்திருப்பது மட்டும் அல்ல, அவன்மேல் எனக்கு ஒரே பெருமை. என்னுடைய ஒரே ஆசை என்ன தெரியுமா? ஒரு காலத்தில் அவனுடைய வாழ்க்கை வரலாறு எழுதப்படும்போது பின்வரும் சொற்கள் அதில் இருக்க வேண்டும் என்பதுதான்: "இவருடைய தந்தை சாதாரண இராணுவ மருத்துவர், ஆனால் இவருடைய திறமையை இவரது சிறு வயதிலேயே கண்டுகொண்டு, இவரது கல்விப் பயிற்சிக்குத் தம்மால் ஆனதை எல்லாம் தயங்காமல் செய்தார்..." கிழவரின் குரல் தழுதழுத்தது, அவரால் மேலே பேச முடியவில்லை.

அர்க்காதி அவர்கையைப் பற்றி அழுத்தினான்.

சற்று நேர மௌனத்துக்குப்பின் வஸீலி இவானிச் கேட்டார்.

"நீங்கள் சொல்கிறீர்களே, அவன் புகழ்பெறுவான் என்று, அதை அவன் மருத்துவத் துறையில் அடைவான் என்று நினைக்கிறீர்களா?"

"இந்தத் துறையிலும் அவன் முதல்தர விஞ்ஞானியாக விளங்குவான்தான். ஆனால் அவன் புகழ் அடைவான் என்று நான் சொன்னது மருத்துவத் துறையில் அல்ல."

"அப்படியானால் எந்தத் துறையில், அர்க்காதி நிக்கலாயிச்?"

"இப்போது இதைச்சொல்லுவது கடினம், ஆனால் அவன்புகழ் பெற்று விளங்குவான்."

"அவன் புகழ் பெற்று விளங்குவான்" என்று திருப்பிக்கூறிவிட்டு எண்ணத்தில் ஆழ்ந்தார் கிழவர்.

அன்ஃபீஸுஷ்கா பிரமாண்டமான பாத்திரத்தில் பழுத்த ராஸ்ப்பெர்ரிப் பழங்களுடன் அருகாகச்சென்றவள், "அரீனா விளாஸிவ்னா தேநீர் சாப்பிட அழைக்கச் சொன்னார்கள்" என்றாள்.

வஸிலி இவானிச் திடுக்கிட்டார்.

"பெர்ரிப் பழங்களோடு சாப்பிடக் குளிர்ந்த பாலேடு கிடைக்கும்

அல்லவா?"

"கிடைக்கும்-ங்க."

'குளிர்ந்திருக்க வேண்டும், பார்த்துக்கொள்! சங்கோசம் பாராட்டாதீர்கள், அர்க்காதி நிக்கலாயிச், நிக்கலாயிச், இன்னும் நிறைய எடுத்துக்கொள்ளுங்கள். என்ன இந்த யெவ்கேனி வரக்காணோம்?"

"நான் இங்கே இருக்கிறேன்" என்று அர்க்காதியின் அறையிலிருந்து கேட்டது பஸாரவின் குரல்.

வஸிலி இவானிச் சட்டெனத் திரும்பினார்.

"ஆ. நண்பரைப்பார்க்க வந்தாயாக்கும். ஆனால் நேரம் தாழ்த்து விட்டாய், நண்பா, நாங்கள் இருவரும் இதற்குள் வெகுநேரம் பேசிக் கொண்டிருந்தோம். இப்போது தேநீர் பருகப் போக வேண்டும், அம்மா கூப்பிடுகிறாள். ஆமாம், உன்னிடம் ஒன்று கேட்க நினைத்தேன்."

"எதைப்பற்றி?'

"இங்கே ஒரு குடியானவன் இருக்கிறான், அவனுக்கு இக்தெரஸ்..."

"அதாவது மஞ்சள்காமாலையா?"

"ஆமாம், நாள்பட்ட, மிகக்கடுமையான இக்தெரஸ்நோய். அவனுக்கு ஸென்டாவ்ரிப் பூண்டையும் ஸெயின்ட் ஜான் மூலிகையையும் சிபாரிசு செய்தேன். காரட் சாப்பிடச் சொன்னேன், சோடா கொடுத்தேன். ஆனால் இவை எல்லாம் நோயைத் தணிக்கும் மருந்துகள், நோயைத்தீர்க்கும் நிச்சயமான மருந்து ஏதாவது வேண்டும். நீ மருத்துவ இயலைக் கேலி செய்தாலும் உபயோகமான யோசனை சொல்ல உன்னால் முடியும் என்று நம்புகிறேன். ஆனால் இதைப்பற்றி அப்புறம்பேசுவோம். இப்போது தேநீர் சாப்பிடப் போவோம்."

வஸிலி இவானிச் பெஞ்சிலிருந்து துள்ளிக்குதித்து, 'ராபெர்ட்' என்ற இத்தாலிய இசை நாடகத்தின் பின்வரும் வரிகளைப் பாடினார்:

"ஒரு விதி, ஒரு விதி, ஒரு விதி

செய்து கொள்வோம்

பெரு மகிழ்... பெரு மகிழ்... பெரு மகிழ்வுடன் வாழ்வோம்!"

"என்ன உயிர்த்துடிப்பு!" என்று கூறி ஜன்னல் அருகேயிருந்து நகர்ந்தான் பஸாரவ்.

நண்பகல் வந்தது. அடர்ந்த வெண்மேகத் திரையின் ஊடாகச்

சூடான கதிரொளி வீசிற்று. எல்லாம்மௌனமாய் இருந்தன. சேவல்கள் மட்டுமே கிராமத்தில் ஒன்றன்பின் ஒன்றாகக்கூவின. அவற்றின் கூவல்களைக் கேட்ட ஒவ்வொருவரது உள்ளத்திலும் உறக்கமும் சலிப்பும் நிறைந்தவிந்தையான உணர்ச்சி பரவியது. எங்கோ உயரே மர முடியில் வல்லூறுக் குஞ்சின் இடையறாத கீச்சொலி அழுகையுடன் அழைக்கும் குரல்போலக்கேட்டது. அர்க்காதியும் பஸாரவும் சிறு தீனிப்புல் போரின் நிழலில், பசுமை மாறாத, ஆனால் உலர்ந்து சரசரத்த புல் பற்றைகளைத் தலைக்குயரம் வைத்துப்படுத்திருந்தார்கள்.

“அதோ அந்த ஆஸ்ப் மரம் எனக்கு என் பிள்ளைப் பருவத்தை நினைவுபடுத்துகிறது. செங்கல் கொட்டகை கட்டுவதற்காகத் தோண்டிய பள்ளத்தின் ஓரத்தில் வளர்ந்திருக்கிறது அது. இந்தப் பள்ளமும் ஆஸ்ப் மரமும் மந்திர சக்தி உள்ளவை என்று நான் அந்தக் காலத்தில் நம்பினேன். அவற்றின் பக்கத்தில் எனக்குச் சலிப்பே ஏற்பட்டது கிடையாது. நான் சிறுவனாய் இருந்ததால்தான் சலிப்பு அடையவில்லை என்பதை அப்போது நான் புரிந்து கொள்ளவில்லை. இப்பொழுதோ நான் பெரியவன் ஆகிவிட்டேன். மந்திரசக்தியும் என்னைப் பாதிப்பதில்லை” என்றான் பஸாரவ்.

“இங்கே நீ மொத்தம் எத்தனை ஆண்டுகள் கழித்திருப்பாய்?” என்று கேட்டான் அர்க்காதி.

“சேர்ந்தாற்போல இரண்டொரு வருஷங்கள். அப்புறம் இங்கே அவ்வப்பொழுது வந்தோம். ஓரிடத்தில் தங்காத நாடோடி வாழ்க்கை வாழ்ந்தோம். பெரும்பாலும் நகரங்களிலேயே திரிந்தோம்.

“இந்த வீடு ரொம்பக் காலமாக இருக்கிறதோ?”

“வெகு காலமாக. தாத்தா, என் தாயாரின் தகப்பனார், கட்டினார் இதை.”

“அவர் என்ன செய்தார், உங்கள் தாத்தாவைக் கேட்கிறேன்?”

“சைத்தானே அறிவான். உதவி மேஜராகவோ என்னவோ வேலை பார்த்தார். ஸுவோரவ்* சேனையில் இருந்தார். படையுடன் ஆல்ப்ஸ் மலைத் தொடரைக் கடந்து சென்ற கதையை ஓயாமல் சொல்லிக் கொண்டிருப்பார். புளுகினார் என்று நினைக்கிறேன்.”

“அதனால்தான் உங்கள் விருந்தறையில் ஸுவோரவின் உருவப்படம் தொங்குகிறதோ? உங்கள் வீடு மாதிரிப் பழைய,

---

* ஸுவோரவ், அலெக்ஸாந்தர் வஸீலிச் (1729-1800) - ருஷ்ய தளகர்த்தர். 1799-ல் நெப்போலியன் காலபிரான்சுக்கு எதிரான போர்நடவடிக்கையின்போது அவரது தலைமையில் ருஷ்யப் படையினர் வட இத்தாலியிலிருந்து ஆல்ப்ஸ் மலைத்தொடரை வீரத்துடன் கடந்து சுவிட்ஸர்லாந்தை அடைந்தார்கள்.

இதமான வீடுகள் எனக்குப் பிடிக்கும். இவற்றுக்குஎன்று ஒரு தனி மணம் உண்டு.”

“விளக்கு எண்ணெய் மணமும் புல்மணமும் அடிக்கும், வேறு என்ன” என்றுகொட்டாவி விட்டுக் கொண்டே சொன்னான் பஸாரவ். “அப்புறம் இந்த இனிய வீடுகளில் ஈக்களின் தொல்லை உண்டே, ஐயோ!”

சற்றுநேரம் பேசாதிருந்த பின் அர்க்காதி கேட்டான்: “சொல்லு, பிள்ளைப் பிராயத்தில் தாயார் தகப்பனார் உன்னைக் கட்டுப்படுத்தி வைக்கவில்லையோ?”

“நீதான் பார்க்கிறாயே என் பெற்றோர் எப்படிப்பட்டவர்கள் என்று. அவர்கள் கண்டிப்பு உள்ளவர்கள் அல்ல.”

“அவர்களை நீ நேசிக்கிறாயா, யெவ்கேனி?”

“நேசிக்கிறேன், அர்க்காதி!”

“அவர்களுக்குத்தான் உன்மேல் எவ்வளவு அன்பு!”

பஸாரவ் பேசாதிருந்தான்.

“நான் என்ன நினைக்கிறேன் தெரியுமா?” என்று கைகளைத் தலைக்குப்பின் நீட்டிக்கொண்டு கடைசியில் கேட்டான்.

“தெரியாது. என்ன நினைக்கிறாய்?”

“நான் நினைக்கிறேன், என் பெற்றோருக்கு உலகில் வாழ்வது இன்பமாய் இருக்கிறது! தகப்பனார் அறுபதுவயதில் ஓடியாடிப் பாடுபடுகிறார். நோயைத் தணிக்கும் மருந்துகளைப் பற்றிப் பேசுகிறார், ஆட்களுக்கு மருத்துவம் பார்க்கிறார், குடியானவர்களிடம் பெருந்தன்மை காட்டுகிறார் - ஒரு வார்த்தையில் சொன்னால் களித்துத் திரிகிறார். என் தாயாரின் வாழ்க்கையும் நன்றாகவே கழிகிறது. நாள் பூராவும் அவளுக்குப் பலவித வேலைகள் நெரிகின்றன, ஆகா ஊகூ என்று பரபரக்கிறாள், நின்று நிதானிக்க அவளுக்கு நேரமே இல்லை. ஆனால் நானோ...”

“நீயோ?”

“நான் நினைக்கிறேன்; இதோ நான்புல்போரின் நிழலில் படுத்திருக்கிறேன். நான் வியாபித்திருக்கும் குறுகிய சிற்றிடம், நான் இல்லாத, என்னைப்பொருட்படுத்தாத எஞ்சிய பெரு வெளியுடன் ஒப்பிடும்போது மிக மிக நுண்ணியது. எனக்கு வாழ வாய்க்கும் ஆயுட்காலம், நான் முன்பு இல்லாத, பின்பு இருக்க முடியாத அனந்த காலத்துடன் ஒப்பிடும்போது வெகு அற்பமானது... ஆயினும் இந்தச் சிற்றணுவில், இந்த கணிதப்புள்ளியில், இரத்தம் ஓடுகிறது, மூளை வேலை செய்கிறது, எதையோ விரும்பக்கூடச் செய்கிறது..

என்ன அவலட்சமணம்! என்ன அபத்தம்!"

"ஒன்று சொல்ல அனுமதி. நீ கூறுவது எல்லா மனிதர்களுக்குமே பொருந்துவதுதானே..."

"நீ சொல்வது உண்மைதான். ஆனால் நான் என்ன சொல்ல வந்தேன் என்றால் இவர்கள், அதாவது என் பெற்றோர், தங்கள் வேலைகளில் மூழ்கியிருக்கிறார்கள், தாங்கள் அற்பமானவர்கள் என்ற உணர்வு இவர்களைத் தொல்லைப்படுத்துவதில்லை. அதன் துர்நாற்றம் இவர்களைப் பாதிப்பதில்லை... எனக்கோ... எனக்கோ என்றால் சலிப்பும் ஆத்திரமும் உண்டாகின்றன."

"ஆத்திரமா? எதற்காக ஆத்திரம்?"

"எதற்காகவா? என்ன அப்படிக் கேட்கிறாய்? மறந்துவிட்டாயா?"

"எனக்கு எல்லாம் நினைவு இருக்கிறது. ஆனாலும் சீற்றம் கொள்ள உனக்கு உரிமை உண்டு என்பதை நான் ஏற்கமாட்டேன். நீ துர்ப்பாக்கியசாலி, ஒப்புக் கொள்கிறேன், ஆனால்..."

"அடே டே! அர்க்காதி நிக்கலாயிச், நீ காதலைப் புரிந்துகொள்வது எல்லாத் தற்கால இளைஞர்களையும் போலவேதான் என்று கண்டுகொண்டேன். த்ஸொ, த்ஸொ, த்ஸொ, பெட்டைக்கோழி என்று அழைப்பதும் அது கிட்டத்தில் நெருங்கத் தொடங்கியதும் ஓட்டம் எடுப்பதும் நான் அப்படிப்பட்டவன் அல்ல. ஆனால் போதும் இந்தப்பேச்சு. எதைச் சரிப்படுத்த முடியாதோ அதைப்பற்றிப் பேசுவதும் வெட்கக்கேடு." -அவன் ஒருக்கணித்துப் படுத்துக் கொண்டான்.-"ஆகா! இதோ வீர எறும்பு குற்றுயிரான ஈயை இழுத்துப்போகிறது. இழுத்துப்போ, தம்பீ, இழுத்துப்போ அது திமிறுவதைப் பொருட்படுத்தாதே. விலங்கு என்ற முறையில் பரிவு உணர்ச்சியை ஒப்புக் கொள்ளாதிருக்க உனக்கு உரிமை உண்டு. அதைப் பயன்படுத்திக் கொள். நீ மனிதன் அல்லவே, தன்னைத்தானே முறித்துக் கொள்ள! "

"இதை நீ சொல்லக்கூடாது, யெவ்கேனி! நீ எப்போது உன்னை முறித்துக்கொண்டாய்?"

பஸாரவ் தலையை நிமிர்த்தினான்.

"இதிலேதான் நான் பெருமைப்படுகிறேன். நானும் என்னை முறித்துக் கொள்ளவில்லை, ஒரு பெண்பிள்ளையாலும் என்னை முறிக்க முடியாது. ஆமென்! தீர்ந்தது! இதைப்பற்றி இனி ஒரு வார்த்தைகூட என்னிடமிருந்து கேட்க மாட்டாய்."

இரு நண்பர்களும் சற்றுநேரம் மௌனமாகப் படுத்திருந்தார்கள்.

"ஆமாம்" என்று மறுபடி பேச்சைத்தொடங்கினான் பஸாரவ்.

"மனிதன் இருக்கிறானே, விந்தைப் பிறவி. 'தகப்பனார்கள்' இங்கே நடத்தும் தனிக்காட்டு வாழ்க்கையை ஒரு பக்கமாக, தூரத்திலிருந்து பார்க்கும்போது, "நன்றாய்த்தானே இருக்கிறது, வேறு என்ன வேண்டும்? சாப்பிடு, குடி, மிகச்சரியாக, மிக அறிவார்ந்த முறையில் நடந்து கொள்வதாக எண்ணிக்கொள் என்று தோன்றுகிறது. ஆனால் நமக்கு இது சரிப்பட்டு வராது. ஏக்கம் ஆட்கொள்கிறது. ஆட்களோடு பழக விருப்பம் உண்டாகிறது. அவர்களைத் திட்டினாலும் சரியே, அவர்களோடு பழகுவது அவசியமாய் இருக்கிறது."

"வாழ்க்கையில் ஒவ்வொரு கணமும் முக்கியமானதாக இருக்கும் விதத்தில் அதை அமைத்துக் கொள்ளவேண்டும்" என்று சிந்தனையுடன் மொழிந்தான் அர்க்காதி.

"யார் சொல்கிறார்கள்! முக்கியமானது போலியாய் இருந்தாலும் இனிமையானதுதான். முக்கியம் இல்லாததுடனும் ஒத்துப்போய் விடலாம். ஆனால் இந்த வீண்வம்புகள், வெட்டிச்சச்சரவுகள்... இதுதான் தொல்லை."

"ஒருவன் வீண்வம்புகளை ஒப்புக் கொள்ள விரும்பாவிட்டால் அவன் வரையில் அவை நிலவுவதில்லை."

"ஹ்ம்... நீ சொன்னது எதிரான பழஞ்சரக்கு."

"என்ன? இதன் அர்த்தம் என்ன?"

"இதுதான்; உதாரணமாக, கல்வி பயன் உள்ளது என்று சொல்வது பழஞ்சாக்கு. கல்வி கெடுதலானது என்று சொல்வதோ எதிரான பழஞ்சரக்கு. அதிகப் பகட்டாய் இருப்பதுபோலத் தோன்றினாலும் அது பழஞ்சரக்கேதான்."

"ஆனால் உண்மை எங்கே, எந்தத் தரப்பில் இருக்கிறது?"

"எங்கேயா? நான் எதிரொலிபோல உனக்குப்பதில் அளிக்கிறேன்; எங்கே?"

"யெவ்கேனி, இன்று நீ ஏக்கம் பிடித்தமனநிலையில் இருக்கிறாய்."

"மெய்யாகவா? வெயில் என்மேல் உறைத்திருக்கும். தவிர பெர்ரிப் பழங்களை நான் அவ்வளவு நிறையத் தின்றிருக்கக்கூடாது."

"அப்படியானால் உறங்குவது மோசமாய் இராது" என்றான் அர்க்காதி.

"நல்லது. நீ மட்டும் என்னைப் பார்க்காதே. உறங்கும்போது எந்த மனிதனுடைய முகமும் அசடு வழியும்."

"மற்றவர்கள் உன்னைப் பற்றி என்ன நினைத்தாலும் உனக்கு ஒன்றுதானே, இல்லையா?"

"உனக்கு என்னசொல்வது என்று எனக்குத் தெரியவில்லை. உண்மையான மனிதன் இதைப்பற்றிக் கவலைப்படக்கூடாதுதான். உண்மையான மனிதனைப் பற்றிநினைப்பதற்கு மற்றவர்களிடம் ஒன்றும் இராது. அவர்கள் ஒன்றா அவனுக்குக் கீழ்ப்படிய வேண்டும், இல்லாவிட்டால் அவனை வெறுக்க வேண்டும். அப்படிப்பட்டவனே உண்மையான மனிதன்.

"விந்தைதான்! நான் யாரையும் வெறுக்கவில்லை" என்று சற்று யோசித்தபின் சொன்னான் அர்க்காதி.

"நானோ எத்தனையோ பேரை வெறுக்கிறேன். நீ மென்மையானவன், மனோதிடம் இல்லாதவன். நீ எங்கே வெறுக்கப்போகிறாய்... நீ கூச்சப்படுகிறாய், உனக்குத் தன்னம்பிக்கை போதாது."

"உனக்கு மட்டும், தன்னம்பிக்கை நிறையவோ?" என்று இடைமுறித்தான் அர்க்காதி. உன்னைப் பற்றி நீ நிரம்ப உயர்வாக எண்ணிக் கொண்டிருக்கிறாய்."

பஸாரவ் சற்றுநேரம் பேசாதிருந்தான்.

"என் முன்னே தோல்வியை ஒப்புக்கொண்டு விலகாத மனிதனை நான் சந்திக்கும் போது என்னைப்பற்றிய எண்ணத்தை மாற்றிக்கொள்வேன்" என்று நிறுத்தி நிறுத்திக் கூறினான் பஸாரவ். "வெறுப்பதாம்! உதாரணமாக எங்கள் கிராமத்தலைவன் ஃபிலிப்பின் வீட்டின் அருகாக இன்று நாம் செல்கையில் - அது அழகான, வெள்ளைக்கட்டிடம் -நீ சொன்னாய், மிக எளிய குடியானவனிடமும் இந்த மாதிரி வீடு இருக்கும்போதுதான் ருஷ்யா முழுமையாகச்சீர் பெற்றது ஆகும், நம்மில் ஒவ்வொருவனும் இதற்கு உதவ வேண்டும் என்று... நானோ இந்த மிக எளிய குடியானவனையும் வெறுத்தேன். அவன் பெயர் ஃபிலிப்போ, ஸீதரோ அவனுக்காக நான் உயிரைக்கொடுத்துப் பாடு பட வேண்டும், அவன் நன்றிகூடக் கூற மாட்டான்... தவிர அவனுடைய நன்றி எனக்கு எதற்காக? அவன் வெள்ளை வீட்டில் வசிப்பான், நானோ, மண்ணாகி விடுவேன். அப்புறம்?"

"அட விடு, யெவ்கேனி... இன்று நீ பேசுவதைக் கேட்டால் நம்மைக் கோட்பாடு அற்றவர்கள் என்று கண்டிப்பவர்களின் கருத்தை நம் வசமின்றியே ஏற்க நேரிடும்போலிருக்கிறது."

"நீ உன் பெரியப்பா போலவே பேசுகிறாய். கோட்பாடுகள் என்பவையே இல்லை. நீ இன்னும் இதைத் தெரிந்து கொள்ள வில்லையா? புலனுணர்வுகள்தாம் உண்டு. எல்லாம் அவற்றையே சார்ந்திருக்கிறது."

"அது எப்படி?"

"இப்படித்தான். உதாரணமாக, நான் மறுப்புப்போக்கைக் கடைப்பிடிக்கிறேனே - இது புலனுணர்வின் காரணமாகத்தான். மறுப்பது எனக்கு உவப்பாய் இருக்கிறது - என் மூளை அமைப்பு அப்படி அவ்வளவுதான்! எனக்கு இரசாயனம் பிடித்திருப்பது எதனால்? உனக்கு ஆப்பிள் ஏன் பிடிக்கிறது? புலனுணர்வின் காரணமாகத்தான். இவை எல்லாம் ஒன்றேதான். இதைவிட ஆழத்தில் புகுந்து நோக்க மனிதர்களால் ஒருபோதும் முடியாது. இதை எல்லோரும் உனக்குச் சொல்ல மாட்டார்கள். நான்கூட இன்னொரு தரம் உனக்கு இதைச் சொல்ல மாட்டேன்."

"அப்படியானால் என்ன? நேர்மையும் புலனுணர்வுதானோ? '

"வேறு என்ன?"

"யெவ்கேனி!..." என்று துயரக்குரலில் ஆரம்பித்தான் அர்க்காதி.

"ஆ? என்ன? உனக்குச் சுவைப்படவில்லையோ?" என்று இடைமுறித்தான் பஸாரவ். "இல்லை, தம்பீ! எல்லாவற்றையும் வெட்டிச் சாய்ப்பது என்று எப்போது கிளம்பி ஆயிற்றோ, நம்மையும் விட்டு வைக்க வேண்டாம்!... ஆனால் நாம் மிக நிறையத் தத்துவப் பேச்சு பேசிவிட்டோம். 'இயற்கை உறக்க மௌனத்தைப் பரப்புகிறது' என்றார் பூஷ்கின்."

"அவர் ஒருபோதும் இது மாதிரி ஒன்றும் சொல்லவில்லை" என்றான் அர்க்காதி.

"சொல்லவில்லை என்றால், சொல்லியிருக்கலாம், சொல்லியிருக்க வேண்டும் கவி என்ற முறையில். இன்னொன்று. அவர் படையில் பணி ஆற்றி இருப்பார்."

"பூஷ்கின் இராணுவத்தில் இருந்ததே கிடையாது."

"என்ன சொல்கிறாய்? அவருடைய ஒவ்வொரு பக்கத்திலும் வருகிறதே, 'போர் புரிவோம், போர் புரிவோம், ருஷ்யாவின் மானத்தைக் காக்க!' என்று.

"நீ என்ன, இல்லாததையும் பொல்லாததையும் இட்டுக்கட்டுகிறாய்! இது வீண் அவதூறுதானே!"

"அவதூறா? ஆளைப் பாரப்பா! என்னை மிரட்டுவதற்கு நல்ல வார்த்தையை எடுத்துக் கொண்டாயே! ஒரு மனிதனைப் பற்றி என்னதான் அவதூறு பேசினாலும் அவன் அதைவிட நூறு மடங்கு மோசமானதற்குத் தக்கவனாகவே இருப்பான்."

"நல்லது, உறங்குவோம் வா, அதுவே மேல்!" என்று வருத்தமும் கோபமும் பொங்கக் கூறினான் அர்க்காதி.

"மிக மகிழ்வோடு இசைகிறேன்" என்று சொன்னான் பஸாரவ்.

ஆனால் அவர்களுக்கு உறக்கம் பிடிக்கவில்லை. ஒருவகைப் பகைமை உணர்ச்சி இரு இளைஞர்களுடையவும் உள்ளங்களை ஆட்கொண்டது. ஐந்து நிமிடங்கள் பொறுத்து அவர்கள் கண்களைத் திறந்து ஒருவரை ஒருவர் மௌனமாகப் பார்த்துக் கொண்டார்கள்.

“பார், மாப்பிள் பழுப்பு உதிர்ந்து தரையில் விழுகிறது. அதன் அசைவு வண்ணத்தில் பூச்சி பறப்பதுபோலவே இருக்கிறது. ஒரேதுயரம் ததும்பும் உயிரற்ற பொருள், எல்லாவற்றிலும் குதூகலமும் உயிர்த்துடிப்பும் மிகுந்த ஒன்றை ஒத்திருக்கிறது. இதுவிந்தையாக இல்லையா?” என்று திடீரெனக் கூறினான் அர்க்காதி.

“ஓ, என் நண்பா, அர்க்காதி நிக்கலாயிச். உன்னை ஒன்று மட்டும் கேட்டுக்கொள்கிறேன்; அழகாகப்பேசாதே” என்றான் பஸாரவ்.

“என்னால் எப்படி முடியுமோ அப்படிப் பேசுகிறேன்... ஆமாம், தவிர, பார்க்கப்போனால் இது எதேச்சதிகாரம். என் மனதில் ஓர் எண்ணம் உதித்தது. அதை நான் ஏன் வெளியிடக்கூடாதாம்?”

“சரி. ஆனால் என் கருத்தை நான் ஏன் வெளியிடக்கூடாதாம்? அழகாகப்பேசுவது அநாகரிகம் என்று எனக்குத் தோன்றுகிறது.”

“அப்படியானால் எது நாகரிகம் - திட்டுவதா?”

“அடே டே! நீயும் உன் பெரியப்பாவின் அடிச்சுவட்டை அப்படியே பின்பற்றுகிறாயே. நீ பேசுவதைக் கேட்டால் அந்த மடமட்டி எவ்வளவு ஆனந்தப்படுவார்!”

“என் பெரியப்பாவை நீ என்ன சொன்னாய்?’

“நான் அவரை உரிய முறைப்படி மடமட்டி என்றேன்.”

“இதைப் பொறுக்க முடியாது!” என்று கத்தினான் அர்க்காதி.

“ஓகோ, உறவுஉணர்ச்சி தலைதூக்குகிறதோ?” என்று பதற்றப்படாமல் கூறினான் பஸாரவ். “மனிதர்களிடம் இந்த உணர்ச்சி வலுவாக ஒட்டிக்கொண்டிருப்பதை நான் கண்டிருக்கிறேன். மனிதன் எதையும் நிராகரிக்க இசைவான். எல்லா மூட நம்பிக்கைகளையும் விட்டுவிடுவான். ஆனால், பிறத்தியார் கைக்குட்டைகளைக் களவாடும் சகோதரன் திருடன் என்று ஒப்புக்கொள்வது அவனுடைய சக்திக்கு மீறிய செயல். உண்மையாகவே, என் சகோதரன், என் சகோதரனாவது,மேதை இல்லையாவது... நடக்க முடியுமா இது எங்காவது?”

“நான் சொன்னது உறவு உணர்ச்சி காரணமாக அல்ல, சாதாரண நியாய உணர்ச்சி காரணமாகவே. இந்த உணர்ச்சியை நீ புரிந்து கொள்ளவில்லை, உன்னிடம் இந்தப் புலனுணர்வு இல்லை, ஆகையால் நீ இதைக் கண்டிக்கவும் கூடாது” என்றான் அர்க்காதி.

“வேறு வார்த்தைகளில் சொன்னால், அர்க்காதி கிர்ஸானவ் நான் புரிந்து கொள்ள முடியாதபடி அவ்வளவு உயர்ந்தவன். முடி வணங்குகிறேன், வாயைமூடிக்கொள்கிறேன்.”

“போதும் யெவ்கேனி, விடு. இல்லாவிட்டால் நமக்குள் சண்டை வரும்.”

“ஆ,,அர்க்காதி, கொஞ்சம் தயவு பண்ணேன். ஒருதரம் நன்றாகச் சண்டை போட்டுக் கொள்வோம், வா உணர்வு இழக்கும்வரை, நொறுங்கிப்போகும் வரை.”

“ஆனால் இந்த ரீதியில் போனால் முடிவில் நாம்...”

“அடித்துக் கொள்வோமோ?” என்று வாக்கியத்தை முடித்தான் பஸாரவ். “அதனால் என்ன? இங்கே புல் மேல், இவ்வளவு கிராமியமான சூழ்நிலையில் உலகிலிருந்தும் ஆட்கள் பார்வையிலிருந்தும் தொலைவில், அடித்துக் கொண்டால் பரவாயில்லை. ஆனால் உன்னால் எனக்கு ஈடு கொடுக்க முடியாது. நான் இதோ உன்குரல் வளையைப் பிடிப்பேன்.”

பஸாரவ் தன் சுரசுரப்பான, நீண்ட விரல்களை விரித்தான். அர்க்காதி அவன் பக்கம் திரும்பி, விளையாட்டுக்காகப் போல எதிர்க்கத் தயாரானான். ஆனால் நண்பனின் முகத்தில் ஒரே பகைமையும் அவனுடைய உதடுகளின் கோணல் சிரிப்பில் மெய்யான அச்சுறுத்தலும் தென்பட்டதைக் கண்டு அர்க்காதி தன்னையும் அறியாமல் திகில் அடைந்தான்.

“ஆ! நீங்கள் இங்கேயா இருக்கிறீர்கள்!” என்று வஸிலி இவானிச்சின் குரல் அந்தக் கணத்தில் ஒலித்தது. முதிய இராணுவ மருத்துவர் இளைஞர்கள் முன் வந்து நின்றார். வீட்டில் தைத்த நற்சணல் துணிக்கோட்டும் வீட்டில் தயாரித்த வைக்கோல் தொப்பியும் போட்டுக் கொண்டிருந்தார். “நான் உங்களைத் தேடு தேடு என்று தேடினேன்... ஆனால் நீங்கள் அருமையான இடத்தைத் தேர்ந்தெடுத்திருக்கிறீர்கள், நேர்த்தியான காரியத்தில் ஈடுபட்டிருக்கிறீர்கள். ‘மண்’ மேல் படுத்துக்கொண்டு ‘விண்ணை’ நோக்குவது... இதில் ஏதோ தனிப்பட்ட பொருள் பொதிந்திருக்கிறது, இல்லையா!”

“நான் ஆகாயத்தைப் பார்ப்பது தும்மல் வரும்போதுதான்” என்று முணுமுணுத்துவிட்டு, “வருத்தம், இவர் குறுக்கிட்டுவிட்டார்” என்று

** காஸ்டர், போல்யூக்ஸ் என்பவர்கள், கிரேக்கப் புராணப்படி ஜேயஸுக்கும் லீதாவுக்கும் பிறந்த இரட்டையர்கள். இவர்களே டியஸ்கூர் எனப்பட்டார்கள்.*

அர்க்காதியிடம் தணிந்த குரலில் சொன்னான் பஸாரவ்.

"போதும், போதும், விடு" என்று கிசுகிசுத்து கிழவர் காணாதபடி நண்பனின் கரத்தைப்பற்றி அழுத்தி, "ஆனால் எந்த நட்பும் இந்த மாதிரி மோதல்களை நெடுங்காலம் தாங்காது" என்றான் அர்க்காதி.

வஸிலி இவானிச் தாமே செய்த கைத்தடி மீது கைகளை ஒன்றன் மேல்ஒன்றாக வைத்தவாறு நின்று கொண்டிருந்தார். அது திறமையுடன் முறுக்கப்பட்டிருந்தது. கைப்பிடியின் இடத்தில் துருக்கியனின் உருவம் அதில் செதுக்கப்பட்டிருந்தது.

"என் இளம் நண்பர்களே. நான் உங்களைப் பார்க்கிறேன், பார்க்கப் பார்க்க எனக்குத்தெவிட்டவில்லை. உங்களிடம் எவ்வளவு சக்தி, எவ்வளவு புத்திளமை, திறமைகள், இயற்கை ஆற்றல்கள்! காஸ்டரும் போல்யூக்ஸூம்* போல!" என்று வியந்தார் அவர்.

"ஓகோ, புராணக்கதைகளுக்குப் போய்விட்டாயா! இளமையில் லத்தீன் மொழியில் நல்ல தேர்ச்சிபெற்றிருந்தாய் என்பது தெரிகிறது! லத்தீன் கட்டுரையை எழுதியதற்கு நீ வெள்ளிப்பதக்கம்கூட வாங்கியிருக்கிறாய், அல்ல" என்றான் பஸாரவ்.

"டியஸ்கூரி, டியஸ்கூரி!" என்று திருப்பிச் சொன்னார் வஸிலி இவானிச்.

"சரி போதும், விடு, அப்பா, ரொம்பக்கனியாதே."

"எவ்வளவோ காலத்துக்குப்பிறகு ஒரு தரம் கனிவாய்ப் பேசலாம், பரவாயில்லை" என்று வாய்க்குள் முணுமுணுத்துக்கொண்டார் கிழவர். 'ஆனால் கனவான்களே, நான் உங்களைத் தேடியது பாராட்டுரை பகர்வதற்காக அல்ல. முதலாவதாக, சீக்கிரம் மதியச் சாப்பாட்டு வேளை வந்துவிடும் என்று சொல்வதற்காக. இரண்டாவதாக, யெவ்கேனி, உன்னிடம் நான் ஒரு தகவல் தெரிவிக்க வேண்டும்... நீ புத்திசாலி, மனிதர்களை அறிந்தவன். பெண்களையும் உனக்குத் தெரியும். ஆகவே நீ மன்னித்துவிடுவாய்... உன் தாயார் உன் வரவுக்காக பிரார்த்தனைக்கு ஏற்பாடு செய்திருக்கிறாள். இந்தப்பிரார்த்தனைக்கு வரும்படி உன்னை அழைக்கப்போகிறேன் என்று எண்ணிக் கொள்ளாதே. பிரார்த்தனை முடிந்துவிட்டது. ஆனால்தந்தையார் அலெக்ஸேய்..."

"பாதிரியா?"

"ஆம், பாதிரியார். அவர் நம் வீட்டில்... சாப்பிடுவார்... நான் இதை எதிர்பார்க்கவில்லை, அவரைச் சாப்பிட அழைக்கும்படி நான் சொல்லக்கூட இல்லை... எப்படியோ இந்த மாதிரி வாய்த்துக் கொண்டது. ஊம், உன் தாயாரும்... தவிர அவர்ரொம்ப நல்லவர், விவேகி."

‘அவர் என் பங்கையும் சேர்த்துச் சாப்பிட்டுவிட மாட்டாரே?” என்று கேட்டான்பஸாரவ்.

வஸிலி இவானிச் கொல்லென்று நகைத்தார்.

“அட நீ என்ன சொல்லுகிறாய்?”

“வேறு எதுவும் எனக்குத் தேவையில்லை. நான் எவனோடு வேண்டுமானாலும் ஒரேமேஜை அருகே உட்கார்ந்து சாப்பிடத் தயார்.”

வஸிலி இவானிச் தொப்பியைச் சரிப்படுத்திக் கொண்டார்.

“நீ மூட நம்பிக்கைகளுக்கெல்லாம் அப்பாற்பட்டவன் என்பது எனக்கு முன்னமே உறுதியாகத் தெரியும். நான் அறுபத்திரண்டு வயதுக் கிழவன், எனக்கே இவை கிடையாதே.” (பிரார்த்தனைக்கு ஏற்பாடு செய்யத் தாமே விரும்பியதை ஒப்புக்கொள்ள வஸிலி இவானிச்சுக்குத் துணிவு வரவில்லை... தெய்வ பக்தியில் அவர் மனைவிக்குக் குறைந்தவர் அல்ல.) ‘அலெக்ஸேய் பாதிரியார் உன்னை அறிமுகம் செய்துகொள்ள மிகவும் ஆசைப்பட்டார். உனக்கு அவரைப் பிடிக்கும், நீயே பார்ப்பாய்.. சீட்டு விளையாடுவதற்கும் அவர் மறுக்க மாட்டார், அதோடு...ஆனால் இது நமக்குள் இருக்கட்டும்... சுங்கானும் புகைப்பார்.

“அதற்கென்ன? சாப்பாட்டுக்குப் பிறகுசீட்டாடுவோம். நான் அவர் பணத்தைப் பறித்துக்கொள்வேன்.”

“ஹெ-ஹெ -ஹே, பார்ப்போம்! யார் யார் பணத்தைப் பறிப்பார்கள் என்பது அப்புறம்தானே தெரியும்!”

“என்ன? இளமைப்பழக்கம் இன்னும் விடவில்லையா?” என்று விசேஷ அழுத்தத்துடன் சொன்னான் பஸாரவ்.

வஸிலி இவானிச்சின் வெண்கலநிறக் கன்னங்கள் கலங்கிய செந்நிறம் கொண்டன.

“உடனக்கு வெட்கமாய் இல்லையா யெவ்கேனி? பழைய வழக்கங்கள் போய்விட்டன. ஆம், இவருக்கு முன்னால் நான் ஒப்புக்கொள்ளத் தயார், இளமைப் பருவத்தில் சூதாடும் பழக்கம் எனக்கு இருக்கத்தான் செய்தது. உண்மைதான். அதற்கு உரிய தண்டமும் செலுத்தத்தான் செய்தேன்! ஆனால் எவ்வளவு வெக்கையாய் இருக்கிறது! உங்கள் கிட்டத்தில் உட்காரலாமா? நான் உங்களுக்கு இடைஞ்சலாய் இருக்கிறேனோ?”

“கொஞ்சங்கூட இல்லை” என்றான் அர்க்காதி.

வஸிலி இவானிச் கமறிக் கொண்டு புல்மேல் அமர்ந்தார்.

“நீங்கள் உட்கார்ந்திருக்கும் இடம் எனக்கு என் இராணுவப்

பாசறை வாழ்க்கையை நினைவுபடுத்துகிறது. காயங்களுக்குக் கட்டுப்போடும் இடங்கள் இப்படித்தான் புல் போர்களின் பக்கத்தில் இருக்கும். அவ்வளவு வசதி இருந்தாலே நாங்கள் ஆண்டவனுக்கு நன்றி செலுத்துவோம்” என்று கூறிப் பெருமூச்சுவிட்டார். “என் காலத்தில் நான் நிறைய, மிக நிறைய அனுபவித்துவிட்டேன். உதாரணமாக, பெஸ்ஸரேபியாவில் பிளேக்நோய் பரவிய அக்கறைக்குரிய கதையை நீங்கள் அனுமதித்தால் சொல்லுகிறேன்.”

“அதற்காகத்தானே உனக்கு விளாதீமிர் பதக்கம் கிடைத்தது?” என்றான் பஸாரவ். “தெரியும் எனக்கு, தெரியும். ஆமாம், அதை ஏன் நீ மாட்டிக்கொள்வதில்லை?”

“நான்தான் சொன்னேனே, எனக்கு மூட நம்பிக்கைகள் கிடையாது என்று” என முணுமுணுத்தார் வஸிலி இவானிச். (தம் கோட்டிலிருந்து சிவப்பு நாடாவை அகற்றும்படி தலைக்குநாள்தான் சொல்லியிருந்தார்). பின்பு பிளேக் நோய் பரவிய கதையைச் சொல்லத் தொடங்கினார். “அடே, இவன் தூங்கிவிட்டான் பாருங்களேன்” என்று பஸாரவைச் சைகையால் காட்டி அர்க்காதியிடம் கூறிப் பரிவுடன் கண்சிமிட்டினார். “யெவ்கேனி! யெவ்கேனி! சாப்பிடப் போவோம் வா” என்று உரக்க அழைத்தார்.

அலெக்ஸேய் பாதிரியார் எடுப்பான தோற்றம் உள்ள பருத்த மனிதர். அடர்ந்த கேசத்தை அவர் கவனமாக வாரிவிட்டிருந்தார். அவருடைய ஊதா நிற நீளங்கி சித்திரத் தையல் நாடாவால் இடையில் இறுக்கப் பட்டிருந்தது. அவர் நிரம்பச் சாதுரியமும் சமயோசித சாமர்த்தியமும் உள்ளவர் என்பது விரைவில் தெரிய வந்தது. அர்க்காதிக்கும் பஸாராவுக்கும் தம் ஆசீர்வாதம் தேவை இல்லை என்று முன்பே புரிந்து கொண்டு தாமாகவே முன்வந்து அவர்களுடன் கைகுலுக்கினார். மொத்தத்தில் சகஜமாகப் பழகினார். தம் மதிப்பையும் விட்டுக் கொடுக்கவில்லை. மற்றவர்களையும் சங்கடப்படுத்தவில்லை. இடையே பாதிரிப் பள்ளியில் லத்தீன் பேசும்முறையைக் கேலி செய்தார், தம் பிஷப்பைத் தாங்கிப் பேசினார். இரண்டு கிண்ணம் மது அருந்தினார், மூன்றாவதை வேண்டாம் என்று மறுத்துவிட்டார். அர்க்காதி கொடுத்த சுருட்டை வாங்கிக் கொண்டார். ஆனால் அதைப் புகைக்கவில்லை, வீட்டுக்கு எடுத்துப்போவதாகச் சொல்லிவிட்டார். அவரிடம் பிடிக்காத விஷயம் ஒன்றுதான் இருந்தது: அடிக்கடி கையை ஜாக்கிரதையாக, மெதுவாய் முகத்தருகே கொண்டுபோய் முகத்தின் மேல் உட்கார்ந்த ஈயைப் பிடிக்க முயல்வார். சிலவேளைகளில் அவற்றை நசுக்கிவிடுவார். அமிழ்ந்த மகிழ்ச்சித் தோற்றத்துடன் அவர் சீட்டாட உட்கார்ந்து பஸாரவிடம் கரென்ஸி நோட்டுக்களாக இரண்டரை ரூபிள் ஜெயித்து விட்டார்.அரீனா விளாஸிவ்னாவின் வீட்டில்

வெள்ளி நாணயங்களில் கணக்கிடுவதே ஒருவருக்கும் தெரியாது... அரீனா விளாஸிவ்னா முன் போலவே மகன் அருகில் (அவள் சீட்டு ஆடவில்லை). முன்போலவே கன்னத்தை முட்டியில் ஊன்றிக் கொண்டு உட்கார்ந்திருந்தாள். ஏதேனும் புதிய உணவுப் பண்டம் கொண்டுவந்து பரிமாறச் சொல்வதற்காக மட்டுமே எழுந்தாள். பஸாரவைச் சீராட்ட அவள் அஞ்சினாள். அவனும் அவள் பரிவு காட்டுவதற்கு ஊக்கம் அளிக்கவில்லை. அவனை நிரம்பத் "தொந்தரவு செய்ய " வேண்டாம் என்று வஸிலி இவானிச் வேறு முன்பே அவளிடம் சொல்லியிருந்தார். "இளவட்டங்களுக்குஇதெல்லாம் பிடிக்காது" என்று கூறியிருந்தார். (அன்றைக்கு மதியச்சாப்பாடு எப்படி இருந்தது என்று சொல்லவே வேண்டியதில்லை. ஏதோ தனிவகையான செர்க்கானிய மாட்டிறைச்சி வாங்கி வருவதற்காகத் திமஃபேயிச் தானே வண்டி கட்டிக் கொண்டு போனான். கிராமத்தலைவன் மீன்களும் இறால்களும் வாங்கி வருவதற்காக வேறு திசையில் வண்டியில் போனான். காளான்களுக்காக மட்டுமே கிராமப் பெண் பிள்ளைகளுக்கு 42 கோப்பெக் செப்பு நாணயங்கள் கிடைத்தன.) ஆனால் பஸாரவை ஒரே பார்வையாக நோக்கிக் கொண்டிருந்த அரீனா விளாஸிவ்னாவின் விழிகளில் தென்பட்டது தாய்ப்பாசமும்பரிவும் மட்டுமே அல்ல. ஆவலும் அச்சமும் கலந்த ஏக்கமும் பணிவுள்ள கண்டனமும் அவற்றில் புலப்பட்டன.

ஆனால் தாயின் விழிகளில் தென்பட்ட உணர்ச்சிகள் யாவை என்று புரிந்து கொள்ள பஸாரவுக்கு நேரம் இல்லை. அவன் எப்போதாவதுதான் அவளைப் பார்த்துப் பேசினான், அதுவும் சுருக்கமாகக் கேள்வி கேட்பதோடு சரி. 'அதிர்ஷ்டத்துக்காகக்" கை கொடுக்கும்படி ஒருதரம் அவன் அவளை வேண்டினான். அவள் தன் மென்மையானகரத்தை அவனுடைய சுரசுரப்பான அகன்ற உள்ளங்கையில் வைத்தாள்.

"என்ன, நிலைமை சீர்படவில்லையோ?" என்று சற்றுநேரம் பொறுத்து வினவினாள் அவள்.

"இன்னும்மோசம் ஆகிவிட்டது" என்று அசட்டையான குறுநகையுடன் பதிலளித்தான் அவன்.

"இவர் நிரம்ப முரட்டுத் துணிச்சலோடு ஆடுகிறார்" என்று வருத்தத்துடன் கூறி, அழகிய தாடியை வருடினார் அலெக்ஸேய் பாதிரியார்.

"நெப்போலியனுடைய முறை, ஐயா,நெப்போலியனுடைய முறை" என்று கூறி 'ஆஸ்' இறக்கினார் வஸிலி இவானிச்

"அந்த முறைதான் அவனை செயின்டு ஹெலெனா தீவுக்குக்கொண்டு சேர்த்தது" என்று சொல்லி, துருப்புச் சீட்டால்

‘ஆஸை’ வெட்டினார் அலெக்ஸேய் பாதிரியார்.

“கருமுந்திரிச்சாறு வேண்டுமா, கண்ணே?” என்று கேட்டாள் அரீனா விளாஸிவ்னா.

பஸாரவ் வெறுமே தோள்களைக் குலுக்கினான்.

மறுநாள் அவன் அர்க்காதியிடம் சொன்னான்:

“இல்லை! நாளைக்கு இங்கிருந்து போய்விடுவேன். சலிப்பாய் இருக்கிறது. வேலை செய்ய விருப்பம் உண்டாகிறது, இங்கேயோ, முடியாது. மறுபடி உங்கள் கிராமத்துக்கு வந்துவிடுகிறேன். எல்லாச் சோதனைப் பொருள்களையும் அங்கே வைத்திருக்கிறேனே. உங்கள் வீட்டில் அறையைத் தாழிட்டுக் கொண்டாவது வேலைசெய்ய முடியும். இங்கேயோ, அப்பா என்னிடம் ‘என் அலுவல் அறை உன்னுடையது. அங்கே உன்னை ஒருவரும் தொந்தரவு செய்ய மாட்டார்கள்’ என்று சொல்லுகிறாரே தவிர என்னை விட்டு ஓர் அடி விலக மாட்டேன் என்கிறார். அவரை வெளியே போகச்சொல்லிக் கதவைத்தாழிட்டுக் கொள்ளவும் மனம் வரவில்லை. அம்மாவும் அப்படித்தான். சுவற்றின் மறுபுறம் அவள் பெருமூச்செறிவது என் காதில் படுகிறது. ஆனால் அவளிடம் போனாலோ, பேசுவதற்கு ஒன்றுமே இல்லை.”

“அவள் நிரம்ப வருத்தப்படுவாள். உன் தகப்பனாரும்தான்” என்றான் அர்க்காதி.

“நான் இங்கே மறுபடி வருவேன்.”

“எப்போது?”

“பீட்டர்ஸ்பர்க் போகும்போது.”

“உன் தாயார் மேல்தான் எனக்கு மிகவும் இரக்கமாய் இருக்கிறது.”

“என்ன அப்படி? நிறையப் பழங்கனிகள் கொடுத்து உபசரித்தாளோ உன்னை?”

அர்க்காதி விழிகளைத் தாழ்த்திக் கொண்டான்.

“நீ உன் தாயாரை அறியவில்லை, யெவ்கேனி. அவள் அருமையான பெண்மணி, அதோடு நிரம்ப அறிவுள்ளவள், மெய்யாகவே. இன்று காலை என்னோடு அரைமணி நேரம் பேசிக் கொண்டிருந்தாள், மிகவும் காரியப் பாங்காக, சுவையாக.”

“என் பிரதாபங்களையே பீற்றிக்கொண்டிருந்தாளாக்கும்?”

“உன்னைப் பற்றி மட்டுமே பேசவில்லை நாங்கள்.”

“இருக்கலாம். நீ வெளி ஆசாமி, உனக்கு என்னைவிட நன்றாய்த் தெரியலாம். ஒரு பெண் பிள்ளையால் அரைமணி நேரம் பேச

முடிகிறது என்றால் இதுவே நல்ல அடையாளம். இருந்தாலும் நான் போய் விடுவேன்."

"இந்தத் தகவலைப் பெற்றோருக்குத் தெரிவிப்பது உனக்கு லேசாய் இராது. இரண்டு வாரங்களுக்குப் பிறகு நாம் என்ன செய்யப்போகிறோம் என்று அவர்கள் ஓயாமல் பேசிக் கொண்டிருக்கிறார்கள்."

"லேசாய் இராதுதான். இன்றைக்கு அப்பாவைக்கேலிசெய்வதற்கு என்னை சைத்தான்தான் தூண்டிவிட்டான் போலிருக்கிறது; தன் விடுவரி பெற்ற குடியானவன் ஒருவனுக்குச்சில நாட்களுக்கு முன் அவர் சவுக்கடி தண்டனை விதித்தார் -மிகவும் சரியாகவே செய்தார். ஆம், ஆம், அவ்வளவு அருவருப்புடன் என்னைப் பார்க்காதே-அவர் சரியாகவே செய்தார். ஏனென்றால் அந்த ஆள்கடைகெட்ட திருடன். இந்த விஷயம் என் காதுக்கு எட்டிவிடும் என்றுதான் அப்பா எதிர்பார்க்கவே இல்லை. பாவம், மிகவும் கூசிக் குழம்பினார். இப்போது நான் மேற்கொண்டு வருத்தப்படுத்த அவரை வேண்டியிருக்கும்... பரவாயில்லை! இந்தப் புண் சீக்கிரம் ஆறிவிடும்."

பஸாரவ் 'பரவாயில்லை!' என்று சொன்னானே தவிர, பகல் முழுதும் தயங்கிக்கொண்டிருந்த பிறகே தன் எண்ணத்தைத் தகப்பனாரிடம் சொல்ல அவனுக்குத் துணிவு வந்தது. கடைசியில், அலுவல் அறையிலிருந்து அவர் வெளியே செல்கையில் அவன் சோம்பல் முறத்துக் கொட்டாவி விட்டவாறு கூறினான்:

"ஆமாம்... ஒன்று சொல்ல அனேகமாக மறந்துவிட்டேன்... நம் குதிரைகளை ஃபெதோத்தின் வண்டிச் சாவடிக்கு அனுப்பச் சொல்லு, மாற்றிக் கொள்ள வாக்காக."

வஸிலி இவானிச் வியப்பு அடைந்தார்.

"உன் நண்பர் நம்மைவிட்டுப் போகிறாரா என்ன?"

"ஆமாம். நானும் அவனோடு போகிறேன்."

வஸிலி இவானிச் நின்ற நிலையிலேயே சட்டெனத் திரும்பினார்.

"நீ போய்விடுவாயா?"

"ஆமாம்... எனக்குக் காரியம் இருக்கிறது. குதிரைகள் விஷயமாக உத்தரவுகொடு, தயவு செய்து."

"நல்லது... மற்றிக்கொள்வதற்காக... நல்லது... ஆனால்... ஆனால்... நீ எப்படி இந்த மாதிரி?" என்று குழறினார் பெரியவர்.

"நான் அவனுடைய வீட்டுக்குக் கொஞ்ச நாட்களுக்குப்போக வேண்டும். அப்புறம் இங்கே திரும்பி வருவேன்."

“அப்படியா! கொஞ்ச நாட்களுக்கா?... நல்லது.”

வஸிலி இவானிச் கைக்குட்டையை எடுத்து மூக்கைச் சிந்துவதற்காகத் தரை வரையில் குனிந்தார். “அதற்கென்ன? இது. எல்லாம் நடக்கும். நான் என்னவோ நினைத்துக் கொண்டிருந்தேன்,நீ நம் வீட்டில்... இன்னும் நிறையநாட்கள் தங்கியிருப்பாய் என்று. மூன்று நாட்கள்... இது, இது, மூன்று வருஷங்களுக்குப்பிறகு ரொம்பக் குறைச்சல், ரொம்பக் குறைச்சல், யெவ்கேனி!”

“அதுதான் சொல்லுகிறேனே, சீக்கிரம் திரும்பிவிடுவேன் என்று. நான் கட்டாயம் போய் ஆகவேண்டும்.”

“போய் ஆக வேண்டுமாக்கும்... அதற்கென்ன? எல்லாவற்றுக்கும் முன்னால் கடமையை நிறைவேற்ற வேண்டும்... அப்படியானால், குதிரைகளை அனுப்பி வைக்கவா? ஆகட்டும். உன் தாயாரும் நானும் இதை எதிர்பார்க்கவில்லைதான். அவள் அண்டைப் பண்ணைக் காரியிடம் பூச்செடிகள் கேட்டுவிட்டாள். உன அறையை அலங்கரிப்பதற்காக.”(தாம் தினந்தோறும் காலையில் பொழுது புலருமுன்பே, காலுறைகள் இன்றிச் செருப்புகள் மட்டுமே அணிந்து நின்றவாறு, திமஃபேயிச்சுடன் ஆலோசனை செய்ததையும், கிழிந்த கரென்ஸி நோட்டுக்களை நடுங்கும் விரல்களால் ஒன்றன்பின் ஒன்றாக எடுத்துக்கொடுத்து, பலவிதப் பண்டங்களும் சிவப்பு மதுவும் சிவப்பு மது இளைஞர்களுக்கு மிகவும் பிடித்திருந்ததாக அவருக்குப்பட்டது வாங்கி வரும்படி அவனுக்கு உத்தரவிட்டதையும் வஸிலி இவானிச் மகனிடம் சொல்லவில்லை.) ‘எல்லாவற்றிலும் முக்கியமானது விடுதலை. என்னுடைய கோட்பாடு இதுதான்... கட்டாயப்படுத்தக்”

அவர்திடீரென்று பேச்சை நிறுத்திவிட்டு வாயிலை நோக்கி நடந்தார்.

“நாம் சீக்கிரம் சந்திப்போம், அப்பா, கட்டாயம்.”

ஆனால் வஸிலி இவானிச் திரும்பாமல் வெறுமே கையை மட்டும் ஆட்டிவிட்டு வெளியே போய்விட்டார். உறங்கும் அறைக்குத் திரும்பியவர், மனைவி கட்டிலில் படுத்திருந்ததைக் கண்டு, அவளை எழுப்பாதிருக்கும் பொருட்டுவாய்க்குள் பிரார்த்தனை செய்தார். ஆனாலும் அவள் விழித்துக்கொண்டாள்.

“நீயா, வஸிலி இவானிச்?” என்று கேட்டாள்.

“நான்தான் அம்மா!”

“யெவ்கேனியிடம் பேசிவிட்டு வருகிறாயா? எனக்கு என்னவோ கலக்கமாய் இருக்கிறது. சோபாவில் உறங்குவது அவனுக்கு சௌகரியமாய் இருக்குமா? உன் பயண மெத்தையையும்

புதுத் தலையணைகளையும் அவனுக்குப்போடும்படி அன்ஃபீஸுஷ்காவிடம் சொல்லியிருக்கிறேன். நம் தூவி மெத்தையையே கொடுத்திருப்பேன். ஆனால் மெதுவான படுக்கை அவனுக்குப் பிடிக்காது என்பது நினைவுக்கு வந்தது."

"பரவாயில்லை, கவலைப்படாதே. அவனுக்கு சௌகரியமாகத்தான் இருக்கிறது. இறைவா, பாவிகளான எங்களை மன்னி" என்று தம் பிரார்த்தனையைத் தணிந்த குரலில் தொடர்ந்தார். வஸிலி இவானிச் தம் முதிய மனைவிமேல் இரக்கம் கொண்டார். எந்த மாதிரித்துயரம் அவளை எதிர்நோக்கி இருக்கிறது என்று இரவிலேயே அவளிடம் சொல்ல அவர் விரும்பவில்லை.

பஸாரவும் அர்க்காதியும் மறுநாள் புறப்பட்டுச் சென்றார்கள். காலை முதலே வீட்டில் ஒரே சோர்வு குடிகொண்டது. அன்ஃபீஸுஷ்காவின் கையிலிருந்து பாத்திரங்கள் நழுவி விழுந்தன. ஃபேத்காகூட ஒன்றும் விளங்காமல் தவித்தான், முடிவில் பூட்சுகளைக் கழற்றிப் போட்டான். வஸிலி இவானிச் முன் எப்போதையும் விட அதிகமாக அலைபாய்ந்தார். அவர் வீரம் காட்ட முயன்றார், உரக்கப் பேசினார், கால்களைத் தொப்பென்று அடித்தார், ஆயினும் அவர் முகம்வாடிவிட்டது. அவருடைய பார்வை மகன் மீது படாமல் நழுவிச்சென்றது. அரீனா விளாஸிவ்னா வாய்க்குள் அழுதாள். கணவர் அதிகாலையில் முழுதாக இரண்டு மணி நேரம் அவளைத் தேற்றியிராவிட்டால் அவள் ஒரேயடியாக நிலைகுலைந்து தன் வசம் இழந்திருப்பாள். ஒரு மாதத்துக்குள் கட்டாயம் வந்துவிடுவதாக மறுபடி மறுபடி உறுதி கூறியபின் பஸாரவ் தன்னைத் தடுத்து நிறுத்திய அணைப்புக்களிலிருந்து கடைசியில் விடுபட்டு வண்டியில் உட்கார்ந்தான். குதிரைகள் புறப்பட்டன, மணி கணகணத்தது, சக்கரங்கள் உருண்டன. மேற்கொண்டுபார்ப்பதற்கு ஒன்றும் இல்லை. புழுதி அடங்கிப்போயிற்று. திமஃபேயிச் கூனிக் குறுகிப்போய், கால்கள்பின்னிக் கொள்ளத் தள்ளாடி நடந்து தன் சிற்றறைக்குத் திரும்பிப் போய்விட்டான். அவனைப் போலவே திடீரென்று கூனிக்குறுகிச் சீர் குலைந்து விட்டது போன்ற வீட்டில் கிழவர்கள் இருவரும் மட்டுமே எஞ்சியிருந்தார்கள். சில வினாடிகளுக்கு முன்வரை உற்சாகமான தோற்றத்துடன் வாயிற்படியில் நின்று கைக்குட்டையை ஆட்டிக் கொண்டிருந்த வஸிலி இவானிச் நாற்காலியில் உட்கார்ந்து தலையை மார்பில் படும்படி தொங்கவிட்டுக்கொண்டார். "விட்டுப்போய் விட்டான், விட்டுப்போய்விட்டான் நம்மை. உதறிவிட்டுப் போய் விட்டான். நம்மிடம் அவனுக்குச்சலிப்பு தட்டிவிட்டது. இப்போது நான் தனிக்கட்டை, தன்னந்தனியன்!" என்று பல தடவை திருப்பிச்

சொன்னார். ஒவ்வொரு தடவையும் சுட்டு விரலைத் தனியாகக் காட்டியவாறு கையை முன்னே நீட்டினார். அப்போது அரீனா விளாஸிவ்னா அவரை நெருங்கி, தன் நரைத் தலையை அவர் தலைமேல் சாய்த்துக்கொண்டு, "என்ன செய்வது, வஸீலி! மகன், அறுத்த ரொட்டித் துண்டு. அவன் கழுகுபோல -இஷ்டமான போது பறந்துவருவான், இஷ்டமான போது பறந்து போவான். நாமோ, பொந்து அருகே வளரும் காளான்கள் போல இடத்தைவிட்டு நகராமல் அக்கம் பக்கமாக உட்கார்ந்திருக்கிறோம். நான் மட்டுந்தான் ஆயுள் பூராவும் உனக்கே விசுவாசமாக இருப்பேன், அதேபோல நீ எனக்கு விசுவாசமாக இருப்பாய்" என்றாள்.

வஸிலி இவானிச் முகத்திலிருந்து கைகளை அகற்றி, தன் மனைவியை, தோழியை, இளம் பருவத்தில் கூடத் தழுவிக்கொள்ளாத அளவு பேரார்வத்துடன் இறுகப் புல்லினார். அவருடைய துயரத்தில் அவளே அவரைத் தேற்றினாள்.

☙ 21 ❧

நம் நண்பர்கள் எப்போதாவது மட்டுமே ஓரிருவார்த்தைகளைப் பரிமாறிக் கொண்டவாறு மௌனமாக ஃபெதோத்தின் வண்டிச் சாவடி வரை சென்றார்கள். பஸாரவுக்குத் தன்மீதே அவ்வளவாகத் திருப்தி இல்லை. அர்க்காதிக்கோ அவன்மேல் திருப்தி இல்லை. தவிரவும் மிக இளம்பிராயத்தினர் மட்டுமே உணரும் காரணம் தெரியாத துயரம் வேறு அவன் உள்ளத்தை வதைத்துக்கொண்டிருந்தது. வண்டிக்காரன் மாற்றுக் குதிரைகளைப் பூட்டி, முன்பீடத்தில்ஏறி அமர்ந்து, "வலப்புறம்போக வேண்டுமா இடப்புறமா" என்று கேட்டான்.

அர்க்காதி திடுக்கிட்டான். வலப்புறச்சாலை நகரத்துக்கும் அங்கிருந்து அவன் வீட்டிற்கும் சென்றது. இடப்புறச் சாலை அதின்த்ஸோவாவின் கிராமத்துக்குச்சென்றது.

அவன் பஸாரவைப் பார்த்தான்.

"யெவ்கேனி, இடப்புறமா?" என்று கேட்டான்.

பஸாரவ் முகத்தைத் திருப்பிக் கொண்டான்.

"இது என்ன அசட்டுத்தனம்?' என்று முணுமுணுத்தான்.

"அசட்டுத்தனம்தான், அறிவேன். ஆனால் என்ன குடிமுழுகிவிடும்? நமக்கு இது முதல் தடவையா என்ன?"

பஸாரவ் தொப்பியை நெற்றிமேல் இழுத்துவிட்டுக் கொண்டான்.

"உன் இஷ்டம்போல் செய்" என்று கடைசியில் கூறினான்.

"இடது பக்கம் விடு வண்டியை!" என்று கத்தினான் அர்க்காதி.

வண்டி நிக்கோல்ஸ்கொயே கிராமத்தை நோக்கிப் புறப்பட்டது. ஆனால் அசட்டுத்தனம் செய்யத் தீர்மானித்தபின் நண்பர்கள் முன்னைவிடப் பிடிவாதமாக மௌனம் சாதித்தார்கள். ஓரளவு கோபம் கொண்டவர்கள் போலக் கூடத்தோற்றம் அளித்தார்கள்.

திடீரென்று தோன்றிய கற்பனைக்குத் தாங்கள் ஆளானது விவேகம் அற்ற செயல் என்பதை அதின்ஸோவா வீட்டு மேற்பார்வையாளன் தங்களை வாயிலில் எதிர்கொண்ட மாதிரியிலிருந்தே நண்பர்கள் புரிந்துகொள்ள முடிந்தது. அவர்களை ஒருவரும் எதிர்பார்க்கவில்லை என்பது தெரிந்தது. விருந்தறையில் அவர்கள் மிக நீண்ட நேரம் முகங்களில் அசடு வழிய உட்கார்ந்திருந்தார்கள். கடைசியில் அதின்த்ஸோவா அவர்களிடம் வந்தாள். வழக்கமான பரிவுடன் அவர்களுக்கு முகமன் கூறினாள். ஆனால் அவர்கள் அவ்வளவு விரைவில் திரும்பி வந்தது குறித்து வியப்பு தெரிவித்தாள். அவர்களுடைய வருகை அவளுக்குப் பிரமாத மகிழ்ச்சி அளித்துவிடவில்லை என்பதை அவளுடைய அங்க அசைவுகளிலும் பேச்சிலும் இருந்த தயக்கம் காட்டியது. தாங்கள் நடு வழியில் வந்ததாகவும் ஒரு நான்கு மணி நேரத்தில் நகரத்துக்குப் பயணத்தைத் தொடரப் போவதாகவும் அவர்கள் அவசரமாக அறிவித்தார்கள். அவள் லேசான வியப்புக் குறிகளுடன் நிறுத்திக்கொண்டாள். தகப்பனாருக்குத்தன் வணக்கத்தைத் தெரிவிக்கும்படி அர்க்காதியிடம் சொல்லிவிட்டு, தன்பெரியம்மாவை அழைத்து அனுப்பினாள். சிற்றரசி ஒரே தூக்கக் கலக்கத்துடன்வந்து சேர்ந்தாள். அவளுடைய சுருக்கங்கள் விழுந்த மூப்புற்ற முகம் அதனால் இன்னும் அதிகச் சிடுசிடுப்பைத் தோற்றுவித்தது. காத்யாவுக்கு உடம்பு சரியாய் இல்லாததால் அவள் தன் அறையிலிருந்து வெளிவரவில்லை. தான் அதின்ஸோவாவைப் பார்க்க விரும்பிய அதே அளவாவது காத்யாவையும் பார்க்க விரும்பியதாக அர்க்காதி திடீரென உணர்ந்தான். பற்பல விஷயங்கள் பற்றிய அர்த்தமற்ற பேச்சில் நான்கு மணி நேரம் கழிந்தது. அதின்த்ஸோவா புன்னகை செய்யாமல் கேட்டாள், பேசினாள். விடைபெறும் வேளை வந்தபோது தான் முந்திய நட்பு உணர்ச்சி அவள் உள்ளத்தில் எழுந்ததுபோல் இருந்தது.

"என்னை இப்போது ஏக்கம் ஆட்கொண்டிருக்கிறது. ஆனால் நீங்கள் இதைப்பாராட்டாதீர்கள். சிறிது காலம் பொறுத்துத் திரும்பி வாருங்கள், உங்கள் இருவருக்குமே சொல்லுகிறேன்" என்றாள்.

பஸாரவும் அர்க்காதியும் பதிலுக்கு மௌனமாக வணங்கினார்கள். பின் வண்டியில்ஏறி அமர்ந்து, நடுவில் எங்கும் நிற்காமல் வீட்டுக்கு, மார்யினோ கிராமத்துக்கு, மறுநாள்மாலை போய்ச் சேர்ந்தார்கள். வழி நெடுகிலும் இருவரில் ஒருவனாவது அதின்த்ஸோவாவின் பெயரையே எடுக்கவில்லை. அதிலும் பஸாரவ் அனேகமாக வாயே திறக்காமல் கடுகடுப்பானதோற்றத்துடன் சாலையிலிருந்து ஒருபுறமாகப்பார்த்துக் கொண்டிருந்தான்.

மார்யினோவில் அவர்கள் வருகையால் எல்லோரும் அளவு கடந்த மகிழ்ச்சி அடைந்தார்கள். மகன் நீண்ட காலம் வீடு திரும்பாததால் நிக்கலாய் பெத்ரோவிச் கவலைப்படத் தொடங்கியிருந்தார். ஃபேனிக்கா ஒளிவீசும் விழிகளுடன் ஓடிவந்து, 'இளம் கனவான்களின்' வருகை பற்றி அறிவித்ததும் அவர் களிப்புக் கூச்சலிட்டார், கால்களை ஆட்டினார், நீள்சோபாவில் எம்பி எம்பிக் குதித்தார். பாவெல் பெத்ரோவிச்கூட ஓரளவு இன்பக் கிளர்ச்சி அடைந்தார். திரும்பி வந்த பயணிகளுடன் கை குலுக்குகையில்பரிவுடன் புன்முறுவல்கூடச்செய்தார். விளக்கங்களும் விசாரணைகளும் நடந்தன. அர்க்காதிதான் அதிகமாகப் பேசினான், அதிலும் இரவுச் சாப்பாட்டின்போது. சாப்பாடு நள்ளிரவுக்கு வெகுநேரம்பின்புவரை நீடித்தது. மாஸ்கோவிலிருந்து அப்போதுதான் வாங்கி வந்திருந்த போர்ட்டர் மதுப் புட்டிகள் சிலவற்றைத் திறந்து ஊற்றித் தரும்படி நிக்கலாய் பெத்ரோவிச் உத்தரவிட்டார். தாமே மதுவை அளவு மீறிக் குடித்துக் களிவெறிகொண்டார். அவரது கன்னங்கள் கொவ்வையாய்ச் சிவந்தன, அவர் ஓயாமல் சிரித்துக்கொண்டிருந்தார். அது குழந்தைச் சிரிப்பா, கிளர்ச்சி மிகுதியால் ஏற்பட்ட சிரிப்பா என்று தெரியவில்லை. எல்லோர் உள்ளத்திலும் பொங்கிய கிளர்ச்சி பணிமக்களையும் பற்றிக் கொண்டது. துன்யாஷா கதவைப் படீரென்று சாத்துவதும் திறப்பதுமாகத் தரையில் கால் பாவாமல் முன்னும் பின்னும் ஓடிக் கொண்டிருந்தாள். அறைப் பணியாள் பியோத்தர் இரவு இரண்டு மணிக்குப்பிறகும் கஸாக் வால்ட்ஸ் நடன மெட்டை கிதாரில் வாசிக்க விடாப்பிடியாக முயன்று கொண்டிருந்தான். தந்திகள் அசைவற்ற காற்றில் முறையிடுபவை போன்று இன்னொலி செய்தன. ஆனால் சுருக்கமான ஆரம்ப ஸ்வர வரிசைகள் தவிர வேறு எதுவுமே கல்விமானான பணியாளுக்கு வாய்க்கவில்லை. மற்ற எல்லாத் திறமைகளையும் போலவே இசைத் திறமையையும் அவனுக்கு அளிக்க இயற்கை மறுத்துவிட்டது.

மார்யினோவில் நிலைமை அவ்வளவு நன்றாக அமையவில்லை பாவம், நிக்கலாய்பெத்ரோவிச்சின் பாடுமோசமாய் இருந்தது. பண்ணை சம்பந்தமான சிரமங்கள் நாளுக்கு நாள் அதிகரித்தன. இன்பமற்ற, அர்த்தமற்ற சிரமங்கள். கூலி வேலையாட்களின்

தொந்தரவு சகிக்க முடியாததாகிவிட்டது. சிலர் ஒன்றா கணக்குத் தீர்க்க சொன்னார்கள். அல்லது கூலி உயர்வு கேட்டார்கள். வேறு சிலர் முன் பணத்தையும் சுருட்டிக்கொண்டு போய்விட்டார்கள். குதிரைகள் நோய்ப்பட்டன. சாதனங்கள் நெருப்பில் பட்டவைபோல எரிந்து போயின. வேலைகள் அசட்டையாக நடந்தன. மாஸ்கோவிலிருந்து வந்த கதிரடிக்கும் இயந்திரம் மிகவும் கனமாய் இருந்ததால் வேலைக்கு உதவவில்லை. இன்னொரு இயந்திரத்தை ஆட்கள் முதல் தடவையே பழுதாக்கி விட்டார்கள். கால்நடைத் தொழுவத்தில் பாதி எரிந்து போய்விட்டது. வேலைக்காரக் குருட்டுக் கிழவி தன் பசுவுக்குப் புகை போடுவதற்காக, காற்று வீசிக்கொண்டிருந்த நேரத்தில் கொள்ளிக்கட்டையுடன் தொழுவத்துக்குள் போனதுதான் தீ விபத்துக்குக்காரணம். கிழவியோ, எஜமான் முன் கண்டிராத எவையோ பாலடைக்கட்டிகளையும் பால் பண்டங்களையும் தயாரிக்க முற்பட்டதன் விளைவாகவே நெருப்பு பற்றிக் கொண்டது என்று சாதித்தாள். காரியஸ்தன் திடீரென்று சோம்பலடிக்கவும் "தண்டச் சாப்பாடு" கிடைக்கும் போது எந்த ருஷ்யனும் பருப்பது போலவே பருத்துக்கொழுக்கவுங்கூடத் தொடங்கினான். நிக்கலாய்பெத்ரோவிச் தூரத்தில் வரக்கண்டால், தான் உற்சாகமாக வேலை செய்வதுபோல்காட்டிக் கொள்வதற்காக, பக்கத்தில் ஓடும் பன்றிக்குட்டி மேல்மரத்துண்டை எறிவான், அல்லது அரை நிர்வாணச் சிறுவன் ஒருவனை அச்சுறுத்துவான். மற்ற வேளைகளிலோ, பெரும்பாலும் உறங்குவான். விடுவரி செலுத்தும்படி விடப்பட்ட குடியானவர்கள் உரிய தவணையில் பணம் கட்டவில்லை. அவர்கள் பண்ணைக் காட்டில் மரங்களைத் திருடினார்கள். பண்ணைப் புல்வெளிகளில் மேய்ந்த குடியானவர் குதிரைகளைக் காவலாளிகள் அனேகமாக ஒவ்வோர் இரவும் பிடித்தார்கள், சில வேளைகளில் சண்டை போட்டு ஓட்டிவந்து கொட்டத்தில் அடைத்தார்கள். தம் புல்வெளிகளில் குதிரைகளை மேய விடுபவர்களுக்கு நிக்கலாய் பெத்ரோவிச் அபராதம் விதித்தார். ஆனால் வழக்கமாக நடந்தது என்னவென்றால் குதிரைகள் ஓரிரு நாட்கள் எஜமானருடைய கொட்டத்தில் தீனி தின்று கொண்டு நின்றபின் தங்கள் சொந்தக்காரர்களிடம்போய்ச் சேர்ந்தன என்பதுதான். எல்லாவற்றுக்கும் சிகரம் வைத்ததுபோல, குடியானவர்கள் தங்களுக்குள் சண்டையிடத் தொடங்கினார்கள். அண்ணன் தம்பிகள் பாகப் பிரிவினை கோரினார்கள். அவர்களுடைய மனைவிமாரால் ஒரே வீட்டில்சேர்ந்து வாழமுடியவில்லை. திடீரென்று அடிதடி மூர்க்கமாகத் தொடங்கிவிடும். எல்லோரும் சொல்லி வைத்தாற்போலத் திடீரென்று கிளம்பிவிடுவார்கள் சண்டைக்கு. எல்லோரும் பண்ணை அலுவலக வாயிலுக்கு முன் ஓடுவார்கள், எஜமானிடம்

போவார்கள். பெரும்பாலான வேளைகளில் அவர்களுடைய முகங்கள் அடிபட்டு ரணமாகியிருக்கும், அவர்கள் வெறியேறக் குடித்திருப்பார்கள், வழக்கைத் தீர்க்க வேண்டும், தண்டனை கொடுக்க வேண்டும் என்று கோருவார்கள். கத்தலும் கூப்பாடும் தொடங்கும். பெண்களின் தேம்பும் கீச்சுக்குரல்கள் ஆண்களின் ஆபாச வசவுகளுக்கு இடையே கேட்கும். சண்டை போடும் இரு தரப்பாரையும் புரிந்து கொள்ளவேண்டியிருக்கும். சரியான முடிவுக்கு வருவது எவ்வகையிலும் முடியாது என்று முன்கூட்டித் தெரிந்திருந்தாலும் தாமும் தொண்டை கம்மிப் போகும்வரை கத்திக் கூச்சலிட வேண்டியிருக்கும். அறுவடைக்குப் போதிய ஆட்கள் கிடைக்கவில்லை. பக்கத்துத் தனிப்பண்ணை விவசாயி இரண்டரை ஏக்கருக்கு இரண்டு ரூபிள்கள் வீதம் அறுவடைக் கூலிகளை அமர்த்துவதாக நாணயம் ததும்பும் முகத் தோற்றத்துடன் பொறுப்பு ஏற்றுக்கொண்டு மிகவும் வெட்கக்கேடான முறையில் ஏமாற்றிவிட்டான். ஊர்ப் பெண் பிள்ளைகளோ முன் ஒருபோதும் கேளாத கூலியைக் கேட்டார்கள். இதற்கிடையில் கோதுமை உதிரத் தொடங்கிவிட்டது. அறுவடை ஒருபாடாக முடிவதற்குள் நிலக் காப்புக் கழகத்தார் கொடுத்த கடனுக்கு வட்டியை பாக்கி சாக்கி இல்லாமல் உடனே செலுத்தும்படி கோரினார்கள்...

"எனக்குத்தாவு தீர்ந்து போய்விட்டது! நானே அடிப்பது முடியாது, போலீசுக்குச் சொல்லி அனுப்புவதற்குக் கோட்பாடு இடம் கொடுக்கமாட்டேன் என்கிறது. தண்டனை பயம் இல்லாமலோ ஒன்றும் நடவாது!" என்று அடிக்கடி புகலின்மையுடன் அங்கலாய்ப்பார் நிக்கலாய் பெத்ரோவிச்.

"அமைதியாய் இரு, அமைதியாய் இரு" என்று பிரெஞ்சு மொழியில் அவரைச் சமாதானப்படுத்துவார் பாவெல் பெத்ரோவிச். ஆனால் தாமே கறுமுறுப்பார், முகம் சுளிப்பார், மீசையைச் சுண்டி இழுப்பார்.

பஸாரவ் இந்த "வெட்டிச் சச்சரவுகளிலிருந்து" விலகியே இருந்து வந்தான். விருந்தாளி என்ற முறையில் அவன் மற்றவர்கள் விவகாரங்களில் தலையிடவும்வேண்டி வரவில்லை. மார்யினோவுக்கு வந்த மறுநாளே அவன் தன் தவளைகளையும் நுண்ணுயிர்களையும் இரசாயனக் கலவைகளையும் சோதனைசெய்யத் தொடங்கி ஓயாமல் அவற்றிலேயே ஈடுபட்டிருந்தான். மாறாக அர்க்காதியோ, தகப்பனாருக்கு உதவி செய்யாவிட்டாலும் உதவி செய்யத் தயாராய் இருப்பதாகவாவது காட்டிக் கொள்வது தன் கடமை என்று எண்ணினான். தகப்பனார் சொன்னதைப் பொறுமையுடன் முடிவு வரை கேட்டான். ஒரு தரம் ஏதோ யோசனைகூடச் சொன்னான் - அதை மற்றவர்கள் பின்பற்ற வேண்டும் என்பதற்காக அல்ல,

தன்னுடைய ஈடுபாட்டைத் தெரிவிப்பதற்காக. பண்ணை நிர்வாகம் அவனுக்கு அருவருப்பு உண்டாக்கவில்லை. விவசாய வேலை பற்றி அவன் மகிழ்வுடன் கனவுகூடக் கண்டான். ஆனால் அந்த வேளையில் அவன் மனத்தில் வேறு எண்ணங்கள் உதித்துவிட்டன. அர்க்காதி தனக்கே வியப்பு உண்டாகும் அளவுக்கு நிக்கோல்ஸ்கொயெ கிராமத்தைப் பற்றி இடைவிடாமல் சிந்திக்கலானான். பஸாரவுடன் ஒரே வீட்டில் - அதுவும் எப்பேர்ப்பட்ட வீட்டில்! - தகப்பனார் வீட்டில் இருக்கையில் தனக்குச் சலிப்பு ஏற்பட முடியும் என்று யாராவது சொல்லியிருந்தால் முன்பு வெறுமே தோள்களைக் குலுக்கியிருப்பான். உண்மையிலேயே இப்போது அவனுக்குச் சலிப்பாக இருந்தது, எங்கேனும் வெளியே போக விருப்பம் உண்டாயிற்று. அவன் களைப்படையும்வரை உலாவினான், ஆனால் அதனாலும் பயன் ஏற்படவில்லை. அதின்த்ஸோவாவின் தாய் ஒரு காலத்தில் தம்மனைவிக்கு எழுதிய அக்கறைக்குரிய கடிதங்கள் நிக்கலாய் பெத்ரோவிச்சிடம் இருப்பதாக ஒருமுறை அவரோடு உரையாடுகையில் அர்க்காதி தெரிந்து கொண்டான். அந்தக் கடிதங்களை அவரிடமிருந்து பெறும் வரையில் அவரை விட்டு அவன் அகலவில்லை. இந்தக் கடிதங்களைத் தேடி எடுப்பதற்காக நிக்கலாய்பெத்ரோவிச் இருபது வெவ்வேறு பெட்டிகளைத் திறந்து துருவிப்பார்க்க நேர்ந்தது. பாதி மட்கிய இந்தக் காகிதங்கள் கைக்கு வந்ததும் அர்க்காதி, தான் அடைய வேண்டிய லட்சியத்தை முன்னே கண்டுவிட்டவன்போல அமைதியுற்றான். "உங்கள் இருவருக்குமேதான் சொல்லுகிறேன் என்று அவளேதானே கூறினாள்! போகிறேன், போகிறேன், என்ன ஆனாலும் சரி!" என்று ஓயாமல் வாய்க்குள் சொல்லிக்கொண்டான். ஆனால் முந்திய தடவை தாங்கள் போனதையும் தங்களுக்குக் கிடைத்த உணர்ச்சியற்ற வரவேற்பையும், தங்களுக்கு எக்கச்சக்கமாக இருந்ததையும் நினைத்துப் பார்த்தபோது தயக்கம் அவனை ஆட்கொண்டது. எனினும், வெற்றி வாய்ப்பு பற்றிய இளமைக்கு உரிய நம்பிக்கையும், தன் அதிர்ஷ்டத்தைச் சோதித்துப் பார்க்க, எவருடையஆதரவும் இல்லாமல் தனிமையில் தன் பலத்தைச் சோதித்துப் பார்க்க உண்டான இரகசிய விருப்பமுமே கடைசியில் வென்றன. மார்யினோ திரும்பிப் பத்து நாட்கள் ஆகுமுன்பே அவன் ஞாயிற்றுக்கிழமைப் பள்ளிகளின் அமைப்பை ஆராயும் வியாஜமாக மறுபடி நகரத்துக்கும் அங்கிருந்து நிக்கோல்ஸ்கொயெ கிராமத்துக்கும் சென்றான். வண்டிக்காரனை இடைவிடாமல் விரட்டியவாறு, போர்க்களம் செல்லும் இளம் இராணுவ அதிகாரிபோல அதின்ஸோவாவின் வீட்டுக்கு விரைந்தான். அவனுக்கு அச்சமும் உண்டாயிற்று, களிப்பும் பொங்கியது. பொறுமையின்மையால் மூச்சு திணறிற்று. "நினைக்கவே கூடாது, அதுதான் முக்கியம்" என்று தனக்கே கூறிக்

கொண்டான். அவனுக்குக் கிடைத்த வண்டிக்காரன் துணிந்த கட்டை. ஒவ்வொரு சாராயக் கடைக்கு முன்பும் வண்டியை நிறுத்தி, "உள்ளே போவோமா?" என்பான், அல்லது, "இல்லை, போவோமா?" என்று கூறுவான். ஆனால் உள்ளே போய்விட்டு வந்ததும் குதிரைகளைப் படு விரட்டு விரட்டுவான்.

கடைசியில் பழக்கமான வீட்டின் உயரமான முகடு தெரிந்தது. "என்ன செய்கிறேன் நான்? திரும்பிவிடுவதே தேவலையோ?" என்ற எண்ணம் திடீரென அர்க்காதியின்மனத்தில் எழுந்தது. வண்டியின் முக்குதிரைகள் ஒற்றுமையாக விரைந்தன. வண்டிக்காரன் கெக்கே என்பதும் சீழ்க்கை அடிப்பதுமாக இருந்தான். குளம்புகளுக்கும் சக்கரங்களுக்கும் அடியில் பாலம் தடதடத்தது. கத்தரித்த ஃபிர் மரப்பாதை அருகே நெருங்கிற்று... பெண்ணின் ரோஜா நிற உடை கரும்பசுமைக்கு நடுவே தோன்றி மறைந்தது. குடையின் மெல்லிய குஞ்சத்தின் அடியிலிருந்து தென்பட்டது இளம் வதனம்... அவள் காத்யா என்று அவன் கண்டு கொண்டான், அவளும் அவனை அடையாளம் தெரிந்து கொண்டாள். விரைந்தோடும் வண்டியை நிறுத்தும்படி வண்டிக்காரனுக்கு உத்தரவிட்டு, வண்டியிலிருந்து குதித்து அவள் அருகே சென்றான் அர்க்காதி. "நீங்களா!" என்று கூறி, கொஞ்சங் கொஞ்சமாக முகம் முழுவதும் சிவந்தாள் அவள். "அக்காளிடம் போவோம் வாருங்கள். அவள் இங்கேதான், தோட்டத்தில் இருக்கிறாள். உங்களைப் பார்த்து அவள் சந்தோஷப்படுவாள்."

காத்யா அர்க்காதியைத் தோட்டத்துக்கு அழைத்துச் சென்றாள். அவளைச் சந்தித்தது நல்லகுறியாக அவனுக்குப்பட்டது. அவளைக் கண்டு சொந்த உறவினளைப் பார்த்ததுபோல மகிழ்ந்தான். எல்லாம் அவ்வளவு நன்றாக வாய்த்துவிட்டன: வீட்டு மேற்பார்வையாளனோ, வருகை பற்றிய அறிவிப்போ கிடையாது. பாதைத் திருப்பத்தில் அவன் ஆன்னா ஸெர்கேயெவ்னாவைக் கண்டான். அவள் அவனுக்கு முதுகைக் காட்டியவாறு நின்றிருந்தாள். காலடிச் சத்தம் கேட்டு மெதுவாகத் திரும்பினாள்.

அர்க்காதி மறுபடி குழப்பம் அடைந்திருப்பான், ஆனால் அவள்கூறிய முதல் வார்த்தைகளே அவனுக்கு நிம்மதி அளித்தன. "வணக்கம், ஓடுகாலியாரே!" என்று ஒரு சீரான, அன்புக்குரலில் சொல்லி அவனை எதிர்கொண்டு வெயிலாலும் காற்றாலும் கண்களைச் சுரித்தவாறு புன்னகையுடன் முன்னே வந்தாள் அவள். "இவரை எங்கே பார்த்தாய், காத்யா?" என்று கேட்டாள்.

"ஆன்னா ஸெர்கேயெவ்னா, உங்களுக்கு நான் ஒன்றுகொண்டு வந்திருக்கிறேன். அதை நீங்கள் எதிர்பார்க்கவே மாட்டீர்கள்...'

“நீங்கள் உங்களைக் கொண்டு வந்திருக்கிறீர்கள். இது எல்லாவற்றையும் விட மேல்.”

௸ 22 ௵

அர்க்காதியைக் கிண்டலான வருத்தத்துடன் வழியனுப்பி, அவனுடைய பயணத்தின் உண்மை நோக்கம் பற்றித் தான் ஏமாந்து விடவே இல்லை என்றுதெளிவாய் புலப்படுத்தியபின் பஸாரவ் முற்றிலும் தனியன் ஆகிவிட்டான். வேலை ஜுரம் அவனைப் பற்றிக் கொண்டது. பாவெல் பெத்ரோவிச்சுடன் விவாதிப்பதை இப்போது அவன் விட்டுவிட்டான். அதிலும் அவர் அவன் முன்னிலையில் அளவு கடந்த பிரபுவம்ச தோரணையை மேற்கொண்டார், தம் கருத்துக்களைச் சொற்களால் இன்றி வெற்று ஒலிகள் வாயிலாக வெளியிட்டார். எனவே விவாதத்துக்கு இடமே இல்லை. ஒரே ஒரு தடவைதான் பாவெல்பெத்ரோவிச் அந்தக் காலத்தில் மோஸ்தரில் இருந்த பால்டிக் பிரதேசப்பிரபு வம்சத்தினர் பிரச்சினை (பால்டிக் பிரதேசப் பிரபு வம்சத்தினர் பெரும்பாலோர் குடியானவர்களுக்கு விடுதலை அளிக்கும் விஷயத்தில் கடைக்கோடிப் பிற்போக்கை மேற்கொண்டார்கள். பண்ணையடிமைகளை அவர்கள் நிலம் கொடுக்காமலே ‘விடுவித்து’ விட்டார்கள். ருஷ்ய மாநிலங்களில் விடுதலை பெறும் பண்ணையடிமை களுக்கு நிலமும் பிரித்துக் கொடுக்கப்படுவதன் விளைவாகத்தாங்களும் அவ்வாறு செய்ய நேரலாம் என்ற அச்சத்தில் அவர்கள் நிலத்தின் மீது தனி உரிமை பிரபு வம்சத்தினருக்கே உண்டு என்று நிரூபிக்க முயன்றார்கள். இந்த மனப்பான்மை முற்போக்குள்ள ருஷ்யர்களால் நிந்திக்கப்பட்டது.) பற்றி நிஹிலிஸ்டுடன் சொற்போர் தொடுக்கக் கிளம்பினார், ஆனால்தாமே திடீரென்று விவாதத்தை நிறுத்திவிட்டு, வறட்டு மரியாதையுடன் சொன்னார்:

“ஆனால் நாம் ஒருவரை ஒருவர் புரிந்து கொள்ள முடியாது. குறைந்த பட்சம் உங்களைப் புரிந்து கொள்ளும் பேறு எனக்குக் கிட்டவில்லை.”

“அழகுதான்! விசும்பு எப்படி அதிர்கிறது, சூரியனில் என்ன நடக்கிறது என்பதை எல்லாம் புரிந்து கொள்ள மனிதனால் முடியும். ஆனால் இன்னொருவன்தான் சிந்துவதுபோல் இன்றி வேறு விதமாக மூக்கைச் சிந்துகிறான் என்றால் அதை அவனால்புரிந்து கொள்ள முடிவதில்லை” என்றான் பஸாரவ்.

“என்ன, இது விகடமோ?” என்று கேள்விபோட்டுவிட்டு ஒருபுறம் ஒதுங்கினார் பாவெல் பெத்ரோவிச்.

ஆனால் சில வேளைகளில் பஸாரவின் சோதனைகளின்போது உடன் இருக்க அவர் அனுமதி கேட்டார். ஒரு தடவை சிறந்த சோப்பு போட்டுக்கழுவி நறுமணம் வீசிய தம் முகத்தை மைக்ராஸ்கோப்புக்கு அருகே கொண்டு வந்து, ஒளி புகும் நுண்ணுயிர் பச்சைத்துகளை விழுங்கி, தன் மிடற்றில் இருந்த விரைந்து அசையும் எவையோ முழைப்புக்களால் அவற்றைச் சிரமப்பட்டுச் சவைத்ததைப் பார்வையிடவும் செய்தார். நிக்கலாய் பெத்ரோவிச் தம் தமையனாரைக் காட்டிலும் மிக அதிகத் தடவைகள் பஸாரவின் அறைக்கு வந்தார். பண்ணை நிர்வாகத் தொல்லைகள் அவரை வேறு திசையில் ஈர்க்காவிட்டால் அவர் தினந்தோறும் வந்திருப்பார் – “கற்றுக் கொள்வதற்காக.” இளம் இயற்கை விஞ்ஞானிக்கு அவர் இடைஞ்சல் செய்வதில்லை. அறையின் ஏதேனும் மூலையில் உட்கார்ந்து கவனமாக நோக்குவார், எப்போதாவது ஜாக்கிரதையாக ஏதேனும் கேட்பார். மதியச்சாப் பாட்டின்போதும் இரவுச் சாப்பாட்டு வேளையிலும் பேச்சை பௌதிகத்திற்கோ, புவி இயலுக்கோ, இரசாயனத்துக்கோ திருப்ப முயல்வார். மற்ற எல்லாவிஷயங்களும், பண்ணை நிர்வாகப் பிரச்சினைகள்கூட - அரசியலைப் பற்றியோ சொல்லவே வேண்டாம் – பூசல்களைக் கிளப்பாவிட்டாலும் பரஸ்பர அதிருப்தி உண்டாக்கக்கூடும் என்று அவர் அறிந்திருந்தார். பஸாரவ் மேல் தம் தமையனாரின் வெறுப்பு சற்றும் குறையவில்லை என்பதை அவர் புரிந்து கொண்டிருந்தார். ஒரு அற்ப நிகழ்ச்சி, வேறு பலவற்றோடு கூடவே, இதை உறுதிப்படுத்தியது. அக்கம் பக்கத்தில் சில இடங்களில் காலரா பரவத்தொடங்கி இருந்தது. மார்யினோவிலேயே இரண்டு ஆட்களை அது ‘கொள்ளைகொண்டு’ போய்விட்டது. ஓர் இரவு பாவெல் பெத்ரோவிச் கடுமையான பேதியால் காலைவரை தொல்லைப்பட்டார். ஆனாலும் பஸாரவின் உதவியை நாடவில்லை. மறுநாள் அவன் அவரைச் சந்தித்தபோது அவருடைய முகம் இன்னும் வெளிறி இருந்தது, ஆயினும் அவர் கவனமாகத் தலைவாரி முகத்தை மழித்துக் கொண்டிருந்தார். “நீங்கள் ஏன் என்னை அழைத்து அனுப்பவில்லை?” என்று பஸாரவ் கேட்டான். “மருத்துவத்தில் உங்களுக்கு நம்பிக்கை கிடையாது என்று நீங்களே சொன்னது எனக்கு நினைவு இருக்கிறது, அதனால்தான்” என்று பதில் அளித்தார். நாட்கள் இவ்வாறு கழிந்தன. பஸாரவ் விடாப்பிடியாக, கடுகடுப்புடன் வேலை செய்தான்... ஆனால் நிக்கலாய் பெத்ரோவிச்சின் அதே வீட்டில் ஒரு ஜீவன் இருந்தது, அதனுடன் அவன் மனந்திறந்து பேசாவிட்டாலும் மகிழ்வுடன் உரையாட முடிந்தது... இந்த ஜீவன்தான் ஃபேனிச்கா.

பெரும்பாலும் அதிகாலையில், தோட்டத்திலோ முகப்பு விளெியிலோ அவன் அவளைச் சந்தித்தான். அவளுடைய அறைக்கு அவன் போகவில்லை. அவளும் ஒருதரம்தான், மீத்யாவைக் குளிப்பாட்டலாமா கூடாதா என்று கேட்பதற்காக அவன் அறை வாயில் வரை வந்தாள், அவள் அவனிடம் ஒளிவுமறைவு இன்றிப் பழகினாள், அவனிடம் பயப்படவில்லை. அது மட்டும் அல்ல. நிக்கலாய் பெத்ரோவிச் முன் இருப்பதைவிட அதிகச் சுவாதீனமாகவும் சொந்தத்துடனும் அவன் முன்நடந்து கொண்டார். இதன் காரணம் என்ன என்று சொல்வது கடினம். பிரபுவம்ச தோரணைகள் எவையும், கவர்ச்சியும் பயமும் ஒருங்கே ஊட்டும் பெரிய மனிதப் பாங்கு எதுவும் பஸாரவிடம் இல்லை என்பதைத் தான் அறியாமலே அவள் உணர்ந்தாள்போலும். அவளுடைய கண்களுக்கு அவன் சிறந்த மருத்துவனாகவும் சாதாரண மனிதனாகவும் தோன்றினான். அவன் எதிரில் கூச்சப்படாமல் அவள் குழந்தையைச் சீராட்டினாள். ஒருதரம் திடீரென்று தலைச் சுற்றலும் வலியும் உண்டானபோது அவன் தேக்கரண்டியில் கொடுத்த மருந்தை உட்கொண்டாள். நிக்கலாய் பெத்ரோவிச் முன்னிலையில் அவள் பஸாரவுடன் நெருங்கிப் பழகாமல் விலகி இருப்பாள். அவள் இவ்வாறு செய்தது பாசாங்குக்காக அல்ல, பண்பு பற்றிய ஏதோ உணர்வு காரணமாக. பாவெல் பெத்ரோவிச்சை அவள் முன் எப்போதையும்விட அதிகமாக அஞ்சினாள். சிறிது காலமாக அவர் அவளை உன்னிப்பாகக் கவனிக்கத் தொடங்கியிருந்தார். நாகரிகமான 'சூட்டு அணிந்து, பைகளில் கைகளை நுழைத்தவாறு அசைவின்றிக் கூர்ந்து நோக்கும் முகத்துடன் தரையைப் பிளந்துகொண்டு வெளிவந்தவர்போலத் திடீரென்று அவள் பின்னே தென்படுவார். "அப்படியே உடம்பெல்லாம் சில்லிட்டுப் போகிறது" என்று துன்யாஷாவிடம் முறையிட்டாள் ஃபேனிச்கா. துன்யாஷாவோ பதிலுக்குப் பெருமூச்செறிந்து வேறொரு 'உணர்ச்சியற்ற' மனிதனைப் பற்றி எண்ணமிட்டாள். பஸாரவ் தான் அறியாமலே அவளுடைய உள்ளத்தின் இரக்கமற்ற கொடுங்கோலன் ஆகிவிட்டான்.

ஃபேனிச்காவுக்கு பஸாரவைப் பிடித்திருந்தது. அவனுக்கும் அவளைப் பிடித்திருந்தது. அவளோடு பேசுகையில் அவன் முகங்கூட மாறிவிடும். அது தெளிவும் ஓரளவு நல்லியல்பும் தோற்றுவிக்கும். வழக்கமான அசட்டைக்கு பதில் கேலியான கவனம் அதில் வந்துவிடும் ஃபேனிச்கா நாளுக்கு நாள் புது வனப்புடன் திகழ்ந்தாள். யுவதிகளின் வாழ்க்கையில் ஒரு கட்டம் வரும், அப்போது அவர்கள் கோடைகால ரோஜாச் செடிகள்போலப் பூத்து மலர்வார்கள். அந்தமாதிரி கட்டம் ஃபேனிச்காவுக்கு வந்திருந்தது. எல்லாம் இதற்கு உதவின -அப்போது இருந்த ஜூலை மாத வெக்கைகூட. மெல்லிய

வெண்ணிற உடை அணிந்து அவள் இன்னும் வெண்மையும் மென்மையும் பெற்று விட்டவள்போலக் காணப்பட்டாள். வெயிலால் ஏற்படும் பழுப்பு அவள் முகத்தில் இல்லை. ஆனாலும் வெக்கையிலிருந்து அவளால் தப்ப முடியவில்லை. அது அவளுடைய கன்னங்களுக்கும் காதுகளுக்கும் லேசாகச் செவ்வண்ணம் தீட்டியது, அவள்மேனி முழுதிலும் அமைதியான சோம்பலை நிறைத்தது, அவளுடைய அழகிய விழிகளில் உறக்கக் களையாகப் பிரதிபலித்தது. அவளால் வேலை செய்யவே அனேகமாக முடியவில்லை. கைகள் சோர்ந்து சோர்ந்து முழங்கால்கள் மேல் விழுந்தன. நடக்க மாட்டாமல் தள்ளாடினாள், உஸ், அப்பா என்றாள். வேடிக்கையான சோர்வுடன் முறையிட்டாள்.

“நீ இன்னும் அடிக்கடி நீந்திக்குளிக்கவேண்டும்” என்றார் நிக்கலாய் பெத்ரோவிச்.

தம்முடைய குளங்களில் இன்னும் நீர் வற்றாத ஒன்றில் துணித் திரை மூடிய பெரிய குளியிடம் அமைத்திருந்தார் அவர்.

“ஐயோ நிக்கலாய்பெத்ரோவிச்! குளத்தைப் போய்ச் சேர்வதற்குள் பிராணன்போய்விடுகிறது. திரும்ப வீட்டுக்கு வருவதற்கும் முன்பும் உயிர்போய் விடுகிறது. எங்குமே நிழல் இல்லையே தோட்டத்தில்!”

“உண்மை, நிழல் இல்லைதான்” என்று கூறிப் புருவங்களைத் தேய்த்துக் கொண்டார் நிக்கலாய் பெத்ரோவிச்.

ஒருநாள் காலை ஆறுமணிக்குப்பின் உலாவிவிட்டுத் திரும்பிய பஸாரவ், மலர்கள் உதிர்ந்து விட்ட போதிலும் இன்னும் அடர்ந்து பசுமையாய் இருந்த பவளக்குறிஞ்சிக் கொடி வீட்டில் ஃபேனிச்காவைக் கண்டான். வழக்கம்போல வெள்ளைத் தலைக்குட்டை அணிந்து பெஞ்சிமீது உட்கார்ந்திருந்தாள் அவள். பனித்துளி படிந்து நனைந்த சிவப்பு, வெள்ளை ரோஜா மலர்களின் பெரிய கொத்து அவள் அருகே கிடந்தது. பஸாரவ் அவளுக்கு முகமன் கூறினான்.

“ஆ! யெவ்கேனி வஸீலிச்!” என்று கூறி, அவனைப் பார்ப்பதற்காகத் தலைக்குட்டையின் ஓரத்தைச் சற்று உயர்த்தினாள். அப்போது அவளுடைய கரம் முழங்கை வரை திறந்தது.

“நீங்கள் இங்கே என்ன செய்கிறீர்கள்? பூச்செண்டு கட்டுகிறீர்களா?” என்று அவள் அருகே அமர்ந்து வினவினான் பஸாரவ்.

“ஆமாம். காலைச்சிற்றுண்டியின் போது மேஜைமேல் வைக்க. நிக்கலாய் பெத்ரோவிச்சுக்கு இது பிடிக்கும்.”

“சிற்றுண்டிக்கு இன்னும் நேரம்நிறைய இருக்கிறதே. எவ்வளவு நிறையப் பூக்கள்!”

“நான் இப்போதே ஏன் கொய்தேன் என்றால் அப்புறம் வெக்கை ஆகிவிடும் வெளியே வரமுடியாது. இந்த வேளையில் மட்டுமே இதமாக மூச்சுவிட முடிகிறது. இந்த வெக்கையில் நான் ஒரேயடியாகச் சோர்ந்து போனேன். உடம்புக்கு வந்துவிடுமோ என்று பயமாய் இருக்கிறது!”

“இது என்ன வீண் கற்பனை! எங்கே, உங்கள் நாடியைப் பிடித்துப் பார்க்க விடுங்கள்!” பஸாரவ் அவளுடைய கையைப் பிடித்து, ஒரு சீராகத் துடித்த நாளத்தைத் தேடிக் கண்டவன், அதன் துடிப்புக்களைக் கணக்கிடக் கூட இல்லை. “நூறு ஆண்டு வாழ்வீர்கள்” என்று அவள் கையை விட்டுவிட்டுக் கூறினான்.

“ஐயோ வேண்டாம், கடவுளே காப்பாற்று!” என்றாள் அவள்.

“ஏனோ? நீண்ட காலம் வாழ நீங்கள் விரும்பவில்லையா?”

“ஆனால் நூறு ஆண்டுகள் என்கிறீர்களே! என் பாட்டி எண்பத்தைந்து வயது வரை உயிரோடு இருந்தாள். ஆனால் என்ன சித்திரவதை பட்டுவிட்டாள் அவள்/கறுத்து, செவிடாகி, கூன் விழுந்து, ஓயாமல் இருமிக் கொண்டிருந்தாள், தனக்கே சுமையாக. இதுவும் ஒரு வாழ்க்கையா?”

“யுவதியாய் இருப்பதேமேல் என்கிறீர்களாக்கும்?”

“வேறு என்ன?”

“அது எந்த வகையில் மேல், சொல்லுங்களேன்!”

“எந்த விதத்திலா? என்னையே எடுத்துக்கொள்ளுங்களேன். என்னால் எல்லாம் செய்ய முடிகிறது - போகிறேன், வருகிறேன், தூக்குகிறேன், சுமக்கிறேன். யாரையும் உதவிக்குக் கெஞ்ச வேண்டாம்... இதைவிட மேலானது எது?”

“எனக்கு எல்லாம் ஒன்றுதான் - நான் இளைஞனாய் இருந்தாலும்சரி, கிழவனாய் இருந்தாலும் சரி.”

“எப்படிச் சொல்லுகிறீர்கள் நீங்கள், எல்லாம் ஒன்றுதான் என்று? நீங்கள் சொல்லுவது மாதிரி இருக்கவே முடியாது.”

“நீங்களே பாருங்களேன், என்னுடைய இளமை எனக்கு எதற்காக? நான்தனியாக வாழ்கிறேன், ஒண்டிக்கட்டையாக...”

“இதை மாற்றிக் கொள்வது உங்கள் கையிலேயே இருக்கிறது.”

“என்கையில் இல்லை என்பதுதானே சங்கடம்! யாராவது என்மேல் பரிவு காட்டினால்தானே!”

ஃபேனிச்கா பஸாரவைப் பக்கப் பார்வையாக நோக்கினாள், ஆனால் ஒன்றும் சொல்லவில்லை.

“உங்களிடம் இது என்ன புத்தகம்?” என்று சற்றுப் பொறுத்துக் கேட்டாள்.

“இதுவா? இது விஞ்ஞானப்புத்தகம், கடினமான புத்தகம்.”

“நீங்கள் இன்னமுமா கற்றுக்கொண்டிருக்கிறீர்கள்? உங்களுக்கு சலித்துப் போகவில்லையா? ஏற்கனவேதான் உங்களுக்கு எல்லாம் தெரியுமே.”

“தெரியாது என்பதை இதிலிருந்தே நீங்கள் கண்டு கொள்ளலாமே. எங்கே, கொஞ்சம் படித்துப் பாருங்கள்.

“எனக்கு இதிலே ஒன்றுமேவிளங்காது, இது ருஷ்ய பாஷையிலா எழுதியிருக்கிறது?” என்று கனத்த பைண்டு செய்த புத்தகத்தை இரண்டு கைகளாலும்வாங்கிக்கொண்டு, “எவ்வளவு பருமன்!” என்றாள் ஃபேனிச்கா.

“ருஷ்ய பாஷையில்தான்.”

“இருந்தாலும் எனக்கு ஒன்றும் புரியாது.”

“நீங்கள் புரிந்து கொள்வீர்கள் என்பதற்காகச் சொல்லவில்லை நான். நீங்கள் படிப்பதைப் பார்க்க எனக்கு ஆசையாய் இருக்கிறது. நீங்கள் படிக்கும்போது உங்கள் மூக்கு நுனி மிகவும் அழகாக அசைகிறது.”

தான் திருப்பிய இடத்தில் இருந்த கிரேஸோட் தொற்று நீக்கி பற்றிய கட்டுரையைத் தணிந்த குரலில் படிக்கத் தொடங்கிய ஃபேனிச்கா கலீரென நகைத்துப் புத்தகத்தை வீசி எறிந்தாள். அது பெஞ்சியிலிருந்து நழுவித் தரையில் விழுந்தது.

“நீங்கள் சிரிப்பதும் எனக்குப் பிடித்திருக்கிறது” என்றான் பஸாரவ்.

“போதும்!”

“நீங்கள் பேசுவதும் எனக்குப்பிடிக்கிறது. ஓடைநீர் கலகலப்பது போல.”

ஃபேனிச்கா தலையைத் திருப்பிக்கொண்டாள்.

“என்ன ஆள் நீங்கள்!” என்று மலர்களைப் பொறுக்கிக்கொண்டே சொன்னாள். “என்பேச்சில் நீங்கள் கேட்க என்ன இருக்கிறது? நீங்கள் எவ்வளவோ அறிவாளிச் சீமாட்டிகளோடு பேசியிருக்கிறீர்கள்.”

“அட, நான் சொல்லுவதை நம்புங்கள்: உலகத்தில் உள்ள அறிவாளிச் சீமாட்டிகள் அத்தனைபேரும் உங்கள் சிறு முழங்கைக்கு ஈடாக மாட்டார்கள்.”

“இன்னும் ஏதேதோ இட்டுக்கட்டுகிறீர்களே!” என்று கிசுகிசுத்துக் கைகளை மறைத்துக்கொண்டாள் அவள்.

தரையில் விழுந்த புத்தகத்தை எடுத்தான் பஸாரவ்.

"இது மருத்துவப் புத்தகம் ஆயிற்றே, எதற்காக எறிகிறீர்கள்?'

'மருத்துவப் புத்தகமா?" என்று திருப்பிக்கூறி அவன் பக்கம் திரும்பினாள் ஃபேனிச்கா. "ஒன்று தெரியுமா? நீங்கள் எனக்கு அந்தத் துளிகள் கொடுத்தீர்கள் பாருங்கள் நினைவிருக்கிறதா? அதற்கு அப்புறம் குழந்தை எவ்வளவு நன்றாகத் தூங்குகிறான் என்கிறீர்கள்! உங்களுக்கு எப்படி நன்றி செலுத்துவது என்றே எனக்குத் தெரியவில்லை. நீங்கள் அவ்வளவு நல்லவர், மெய்யாகவே."

"மருத்துவர்களுக்குச் சரியான சன்மானம் செய்ய வேண்டும். அவர்கள் தன்னலம் பிடித்தவர்கள் என்பது உங்களுக்கே தெரியுமே" என்று குறுநகையுடன் சொன்னான் பஸாரவ்.

ஃபேனிச்கா விழிகளை உயர்த்தி அவனைப் பார்த்தாள். முகத்தின் மேற்பகுதிமீது விழுந்த வெளிர் ஒளி அவற்றை இன்னும் கருமையாகக் காட்டியது. அவன் வேடிக்கைக்குச் சொல்கிறானா இல்லையா என்பது அவளுக்கு விளங்கவில்லை.

"உங்களுக்கு வேண்டுமானால் நாங்கள் சந்தோஷமாக... நிக்கலாய்பெத்ரோவிச்சிடம் கேட்கவேண்டியிருக்கும்."

"நான் பணம் கேட்பதாக நினைக்கிறீர்களா?" என்று இடைமறித்தான் பஸாரவ். "இல்லை, நான் உங்களிடம் வேண்டுவது பணம் அல்ல."

"பின்னே என்ன?" என்றாள் ஃபேனிச்கா.

"என்னவா?" ஊகியுங்களேன்.

"நான் ரொம்பத்தான் ஊகித்துவிடுவேன்!"

"அப்படியானால் நானே சொல்லுகிறேன். எனக்கு வேண்டும்... இவற்றில் ஒரு ரோஜா."

ஃபேனிச்கா மறுபடி கலீரென்று சிரித்து, கைகளைக் கூடக் கொட்டினாள்- பஸாரவின் விருப்பம் அந்த அளவுக்கு வேடிக்கையாகப் பட்டது அவளுக்கு. அவள் நகைத்தாள், அதே சமயம் அவன் தன்னைப் பாராட்டியதால் மகிழ்ந்தாள். பஸாரவ் அவளையே நிலைத்து நோக்கினான்.

"எடுத்துக்கொள்ளுங்கள், எடுத்துக் கொள்ளுங்கள்" என்று கடைசியில் மொழிந்து பெஞ்சியருகே குனிந்து ரோஜாமலர்களை வகை உங்களுக்கு, சிவப்பா, பிரித்துக்கொண்டே, "எது வேண்டும் வெள்ளையா?" என்று கேட்டாள்.

"சிவப்பு, ரொம்பப் பெரிதாக இல்லாமல். அவள் நிமிர்ந்தாள்.

"இந்தாருங்கள்" என்றவள், நீட்டிய கையைச் சடக்கென்று பின் இழுத்துக்கொண்டு உதட்டைக் கடித்தவாறு கொடி வீட்டின் வாயிலை நோக்கினாள், பின்பு காது கொடுத்துக் கேட்டாள்.

"என்ன விஷயம்? நிக்கலாய் பெத்ரோவிச்சா?" என்று கேட்டான் பஸாரவ்.

"இல்லை... அவர் வயலுக்குப் போயிருக்கிறார்... எனக்கு அவரிடம் பயமும் கிடையாது... ஆனால் பாவெல்பெத்ரோவிச்... எனக்குத் தோன்றிற்று..."

"என்ன?"

"அவர் இங்கே வந்ததுபோல எனக்குத் தோன்றிற்று. இல்லை... ஒருவரையும் காணோம். இந்தாருங்கள்" என்று பூவை நீட்டினாள் ஃபேனிச்கா.

"பாவெல் பெத்ரோவிச்சிடம் நீங்கள் பயப்படுவது எதற்காக?"

"அவரிடம் எனக்கு ஒரேபயமாய் இருக்கிறது. வாய் திறந்து ஒன்றும் சொல்லுவதில்லை அவர். ஆனால் ஏதோ மாதிரிப் பார்க்கிறார். அட உங்களுக்குந்தானே அவரைப் பிடிக்கவில்லை. முன்பெல்லாம் அவரோடு ஓயாமல் வாய்ச்சண்டை போடுவீர்களே, நினைவு இருக்கிறதா? உங்களுக்குள் விவாதம் எதைப்பற்றி என்றுகூட எனக்குத் தெரியாது. ஆனால் நீங்கள் அவரை இப்படியும் அப்படியுமாக மடக்குவதைப் பார்ப்பேன்..."

பஸாரவ், பாவெல் பெத்ரோவிச்சை எப்படி மடக்கினான் என்பதைக் கை ஜாடையால் காட்டினாள் ஃபேனிச்கா.

பஸாரவ் புன்னகை செய்தான்.

"அவர் என்னை வெல்லத் தொடங்கினால் நீங்கள் எனக்குப் பரிந்து பேசியிருப்பீர்களா?" என்று கேட்டான்.

"உங்களுக்குப் பரிந்து பேச எனக்கு எங்காவது ஏலுமா? இல்லை. உங்களை வெல்ல முடியாது."

"அப்படியா நினைக்கிறீர்கள்? விரும்பினால் ஒரே விரலால் என்னை அடித்து வீழ்த்தக்கூடிய கையை எனக்குத்தெரியும்."

"அது எப்பேர்ப்பட்ட கை?"

"உங்களுக்குத் தெரியாதோ? நீங்கள் எனக்குக் கொடுத்த ரோஜா என்னவாக மணக்கிறது, முகர்ந்து பாருங்கள்."

ஃபேனிச்கா கழுத்தை நீட்டி முகத்தை மலரின் அருகே கொண்டு வந்தாள். தலைக்குட்டை நழுவி அவள் தோள்மேல் விழுந்தது. சற்றே கலைந்த பளிச்சிடும் அடர்ந்த கருங்குழலின் மென்மையான

திரள் தென்பட்டது.

"பொறுங்கள், நானும் உங்களோடு முகர்ந்து பார்க்க விரும்புகிறேன்" என்று கூறி, குனிந்து அவளுடைய மலர்ந்த உதடுகளில் ஆர்வத்துடன் முத்தம் இட்டான் பஸாரவ்.

அவள் திடுக்கிட்டு, இரு கைகளையும் அவன் மார்பில் ஊன்றி விலக்கினாள். ஆனால் அவளுடைய அழுத்தலில் வலு இல்லை, எனவே அவன் மறுபடியும் நீடித்த முத்தம் இட முடிந்தது.

பவளக் குறிஞ்சிச் செடிகளின் மறுபுறம் வறண்ட இருமல் சத்தம் கேட்டது. ஃபேனிச்கா ஒரு நொடியில் பெஞ்சியின் மறு கோடிக்கு நகர்ந்து கொண்டாள். பாவெல் பெத்ரோவிச் வந்து சற்றே தலை வணங்கி, "நீங்கள் இங்கே இருக்கிறீர்களா?" என்று ஒருவித வன்மம் நிறைந்த சோர்வுடன் சொல்லிவிட்டு அப்பால் சென்றார். ஃபேனிச்கா அக்கணமே எல்லா ரோஜாக்களையும் திரட்டி, எடுத்துக்கொண்டு கொடி வீட்டிலிருந்து வெளியே போய்விட்டாள்.

"நீங்கள் செய்தது பாவம், யெவ்கேனி வஸீலிச்" என்று போகும்போது கிசுகிசுத்தாள். செயற்கை அற்ற கண்டனம் அவளுடைய கிசுகிசுப்பில் தொனித்தது.

அண்மையில் நடந்த இன்னொருகாட்சியை பஸாரவ் நினைவு கூர்ந்தான். அவனுக்கு வெட்கம் உண்டாயிற்று. தன்மீது இகழ்ச்சியும் சினமும் பொங்கின. ஆனால் அவன் அக்கணமே தலையை வெட்டி அசைத்து இந்த உணர்ச்சிகளைப் போக்கிவிட்டு, உள நெகிழ்ச்சி மிகுந்த பெண் பித்தர்கள் வரிசையில் முறைப்படி சேர்ந்துவிட்டதற்காகத் தனக்கு வாழ்த்து கூறிக்கொண்டு தன் அறைக்குச்சென்றான்.

பாவெல் பெத்ரோவிச்சோ, தோட்டத்திலிருந்து வெளியேறி மெதுவாக அடி வைத்து நடந்து சோலையை அடைந்தார். அங்கே வெகுநேரம் இருந்துவிட்டு, காலைச்சிற்றுண்டி கொள்ள வந்தபோது அவருடைய முகம் ஒரேயடியாகக் கறுத்திருந்ததைக் கண்ட நிக்கலாய் பெத்ரோவிச் அவருக்கு உடம்பு சரியாய் இருக்கிறதா என்று கவலையுடன் கேட்டார்.

"சில வேளைகளில் பித்தநீர் அதிகமாகச் சுரப்பதால் நான் தொல்லைப்படுவது உண்டு" என்று அமைதியாக விடை அளித்தார் பாவெல் பெத்ரோவிச்.

௸ 23 ௵

இரண்டு மணி நேரம் சென்றதும் அவர் பஸாரவின் அறைக்கதவைத் தட்டினார்.

ஜன்னல் ஓரமாக இருந்த நாற்காலியில் உட்கார்ந்து தந்தப்பிடி வைத்த அழகிய கைத்தடியை இரண்டு கைகளாலும் ஊன்றியவாறு (சாதாரணமாக அவர் கைத்தடி இல்லாமலே நடப்பது வழக்கம்), "உங்கள் விஞ்ஞான ஆராய்ச்சிகளுக்கு இடைஞ்சல் செய்வதற்காக மன்னிப்பு கோருகிறேன். ஆனால் உங்கள் நேரத்தில் ஓர் ஐந்து நிமிடங்களை எனக்காக ஒதுக்கும்படி கேட்டுக் கொள்வது எனக்கு அவசியம் ஆகிவிட்டது. ஐந்தே நிமிடங்கள்... அதிகம் அல்ல" என்றார்.

பாவெல் பெத்ரோவிச் அறை வாயிலைத்தாண்டியதுமே பஸாரவின் முகத்தில் நிழல்படர்ந்தது. "என் நேரத்தை எல்லாம் உங்கள் தொண்டில் ஈடுபடுத்த ஆயத்தமாய் இருக்கிறேன்" என்றான்.

"எனக்கு ஐந்து நிமிடங்கள் போதும். நான் உங்களிடம் ஒரு கேள்வி கேட்க வந்திருக்கிறேன்."

"கேள்வியா? எதைப் பற்றி?"

"தயவு செய்து முடிவு வரை கேளுங்கள். நீங்கள் என் தம்பி வீட்டிற்கு வந்த ஆரம்பத்தில், உங்களோடு உரையாடும் இன்பத்தை நான் எனக்கு மறுத்துக்கொள்ளாதபோது பல விஷயங்கள் பற்றி உங்கள் அபிப்பிராயங்களைக் கேட்க எனக்கு வாய்த்தது. ஆனால் எனக்கு நினைவு இருக்கிறவரையில், நமக்குள்ளேயோ அல்லது என் முன்னிலையிலோ இருவர் போர்களைப் பற்றி, பொதுவாக துவந்துவ யுத்தம் பற்றி, பேச்சு நடக்கவே இல்லை. இந்த விஷயம் பற்றி உங்கள் கருத்து என்ன என்று நான் தெரிந்து கொள்ளலாமா?''

பாவெல் பெத்ரோவிச்சை எதிர்கொள்வதற்காக எழுந்த பஸாரவ் மேஜை விளிம்பில் உட்கார்ந்து கைகளைக் கட்டிக்கொண்டான்.

"என் கருத்து இதுதான்: தத்துவநோக்கில் பார்த்தால் இருவர் போர் அபத்தம். ஆனால் நடைமுறை நோக்கில்பார்த்தால், அது வேறு விஷயம்" என்றான்.

"அதாவது நான் உங்களைச் சரியாகப்புரிந்து கொண்டேன் என்றால், இருவர் போரைத் தத்துவ நோக்கில் நீங்கள் எவ்வளவுதான் எதிர்த்தாலும் நடைமுறையில் நீங்கள் அவமதிக்கப்பட்டால் அதற்குப் பரிகாரம் கோராமல் விட மாட்டீர்கள், அப்படித்தானா?"

"என் கருத்தை நீங்கள் சரியாகப் புரிந்து கொண்டீர்கள்."

"நிரம்ப நல்லது. உங்களிடமிருந்து இதைக் கேட்டதில் எனக்கு மிகவும் மகிழ்ச்சி. உங்கள் சொற்கள் என்னை நிச்சயமின்மையிலிருந்து விடுவித்துவிட்டன..."

"உறுதியின்மையிலிருந்து என்று சொல்ல விரும்பினீர்களோ?"

"இரண்டும் ஒன்றுதான். என்னை நீங்கள் புரிந்து கொள்ளும் விதத்தில் நான் கருத்து வெளியிடுகிறேன். நான்... பள்ளிப் பெருச்சாளி அல்ல. உங்கள் சொற்கள் என்னை வருத்தமூட்டும் இன்றியமையாமை ஒன்றிலிருந்துவிடுவிக்கின்றன. நான் உங்களோடு போரிட முடிவு செய்திருக்கிறேன்."

பஸாரவ் கண்களைப்பரக்க விழித்தான்.

"என்னோடா?"

"உங்களோடுதான்."

"எதற்காக? தயை செய்து சொல்லுங்களேன்."

"நான் உங்களுக்குக்காரணத்தை விளக்க முடியும். ஆனால் அதைப்பற்றிப் பேசாதிருப்பதே மேல் என்று எண்ணுகிறேன்" என்று ஆரம்பித்தார் பாவெல் பெத்ரோவிச். 'என் ருசிப்படி நீங்கள் இங்கே வேண்டாத ஆள். என்னால் உங்களைச் சகிக்க முடியவில்லை, நான் உங்களை இகழ்ந்து அருவருக்கிறேன். இது உங்களுக்குப் போதாது என்றால்..."

பாவெல் பெத்ரோவிச்சின் விழிகள் தழல்வீசின. பஸாரவின் விழிகளிலும் பொறி பறந்தது.

"நிரம்ப நல்லது. மேற்கொண்டு விளக்கங்கள் தேவை இல்லை. உங்கள் வீர உணர்வை என்னிடம் சோதித்துப் பார்க்க உங்களுக்கு ஆசை உண்டாகிவிட்டது. உங்களுக்கு இந்தமனநிறைவை அளிக்க நான் மறுத்திருக்கலாம். ஆனால் இனி வருவது வரட்டும்!" என்றான்.

"உளமார உங்களுக்கு நன்றி பாராட்டுகிறேன். வன்முறைச் செயல்களை மேற்கொள்ளும்படி என்னைக் கட்டாயப்படுத்தாமல் என் அறைகூவலை ஏற்றுக்கொள்வீர்கள் என்று இப்போது நான் நம்பலாம்."

"அதாவது, உருவகம் இல்லாமல் சொல்வதானால் இந்தக் கைத்தடியைக் குறிப்பிடுகிறீர்களாக்கும்?" என்று அமைதியாகக் கூறினான் பஸாரவ். "இது முற்றிலும் நியாயம். என்னை அவமதிப்பது உங்களுக்குக் கொஞ்சங் கூடத்தேவை இல்லை. தவிர, அது ஆபத்து அற்றதும் அல்ல. நீங்கள் கண்ணியவானாகவே இருக்கலாம்...நானும் உங்கள் அறைகூவலைக் கண்ணியத்துடன் ஏற்றுக்கொள்கிறேன்.

“நல்லது” என்று கூறி, கைத்தடியை மூலையில் வைத்தார் பாவெல் பெத்ரோவிச். “நம் இருவர்போரின் நிபந்தனைகள் பற்றி இப்போது சில வார்த்தைகள் சொல்லுவோம். முதலில் ஒன்று தெரிந்து கொள்ள விரும்புகிறேன். என் அறைகூவலுக்கு வியாஜமாக நாம் சிறு சச்சரவு இட்டுக்கொள்ளும் சடங்கு முறையை நிறைவேற்றுவது அவசியம் என்று எண்ணுகிறீர்களா?”

“இல்லை. சடங்கு முறை இல்லாமலே சமாளிப்பதுமேல்.”

“நானும் அப்படித்தான் நினைக்கிறேன். நமது மோதலின் உண்மைக் காரணத்தைப் புகுந்து பார்ப்பதும் பொருத்தம் அற்றது என்று எண்ணுகிறேன். நம்மால் ஒருவரை ஒருவர் சகிக்க முடியாது. வேறு என்ன வேண்டும்?”

“வேறு என்னவேண்டும்?” என்று கிண்டலாகத் திருப்பிக் கூறினான் பஸாரவ்.

“போர் நிபந்தனைகளைப் பொறுத்தவரையில், நமக்குத் துணைவர்கள் இருக்க மாட்டார்கள் - அவர்களை எங்கிருந்து கொண்டு வருவது?”

“அதுதானே, எங்கிருந்து கொண்டு வருவது?”

“ஆகவே நான் பின்வருமாறு யோசனை சொல்லுகிறேன்; நாளை அதிகாலையில், ஒரு ஆறு மணிக்கு, சோலையின் மறுபுறம், கைத்துப்பாக்கிகளுடன் போரிடுவோம். எல்லை பத்து தாவடிகள்...”

“பத்து தாவடிகளா? அது சரிதான். இந்தத் தொலைவில் நாம் ஒருவரை ஒருவர் வெறுக்கிறோம்.”

“எட்டுதாவடிகள்கூட வைத்துக்கொள்ளலாம்” என்றார் பாவெல் பெத்ரோவிச்.

“வைத்துக் கொள்ளலாம், ஏன் கூடாது?”

“இரண்டு தடவைகள் சுட வேண்டும். எதற்கும் ஒவ்வொருவரும் தம் பையில் கடிதம் எழுதி வைத்துக்கொள்ள வேண்டும் - தன் முடிவுக்குத் தானே பொறுப்பாளி என்று.’

“இது மட்டும் எனக்கு அவ்வளவாக இசைவு இல்லை. ஓரளவு பிரெஞ்சு நவீனத்தின் வாடை வீசுகிறது. உண்மை நடப்புக்கு ஒவ்வாதது போல” என்றான் பஸாரவ்.

“இருக்கலாம். ஆனால் கொலை செய்ததாகச் சந்தேகிக்கப்படுவது பிடிக்காத விஷயம் அல்லவா?”

“ஒப்புக் கொள்கிறேன். ஆனால் இந்த வருந்தத் தக்க கண்டனத்திலிருந்து தப்ப வழி இருக்கிறதே. நமக்குத் துணைவர்கள் இருக்க மாட்டார்கள்தாம். ஆனால் சாட்சி இருக்க முடியும்.”

"யார் என்று தெரிந்து கொள்ளலாமா?"

"ஆம், பியோத்தர்."

"எந்தப் பியோத்தர்?"

"உங்கள் தம்பியின் அறைப்பணியாள். அவன் நவீனக்கல்வியின் சிகரத்தில் நிற்பவன். இந்த மாதிரிச் சந்தர்ப்பங்களில் செய்ய வேண்டிய முறைப்படி தன் கடமையை அவன் நிறைவேற்றுவான்."

"நீங்கள் கேலி செய்கிறீர்கள் என்று எனக்குத் தோன்றுகிறது, அன்பார்ந்த ஐயா."

"கொஞ்சங்கூட இல்லை. என் யோசனையைச் சீர்தூக்கிப் பார்த்தீர்களானால் அது நல் அறிவு ஆர்ந்தது, சுலபமானது என்பதைக் காண்பீர்கள். ஊசியைச் சாக்கில்மறைக்க முடியாது. பியோத்தரைத் தகுந்தபடி ஆயத்தம் செய்து கொலைக் களத்துக்கு அழைத்துவரும் பொறுப்பை நான்ஏற்றுக்கொள்கிறேன்."

"நீங்கள் உங்கள் கேலியைத் தொடர்கிறீர்கள்" என்று நாற்காலியிலிருந்து எழுந்து கொண்டே கூறினார் பாவெல் பெத்ரோவிச். "ஆனால் என் அறைகூவலை நீங்கள் அன்புகூர்ந்து ஏற்றுக்கொண்ட பின் உங்களைக் குறை கூற எனக்கு உரிமை கிடையாது... ஆக, எல்லாம் ஏற்பாடு ஆகிவிட்டது... ஆமாம், கைத்துப்பாக்கிகள் உங்களிடம் இல்லையோ?"

"என்னிடம் கைத்துப்பாக்கிகள் ஏது, பாவெல்பெத்ரோவிச்? நான் படை வீரன் அல்லவே."

"அப்படியானால் என்னுடையவற்றை உங்களுக்குத் தருகிறேன். இந்த ஐந்து ஆண்டுகளாக நான் அவற்றைப் பிரயோகிக்கவில்லை என்று நீங்கள் நம்பலாம்."

"இது மிகுந்த ஆறுதல் அளிக்கும் செய்தி."

பாவெல் பெத்ரோவிச் தம் கைத்தடியை எடுத்துக்கொண்டார்...

"நல்லது, அன்பார்ந்த ஐயா. உங்களுக்கு நன்றி கூறி, உங்களை மறுபடி வேலையில் ஈடுபட விடுவதுதான் நான் செய்ய வேண்டியது. வணக்கம் தெரிவிக்கிறேன்."

"இன்பமான மறு சந்திப்பு வரை, என் அன்பார்ந்த ஐயா" என்று விருந்தினருக்கு விடை கொடுத்து அனுப்பினான் பஸாரவ்.

பாவெல் பெத்ரோவிச் போய்விட்டார். பஸாரவ் வாயிலுக்கு முன் சற்று நேரம் நின்றான். பின்பு திடீரென்று, "த்தூ, சைத்தான்! எவ்வளவு அழகு, எவ்வளவு அபத்தம்! நல்ல நகைச்சுவை நாடகந்தான் நடத்துகிறோம்! பயிற்றப்பட்ட நாய்கள் இப்படித்தான் பின்னங் கால்களில் நாட்டியம் ஆடும். ஆனால் மறுப்பது முடியாதிருந்தது.

மறுத்திருந்தால் அவர் என்னை அடித்திருப்பார், அப்போது…" (இந்த எண்ணம் தோன்றியதுமே பஸாரவ் வெளிறிப் போனான். அவனுடைய ஆணவம் முழுவதும் சிலுப்பி எழுந்தது.) "அப்போது பூனைக்குட்டி போல அவர் கழுத்தை நெரிக்க நேர்ந்திருக்கும்" என்று சொல்லிக் கொண்டான். தன் மைக்ராஸ்கோப்புக்குத் திரும்பினான், ஆனால் அவனுடைய இதயம் சஞ்சலம் அடைந்தது, அவதானிக்கைக்கு இன்றியமையாத நிம்மதி போய்விட்டது. 'இவர் இன்று எங்களைப் பார்த்துவிட்டார். ஆனால் தம்பிக்குப் பரிந்து கொண்டா இவர் இப்படிச் செய்கிறார்? தவிர, என்ன பிரமாதம், ஒரு முத்தம்? இதில் வேறு ஏதோ மர்மம் இருக்கிறது. ஆ! இவரே இவளைக் காதலிக்கிறாரோ ஒருவேளை? காதலிக்கிறார் என்பது தானே தெரிகிறதே. பட்டப்பகல்போல வெளிச்சமாய் இருக்கிறது இது. அட என்ன தொல்லை! படுமோசம் எந்தப் புறமாகப் பார்த்தாலும் படுமோசம். முதலாவது, தலையைக் கொடுத்தாக வேண்டும், தலை தப்பினாலும் இங்கிருந்து வெளியேற வேண்டும். அப்புறம் அர்க்காதி… இந்த வாயில்லாப்பூச்சி நிக்கலாய் பெத்ரோவிச் வேறு. படு மோசம், படு மோசம்" என்று எண்ணமிட்டான்.

நாள் ஏதோ தனிப்பட்ட வகையில் அமைதியும் சோர்வுமாகக் கழிந்தது. ஃபேனிச்கா இந்த உலகத்திலேயே இல்லை போல் இருந்தது. வளையில் பதுங்கிய சுண்டெலி போலஅவள் தன் அறையில் உட்கார்ந்திருந்தாள். நிக்கலாய் பெத்ரோவிச் கவலை கொண்டவராகத் தோற்றம் அளித்தார். அவர் பெரிதும் நம்பியிருந்த கோதுமைப் பயிர் கருக்கல் நோய்க்கு உள்ளாகியிருப்பதாக அவருக்குத் தகவல் கிடைத்திருந்தது. பாவெல் பெத்ரோவிச் உணர்ச்சியற்ற வரட்டு மரியாதைப் பாங்கினால் எல்லோரையும் - புரக்கோ ஃபிச்சைக்கூட திக்குமுக்காடச் செய்தார். பஸாரவ் தன் தகப்பனாருக்குக் கடிதம் எழுதத் தொடங்கியவன், அதைக் கிழித்து மேஜைக்கு அடியில் எறிந்துவிட்டான். "அட நான் இறந்து போனால் அவர்கள் தெரிந்து கொள்வார்கள். தவிர, நான் இறக்க மாட்டேன். இல்லை, நான் இன்னும் நீண்ட காலம் உலகில் வளைய வருவேன்' என்று நினைத்துக்கொண்டான். ஒரு முக்கியமான காரியத்துக்காக மறுநாள் விடியற்காலையில் தன்னிடம் வரும்படி பியோத்தருக்குக் கட்டளை இட்டான். அவன் தன்னைப் பீட்டர்ஸ்பர்க் அழைத்துச் செல்லப் போவதாக நினைத்தான் பியோத்தர். பஸாரவ் நேரம் தாழ்த்து உறங்கப் போனான். இரவு முழுவதும் ஒழுங்கற்ற கனவுகள் அவனை உலப்பின… அதின்த்ஸோவா அவன் முன் சுற்றி வந்தாள். அவளே அவனுடைய தாயாகவும் இருந்தாள். கரிய மீசையுள்ள பூனை ஒன்று அவள் பின்னே நடந்தது. அந்தப் பூனையாக இருந்தவள் ஃபேனிச்கா. பாவெல் பெத்ரோவிச் பெரிய மரக்கட்டையாகத் தோற்றம் அளித்தார். அந்தக் கட்டையோடு அவன் போரிடுவதும்

அவசியமாய் இருந்தது. பியோத்தர் நான்கு மணிக்கு அவனை எழுப்பினான். பஸாரவ் அக்கணமே உடை அணிந்துகொண்டு அவனோடு வெளியே சென்றான்.

காலை குளுகுளுவென்று இன்பமாய் இருந்தது. தெள்ளிய வெளிர் நீல வானில் வெளுப்பும் சாம்பலுமான பஞ்சுமேகங்கள் மிதந்தன. சிறு பனித் துளி இலைகள்மேலும் புறங்கள்மேலும் சிதறியிருந்தது, சிலந்தி வலைகளில் வெள்ளியாகப் பளிச்சிட்டது. ஈரக்கருநிலத்தின்மீது புலர்போதின் இளஞ் செம்மை இன்னும் எஞ்சியிருப்பது போலக் காணப்பட்டது. வானம் பாடிகளின் இசை விண் முழுவதிலுமிருந்து பொழிந்தது. பஸாரவ் சோலையை அடைந்து, மர நிழலில் உட்கார்ந்த பின்பே பியோத்தரிடம் அவன் செய்ய வேண்டிய வேலை என்ன என்பதைத் தெரிவித்தான். கல்வி பயின்ற ஏவலன் கதி கலங்கிப் போனான். அவன் தொலைவில் நின்று பார்ப்பதைத் தவிர வேறு ஒன்றும் செய்ய வேண்டியிராது என்றும், அவன்மேல் எவ்விதப் பொறுப்பும் சாராது என்றும் உறுதி கூறி அவனைத் தேற்றினான் பஸாரவ். “அதே சமயம், நீ எவ்வளவு முக்கியமான பங்கு ஆற்றப் போகிறாய் என்பதை எண்ணிப் பார்!” என்றான். பியோத்தர் கைளைப் பரப்பி, தலையைக் குனிந்துகொண்டு, உடம் பெல்லாம் பசுமை படர, பிர்ச் மரத்தில் சாய்ந்து கொண்டான்.

மார்யினோவிலிருந்து சாலை சோலையை ஒட்டினாற்போல வளைந்து சென்றது. அதன்மேல் படிந்திருந்த லேசான புழுதிப்படலம் சக்கரங்களாலோ, காலடிகளாலோ இன்னும் தொடப்படாதிருந்தது. பஸாரவ் தன் வசமின்றியே அந்தச் சாலை நெடுகிலும் கண்ணோட்டினான், ஒரு புல்லைப் பிய்த்துக் கடித்தான், “ஒரே மடத்தனம்!” என்று ஓயாமல் வாய்க்குள் சொல்லிக் கொண்டான். காலைக் குளிர் ஓரிரு தடவைகள் அவனை நடுங்க வைத்தது... பியோத்தர் சோர்வுடன் அவனை நோக்கினான். ஆனால் பஸாரவ் குறு நகை மட்டுமே செய்தான். அவன் திகில் அடையவில்லை.

சாலையில் குதிரைக் குளம்பொலி கேட்டது... மரங்களின் பின்னிருந்து வெளிப்பட்டான் ஒரு குடியானவன். முன்கால்கள் இணைத்த இரு குதிரைகளை ஓட்டி வந்தான் அவன். பஸாரவின் அருகாகச் செல்கையில் அவன் தொப்பியைக் கழற்றி மரியாதை செய்யாமலே அவனை ஏதோ விந்தையாகப் பார்த்தான். இது பியோத்தருக்குக்கெட்ட சகுனமாகத் தோன்றியது போலும். அவன் கலக்கம் அடைந்தான். “இவனும் அதிகாலையில் எழுந்திருக்கிறான், ஆனால் இவனாவது காரியமாகப் போகிறான், நாமோ?” என்று எண்ணிக் கொண்டான் பஸாரவ்.

“அவர் வருகிறார் போலிருக்கிறது” என்று திடீரென்று

கிசுகிசுத்தான் பியோத்தர்.

பஸாரவ் தலையை நிமிர்த்து, பாவெல் பெத்ரோவிச்சைக் கண்டான். கட்டம்போட்ட லேசான கோட்டும் வெண்பனி போலத் தூய வெண்மையான சராயும் அணிந்து சாலையில் விரைவாக நடந்து வந்தார் அவர். பச்சைக் கம்பளித் துணி சுற்றிய ஒரு பெட்டியை கக்கத்தில் இடுக்கியிருந்தார்.

முதலில் பஸாரவுக்கும் பிறகு பியோத்தருக்கும் (அந்தக் கணத்தில் அவனைப் போர்த் துணைவனாக மதித்து) வணக்கம் தெரிவித்து விட்டு, "மன்னித்துக்கொள்ளுங்கள். உங்களைக் காக்க வைத்துவிட்டேன் போலிருக்கிறது. என் அறைப் பணியாளை எழுப்ப நான் விரும்பவில்லை" என்றார்.

"பரவாயில்லை. நாங்களும் இப்போதுதான் வந்தோம்" என்றான் பஸாரவ்.

"ஆ! அப்படியானால் தேவலை!" என்று கூறிவிட்டு நாற்புறமும் பார்வை செலுத்தினார் பாவெல் பெத்ரோவிச். 'ஒருவரையும் காணோம். யாரும் குறுக்கிட மாட்டார்கள்... நாம் தொடங்கலாமா?"

"தொடங்குவோமே."

"புதிய விளக்கங்களை நீங்கள் கோர மாட்டீர்கள் என்று நம்புகிறேன்.

"நான் கோரவில்லை."

"கெட்டிக்கிறீர்களா?" என்று பெட்டியிலிருந்து கைத்துப்பாக்கிளை எடுத்தார் பாவெல் பெத்ரோவிச்.

"இல்லை, நீங்களே கெட்டியுங்கள், நான் அடிகளை அளக்கிறேன். என் கால்கள் அதிக நீளம்" என்று குறுநகையுடன் சொல்லிவிட்டு, 'ஒன்று, இரண்டு, மூன்று" என்று அளக்கத் தொடங்கினான் பஸாரவ்.

"யெவ்கேனி வஸீலிச், உங்கள் இஷ்டம், நான் நகர்ந்து கொள்கிறேன்" காய்ச்சல் கண்டவன் போல நடுங்கினான் பியோத்தர்.

"நான்கு... ஐந்து... நகர்ந்து கொள், தம்பீ, நகர்ந்து கொள். மரத்துக்குப் பின்னே நின்றுகொண்டு காதுகளை வேண்டுமானால் பொத்திக் கொள். கண்களை மட்டும் மூடி விடாதே. யார் விழுந்தாலும் ஓடிப்போய்த் தூக்கு. ஆறு... ஏழு... எட்டு.." பஸாரவ் நின்றான். "போதுமா? இல்லை, இன்னும் இரண்டு அடிகள் அடிக்கட்டுமா?" என்று பாவெல் பெத்ரோவிச்சிடம் கேட்டான்.

"இஷ்டம்போல் செய்யுங்கள்" என்று இரண்டாவது குண்டைக் கெட்டித்தவண்ணம் கூறினார் பாவெல் பெத்ரோவிச்.

"ஊம், இன்னும் இரண்டு அடிகள் சேர்த்துக்கொள்வோம்"

என்று அளந்து பூட்சு நுனியால் தரையில் கோடு கிழித்தான் பஸாரவ். 'இதுதான் எல்லைக்கோடு. ஆமாம், நாம் ஒவ்வொருவரும் எல்லைக் கோட்டிலிருந்து எத்தனை அடி தூரம் விலகி நிற்க வேண்டும்? இதுவும் முக்கியமான விஷயம். நேற்று இதைப்பற்றி நாம் விவாதிக்கவில்லை."

"பத்து அடிகள் விலகி நிற்க வேண்டும் என்று நான் நினைக்கிறேன்" என்று கூறி இரண்டு கைத்துப்பாக்கிகளையும் பஸாரவிடம் கொடுத்தார் பாவெல் பெத்ரோவிச். "தேர்ந்தெடுத்துக்கொண்டு அருளுங்கள்.

"அருள்கிறேன். ஆனால் ஒன்றை ஒப்புக் கொள்ளுங்கள், பாவெல்பெத்ரோவிச். நம்முடைய இருவர் போர் நகைப்பூட்டும் அளவுக்கு அசாதாரணமானது, அல்லவா? நம் போர்த் துணைவனின் முகத்தைத்தான் சற்று பாருங்களேன்."

"உங்களுக்கு எல்லாவற்றையும் கேலி செய்வதில் விருப்பம். நமது போர் விந்தையானது என்பதை நான் மறுக்கவில்லை. ஆனால் நான் மெய்யாகவே சுடப்போகிறேன் என்று எச்சரிப்பது என் கடமை என்று கருதுகிறேன்.(காதுகள் உள்ளவர்கள் கேட்கட்டும்! (பிரெஞ்சு)."

"ஓ! நாம் ஒருவரை ஒருவர் அழிக்க முடிவு செய்துவிட்டோம் என்பதில் எனக்குச் சந்தேகம் இல்லை. ஆனால் ஏன் சிரிக்கக்கூடாது, (பயனுள்ளதை இன்பமானதுடன் (லத்தீன்) ஒன்று சேர்க்கக்கூடாது? பார்த்தீர்களா, நீங்கள் என்னிடம் பிரெஞ்சு மொழியில் சொன்னதற்கு நான் லத்தீன் மொழியில் பதில் அளித்தேன்."

"நான் மெய்யாகவே சுடப்போகிறேன்" என்று மறுபடி சொல்லி விட்டுத் தம் இடத்துக்குச் சென்றார் பாவெல் பெத்ரோவிச். பஸாரவ் எல்லைக்கோட்டிலிருந்து பத்து அடிகள் அளந்து அங்கே நின்றுகொண்டான்.

"நீங்கள் தயாரா?" என்று கேட்டார் பாவெல் பெத்ரோவிச்.

"முற்றிலும்."

"அப்படியானால் நெருங்குவோம்."

பஸாரவ் மெதுவாக முன்னே நகர்ந்தான். பாவெல் பெத்ரோவிச் இடதுகையைப் பைக்குள் நுழைத்துக்கொண்டு கைத்துப்பாக்கிக் குழாயைப் படிப்படியாக உயர்த்தியவாறு அவனை நோக்கி அவ முன்னேறினார்... 'இவர் நேரே என் மூக்கைக் குறி வைக்கிறார். எவ்வளவு உன்னிப்பாகக் கண்களைச் சுரிக்கிறார், கொள்ளைக்காரர்!' என்று நினைத்துக்கொண்டான் பஸாரவ். "ஆனால் இது இன்பமற்ற உணர்ச்சி. அவருடைய கடிகாரச்

சங்கிலியைப் பார்க்கத் தொடங்குகிறேன்...” எதுவோ பஸாரவின் காதோரமாகத் திடீரென இரைந்து சென்றது. அதே கணத்தில் வெடியோசை கேட்டது. ‘ஓசை கேட்டது. எனவே ஒன்றும் நேர்ந்துவிடவில்லை” என்ற எண்ணம் ஓர் அடி எடுத்து வைத்து, குறி பார்க்காமலே துப்பாக்கிக் கொண்டியை அழுத்தினான்.

பாவெல்பெத்ரோவிச் லேசாக நடுங்கி, தொடையைப் பிடித்துக் கொண்டார். அவருடைய வெள்ளைச் சராய் மேல் செங்குருதித் தாரை பெருகியது.

பஸாரவ் கைத்துப்பாக்கியை ஒருபுறம் எறிந்துவிட்டு, தன் எதிரியை நெருங்கினான்.

“உங்களுக்குக் காயம் பட்டுவிட்டதோ?” என்று கேட்டான்.

“என்னை எல்லைக்கோட்டுக்கு அழைக்க உங்களுக்கு உரிமை இருந்தது. இது அற்பச் சிராய்ப்பு. நிபந்தனைப்படி நாம் ஆளுக்கு இன்னொரு குண்டு சுடலாம்” என்று கூறினார் பாவெல் பெத்ரோவிச்.

“போதும். இதை அடுத்த தடவைக்கு வைத்துக்கொள்வோம்” என்று சொல்லி, வெளிறத் தொடங்கிய பாவெல் பெத்ரோவிச்சை அணைத்துப் பிடித்தான் பஸாரவ். “இப்போது நான் போர் எதிராளி அல்ல, மருத்துவன். எல்லாவற்றுக்கும் முன்னதாக நான் உங்கள் காயத்தைப் பார்க்க வேண்டும். பியோத்தர்! இங்கே வா, பியோத்தர்! எங்கே ஒளிந்து கொண்டாய்?”

“இதெல்லாம் வீண்... எனக்கு யாருடைய உதவியும் தேவை இல்லை” என்று நிறுத்தி நிறுத்திப் பேசினார் பாவெல் பெத்ரோவிச். “நாம்... செய்ய வேண்டியது... மறுபடி....” அவர் மீசையை முறுக்க முயன்றார், ஆனால் அவர் கை தளர்ந்துவிட்டது, விழிகள் செருகிக் கொண்டன, அவர் உணர்வு இழந்தார்.

“விந்தைதான் போ! மூர்ச்சை! எதனாலாம்?”

என்று தன் வசமின்றியே கூவி, பாவெல்பெத்ரோவிச்சைப் புல்மேல் கிடத்தினான் பஸாரவ். “பார்ப்போம் என்ன நேர்ந்தது என்று?’ அவன் கைக்குட்டையை எடுத்து இரத்தத்தைத் துடைத்துவிட்டுக் காயத்தைச் சுற்றிலும் தொட்டுப் பார்த்தான். “எலும்பு சேதம் அடையவில்லை. குண்டு ஆழத்தில் பாயாமல் ஊடுருவியிருக்கிறது. ஒரு தசை,மட்டுமே சிதைந்திருக்கிறது. மூன்று வாரஙகளில் நடனங்கள்கூட ஆடலாம்!... ஆனால் மூர்ச்சை! ஐயோ, இந்த நரம்புநோயாளிகள்! தோலைத்தான் பாரேன், எவ்வளவு மெல்லியது” என்று வாய்க்குள் முணுமுணுத்தான்.

“கொல்லப்பட்டு விட்டாருங்களா?” என்று அவன் முதுகுக்குப்பின்

கேட்டது பியோத்தரின் நடுங்கும் குரல்.

பஸாரவ் திரும்பிப் பார்த்தான்.

“சட்டென்று ஓடிப்போய்த் தண்ணீர் கொண்டு வா, தம்பீ. இவர் நம்மைப்போலவே இன்னும் வாழ்வார்” என்றான்.

ஆனால் சீர்திருத்தம் பெற்ற பணியாள் அவனைப் புரிந்து கொள்ளவில்லை போல இடத்தை விட்டு அசையாமல் நின்றான். பாவெல் பெத்ரோவிச் மெதுவாகக் கண்களைத் திறந்தார். ‘உயிரை விடுகிறார்!” என்று கிசுகிசுத்துச் சிலுவைக்குறி இடத் தொடங்கினான் பியோத்தர்.

“நீங்கள் சொன்னது உண்மைதான். எவ்வளவு அசடு வழியும் முகத் தோற்றம்!” என்று சிரமத்துடன் முறுவலித்தவாறு கூறினார் காயமடைந்த கனவான்.

“அட, போய்த் தண்ணீர் கொண்டு வாயேன் சைத்தான்!” என்று கத்தினான் பஸாரவ்.

“வேண்டாம்... இது கண நேரத் தலைச்சுற்றல் மட்டுமே... எனக்கு உட்கார உதவுங்கள்... அப்படித்தான்... இந்த சிராய்ப்பை எதனாலாவது கட்டிவிட்டால் நான் வீட்டுக்கு நடந்தே போய்விடுவேன். இல்லா விட்டால் எனக்காக வண்டி அனுப்பலாம். உங்களுக்குச் சம்மதமானால் போரை மறுபடி நடத்த வேண்டாம். நீங்கள் பெருந்தன்மையுடன் நடந்து கொண்டீர்கள்... இன்று, இன்று - குறித்துக் கொள்ளுங்கள்.

“போனதை நினைத்துப்பார்ப்பதில் பயன் இல்லை. வருங்காலத்தைப் பற்றியும் மண்டையை உடைத்துக் கொள்ளத் தேவை இல்லை, ஏனென்றால் நான் உடனே கம்பி நீட்டிவிடுவதாக இருக்கிறேன். உங்கள் காயத்துக்குக் கட்டுப்போட விடுங்கள். உங்கள் காயம் அபாயமானது அல்ல, இருந்தாலும் இரத்தப்பெருக்கை நிறுத்துவது மேல். ஆனால் முதலில் இந்த ஜடத்துக்கு உணர்ச்சியூட்டுவது அவசியம்.

பஸாரவ் பியோத்தரின் கோட்டுக் காலரைப் பற்றி உலுக்கி வண்டி கொண்டு வர அனுப்பினான்.

“இதோ பார், தம்பியைக் கலவரப்படுத்தாதே. அவனிடம் நடந்ததைச் சொல்லவே சொல்லாதே” என்றார் பாவெல் பெத்ரோவிச்.

பியோத்தர் ஓடினான். அவன் வண்டி கொண்டு வரச்சென்றதும் இருஎதிரிகளும் தரையில் உட்கார்ந்து மௌனமாய் இருந்தார்கள். பாவெல்பெத்ரோவிச் பஸாரவைப் பார்க்காதிருக்க முயன்றார். அவனுடன் சமாதானம் செய்து கொள்ள அவர் இப்போதும்

விரும்பவில்லை. தமது செருக்குக்காகவும், தமது தோல்விக்காகவும் அவர் நாணினார். தாம் ஏற்பாடு செய்த விவகாரம் முழுவதற்காகவுமே அவர்வெட்கினார். ஆனால் இதைவிட நல்லமுறையில் அது முடிந்திருக்க முடியாது என்றும் உணர்ந்தார். "குறைந்தபட்சம் இங்கேயே டேரா போடாமல் ஒழிந்துவிடுவான் இவன். அதற்கே நன்றி பாராட்ட வேண்டும்" என்று தம்மைத் தேற்றிக்கொண்டார். பாரமாய் அழுத்திய, க்கம எக்கச்சக்கமான மௌனம் நீடித்தது. இருவருக்குமே ஏதோ போல் இருந்தது. அடுத்தவன் தன்னைப்புரிந்து கொள்கிறான் என்று இருவரும் உணர்ந்தார்கள். நண்பர்களுக்கு இந்த உணர்வு இனியது, நட்பு அற்றவர்களுக்கோ மிகவும் கைப்பானது, அதிலும் விளக்கம் தெரிவிக்கவோ விலகிப்போகவோ முடியாதபோது.

"உங்கள் காலை நான் இறுக்கிக்கட்டிவிட்டேனோ?" என்று கடைசியில் கேட்டான் பஸாரவ்.

"இல்லை, பரவாயில்லை. நேர்த்தியாய் இருக்கிறது" என்று பதில் அளித்தார் பாவெல் பெத்ரோவிச். சற்றுநேரம் பொறுத்து, "தம்பியை ஏமாற்ற முடியாது. நாம் அரசியல் காரணங்களுக்காகச் சண்டை போட்டுக் கொண்டோம் என்று அவனிடம் சொல்ல வேண்டியிருக்கும்?" என்றார்.

"நிரம்ப நல்லது. நான் எல்லா ஆங்கில பக்தர்களையும் திட்டினேன் என்று நீங்கள் சொல்லலாம்" என்றான் பஸாரவ்.

"அருமை. ஆமாம், இந்த ஆள் நம்மைப் பற்றி இப்போது என்ன எண்ணுகிறான் என்று நினைக்கிறீர்கள்?" என்று கூறி, சுடுவதற்கு முன்னால் ஜோடிக் குதிரைகளுடன் பஸாரவின் அருகாகச் சென்ற குடியானவனைச் சுட்டினார் பாவெல் பெத்ரோவிச். சாலை வழியே திரும்புகையில் அவன் 'எஜமானர்களின்" எதிரில் மரியாதையாகத் தொப்பியைக் கழற்றிக் கொண்டான்.

"யார் கண்டார்கள்? அனேகமாக நிச்சயமானது. அவன் ஒன்றுமே எண்ணவில்லை என்பதுதான். ருஷ்யக் குடியானவன், ஒரு காலத்தில் ராட்கிளிஃப் சீமாட்டி * அவ்வளவு நிறைய வருணித்த அதே மர்மம் நிறைந்த வேற்றாள்தான். அவனை யாரால் புரிந்து கொள்ள முடியும்? அவன் தன்னைப் புரிந்துகொள்ளவில்லையே."

"ஓ! நீங்கள் அப்படித் திரிக்கிறீர்களா?" என்று ஆரம்பித்த பாவெல் பெத்ரோவிச் திடீரென்று, 'அதோ பாருங்கள், உங்கள் மடையன்

---

* ராட்கிளிஃப் சீமாட்டி ஆங்கில எழுத்தாளர் (1764-1823). கற்பனைப் பயங்கரங்களையும் மர்ம நிகழ்ச்சிகளையும் வருணிப்பது இவரது நூல்களின் சிறப்பு.

பியோத்தர் என்ன செய்திருக்கிறான் என்று! தம்பி வண்டியில் இங்கே வருகிறானே!" என்று கூவினார்.

பஸாரவ், வண்டியில் உட்கார்ந்திருந்த நிக்கலாய் பெத்ரோவிச்சின் வெளிறிய முகத்தைக் கண்டான். வண்டி நிற்பதற்கு முன்பே அவர் அதிலிருந்து குதித்து, அண்ணனிடம் பாய்ந்து ஓடினார்.

"இதற்கு என்ன அர்த்தம்? யெவ்கேனி வஸீலிச், தயை செய்து சொல்லுங்கள், என்ன இது?" என்று கிளர்ச்சி பொங்கும் குரலில் கேட்டார்.

"ஒன்றும் இல்லை. அந்த ஆள் வீணாக உன்னைக் கலவரப்படுத்தி விட்டான். திருவாளர் பஸாரவும் நானும் கொஞ்சம் சச்சரவு இட்டுக் கொண்டோம், அதற்கு நான் கொஞ்சம் விலை செலுத்த வேண்டியதாயிற்று, அவ்வளவுதான்" என்று விடையளித்தார் பாவெல் பெத்ரோவிச்.

"ஆனால் எதற்காக நடந்தது சண்டை, ஆண்டவன் பெயரால் கேட்கிறேன்?"

"உனக்கு எப்படி விவரிப்பது? திருவாளர் பஸாரவ், ஸர்ராபர்ட் பீலைப்* பற்றி மரியாதை இல்லாமல் பேசினார். கையோட ஒன்று சொல்லிவிடுகிறேன். இந்த விவகாரம் முழுவதிலும் குற்றவாளி நான் ஒருவன் மட்டுமே. திருவாளர் பஸாரவ் மிகவும் பண்புடன் நடந்து கொண்டார். நான்தான் அவரைப் போருக்கு அறைகூவினேன்."

"அடே, உனக்கு இரத்தம் வருகிறதே!"

"நீ என்ன, என் நாளங்களில் தண்ணீர் ஓடுகிறது என்று நினைத்தாயா? இப்படி இரத்தம் வெளியேறியது எனக்கு உபயோகமானதுகூட. உண்மைதானே, டாக்டர்? எனக்கு வண்டியில் உட்கார உதவி செய், ஏக்கத்துக்கு ஆளாகாதே. நாளைக்கே என் உடம்பு சரி ஆகிவிடும். அப்படித்தான், அருமை. விடு, வண்டிக்காரா."

நிக்கலாய் பெத்ரோவிச் வண்டியின் பின்னே சென்றார். பஸாரவ் தயங்கி நின்றான்...

"அண்ணனைக் கவனித்துக்கொள்ளும்படி உங்களைக் கேட்டுக் கொள்கிறேன், வேறு மருத்துவரை அழைத்து வரும்வரை" என்று அவனிடம் சொன்னார் நிக்கலாய்பெத்ரோவிச்.

பஸாரவ் மௌனமாகத் தலை வணங்கினான்.

ஒரு மணி நேரத்தில் பாவெல் பெத்ரோவிச் நேர்த்தியாகக் கட்டு போட்ட காலுடன் கட்டிலில் படுத்திருந்தார். வீடு

---

* *(ராபர்ட் பீல் (1788-1850) - பிரிட்டிஷ் ராஜதந்திரி, கன்சர்வடிவ்)*

முழுவதும் கலவரம் அடைந்து குழம்பியது. ஃபேனிச்கா பதைபதைத்தாள். நிக்கலாய் பெத்ரோவிச் ஒருவரும்காணாதபடி கையை நெரித்துக்கொண்டார். ஆனால் பாவெல்பெத்ரோவிச்சோ, சிரித்தார், வேடிக்கையாகப் பேசினார், சிறப்பாக பஸாரவுடன். மெல்லிய மல் துணிச்சட்டையும் நாகரிகமான காலைக்கோட்டும் விளிம்பில்லாத குல்லாயும் அணிந்திருந்தார். ஜன்னல் திரைகளைப் போடக்கூடாது என்று சொல்லி விட்டார். சாப்பாட்டை நிறுத்தி வைக்க வேண்டியிருப்பது பற்றிக்குறை கூறினார்.

ஆனால் இரவில் அவருக்குக் காய்ச்சல் அடித்தது. தலை வலித்தது. நகரத்திலிருந்து டாக்டர் வந்தார். நிக்கலாய் பெத்ரோவிச் தமையனார் சொன்னதைக் கேட்கவில்லை. பஸாரவும் நகரத்து மருத்துவர் வருவதை விரும்பினான். அவன் மஞ்சள் பாரித்த மேனியும் சிடுசிடுப்புமாக நாள் முழுவதும் தன் அறையில் உட்கார்ந்திருந்தான். மிகக்குறுகிய நேரத்துக்கே நோயாளியைப் போய்ப் பார்த்து வந்தான். இரண்டொருமுறை அவன் ஃபேனிச்காவை எதிர்ப்பட நேர்ந்தது. அவள் அச்சமும் அருவருப்பும் தோன்ற அவனிடமிருந்து துள்ளி விலகினாள். புதிய மருத்துவன் குளிர்பானங்கள் பருகும்படி யோசனை சொன்னான். ஒருவித அபாயமும் ஏற்பட வாய்ப்பு இல்லை என்று பஸாரவ் கூறியதையே மொத்தத்தில் உறுதிப்படுத்தினான். தமையனார் அஜாக்கிதை காரணமாகத் தம்மைத்தாமே காயப்படுத்திக் கொண்டார் என்று நிக்கலாய் பெத்ரோவிச் அவனிடம் சொன்னார். மருத்துவன் அதற்கு “ஹ்ம்!” என்று விடை தெரிவித்தான். ஆனால் உடனேயே இருபத்தைந்து வெள்ளி ரூபிள்கள் கையில் கிடைத்ததும் அவன் கூறினான்:

“அப்படியா! இந்த மாதிரி அடிக்கடி நேர்கிறது, மெய்யாகவே.”

வீட்டில் ஒருவருமே உடை மாற்றிக் கொள்ளவோ படுத்துக் கொள்ளவோ இல்லை. நிக்கலாய் பெத்ரோவிச் ஓசைப்படாமல் நடந்து அடிக்கடி அண்ணனின் அறைக்குள் போவதும் வருவதுமாக இருந்தார். தமையனார் உறக்க மயக்கத்தில் ஆழ்ந்தார். லேசாக முனகினார், தம்பியிடம் பிரெஞ்சு மொழியில் “படுத்துக் கொள்” என்றார், குடிக்கத் தண்ணீர்கேட்டார். நிக்கலாய் பெத்ரோவிச் ஒரு தடவை அவருக்கு லெமனேடு கொண்டு தரும்படி ஃபேனிச்காவைப் பணித்தார். பாவெல் பெத்ரோவிச் அவளையே நிலையாக நோக்கியவாறு லெமனேடை அடியொட்டப் பருகினார். காலைத் தறுவாயில் காய்ச்சல் கொஞ்சம் அதிகமாயிற்று. லேசாக ஜன்னி கண்டது. முதலில் பாவெல்பெத்ரோவிச் தொடர்பற்ற சொற்களைப் பிதற்றினார். பின்பு திடீரென்று கண்களைத் திறந்தவர் கட்டில் அருகே கவலையுடன் தன் பக்கம் குனிந்து நின்று கொண்டிருந்த

தம்பியைக் கண்டதும், "நிக்கலாய், ஃபேனிச்காவிடம் நெல்லியின் ஜாடை எதுவோ இருக்கிறது, உண்மைதானே?" என்று கேட்டார்.

"எந்த நெல்லியின் ஜாடை, அண்ணா?"

"என்ன இப்படிக் கேட்கிறாய்? சிற்றரசி ர...வின் ஜாடை. அதிலும் முகத்தின் மேல் பாகத்தில். அதே மாதிரி."

நிக்கலாய்பெத்ரோவிச் ஒன்றும் பதில் சொல்லவில்லை, ஆனால் மனிதனின் உள்ளத்தில் பழைய உணர்ச்சிகள் எவ்வளவு உயிரோட்டத்துடன் நிலைத்திருக்கின்றன என்பதை எண்ணித் தமக்குள் வியந்தார்.

"இந்தச் சந்தர்ப்பத்தில் அது வெளியே பொங்கி வந்திருக்கிறது" என்று நினைத்துக்கொண்டார்.

"ஆ, இந்த அற்ப ஜீவனை நான் எவ்வளவு காதலிக்கிறேன்!" என்று கைகளை ஏக்கத்துடன் தலைக்குப் பின்னே கிடத்தியவாறு முனகினார் பாவெல்பெத்ரோவிச். "எவனேனும் துடுக்கன் அவளைத் தொடத் துணிந்தால் என்னால் பொறுக்க முடியாது..." என்று சில கணங்களுக்குப் பின் அவர் குழறினார். நிக்கலாய் பெத்ரோவிச் வெறுமே பெருமூச்செறிந்தார். இந்தச் சொற்கள் யாரைக் குறித்தன என்று அவருக்குப் புரியவே இல்லை.

மறுநாள் காலை சுமார் எட்டு மணிக்கு பஸாரவ் அவரிடம் வந்தான். தன் எல்லாத் தவளைகளையும் பூச்சிகளையும் பறவை களையும் விட்டுவிட்டு அதற்குள் மூட்டைகட்டிப் பயணத்துக்குத் தயாராகி விட்டான் அவன்.

நிக்கலாய் பெத்ரோவிச் அவனை எதிர்கொள்ள எழுந்து, "நீங்கள் என்னிடம் பிரிவு சொல்லிக் கொள்ள வந்தீர்களா?" என்று கேட்டார்.

"ஆமாம்."

"நான் உங்களைப் புரிந்து கொள்கிறேன், மிகவும் பாராட்டுகிறேன். நிச்சயமாக என் அப்பாவி அண்ணன்தான் குற்றவாளி. அதற்கு அவன் தண்டிக்கவும் பட்டு விட்டான். வேறு விதமாக நடந்துகொள்ள வாய்ப்பே இல்லாத நிலையில் உங்களை வைத்துவிட்டதாக அவனே என்னிடம் சொன்னான். இந்தப் போரைத் தவிர்க்க உங்களால் முடியவில்லை என்று நான் நம்புகிறேன். இது ... இது.. உங்கள் பரஸ்பர நோக்கில் இருந்த நிலையான முரண்பாடு காரணமாகவே நேர்ந்தது" (நிக்கலாய் பெத்ரோவிச் சொற்களைக் குழப்பினார்). "என் தமையன் பழைய வார்ப்பில் உருஆனவன், முன்கோபி, பிடிவாதக்காரன்... ஆண்டவன் அருள்தான் விவகாரம் இப்படியாவது முடிந்தது. விஷயம் பரவாமல் இருப்பதற்கு வேண்டியவற்றை எல்லாம் நான் செய்திருக்கிறேன்..."

"ஏதாவது சிக்கல் நேர்ந்தால் என் முகவரியை உங்களுக்குக் கொடுக்கிறேன்" என்று அசட்டையாகக் கூறினான் பஸாரவ்.

"ஒரு சிக்கலும் நேராது என்று நம்புகிறேன், யெவ்கேனி வஸீலிச்.. என் வீட்டில் உங்கள் வாசம் இப்படி... இப்படி முடிந்தது பற்றி எனக்கு நிரம்ப வருத்தம். அதிலும் அர்க்காதி..."

எல்லா வகையான 'விளக்கங்களும்' 'விரிவுரைகளும்' பஸாரவின் பொறுமையைச் சோதித்தன. எனவே அவன் பெரியவருடைய பேச்சை இடை முறித்து, "நான் அர்க்காதியைக் கட்டாயம் சந்திப்பேன். அது முடியாமல் போனால் அவனுக்கு என் வணக்கத்தைத் தெரிவிக்கும் படியும், அவன் சார்பில் என் வருத்தத்தை ஏற்றுக்கொள்ளும்படியும் உங்களை வேண்டிக் கொள்கிறேன்" என்றான்.

"நானும் உங்களை வேண்டிக்கொள்கிறேன்..." என்று தலைவணங்கி மறுமொழி பகர்ந்தார் நிக்கலாய் பெத்ரோவிச். ஆனால் பஸாரவ் அவருடைய வாக்கியம் முடிவதற்காகக் காத்திராமல் வெளியே சென்றான்.

பஸாரவ் போகப் போவதை அறிந்த பாவெல் பெத்ரோவிச் அவனைப் பார்க்க விரும்பினார், அவன் கையைக் குலுக்கினார். ஆனால் பஸாரவ் உணர்ச்சி வெப்பம் அற்ற பனிக்கட்டியாய் நின்றான். பாவெல் பெத்ரோவிச் தம் பெருந்தன்மையைக் காட்ட விரும்புகிறார் என்பதை அவன் புரிந்துகொண்டான். ஃபேனிச்காவிடம் விடை பெற அவனுக்கு வாய்க்கவில்லை. ஜன்னல் வழியே அவனும் அவளும் ஒருவரையொருவர் பார்த்துக்கொள்ள மட்டுமே செய்தார்கள். அவளுடைய முகம் துயர் நிறைந்ததாக அவனுக்குக் காணப்பட்டது. "ஏங்கிப் போவாள், ஒருவேளை! ஆனால் எப்படியும் சமாளித்துக் கொள்வாள்!" என்று மனதுக்குள் சொல்லிக் கொண்டான். மாறாக, பியோத்தர் ஒரேயடியாக உணர்ச்சி வசப்பட்டு அவன் தோளில் முகத்தை அழுத்திக் கொண்டு கண்ணீர் பெருக்கினான். அவன் கண்களில் குளம் வெட்டி வைத்திருக்கிறானா என்று பஸாரவ் வரட்டுத்தனமாகக்கேட்டு அவனுடைய உணர்ச்சிப் பெருக்குக்கு அணை போட்டான். துன்யாஷாவோதன் உள்ளக் கிளர்ச்சியை மறைப்பதற்காகச் சோலைக்குள் ஓட வேண்டியதாயிற்று. இந்தச்சோகத்துக்கெல்லாம் காரணமானவன் வண்டியில் ஏறிக்கொண்டு சுருட்டு புகைத்தான். நாலாவது கிலோமீட்டரில், சாலைத்திருப்பத்தில், ஒரேவரிசையாக நீண்டிருந்த கிர்ஸானவின் பண்ணையும் எஜமானின் புதிய வீடும் கடைசி முறையாகப் பார்வைக்குத் தென்பட்டதும் அவன் 'பாழாய்ப்போன பிரபுக்கும்பல்'" என்று முணுமுணுத்து எச்சிலை உமிழ்ந்துவிட்டு மேல்கோட்டை இன்னும் இறுகப்போர்த்துக்

கொண்டான்.

பாவெல் பெத்ரோவிச்சுக்கு விரைவில் உடம்பு நேராகிவிட்டது. ஆனால் ஒரு வாரம் போல அவர் படுத்த படுக்கையாக இருக்க நேர்ந்தது. இதை அவர் சிறைவாசம் என்று கூறி, போதிய அளவு பொறுமையுடன் சகித்துக் கொண்டார். தோற்றத்தைக் கச்சிதமாக வைத்துக் கொள்வதில் தான் அவர் வெகு பாடுபட்டார், ஒடிகொலோன் தெளிக்கும்படி ஓயாமல் கேட்டுக் கொண்டிருந்தார். நிக்கலாய்பெத்ரோவிச் அவருக்குப் பத்திரிகைகள் படித்துக்காட்டினார். ஃபேனிச்கா முன்போலவே அவருக்குப் பணிவிடை செய்தாள்.சூப்பும் லெமனேடும் வெந்த முட்டையும் தேநீரும் அவருக்குக்கொண்டுவந்து கொடுத்தாள். ஆயினும் அவருடைய அறைக்குள் வரும்போதெல்லாம் மறைமுகமான அச்சமும் அருவருப்பும் அவளை ஆட்கொள்ளும். பாவெல் பெத்ரோவிச்சின் எதிர்பாராத நடத்தை வீட்டில் எல்லோருக்கும் திகில் ஊட்டியது, அவளுக்கோ, யாவரையும் விட அதிகமாக, புரக்கோஃபிச் ஒருவன் மட்டுமே கலக்கம் அடையவில்லை. தன்காலத்திலும் சீமான்கள்சண்டை போட்டுக் கொள்வது உண்டு என்றும் ஆனால் “பிரபுவம்சச் சீமான்கள் தங்களுக்குள் மட்டுமே போரிடுவார்கள். இந்த மாதிரிப் போக்கிரிகளைக் காலித்தனத்துக்குக் குதிரை லாயத்தில் கட்டி வைத்து உரிக்க உத்தரவிடுவார்கள்” என்றும் அவன் விவரித்தான்.

ஃபேனிச்காவின் மனச்சான்று அவளை அனேகமாக கடிந்து கொள்ளவில்லை. ஆனால் சண்டையின் உண்மைக்காரணம் அவளை அவ்வப்போது வதைத்தது. தவிர, பாவெல் பெத்ரோவிச்சும் அவளை விசித்திரமாகப் பார்த்தார்... அவள் முதுகு அவர் பக்கம் திரும்பி இருக்கும்போதுகூட அவருடைய விழிகள் தன்மேல் பதிந்திருப்பதை அவள் உணர்ந்தாள் -அந்த அளவுக்கு விந்தையாக நோக்கினார் அவர். இடையறாத உள்ளக் கலவரத்தால் அவள் மெலிந்து போனாள். இதனால் வழக்கமாக நேர்வதுபோலவே, முன்னிலும் இனியவளாகத் தோற்றம் அளித்தாள்.

ஒருநாள்காலையில் பாவெல் பெத்ரோவிச்சுக்கு உடம்பு சரியாயிருந்தது. அவர் கட்டிலிலிருந்து நீள் சோபாவுக்கு இடத்தை மாற்றிக் கொண்டார். அவருடைய உடல்நிலை பற்றித் தெரிந்து கொண்டபின் நிக்கலாய் பெத்ரோவிச் அடிகளத்துக்குப் போய்விட்டார். ஃபேனிச்கா கிண்ணத்தில் தேநீர்கொண்டு வந்து சிறு மேஜைமேல் வைத்துவிட்டு வெளியே போகப் புறப்பட்டாள். பாவெல் பெத்ரோவிச் அவளை நிறுத்தினார்.

“எங்கே போக இப்படி அவசரப்படுகிறீர்கள்? உங்களுக்குக் காரியம் இருக்கிறதா?” என்று கேட்டார்.

"இல்லைங்க... ஆமாமுங்க... தேநீர் ஊற்ற வேண்டும்."

"துன்யாஷா நீங்கள் இல்லாமலே இதைச்செய்து கொள்வாள். இந்தநோயாளி அருகே கொஞ்சம் உட்காருங்கள். எனக்கு உங்களிடம் பேச வேண்டியிருக்கிறது."

ஃபேனிச்கா பேசாமல் நாற்காலி விளிம்பில் அமர்ந்தாள்.

"கேளுங்கள்" என்றுமீசையை முறுக்கினார் பாவெல் பெத்ரோவிச். "வெகு காலமாகவே உங்களிடம் கேட்க வேண்டும் என்று இருந்தேன். நீங்கள் என்னிடம் பயப்படுகிறீர்கள் போலிருக்கிறதே, அப்படித்தானா?"

"நானுங்களா?"

"ஆமாம், நீங்கள். என்னை நீங்கள் நேரிட்டுப் பார்ப்பதே இல்லை. உங்கள் மனத்தில் ஏதோ மாசு இருப்பதுபோல."

ஃபேனிச்கா முகம் சிவந்தாள். ஆனால் பாவெல் பெத்ரோவிச்சைப் பார்வையிட்டாள். அவர் அவளுக்கு விந்தையான தோற்றம் அளித்தார். அவள் உள்ளம் லேசாக நடுங்கியது.

"உங்கள் மனத்தில் மாசு இல்லையே?" என்று கேட்டார் அவர்.

"அதில் எதற்காக மாசு இருக்க வேண்டும்?" என்று கிசுகிசுத்தாள் அவள்.

"எத்தனையோ காரணங்கள் இருக்கலாம்! ஆனால் நீங்கள் யாருக்குக் குற்றவாளியாக இருக்க முடியும்? எனக்கா? இது சாத்தியம் இல்லை. இங்கே வீட்டில் உள்ள வேறு நபருக்கா? இதுவும் நடக்கக்கூடியது அல்ல. தம்பிக்கா என்ன? ஆனால் நீங்கள்தாம் அவனைக் காதலிக்கிறீர்களே?"

"காதலிக்கிறேன்."

"உளமார, நெஞ்சார?"

"நிக்கலாய் பெத்ரோவிச்சை நான் நெஞ்சாரக் காதலிக்கிறேன்."

"மெய்தானா? எங்கே, என்னைப் பாருங்கள், ஃபேனிச்கா, "(அவர் முதல் தடவையாக அவளை இந்தப் பெயரால் விளித்தார்) "பொய் சொல்லுவது பெரிய பாவம், தெரியும் அல்லவா?"

"நான் பொய் சொல்லவில்லை, பாவெல் பெத்ரோவிச். என்னால் நிக்கலாய் பெத்ரோவிச்சைக் காதலிக்காமல் இருக்க முடியுமா அதற்குப்பிறகு எனக்கு உயிர் வாழவே வேண்டாம்!"

"அவனுக்குப் பதிலாகவேறு யாரையுமே காதலிக்க மாட்டீர்களோ?"

"அவருக்குப்பதிலாக வேறு யாரை நான் காதலிக்க முடியும்?"

"யாரையாவது! இங்கிருந்து போய்விட்டாரே, அந்த கனவானைத்தான் வைத்துக் கொள்வோமே!"

ஃபேனிச்கா எழுந்திருந்தாள்.

"அட. என் ஆண்டவனே! பாவெல் பெத்ரோவிச், நீங்கள் என்னை எதற்காக வதைக்கிறீர்கள்? நான் உங்களுக்கு என்ன செய்தேன்? இந்த மாதிரி வார்த்தை எப்படிப் பேசலாம்?"

"ஃபேனிச்கா" என்று துயர் தோய்ந்த குரலில் விளித்தார் பாவெல் பெத்ரோவிச். "நான்தான் பார்த்தேனே..."

"என்ன பார்த்தீர்கள் நீங்கள்?"

"அட அங்கே... கொடிவீட்டில்...."

ஃபேனிச்கா முகம் முழுவதும் கன்றிச்சிவந்தாள்.

"இதில் என் குற்றம் என்னவாம்?" என்று சிரமத்துடன் மொழிந்தாள். பாவெல் பெத்ரோவிச் நிமிர்ந்து உட்கார்ந்தார்.

"உங்கள் குற்றம் ஒன்றும் இல்லையா? இல்லையா? கொஞ்சங்கூட?"

"நான் உலகத்தில் நிக்கலாய் பெத்ரோவிச் ஒருவரைத்தான் காதலிக்கிறேன், என்றென்றும் காதலிப்பேன்!" என்று திடீரென்று பொங்கிய வலிமையுடன் கூறினாள் ஃபேனிச்கா. ஆனால் அழுகை அவள் தொண்டை வரையில் வந்து அடைத்தது. "நீங்கள் பார்த்ததைப் பொறுத்த வரையில், இறுதித் தீர்ப்பு நாளில் கூட நான் சொல்லுவேன், இதில் என் குற்றம் ஒன்றும் கிடையாது, இருந்ததும் இல்லை என்று. என்னை இந்த விஷயத்தில் மற்றவர்கள் சந்தேகிக்க முடியும் என்றால் நான் இப்போதே செத்துவிடுவதுமேல். நான் என் உபகாரிக்கு, நிக்கலாய் பெத்ரோவிச்சுக்கு..."

ஆனால் இங்கே குரல் அவளைக் கைவிட்டுவிட்டது.அதே சமயம் பாவெல் பெதரோவிச் தன் கையைப்பிடித்து அழுத்துவதையும் அவள் உணர்ந்தாள்... அவரை நோக்கியவள், அப்படியே கல்லாய்ச் சமைந்து போனாள். அவர் முன்னைவிட வெளிறிப் போயிருந்தார். அவர் விழிகள் பளிச்சிட்டன. எல்லாவற்றிலும் ஆச்சரியம் என்னவென்றால், பருத்த கண்ணீர்த் துளி ஒன்று அவர் கன்னத்தில் உருண்டோடியது.

"ஃபேனிச்கா!" என்று ஏதோ விந்தையான குரலில் கிசுகிசுத்தார் அவர். "காதலியுங்கள், காதலியுங்கள் என் தம்பியை! அவன் அவ்வளவு பெருந்தன்மை உள்ளவன், நல்லவன்! உலகில் யாருக்காகவும் அவனுக்கு துரோகம் செய்யாதீர்கள். யாருடைய பேச்சையும் கேட்காதீர்கள்! காதலிப்பவன் காதலிக்கப்படாமல் இருப்பதைக் காட்டிலும் பயங்கரமானது வேறு என்ன இருக்க

முடியும் என்று யோசித்துப் பாருங்கள்! பாவம் என் நிக்கலாயை ஒருபோதும் கை விடாதீர்கள்!"

ஆச்சரியப்பெருக்கினால்ஃபேனிச்காவின் விழிநீர் உலர்ந்துவிட்டது. பயம் போய்விட்டது. ஆனால்பாவெல் பெத்ரோவிச் அவளுடைய கையை உதடுகளில் அழுத்திக் கொண்டு, அதை முத்தமிடாமல் சற்றைக்கொருதரம் ஜுர வேகத்தில் பெருமூச்சு விட்டவாறு அதோடு ஒட்டிக்கொண்டதும் அவளுக்கு என்ன செய்வது என்றே தெரியவில்லை...

"கடவுளே! திடீர்க் காய்ச்சல் வந்து விட்டதா என்ன இவருக்கு?" என்று நினைத்தாள்.

ஆனால்பாழ்பட்ட வாழ்க்கை முழுவதும் அந்தக் கணத்தில் அவருக்குள் துடிதுடித்தது.

விரைந்த காலடிகளால் படிக்கட்டு கிரீச்சிட்டது... அவர் அவளைத் தம்மிடமிருந்து அப்பால் தள்ளிவிட்டுத் தலையணையில் தலையை கிடத்திக்கொண்டார். கதவு திறந்தது. குதூகலமும் புதுத் தென்பும் பொங்க, சிவப்பேறிய முகத்துடன் உள்ளே வந்தார் நிக்கலாய் பெத்ரோவிச். தகப்பனார் போலவே உற்சாகம் பொங்க, செம்மை பொலிந்த குழந்தை மீத்யா ஒரு சட்டை மட்டும் அணிந்து அவருடைய நாட்டுப்புற மேல்கோட்டின் பெரிய பொத்தான்களை வெறுங்கால்களால் பற்றிக்கொண்டு அவரது மார்பில் துள்ளினான்.

ஃபேனிச்கா அவரிடம் பாய்ந்து அவரையும் மகனையும் கைகளால் அணைத்து, அவருடைய தோள்மேல் தலையைச் சாய்த்துக் கொண்டாள். நிக்கலாய் பெத்ரோவிச் வியப்பு அடைந்தார்: கூச்சமும் பணிவும் உள்ள ஃபேனிச்கா மூன்றாமவர் எதிரில் அவரிடம் இப்படிக் கொஞ்சியதே கிடையாது.

"உனக்கு என்ன வந்துவிட்டது?" என்று கேட்டவர் தமையனாரைப் பார்த்ததும் மீத்யாவை அவளிடம் கொடுத்தார். "உனக்கு உடம்பு மோசமாகிவிட்டதா?" என்று பாவெல் பெத்ரோவிச்சின் அருகில் போய்க் கேட்டார்.

தமையனார் மல் துணிக் கைக்குட்டையில் முகத்தைப் புதைத்துக் கொண்டார்.

"இல்லை... இப்படித்தான்... "இல்லை... இப்படித்தான்... ஒன்றுமில்லை... மாறாக எனக்கு உடம்பு எவ்வளவோ நன்றாய் இருக்கிறது."

"நீ கட்டிலை விட்டு சோபாவுக்கு அவசரப்பட்டு வந்து விட்டாய். எங்கே போகிறாய்?" என்று ஃபேனிச்காவிடம் கேட்டார் நிக்கலாய் பெத்ரோவிச். அதற்குள் அவள் வெளியே போய் அறைக் கதவைச்

சாத்திட்டாள். "நான் என் பயில்வானை உனக்குக் காட்டுவதற்காக எடுத்து வந்தேன். பெரியப்பாவைக் காணாமல் பயல் ஏங்கிப் போய்விட்டான். இவள் எதற்காக அவனை எடுத்துக் கொண்டு போனாள்? ஆனால் உனக்கு என்ன? உங்களுக்குள் ஏதாவது நிகழ்ந்ததோ இங்கே?"

"தம்பீ!" என்று கம்பீரமாக விளித்தார் பாவெல் பெத்ரோவிச்.

நிக்கலாய் பெத்ரோவிச் திடுக்கிட்டார். என்ன காரணமோ தெரியவில்லை, அவரைத் திகில் பற்றிக் கொண்டது.

"தம்பீ, என்னுடைய ஒருவேண்டுகோளை நிறைவேற்றுவதாக வாக்குக்கொடு" என்றார் பாவெல் பெத்ரோவிச்.

"என்ன வேண்டுகோள்? சொல்லு."

"அது மிக முக்கியமானது. நான் அறிந்தபடி உன் வாழ்க்கையின் இன்பம் எல்லாம் அதையே பொறுத்திருக்கிறது. நான் இப்போது உனக்குச் சொல்லப் போவதைப் பற்றி இந்த நேரமெல்லாம் நிறையச் சிந்தனை செய்தேன்... தம்பீ, உன் கடமையை நிறைவேற்று. நேர்மையும் பெருந்தன்மையும் உள்ளவனுக்கு உரிய கடமையை நிறைவேற்று. மனிதர்களில் சிறந்தவனான நீ வீண் மயக்கையும் கெட்ட உதாரணத்தைக் காட்டுவதையும் விடு!"

"நீ என்ன சொல்ல விரும்புகிறாய், அண்ணா?"

"ஃபேனிச்காவை மணந்து கொள்... அவள் உன்னைக் காதலிக்கிறாள். அவள் உன் மகனின் தாய்."

நிக்கலாய் பெத்ரோவிச் ஓரடி பின்னே நகர்ந்து கைகளை விரித்தார்.

"நீயா இப்படிச் சொல்லுகிறாய், அண்ணா? இந்த மாதிரித் திருமணங்களின் பரம வைரி என்று நான் எப்போதும் எண்ணி வந்த நீயா? நீயா இப்படிச்சொல்லுகிறாய்? நீ என் கடமை என்று அவ்வளவு நியாயமாகக் குறிப்பிட்டாயே, அதை நான் நிறைவேற்றாதது உன்மேல் உள்ள மரியாதை காரணமாகத்தான் என்பது உனக்குத்தெரியாதா?"

"இந்த விஷயத்தில் நீ எனக்கு மரியாதை காட்டியது வீண்" என்று சோர்ந்த புன்னகையுடன் கூறினார் பாவெல் பெத்ரோவிச். "நான் உயர்குலத் தோரணை கொண்டவன் என்று பஸாரவ் குற்றம் சாட்டியது சரியே என்று இப்போது நினைக்கிறேன். இல்லை, தம்பீ, நான் வீண் நடிப்பையும் உயர் சமூகத்தைப் பற்றிய கனவுகளையும் கைவிட வேண்டும். நாம் வயதானவர்கள், அமைதியுள்ளவர்கள். எல்லாவிதப் பரபரப்பையும் நாம் கட்டி வைக்க வேளை வந்துவிட்டது. நீ சொல்வது போல, நமது கடமையை நிறைவேற்றத்

தொடங்குவோம். இதனால் மேற்கொண்டு இன்பமும் பெறுவோம், நீயே காண்பாய்."

நிக்கலாய் பெத்ரோவிச்தமையனாரைப் பாய்ந்து தழுவிக்கொண்டார்.

"நீ என் கண்களை முழுமையாகத் திறந்துவிட்டாய்! நீ உலகிலேயே எல்லோரிலும் நல்லவன், அறிவாளி என்று நான் எப்போதும் சொல்லி வந்தது வீண் அல்ல. நீ எவ்வளவு விசாலமான இருதயம் உள்ளவனோ, அவ்வளவே விவேகமும் படைத்தவன் என்பதை இப்போது காண்கிறேன்..."

"மெதுவாக, மெதுவாக" என்று அவர் பேச்சை இடைமுறித்தார் பாவெல் பெத்ரோவிச். "உன் விவேகசாலியான தமையனின் - ஐம்பது வயதில் இராணுவச் சிற்றதிகாரி போலத் துப்பாக்கிச் சண்டை போட்ட விவேகசாலியின் - கால் காயத்தில் பட்டு விடாதே. ஆக, இந்த விவகாரம் தீர்ந்தது· ஃபேனிச்கா என்... மைத்துனி ஆகிவிடுவாள்.

"என் அருமை அண்ணா! ஆனால் அர்க்காதி என்ன சொல்லுவான்?"

"அர்க்காதியா? அவன் வெற்றிகொண்டாடுவான், நீயே பார்ப்பாய்! திருமணம் அவனுடைய கோட்பாடுகளுக்கு உகந்தது அல்லதான், ஆனால் அவனுடைய சமத்துவஉணர்ச்சி திருப்தி அடையும். மெய்யாகவே பத்தொன்பதாம் நூற்றாண்டில் இது சாதிப்பிரிவினை?"

"ஆ, அண்ணா, அண்ணா! இன்னொரு தரம்உன்னை முத்தமிட விடு. பயப்படாதே, நான் ஜாக்கிரதையாய் இருப்பேன்."

சகோதரர்கள் தழுவிக்கொண்டார்கள்.

"நீ என்ன நினைக்கிறாய், உன் எண்ணத்தை அவளுக்கு இப்போதே தெரிவித்துவிடலாமா?" என்று கேட்டார் பாவெல் பெத்ரோவிச்.

"என்ன அவசரம்? உங்களுக்குள் பேச்சு நடந்ததா என்ன?" என்றார் நிக்கலாய் பெத்ரோவிச்.

"பேச்சா? எங்களுக்குள்ளா? நல்ல எண்ணந்தான்போ!"

"அப்படியானால் நல்லது? முதலில் நீ சொஸ்தமாகு. இது நம்மிடமிருந்து எங்கும்போய்விடாது. நன்றாகச் சிந்தனை செய்ய வேண்டும், எண்ணிப் பார்க்க வேண்டும்..."

"நீ தான் முடிவு செய்துவிட்டாயே?"

"சந்தேகம் இல்லாமல் முடிவுசெய்துவிட்டேன், உனக்கு உளமார நன்றி செலுத்துகிறேன். இப்போதுநான் போகிறேன். நீ இளைப்பாற

வேண்டும். எல்லாவித உள்ளக் கிளர்ச்சியும் உனக்குக்கெடுதல். நாம் இன்னும் பேசுவோம். உறங்கு, அருமை அண்ணா, ஆண்டவன் உனக்கு உடல்நலம் அருளட்டும்!"

தனியாக விடப்பட்ட பாவெல் பெத்ரோவிச் எண்ணமிட்டார்:

"இவன் எதற்காக எனக்கு இப்படி நன்றி தெரிவிக்கிறான்? ஏதோ இது அவனைச் சார்ந்தது அல்ல போல? நானோ, இவன் மணம் செய்து கொண்டதுமே,எங்கேனும் தொலைவிடத்துக்கு, டிரெஸ்டனுக்கோ பிளாரன்ஸுக்கோ போய், மண்டையைப் போடுகிறவரையில் அங்கே வாழ்வேன்.

நெற்றியை ஓடிகொலோனால் நனைத்துக்கொண்டு கண்களை மூடிக்கொண்டார் பாவெல் பெத்ரோவிச். பிரகாசமான பகல் வெளிச்சத்தால் ஒளியூட்டப் பெற்ற அவரது அழகிய, மெலிந்த தலை வெள்ளைத் தலையணைமீது இறந்தவனின் தலைபோலக் கிடந்தது... உண்மையிலேயே அவர் இறந்தவராகத்தான் இருந்தார்.

❧ 24 ☙

நிக்கோல்ஸ்கொயெ கிராமத்தில், உயரமான அசோக மரத்தின் நிழலில், புல் மேட்டின்மேல் உட்கார்ந்திருந்தார்கள் காத்யாவும் அர்க்காதியும். அவர்கள் அருகே, வேட்டைக்காரர்கள் "முயல் வேட்டைக்கிடை" என்று அழைக்கும் பாங்கில் நீண்ட உடலை ஒயிலுடன் வளைத்துத் தரையில் படுத்திருந்தது நாய் ஃபிஃபீ. அர்க்காதியும் காத்யாவும் பேசாதிருந்தார்கள். அவனுடைய கையில் பாதி திறந்த புத்தகம் இருந்தது. அவள் கூடையில் எஞ்சியிருந்த கோதுமை ரொட்டிப் பொருக்குகளைச் சிறு குருவிக் கூட்டத்திற்குப் போட்டுக் கொண்டிருந்தாள். அவை தங்களுக்கு இயல்பான கோழைத்தனம் கலந்த துணிச்சலுடன் அவள் காலருகு வரைதத்தி வந்து கீச்சிட்டன. இளங்காற்று அசோக மரக் கிளைகளில் சரசரத்து, இருண்ட பாதை மீதும் ஃபிஃபீயின் மஞ்சள் முதுகு மீதும் வெளிர் பொன் வெயில் புள்ளிகளை முன்னும் பின்னும் ஆட்டியது. ஒரு சீரான நிழல் அர்க்காதியையும் காத்யாவையும் முழுக்காட்டியது. எப்போதாவது மட்டுமே அவளுடைய கூந்தலில் ஒளிக்கிற்று சுடர்ந்தது. இருவரும் மௌனமாய் இருந்தார்கள். ஆனால் அவர்கள் மௌனமாய் இருந்தவிதத்தில், அருகருகாக உட்கார்ந்திருந்த மாதிரியிலேயே அவர்களுடைய அந்தரங்க நட்பு வெளிப்பட்டது. வெளிப் பார்வைக்கு அவர்கள் ஒவ்வொருவரும்

மற்றவரைப் பற்றி எண்ணாவே இல்லை போலக் காணப்பட்டார்கள். ஆயினும் மற்றவர் அருகாமையில் இருந்ததால் மறைமுகமாக மகிழ்ச்சி அடைந்தார்கள். நாம் சென்ற தடவை பார்த்தபிறகு அவர்களுடைய முகங்களும் மாறியிருந்தன. அர்க்காதி முன்னிலும் அதிக அமைதியுடன் காத்யா முன்னிலும் அதிக உற்சாகத்துடனும் துணிவுடனும் காணப்பட்டார்கள்.

"அசோக மரத்திற்கு யாஸின் (அசோக மரத்தின் யாஸின் என்ற ருஷ்யப்பெயர் தெளிவான என்றும் பொருள்படும். - மொ-ர்.) என்னும் ருஷ்யப் பெயர் மிகவும் பொருத்தமானதாக உங்களுக்குப் பட வில்லையா? வேறு எந்த மரமும் காற்றில் இவ்வளவு எளிதாகக் காணப்படுவதில்லை" என்றான் அர்க்காதி.

காத்யா விழிகளை உயர்த்தி, "ஆமாம்" என்றாள். "நான் அழகாகப் பேசுவதற்காக இவள் என்னைக் கடிந்து கொள்ளவில்லை" என்று நினைத்துக் கொண்டான் அர்க்காதி.

"எனக்கு ஹெய்னேயைப்* பிடிக்காது" என்று அர்க்காதியின் கையில் இருந்த புத்தகத்தை விழிகளால் சுட்டிக் கூறினாள் காத்யா. "அவர் சிரிக்கும் போதும் பிடிக்கவில்லை, அழும்போதும் பிடிக்கவில்லை. அவர் சிந்தனையில் ஆழ்ந்து துயரத்துடன் இருக்கும்போதுதான் எனக்கு அவரைப் பிடிக்கிறது."

"எனக்கோ, அவர் சிரிக்கும் பொழுது பிடிக்கிறது" என்றான் அர்க்காதி.

"உங்கள் கிண்டல் மனப்போக்கின் பழைய சுவடுகள் இவை..." ('பழைய சுவடுகளாம்! பஸாரவ் மட்டும் இதைக் கேட்டால்!' என்று எண்ணிக் கொண்டான் அர்க்காதி.) 'பொறுங்கள், நாங்கள் உங்களைச் சரிப்படுத்திவிடுகிறோம்."

"யார் என்னைச் சரிப்படுத்துவார்கள்? நீங்களா?"

"யாரோ? அக்காள், பர்ஃபீரி பிளத்தோனிச் -அவரோடு நீங்கள் - இப்போது வாய்ச்சண்டை போடுவதில்லையே பெரியம்மா மூன்று நாட்களாக நீங்கள் அவளைச் சர்ச்சுக்கு அழைத்துச்செல்கிறீர்களே - இவர்கள்தாம்."

"மாட்டேன் என்று என்னால் சொல்ல முடியுமா என்ன? உங்கள் தமக்கையைப் பொறுத்தவரை அவளே பல விஷயங்களில் பஸாரவுடன் ஒருமித்த கருத்துகொண்டிருந்தாள், நினைவு. இருக்கிறதா?'

"அப்போது அக்காள் அவருடைய பாதிப்பில் இருந்தாள் - உங்களைப் போலவே."

"என்னைப் போலவேயா? அவனுடைய பாதிப்பிலிருந்து நான்

220 | தந்தையும் தனயர்களும்

விடுபட்டு விட்டேன் என்று உங்களுக்குத் தோன்றுகிறதா?”

காத்யா பேசாதிருந்தாள்.

“பஸாரவை உங்களுக்குப் பிடிக்கவே இல்லை எனக்குத்தெரியும்” என்று பேச்சைத் தொடர்ந்தான் அர்க்காதி.

“அவரை மதிப்பிட என்னால் முடியாது.”

***ஹெய்னே ஹென்ரிக் (1797-1856) ஜெர்மானியக் கவிஞர். தொடக்கத்தில் பாவனை நவிற்சிக்கவிதைகளை எழுதினார்.**

“ஒன்று சொல்லட்டுமா? இந்தப் பதிலை கேட்கும் போதெல்லாம் எனக்கு அதில் நம்பிக்கையே ஏற்படுவதில்லை... நம்மில் ஒவ்வொருவனாலும் மதிப்பிட முடியாத எவனும் உலகில் கிடையாது! இது வெறும் பாசாங்கு.”

“நல்லது, அப்படியானால் சொல்லுகிறேன். அவர்... எனக்கு அவரைப் பிடிக்காது என்று சொல்வதற்கில்லை, ஆனால் அவர் எனக்கு வேற்றார், நானும் அவருக்கு வேற்றாள் என்று உணர்கிறேன்... நீங்களுந்தாம் அவருக்கு வேற்றார்...”

“ஏனோ?”

“உங்களுக்கு எப்படிச் சொல்லுவது?... அவர் காட்டுவிலங்கு, நாம் வீட்டுப்பிராணிகள்.”

“நானும் வீட்டுப்பிராணிதானோ?”

காத்யா ஆமாம் என்று தலை அசைத்தாள்.

“உண்மையில் இதனால் எனக்குமனம் புண்படுகிறது, தெரியுமா?”

“நீங்கள் காட்டு விலங்காக இருக்க விரும்புகிறீர்களா என்ன?”

“காட்டு விலங்காக அல்ல, ஆனால் வலிமையுள்ளவனாக, சக்தி கொண்டவனாக இருக்க விரும்புகிறேன்.”

“இதைவிரும்ப முடியாது... உங்கள் நண்பரும் நண்பரும் இதை விரும்பவில்லை, ஆனால் இது அவரிடம் இருக்கிறது.”

“ஹ்ம்! அப்படியானால் அவன் உங்கள் தமக்கை மீது பெருத்த செல்வாக்கு கொண்டிருந்தான் என்று நினைக்கிறீர்களாக்கும்?”

“ஆமாம். ஆனால் அவள் மேல் எவரும் நீண்டகாலம் ஆதிக்கம் செலுத்த முடியாது” என்று வாய்க்குள்ளாகச் சொன்னாள் காத்யா.

“ஏன் அப்படி நினைக்கிறீர்கள்?”

“அவள் தன் மதிப்பு மிகுந்தவள்... நான்சொல்லவிரும்பியது இது அல்ல.. அவள் தன் கட்டின்மையை வெகுவாக மதிக்கிறாள்.’

“அதை மதிக்காதவன் யார்?” என்று கேட்டான் அர்க்காதி.

அதே சமயம் "எதற்காக அவள் இப்படி?" என்ற கேள்வி அவன் மனத்தில் உதித்தது. "எதற்காக அவள் இப்படி?" என்ற கேள்வி காத்யாவின் மனத்திலும் எழுந்தது. நட்புடன் அடிக்கடி உறவாடும் இளைஞர்களின் உள்ளங்களில் ஒரே மாதிரி எண்ணங்கள் இடைவிடாமல் தோன்றுவது வழக்கம்.

அர்க்காதி புன்னகை செய்து, காத்யாவின் அருகே சற்று நகர்ந்து, "நீங்கள் அவளிடம் பயப்படுகிறீர்கள், ஒப்புக் கொள்ளுங்கள்"" என்று கிசுகிசுத்தான்.

"யாரிடம்?"

"அவளிடம்" என்று அர்த்தபுஷ்டியுடன் மறுபடி சொன்னான் அர்க்காதி.

"நீங்களோ?" என்று திருப்பிக் கேட்டாள் காத்யா.

"நானும்தான். கவனியுங்கள் நான் சொன்னதை: நானும்தான்."

காத்யா விரலைக் காட்டி அவனை அச்சுறுத்தினாள்.

"அக்காள் இப்பொழுதுபோல உங்களிடம் ஒருபோதும் இவ்வளவு பரிவு காட்டியதில்லை. நீங்கள் முதல் தடவை வந்தபோதைவிட எவ்வளவோ அதிகப்பரிவு காட்டுகிறாள். இது எனக்குவியப்பு அளிக்கிறது" என்றாள்.

"அப்படியா?""

"நீங்கள் இதைக் கவனிக்கவில்லையா என்ன? உங்களுக்கு இது மகிழ்ச்சி அளிக்கவில்லையா?'

அர்க்காதி சிந்தனையில் ஆழ்ந்தான்.

"ஆன்னா ஸெர்கேயெவ்னாவின் கிருபைக்கு நான் பாத்திரமானது எப்படி? உங்கள் தாயாரின் கடிதங்களை அவளுக்குக் கொண்டு கொடுத்தேனே, அதனாலா?'

"அதனாலும், வேறு காரணங்களாலும். அவை என்ன என்பதை நான் சொல்ல மாட்டேன்."

"ஏனோ?"

"சொல்ல மாட்டேன்."

"ஓ! எனக்குத் தெரியும்: நீங்கள் பெரிய பிடிவாதக்காரி."

"பிடிவாதக்காரிதான்."

"கூர்ந்து கவனிப்பவருங்கூட."

காத்யா அர்க்காதயைச் சிறக்கணித்து நோக்கினாள்.

"ஒருவேளை இதில் உங்களுக்குக் கோபமோ? எதைப்பற்றி

எண்ணமிடுகிறீர்கள்?" என்று கேட்டாள்.

"நான் என்ன எண்ணுகிறனே தெரியுமா?கூர்ந்து கவனிக்கும் இந்தத்திறன் உங்களுக்கு எப்படி வந்தது என்றுதான். இந்தத் திறன் உங்களிடம் உண்மையாகவே இருக்கிறது. நீங்கள் பயந்த சுபாவம் உள்ளவர், யாரிடமும் மனத்தைத் திறந்து பேசுவதில்லை, எல்லோரிடமிருந்தும் விலகி ஒதுங்குகிறீர்கள்...

"நான் நீண்ட காலம் தனியாக வாழ்ந்தேன். தனிமையில் நம்மை அறியாமலே நுணுகிச் சிந்திக்கும் பழக்கம் ஏற்பட்டு விடுகிறது. ஆனால் நான் எல்லோரிடமிருந்தும் விலகி ஒதுங்குகிறேனா என்ன?"

அர்க்காதி ஆமாம் என்று விழிகளால் உணர்த்தினான்.

"இதெல்லாம் நேர்த்தியானதுதான். ஆனால் உங்கள் நிலைமையில் இருப்பவர்கள், அதாவது உங்களைப்போன்று சொத்து சுதந்திரம் உள்ளவர்கள் இந்தத் திறனைப் பெற்றிருப்பது அரிதே. மன்னர்களைப்போலவே அவர்களையும் அணுக உண்மையால் முடிவதில்லை."

"ஆளால் நான் பணக்காரி அல்லவே."

அர்க்காதி திகைத்தான். காத்யாவின் கருத்தை அவனால் சட்டெனப் புரிந்து கொள்ள முடியவில்லை. 'மெய்யாகவே சொத்து இவள் தமக்கையுடையது அல்லவா!" என்ற எண்ணம் அவன் மனத்தில் அப்புறம் உதித்தது. இந்த எண்ணம் அவனுக்கு உவப்பாகவே இருந்தது.

"இதை நீங்கள் எவ்வளவு நன்றாகச் சொல்லிவிட்டீர்கள்!" என்றான்.

"என்ன?"

"நன்றாகச் சொன்னீர்கள், வெட்கப்படாமல், மிகைப்படுத்தாமல். நிற்க, தான் ஏழை என்பதை அறிந்து, அதைச் சொல்லுபவனுடைய உணர்வில் ஏதோ தனிப்பட்டது, ஒருவகையான செருக்கு இருக்க வேண்டும்."

"அக்காள் தயவால் நான் இப்படி எதையும் அனுபவிக்கவில்லை. நிலைமையை பேச்சு வந்துவிட்டதால்தான் என் பண நிலைமையைப் பற்றிச் சொன்னேன்.'

"ஆனால் நான் குறிப்பிட்ட செருக்கின் ஓர் அம்சம் உங்களிடமும் இருக்கிறது என்று ஒப்புக்கொள்ளுங்கள்."

"உதாரணமாக?"

"உதாரணமாக, நீங்கள் என் கேள்விக்காக மன்னித்துவிடுங்கள் நீங்கள் பணக்காரனுக்கு வாழ்க்கைப்பட மாட்டீர்கள், அல்லவா?"

"நான் அவனை மிகவும் காதலித்தால்... இல்லை, அப்போதுகூட வாழ்க்கைப்பட மாட்டேன் என்றே நினைக்கிறேன்."

"ஆ! பார்த்தீர்களா?" என்றான் அர்க்காதி. சற்று நேரம் பொறுத்து, "ஆமாம், அவனுக்கு ஏன் வாழ்க்கைப்பட மாட்டீர்களாம்?" என்று கேட்டான்.

"ஏனென்றால் சமமற்ற கலியாணம் செய்து கொண்டவளைப் பற்றிப் பாட்டில் கூட வருகிறதே."

"ஒருவேளை நீங்கள் ஆதிக்கம் செலுத்த விரும்புகிறீர்கள், அல்லது..."

"இல்லவே இல்லை! இதனால் என்ன பயன்? மாறாக, நான் பணிந்து போகத் தயாராய் இருக்கிறேன். சமமின்மையைத் தாங்குவதுதான் கஷ்டம். தன் மதிப்பை விட்டுக் கொடுக்காமல் பணிந்து நடப்பதை நான் புரிந்துகொள்கிறேன். இது இன்பம். ஆனால் அடிபட்டு வாழ்வது... இல்லை, இப்படியே இருந்தால் போதும்."

"இப்படியே இருந்தால் போதுமாக்கும்" என்று காத்யாவின் சொற்களைத் திருப்பிக்கூறினான் அர்க்காதி. "ஆம், ஆம், நீங்கள் ஆன்னா ஸெர்கேயெவ்னாவுக்கு ஏற்ற சகோதரிதாம். நீங்களும் அவளைப் போலவே கட்டற்றவர். ஆனால் நீங்கள் அவளைவிட மர்மமானவர். உங்கள் உணர்ச்சி எவ்வளவுதான் வலியதாக, புனிதமாக இருந்தாலும் நீங்கள் முதலில் அதை வெளியிடவே மாட்டீர்கள்..."

"பின்னே எப்படி?" என்று கேட்டாள் காத்யா.

"நீங்கள் தமக்கை போலவே அறிவுக்கூர்மை உள்ளவர். அவள் போலவே, அவளைவிட அதிகமாகக்கூட, உறுதியான சுபாவம் உள்ளவர் நீங்கள்..."

"என்னை அக்காளோடு ஒப்பிடாதீர்கள், தயவு செய்து" என்று சட்டெனக் குறுக்கிட்டாள் காத்யா. "இது எனக்கு நிரம்பப் பாதகமானது. அக்காள் அழகி, அறிவாளி என்பதை நீங்கள் மறந்துவிட்டீர்கள் போலிருக்கிறது... அதிலும் நீங்கள், அர்க்காதி நிக்கலாயிச், இந்த மாதிரிச் சொற்களை, இவ்வளவு ஆழ்ந்த முகத்தோற்றத்துடன்சொல்லக்கூடாது."

" 'அதிலும் நீங்கள்' என்பதற்கு என்ன அர்த்தம்? நான்கேலி செய்கிறேன் என்று எதைக்கொண்டு முடிவுசெய்தீர்கள்?"

"நீங்கள் கேலிதான்செய்கிறீர்கள், சந்தேகம் இல்லாமல்."

"அப்படியா நினைக்கிறீர்கள்? நான் சொல்லுவதை உறுதியாக நம்புகிறேன் என்றாலோ? நான் என் கருத்தைப்போதிய வன்மையுடன் வெளியிடவில்லை என்று எண்ணினாலோ?"

“எனக்கு உங்களைப் புரியவில்லை.”

“மெய்யாகவா? ஊம், இப்போது காண்கிறேன்; உங்கள் கூர்ந்து கவனிக்கும் திறனை மிகையாக மதிப்பிட்டுவிட்டேன் போலிருக்கிறது.”

“எப்படி?”

அர்க்காதி பதில் பேசாமல் முகத்தைத்திருப்பிக் கொண்டான். காத்யா கூடையில் இன்னும் சில ரொட்டிப்பொருக்குகளைத் தேடி எடுத்துக் குருவிகளுக்குப் போடலானாள். ஆனால் அவள் கை வீச்சு மட்டுமீறி வலியதாய் இருந்தபடியால் குருவிகள் பொருக்குக்களைக் கொத்தாமலே அப்பால் பறந்துவிட்டன.

“காத்யா!” என்று திடீரென விளித்தான் அர்க்காதி. “உங்களுக்கு இது ஒரு பொருட்டு அல்லதான். ஆனால் ஒன்று தெரிந்து கொள்ளுங்கள்: உங்கள் சகோதரியை மட்டுமே அல்ல, உலகில் எவரையுமே நான் உங்களுக்கு ஈடாக மதிக்க மாட்டேன்.”

அவன் எழுந்து, தன் வாயிலிருந்து வெடித்துக்கிளம்பிய சொற்களால் திகில் அடைந்தவன்போல விரைவாக அப்பால் போய்விட்டான்.

காத்யாவோ, கூடையுடன் இரு கைகளையும் முழங்கால்கள் மேல் போட்டுக் கொண்டு, தலையைச் சாய்த்து அர்க்காதி போவதை நெடு நேரம் பார்த்துக் கொண்டிருந்தாள். அவளுடைய கன்னங்களில் லேசான செம்மை கொஞ்சங் கொஞ்சமாகப் பரவியது. ஆனால் உதடுகள் முறுவல் செய்யவில்லை. கரு விழிகள் விளங்காமையையும் இன்னதென்று தெரியாத வேறொரு உணர்ச்சியையும் வெளியிட்டன.

“நீ தனியாகவா இருக்கிறாய்? அர்க்காதியுடன் நீ தோட்டத்துக்கு வந்தாய் போலிருக்கிறதே!” என்று ஆன்னா ஸெர்கேயெவ்னாவின் குரல் அவள் அருகே ஒலித்தது.

காத்யா நிதானமாக விழிகளைத் தமக்கையின் பக்கம் திருப்பினாள் அவள் பகட்டாக, நேர்த்தியாக உடைஅணிந்து பாதையில் நின்றுவிரித்த குடை நுனியால் ஃபிஃபீயின் காதை நெருடிக்கொண்டிருந்தாள்.

“நான் தனியாகத்தான் இருக்கிறேன்” என்று நிதானமாக விடையிறுத்தாள்.

“அதுதான் பார்க்கிறேனே” என்று சிரித்துக் கொண்டே கூறி, “அவன் தன் அறைக்குப் போய்விட்டானோ?” என்றாள் தமக்கை.

“ஆமாம்.”

“சேந்து படித்தீர்களோ?”

“ஆமாம்.”

ஆன்னா ஸெர்கேயேவ்னா காத்யாவின் மோவாயைப் பற்றி அவள் முகத்தை நிமிர்த்தினாள்.

“நீங்கள் சண்டைபோட்டுக்கொள்ளவில்லையே?”

“இல்லை” என்று சொல்லித் தமக்கையின் கையை மெதுவாக அகற்றினாள் காத்யா.

“எவ்வளவு பெருமிதத்துடன் பதில் சொல்கிறாய்! அவன் இங்கே இருப்பான், என்னோடு உலாவ வரும்படி அழைக்கலாம் என்று நினைத்தேன். எப்போதுமே அவனே என்னை உலாவக் கூப்பிடுவான். நகரத்திலிருந்து உனக்கு பூட்சுகள் கொண்டு வந்திருக்கிறார்கள். போட்டுப் பார், போ. உன் பழைய பூட்சுகள் ஒரேயடியாகத் தேய்ந்து போய்விட்டன என்பதை நேற்றே கவனித்தேன். பொதுவாகவே நீ இதில் போதிய கவனம் செலுத்துவதில்லை. உனக்கோ, மிக நேர்த்தியான பாதங்கள்! உன் கைகளும் நன்றாய்த்தாம் இருக்கின்றன... ஆனால் பெரியவை. ஆகவே, பாதங்களால் வசீகரிக்க வேண்டும். ஆனால் உனக்குத் தளுக்கு மினுக்கு பண்ணிக்கொள்ளத்தெரியவில்லை.”

ஆன்னா ஸெர்கேயெவ்னா அழகிய உடை லேசாகச் சரசரக்க, பாதையில் மேலே நடந்தாள். காத்யா மேட்டிலிருந்து எழுந்து, புத்தகத்தை எடுத்துக் கொண்டு புறப்பட்டாள் - ஆனால் பூட்சுகளை அளவு பார்ப்பதற்கு அல்ல.

வெயிலில் சூடேறிய வராந்தாக் கற்படிகளில் மெதுவாக, சுளுவாக ஏறியவாறே எண்ணமிட்டாள்; “நேர்த்தியான பாதங்கள், நேர்த்தியான பாதங்கள் என்கிறீர்கள் நீங்கள்... நல்லது, அவனும் இவற்றில் விழுவான் பாருங்கள்.”

ஆனால் அக்கணமே அவளுக்கு தடதடவென்று மேலே ஓடினாள்.

அர்க்காதி நடைவழியேதன் அறைக்குச் சென்றான். வீட்டு மேற்பார்வையாளன் அவன் பின்னே ஓடிவந்து அவனை எட்டிப்பிடித்து, திருவாளர் பஸாரவ் அவனுடைய அறையில் உட்கார்ந்திருப்பதாக அறிவித்தான்.

“யெவ்கேனியா?” என்று அனேகமாகக் கலவரத்துடன் முணுமுணுத்தான் அர்க்காதி. “அவன் வந்து வெகுநேரம் ஆயிற்றோ?” என்று கேட்டான்.

“இப்போதுதான் வந்தார். ஆன்னாஸெர்கே யெவ்னாவுக்குத் தம் வரவை அறிவிக்க வேண்டாம் என்றும் நேரே உங்கள் அறைக்கு இட்டுப் போகும்படியும் சொன்னார்.”

“வீட்டில்ஏதேனும் கெடுதல் நடந்துவிட்டதா என்ன?” என்று

எண்ணி, படிகளில் விரைவாக ஓடி அறைக்கதவைத் தடாலென்று திறந்தான் அர்க்காதி. பஸாரவின் தோற்றம் அவனுக்கு உடனே ஆறுதல் அளித்தது. ஆனால் அதிக அனுபவம் உள்ள பார்வை எதிர்பாரா விருந்தாளியின் வழக்கமான சுறுசுறுப்புள்ள, எனினும் சற்று வாடிய உருவத்தில் உள்ளக் கிளர்ச்சியின் அடையாளங்களைக் கண்டிருக்கும். புழுதி படிந்த மேல்கோட்டு தோள்கள் மீதும் விளிம்பு வைத்த தொப்பி தலைமேலும் இலங்க ஜன்னல் குறட்டில் உட்கார்ந்திருந்தான் அவன். அர்க்காதி உரக்கக் கூவியவாறு பாய்ந்து அவன் கழுத்தைக் கட்டிக்கொண்ட போதுகூட அவன் எழுந்திருக்கவில்லை.

“எதிர்பாரா வருகை என்ன விசேஷம்?” என்று மகிழ்ச்சி அடைந்ததாக நினைத்துக்கொண்டு அவ்வாறு காட்டிக்கொள்ள விரும்புபவன்போல அறையில் ஆலை பாய்ந்தான் அர்க்காதி. “வீட்டில் எல்லாம் நலம்தானே? எல்லோரும் சௌக்கியமாய இருக்கிறார்கள் அல்லவா?”

“உங்கள் வீட்டில் எல்லாம் நலம். ஆனால் எல்லோரும் சௌக்கியமாய் இல்லை” என்று ஆரம்பித்தான் பஸாரவ். “நீ வெறுமே சளசளக்காதே. எனக்கு ரைரொட்டிச் சாறு கொண்டுவரச்சொல்லு. நான் சில வார்த்தைகளில், ஆனால் கடுமையான சொற்களில் கூறப்போவதைக் கேள்.”

அர்க்காதி மௌனமானான். பஸாரவ், பாவெல் பெத்ரோவிச்சுடன் தனது போரை விவரித்தான். அர்க்காதி மிகவும் வியப்பும் துயரமும்கூட அடைந்தான். ஆனாலும் இதை வெளியிடுவது அவசியம் என்று நினைக்கவில்லை. பெரியப்பாவின் காயம் உண்மையிலேயே ஆபத்து அற்றதா என்று மட்டுமே கேட்டான். அது மிகவும் அக்கறைக்கு உரியது. ஆனால் மருத்துவ நோக்கில் அல்ல என்று விடை கிடைத்ததும் மெய்ப்புக்குப் புன்னகை செய்தான். ஆனால் அவன் உள்ளத்தில் திகில் ஏற்பட்டது, ஒருவகையில் வெட்கமாகவும் இருந்தது. பஸாரவ் அவனைப் புரிந்து கொண்டான் போலும்.

“ஆமாம் தம்பீ. நிலப்பிரபுக்களுடன் பழகுவதன் விளைவு இதுதான் நாமும் நிலப்பிரபு ஆகிவிடுவோம், பெருங்குடிச் சீமான்களின் போட்டிகளிலும் கலந்து கொள்வோம். நல்லது. இப்போது நான் பெற்றோர் வீட்டுக்குப் போகிறேன். வழியில் இப்படித் திரும்பினேன்... இந்த விவரங்கள் எல்லாவற்றையும் தெரிவிப்பதற்கு என்று சொல்லியிருப்பேன், பயனற்ற பொய் அசட்டுத்தனமானது என்று எண்ணாவிட்டால், இல்லை, நான் இந்தப் பக்கம்திரும்பியது எதற்கோ, சைத்தானுக்கே வெளிச்சம். விஷயம் என்னவென்றால் மனிதன் தன் சிண்டையே பற்றி, பாத்தியிலிருந்து முள்ளங்கியைப்

பிடுங்கி எறிவதுபோலத் தன்னைப் பிடுங்கி எறிவது சில வேளைகளில் பயன் உள்ளது ஆகும். சில நாட்களுக்கு முன் நான் இதைச்செய்தேன்... ஆனால் நான் எதைப்பிரிந்தேனோ அதை, எதில் புதைந்திருந்தேனோ அந்தப் பாத்தியை இன்னொரு தரம் பார்க்க எனக்கு விருப்பம் உண்டாயிற்று."

"இந்தச் சொற்கள் எனக்குப் பொருந்தா என்று நினைக்கிறேன். என்னிடமிருந்து பிரிய நீ எண்ணவில்லை என்று நம்புகிறேன்" எனக்கிளர்ச்சி பொங்கக் கூறினான் அர்க்காதி.

பஸாரவ் அவனை நிலையாக, அனேகமாக ஊடுருவிப் பார்த்தான்.

"இது உனக்கு அவ்வளவு வருத்தம் அளிக்கிறதா என்ன? நீ என்னிடமிருந்து ஏற்கனவே பிரிந்துவிட்டாய் என்று எனக்குத் தோன்றுகிறது. நீ நிகுநிகுவென்று துப்புரவாக இருக்கிறாய்... ஆன்னா ஸெர்கேயெவ்னாவுடன் உன் விவகாரங்கள் நன்றாக நடக்கின்றன என்பது நிச்சயம்."

"ஆன்னா ஸெர்கேயெவ்னாவுடன் என் விவகாரங்கள் எவை?"

"ஏனப்பா, நீ நகரத்திலிருந்து இங்கே வந்தது அவளுக்காக இல்லையோ? ஆமாம், அங்கே ஞாயிற்றுக்கிழமைப் பள்ளிகள் எப்படி நடக்கின்றன? நீ அவளைக் காதலிக்கவில்லையா? அல்லது, கூச்சம் பாராட்டும்வேளை வந்துவிட்டதோ உனக்கு?"

"யெவ்கேனி, நான் உன்னிடம் எதையும் மறைப்பதே இல்லை என்பது உனக்குத் தெரியும். மெய்யாகச் சொல்லுகிறேன், ஆணையிட்டுக் கூறுகிறேன், நீ நினைப்பது தவறு."

"ஹ்ம், புதிய சொல்" என்று வாய்க்குள் சொல்லிக் கொண்டான் பஸாரவ். "ஆனால் நீ கோபப்பட வேண்டியதே இல்லை. எனக்கு இது ஒரு பொருட்டே இல்லை. நமது பாதைகள் பிரியத் தொடங்குகின்றன என்று ரொமாண்டிக் சொல்லியிருப்பான். நாம் ஒருவருக்கொருவர் சலிப்பூட்டி விட்டோம் என்று நான் அப்பட்டமாகக்கூறுகிறேன்."

"யெவ்கேனி..."

"என் அன்பனே, இது ஒன்றும் கெடுதல் அல்ல. உலகில் சலிப்பூட்டும் விஷயங்களுக்குப் பஞ்சமா என்ன? இப்போது, நாம்

---

* *இங்கே குறிக்கப்படுவது அ.ஓ. ஸ்மிர்னோவாவுக்கு ருஷ்ய எழுத்தாளர் நி.வ.கோகல் (1809-1852) 1846 ஜூன் மாதம் எழுதிய கடிதம். இந்தக் கடிதம் 'நண்பர்களுடன் கடிதப் போக்குவரத்தில் தேர்ந்தெடுத்த பகுதிகள்' என்ற புத்தகத்தில் கோகலால் சிறு மாறுதல்களுடன் 'கவர்னர் மனைவி என்பவள் யார்?' என்ற தலைப்புடன் சேர்க்கப்பட்டது.*

பிரிவு சொல்லிக் கொள்வோமா? நான் இங்கே வந்தது முதல் ஒரே அசிங்கப்பட்டு விட்டதாக உணர்கிறேன் - கலூகா கவர்னர் மனைவிக்கு கோகல் எழுதிய கடிதங்களைப்* படித்துவிட்டவன் போல. அதோடு, நான் வண்டிக்குதிரைகளை அவிழ்க்கச் சொல்லவில்லை."

"நன்றாய்ச் சொன்னாயே, இது நடக்குமா எங்காவது?"

"ஏன் நடக்காது?"

"நான் என்னைப் பற்றிச் சொல்லவில்லை. ஆன்னா ஸெர்கேயெவ்னாவுக்கு இதுபெருத்த அபசாரம் ஆகும். அவள் கட்டாயம் உன்னைப் பார்க்க விரும்புவாள்."

"நீ நினைப்பது தவறு."

"நான் நினைப்பது சரி என்று உறுதியாக எண்ணுகிறேன். தவிர, நீ எதற்காக நடிக்கிறாய்? இவ்வளவு தூரத்துக்கு வந்துவிட்ட பிறகு நானும் கேட்கிறேன்: நீ அவளுக்காகத்தானே இங்கே வந்தாய், இல்லையா?" என்றான் அர்க்காதி.

"ஒருவேளை, இது நியாயமாயும் இருக்கலாம், ஆனாலும் நீ நினைப்பது தவறு."

அர்க்காதி நினைத்ததே சரி ஆயிற்று. ஆன்னா ஸெர்கேயெவ்னா பஸாரவைக் காண விரும்பினாள். வீட்டு மேற்பார்வையாளன் வாயிலாக அவனைத் தன்னிடம் அழைத்து அனுப்பினாள். பஸாரவ் அவளிடம் போவதற்கு முன் உடை மாற்றிக் கொண்டான். தன் புதிய உடையைச் சட்டென்று எடுக்க வாக்காக வைத்திருந்தான் போலும்.

அவன் அப்படித் திடீரென்று தன் காதலை வெளியிட்ட அறையில் அல்ல, விருந்தறையில் அதின்த்ஸோவா அவனை எதிர்கொண்டாள். அவள் பக்கம் கருணை கூர்ந்து விரல் நுனிகளை நீட்டினாள், ஆனால் அவள் முகம் தன்வசமற்ற இறுக்கத்தைக் காட்டியது.

"ஆன்னா ஸெர்கேயெவ்னா, முதலில் நான் உங்களுக்கு நிம்மதி அளிக்க வேண்டும். உங்கள் முன் நிற்பவன் வெகு நாட்களுக்கு முன்பே சுய நிதானத்துக்கு வந்துவிட்டான். மற்றவர்களும் அவனுடைய அசட்டுத்தனத்தை மறந்து விட்டார்கள் என்று நம்புகிறான். நான் நெடுங்காலத்துக்கு விடைபெற்றுச் செல்கிறேன். நான் மென்மையான பிறவி அல்லதான். இருந்தாலும் நீங்கள் என்னைப்பற்றி அருவருப்புடன் நினைப்பீர்கள் என்ற எண்ணத்தோடு இங்கிருந்து போவது எனக்கு மகிழ்வூட்டாது என்பதை நீங்களும் ஒப்புக் கொள்வீர்கள்" என்றான் பஸாரவ்.

ஆன்னா ஸெர்கேயெவ்னா உயரமான மலைமேல் அப்போதுதான்

ஏறியவள்போல ஆழ்ந்த மூச்சுவிட்டாள். அவள் முகம் முறுவலால் மலர்ந்தது. அவள் இரண்டாவது தடவை அவள் புறம்கையை நீட்டினாள். அவன் அதைப்பற்ற அழுத்தியபோது தானும் பதிலுக்கு அவன் கையை அழுத்தினாள்.

“போனதை நினைப்புது வீண். தவிரவும், நெஞ்சாரச் சொன்னால், நானும் அப்போது தவறு செய்தேன் -தளுக்கிப் பசப்பவில்லை என்றாலும் வேறு ஏதோவிதத்தில். ஒரே வார்த்தை: முன்போலவே நண்பர்களாய் இருப்போம். அது வெறும் கனவு, மெய்தானே? கனவுகளை யார் நினைவு வைத்துக்கொள்வார்கள்?”

“யார் அவற்றை நினைவு வைத்துக் கொள்வார்கள்? தவிர, காதல்... இது வெற்று உணர்ச்சிதானே?”

“மெய்யாகவா? எனக்கு இதைக் கேட்க மிகவும் மகிழ்ச்சி உண்டாகிறது.”

இவ்வாறு கூறினாள் ஆன்னா ஸெர்கேயெவ்னா. இப்படிப் பேசினான் பஸாரவ். தாங்கள் உண்மையே சொல்லுவதாக இருவரும் நினைத்தார்கள்.அவர்களுடைய சொற்களில் இருந்தது உண்மையா, முழு உண்மையா? அவர்களுக்கே இது தெரியவில்லை. ஆக்கியோனுக்கோ, தெரியவே இல்லை. ஆனால் அவர்கள் ஒருவரை ஒருவர் முழுமையாக நம்பியதுபோல அவர்களிடையே உரையாடல் நடந்தது.

கிரஸானவ் வீட்டில் பஸாரவ் என்ன செய்தான் என்று ஆன்னா ஸெர்கேயெவ்னா இடையே கேட்டாள். பாவெல் பெத்ரோவிச்சுடன் தனது போரைப்பற்றி அவளிடம் சொல்ல வாயெடுத்த பஸாரவ், தான் அவளுக்குச் சுவாரஸ்யம் உண்டாக்க முயல்வதாக அவள் நினைத்து விடுவாளோ என்று எண்ணி, நேரமெல்லாம் தான் வேலை செய்து கொண்டிருந்ததாக விடை இறுத்தான்.

“நானோ, முதலில் என்ன காரணத்தாலோ ஏக்கம் பிடித்துக் கிடந்தேன், வெளி நாட்டுக்குப் போவதாகக் கூடத் திட்டமிட்டேன் என்றால் பாருங்களேன்!... அப்புறம் இந்த ஏக்கமும் சலிப்பும் போய்விட்டன. உங்கள் நண்பர் அர்க்காதி நிக்கலாயிச் வந்தார், நான் மறுபடி என்னுடைய பழைய தடத்தில் செல்லலானேன், என் உண்மையான பாத்திரத்தை வகிக்கத் தொடங்கினேன்.’

“இந்தப் பாத்திரம் எது, தெரிந்து கொள்ளலாமா?”

“அத்தையின், ஆசிரியையின், தாயாரின் பாத்திரம், எப்படி வேண்டுமானாலும் சொல்லிக் கொள்ளுங்கள். ஒரு விஷயம் தெரியுமா? அர்க்காதி நிக்கலாயிச்சுடன் உங்கள் நெருங்கிய நட்பை நான் முன்பு நன்றாகப் புரிந்து கொள்ளவில்லை; அவர்

பொருட்படுத்தவே ஏற்றவர் அல்ல என்று நினைத்தேன். இப்போது நான்அவரை முன்னைவிட நன்றாகப் புரிந்து கொண்டிருக்கிறேன். அவர் புத்திசாலி என்று எனக்கு உறுதிப்பட்டுவிட்டது... முக்கியமானது என்னவென்றால், அவர் இளைஞர், இளைஞர்... என்னையும் உங்களையும்போல அல்ல, யெவ்கேனி வஸீலிச்."

"உங்கள் முன்னிலையில் அவன் இப்போதும் கூச்சப்படுகிறானோ?"

"அவர் என்ன..." என்று ஆரம்பித்த ஆன்னா ஸெர்கேயெவ்னா சற்று யோசித்து, மேலே சொன்னாள்: "இப்போது அவர் முன்னைவிட மனங் கலந்து பழகுகிறார், என்னோடு பேசுகிறார். முன்பெல்லாம் என்னிடமிருந்து விலகிப் போவார். நானும் அவருடைய கூட்டுறவை நாடவில்லை. அவரும் காத்யாவும் பெரிய நண்பர்கள்."

பஸாரவுக்கு எரிச்சல் வந்தது. "பெண்ணால் பாசாங்கு செய்யாமல் இருக்க முடியாது!" என்று எண்ணிக்கொண்டான்.

"அவன் உங்களிடமிருந்து விலகிப்போனதாகச் சொல்லுகிறீர்கள். ஆனால் அவன் உங்கள்மேல் காதல் கொண்டிருந்தது உங்களுக்குத் தெரியாமல் இருந்திருக்க முடியுமா?" என்று வறண்ட குறுநகையுடன் கூறினான்.

"என்ன? அவருமா?" என்ற கேள்வி ஆன்னா ஸெர்கேயெவ்னாவிட மிருந்து வெடித்துக்கிளம்பியது.

"அவனும்தான்" என்று பணிவான வணக்கத்துடன் திருப்பிச் சொன்னான் பஸாரவ். "உங்களுக்கு இது தெரியாதா என்ன? நான் சொன்னது புதிய சேதியா என்ன?"

ஆன்னா ஸெர்கேயெவ்னா விழிகளைத் தாழ்த்திக் கொண்டாள்.

"நீங்கள்நினைப்பது தவறு, யெவ்கேனி வஸீலிச்."

"எனக்குப்படவில்லை. ஆனால் ஒருவேளை நான் இதைப்பற்றிப் பேசியிருக்கக்கூடாது போலும்" என்று கூறிவிட்டு, "நீ இன்னமும் பாசாங்கு பண்ணாதே" என்று மனதுக்குள் சொல்லிக் கொண்டான் பஸாரவ்.

"ஏன் பேசியிருக்கக்கூடாது? ஆனால் கணநேர உளப்பதிவுக்கு நீங்கள் மிகையான முக்கியத்துவம் கொடுக்கிறீர்கள் என்று எனக்குத் நினைக்கத் தோன்றுகிறது. மிகைப்படுத்துவது உங்கள் இயல்போ என்று நினைக்கத் தொடங்குகிறேன்."

"ஆன்னா ஸெர்கேயெவ்னா, இதைப்பற்றி நாம் பேசாதிருப்பதே மேல்."

"ஏன் அப்படி?" என்று மறுத்து உரைத்தாள் அவள். ஆனால்

தானே பேச்சை வேறு வழியில் திருப்பினாள். எல்லாவற்றையும் மறந்து விட்டதாக பஸாரவிடம் சொன்னாள், தனக்கும் நம்பிக்கையூட்ட முயன்றாள் என்றாலும் பஸாரவுடன் பேசுவது அவளுக்கு எக்கச்சக்கமாய் இருந்தது. மிகச் சாதாரண விஷயங்களை அவனுடன்பேசி, அவனுடன் கேலியாக உரையாடியபோதும் லேசாக அச்சம் கவ்வுவதை அவள் உணர்ந்தாள். கடலில் கப்பலில் பயணம் செய்பவர்கள், நிலையான தரையில் இருப்பவர்கள் போலவே கவலையின்றி உரையாடுவார்கள், சிரிப்பார்கள், எதுவுமே ஒரு பொருட்டில்லை போன்று. ஆனால் மிகச்சிறு நிறுத்தம் ஏற்படட்டும், ஏதேனும் வழக்கத்துக்கு மாறானது நிகழ்வதற்கான மிக அற்ப அடையாளம் தென்படட்டும், அந்தக் கணமே எல்லோர் முகங்களிலும் தனிப்பட்ட கலவரத் தோற்றம் காணப்படும். இடைவிடாத அபாயம் பற்றிய நிலையான உணர்வுக்கு இது சான்று கூறும்.

ஆன்னா ஸெர்கேயெவ்னாவுடன் பஸாரவின் உரையாடல் வெகு நேரம் நீடிக்கவில்லை. அவள் எண்ணமிடவும் எங்கோ நினைவாகப் பதில் அளிக்கவும் தொடங்கினாள். முடிவில், கூடத்துக்குப் போகலாம் என்று கூறினாள். அங்கே சிற்றரசியும் காத்யாவும் இருந்தார்கள். "அர்க்காதி எங்கே?" என்று கேட்டாள் ஆன்னாஸெர்கேயெவ்னா. அவனை ஒருமணி நேரத்துக்கு மேல் காணவில்லை என்று தெரிந்ததும் அவனை அழைத்து வர ஆள் அனுப்பினாள். ஆட்கள் அவனைக் கண்டுபிடிக்க நேரம் ஆயிற்று. அவன் தோட்டத்துக்குள் நெடுந்தூரம்போய், ஒன்றின் குறுக்கே ஒன்றாக வைத்தகைகள் மேல் மோவாயை ஊன்றியவாறு எண்ணங்களில் ஆழ்ந்தவனாக உட்கார்ந்திருந்தான். இவை ஆழ்ந்த, முக்கியமான எண்ணங்கள், ஆனால் துயர எண்ணங்கள் அல்ல. ஆன்னா ஸெர்கேயெவ்னா பஸாரவுடன் தனியாக உட்கார்ந்திருக்கிறாள் என்று அவன் அறியாதிருந்தான். ஆனாலும் அவன் உள்ளத்தில் முன்போலப் பொறாமை உண்டாகவில்லை. மாறாக, அவன் முகம் லேசாகப் பளிச்சிட்டது. எதனாலோ வியப்படைந்தவன் போலவும் மகிழ்வுற்றவன் போலவும் ஏதோ முடிவு செய்துவிட்டவன் போலவும் காணப்பட்டான்.

௸ 25 ೩

காலம் சென்ற அதின்ஸோவுக்குப் புது மோஸ்தர்களில் விருப்பம் கிடையாது. 'உயர்குலப் பண்பாட்டின் ஓரளவு

நடிப்பை' அவர் அனுமதித்தார். இதன் விளைவாக, தம்முடைய தோட்டத்தில், மூடு தோட்டத்துக்கும் குளத்துக்கும் நடுவே கிரேக்க மண்டபம் ஒன்றை ருஷ்யச் செங்கற்களால் கட்டியிருந்தார். மண்டபத்தின் பின் சுவற்றில் சிலைகளுக்காக ஆறு பிறை மாடங்கள் அமைந்திருந்தன. இந்தச் சிலைகளை வெளி நாட்டிலிருந்து தருவிக்க அதின்த்ஸோவ் ஏற்பாடு செய்து கொண்டிருந்தார். தனிமை, மௌனம், சிந்தனை, ஏக்கம், நாணம், நுண் உணர்வு ஆகியவற்றை இந்தச் சிலைகள் உருவகப்படுத்த வேண்டியிருந்தன. இவற்றில் மௌன தேவதையின் சிலைகொண்டுவந்து நாட்டவும் பட்டது. உதடுகள் மேல் விரலை வைத்துக் கொண்டிருக்கும் பாங்கில் அமைந்த இந்தச் சிலையின் மூக்கில் வேலைக்காரப் பையன்கள் அன்றே உடைத்துவிட்டார்கள். பக்கத்து ஊர்ச் சாந்து பூசுபவன் 'முந்தியதற்கு இரு மடங்கு மேலாக' சிலைக்கு மூக்கு வைப்பதாக முன்வந்தான். ஆனாலும் அதின்த்ஸோவ் சிலையை அகற்றி விடும்படி உத்தரவு இட்டுவிட்டார். சிலை கதிரடிக்கும் கொட்டாரத்தின் மூலையில் வைக்கப்பட்டது. பல நீண்ட ஆண்டுகளாக அது பெண் பிள்ளைகளுக்கு மூட நம்பிக்கை நிறைந்த திகில் விளைத்தவாறு அங்கேயே இருந்தது. மண்டபத்தின் முன்புறம் வெகு காலமாகவே அடர்ந்த புதர்கள் மண்டிக்கிடந்தன. தூண்களின் மகுடங்கள் மட்டுமே பசுமைச் செறிவுக்கு மேலே தெரிந்தன. மண்டபத்தில் பட்டப் பகலில் கூடக் குளுகுளுவென்று இருந்தது. ஒருமுறை அங்கே பச்சைப் பாம்பைக் கண்ட பின் ஆன்னா ஸெர்கேயெவ்னா அந்த இடத்துக்குப்போக விரும்பவில்லை. ஆனால் காத்யா அங்கே அடிக்கடி வந்து, ஒருமுறை மாடத்தின்கீழ் அமைந்திருந்த பெரிய கல் பெஞ்சியில் உட்காருவாள். தூய குளிர்மையும் நிழலும் சூழ அங்கே அமர்ந்துபடிப்பாள், பூத்தையல் வேலை செய்வாள், அல்லது முழு நிசப்த உணர்ச்சியில் லயித்திருப்பாள். இந்த உணர்ச்சி எல்லோருக்கும் பழக்கமானதுதான். நம்மைச் சுற்றிலும் நமக்கு உள்ளேயுங்கூட இடையறாது அடித்துக் கொண்டிருக்கும் பரந்த உயிர் அலையின் அனேகமாகத் தன் உணர்வு அற்ற, பேச்சறச்செய்யும் உன்னிப்பான விழிப்பில் அடங்கியிருக்கிறது இதன் எழில்.

பஸாரவ் வந்ததற்கு மறுநாள் காத்யா தனக்கு விருப்பமான பெஞ்சியில் உட்கார்ந்திருந்தாள். அவள் அருகே இப்போதும் அமர்ந்திருந்தான் அர்க்காதி. தன்னுடன் மண்டபத்துக்கு வரும்படி அவன்தான் அவளை வேண்டிக்கொண்டான்.

காலைச் சிற்றுண்டிக்குச் சுமார் ஒருமணி நேரம் பாக்கியிருந்தது. பனித்துளி படர்ந்த காலை வெப்பம் நிறைந்த பகல் ஆகிவிட்டிருந்தது. அர்க்காதியின் முகத்தில் முந்திய நாள் இருந்ததே போன்ற தோற்றம் காணப்பட்டது. காத்யா கவலையில் ஆழ்ந்த தோற்றம்

கொண்டிருந்தாள். அவளுடைய தமக்கை, காலைத் தேநீர் பருகி முடிந்ததுமே அவளைத்தன் அலுவலறைக்கு அழைத்து, முன்னேற்பாடாகக் கொஞ்சிச் சீராட்டிய பின் (இந்தக் கொஞ்சல் காத்யாவுக்கு எப்போதுமே அச்சம் ஊட்டும்) அர்க்காதியுடன் பழகுவதில் எச்சரிக்கையாய் இருக்கும்படியும், விசேஷமாக அவனோடு தனியிடத்தில் பேசுவதை (இதைப் பெரியம்மாவும் வீட்டார் எல்லோருமே கண்டிருந்தார்களாம்) தவிர்க்கும்படியும் அறிவுரைத்திருந்தாள். தவிர, தலைக்கு நாளே மாலையில் ஆன்னா ஸெர்கேயெவ்னாவுக்கு மனது சரியாய் இல்லை, காத்யாவுக்கு ஏதோ குற்றம் செய்துவிட்டவள் போலக் கூசிக்குழம்பிக் கொண்டிருந்தாள். இப்போது அர்க்காதியின் வேண்டுகோளுக்கு இணங்குகையில் இதுவே கடைசித் தடவை என்று அவள் தனக்குள் சொல்லிக் கொண்டாள்.

"காத்யா" என்று ஒருவகைக்கூச்சம் நிறைந்த சொந்தத்துடன் பேசத்தொடங்கினான் அர்க்காதி. "உங்களுடன் ஒரே வீட்டில் வசிக்கும் பேறு பெற்றது முதல் நான் உங்களோடு எத்தனையோ விஷயங்கள்பற்றிப் பேசியிருக்கிறேன். ஆனால் எனக்கு மிகவும் முக்கியமான... பிரச்சினை ஒன்று இருக்கிறது. அதைப்பற்றி நான் இதுவரை பேச்சு எடுக்கவில்லை. என்னை இங்கே சரிப்படுத்தி விடுவார்கள் என்று நேற்று நீங்கள் சொன்னீர்கள்" என, கேள்விக் குறியுடன் தன் மீது நிலைத்திருந்த காத்யாவின் பார்வையை நேரிட்டு நோக்குவதும் விழிகளை மறுபுறம் திருப்பிக் கொள்வதுமாக மேலே கூறினான்: "மெய்யாகவே நான் பல விஷயங்களில் மாறிவிட்டேன். வேறு எவரையும் விட நீங்கள் இதை நன்கு அறிவீர்கள் - இந்த மாறுதலுக்கு நான் உண்மையில் உங்களுக்கே கடமைப்பட்டிருக்கிறேன்."

"நானா? எனக்கா?" என்றாள் காத்யா.

"நான் இங்கே வந்தபோது இருந்ததுபோல அகந்தை பிடித்த சிறுவன் அல்ல இப்போது. எனக்கும் இருபத்து மூன்று வயது ஆகிவிட்டதே. முன்போலவே பயன் உள்ளவனாய் இருக்க விரும்புகிறேன். என் சக்திகளை எல்லாம் உண்மைக்கு அர்ப்பணிக்க விரும்புகிறேன். ஆனால் என் ஆதர்சங்களை முன்பு தேடிய இடத்தில் இப்போது தேடவில்லை நான். அவை எனக்கு... எவ்வளவோ அருகாமையில் தென்படுகின்றன. இதுவரை நான் என்னைப்புரிந்து கொள்ளவில்லை. என் சக்திக்குமீறிய பொறுப்புக்களை மேற்கொள்ள முயன்றேன்... அண்மையில்தான் என் விழிகள் ஓர் உணர்ச்சி காரணமாகத் திகழ்ந்தன... நான் போதிய தெளிவில்லாமல் பேசுகிறேன், ஆனாலும் நீங்கள் என்னைப் புரிந்து கொள்வீர்கள் என்று நம்புகிறேன்..."

காத்யா பதிலே பேசவில்லை, ஆனால் அர்க்காதியை உற்றுப்பார்ப்பதை நிறுத்திவிட்டாள்.

"நான் நினைக்கிறேன்" என்று முன்னிலும் அதிகக்கிளர்ச்சிபொங்கும் குரலில் மறுபடி பேசத்தொடங்கினான் அர்க்காதி. அவனுக்கு உயரே, பிர்ச் தழைகளின் மறைவில் தேன்சிட்டு தன் பாட்டைக் கவலையின்றிப் பாடிக்கொண்டிருந்தது. 'நான் நினைக்கிறேன், நேர்மையுள்ள ஒவ்வொரு மனிதனும் தனக்கு வேண்டியவர்களிடம்... அதாவது தனக்கு நெருங்கியவர்களிடம் முழுவதும் மனம்திறந்து பேச வேண்டும், இது அவன் கடமை, ஆகவே நான்... நான் விரும்புகிறேன்."

ஆனால் இங்கே சொல்வன்மை அர்க்காதியைக் கைவிட்டு விட்டது. அவன் தடுமாறினான், தயங்கினான், கொஞ்ச நேரம் பேசாதிருப்பது அவனுக்குக் கட்டாயம் ஆகிவிட்டது. காத்யா விழிகளை உயர்த்தவே இல்லை. அவன் எதற்குப்பீடிகை போடுகிறான் என்று அவளுக்குப் புரியவில்லைபோலும், அவள் எதையோ எதிர்பார்ப்பது போலும் இருந்தது.

"நீங்கள் என் பேச்சைக் கேட்டு வியப்பு அடைவீர்கள் என்பதை முன் காண்கிறேன்" என்று மீண்டும் வலிமையைத்திரட்டிக்கொண்டு பேசலானான் அர்க்காதி. "அதிலும் இந்த உணர்ச்சி ஓரளவு... கேளுங்கள், ஓரளவு... உங்களுடன்தொடர்பு உள்ளது. என்னிடம் ஆழ்ந்த போக்கு போதவில்லை என்று நேற்று நீங்கள் நீங்கள் கடிந்து கொண்டது நினைவிருக்கிறது" என்று தொடர்ந்தான். புதை சேற்றில் காலை வைத்த, ஒவ்வோர் அடியிலும் தான் மேலும்மேலும் புதைவதை உணர்ந்தபின்பும் விரைவில் வெளியேறிவிடும் நம்பிக்கையுடன் அவசரமாக முன்னே செல்பவனை ஒத்திருந்தது அவன்தோற்றம். "இந்தக் கண்டனத்துக்கு அடிக்கடி உள்ளாகிறவர்கள்... இளைஞர்கள், அவர்கள் அதற்கு உரியவர்களாக இல்லாதபோதுகூட. எனக்கு மட்டும் அதிகத் தன்னம்பிக்கை இருந்தால்..." ('அட உதவிசெய்யேன் எனக்கு, உதவிசெய்யேன்!' என்று புகலின்றி எண்ணமிட்டான் அர்க்காதி. காத்யாவோ முன்போலவே தலையை மறுபுறம் திருப்பிக் கொண்டிருந்தாள்.) "நான் நம்ப மட்டும் முடிந்தால்..."

"நீங்கள் சொல்வதில் நான் உறுதியான நம்பிக்கை கொள்ள முடிந்தால்" என்று ஆன்னா ஸெர்கேயெவ்னா கூறியது அந்தக்கணத்தில் தெளிவாகக் கேட்டது.

அர்க்காதி உடனே பேச்சை நிறுத்திவிட்டான். காத்யா வெளிறிப் போனாள். மண்டபத்தை மறைத்திருந்த அடர்ந்த புதர்களின் ஓரமாகப் போயிற்று ஒற்றையடிப் பாதை. ஆன்னா ஸெர்கேயெவ்னா பஸாரவுடன் அதன் வழியே நடந்தாள்.

இவான் துர்கனேவ் | 235

காத்யாவும் அர்க்காதியும் அவர்களைப் பார்க்க முடியவில்லை. ஆனால் ஒவ்வொரு சொல்லையும், ஆடையின் சரசரப்பையும், மூச்சுவிடுவதைக்கூடக்கேட்டார்கள். வந்தவர்கள் சில அடிகள் நடந்த பின் வேண்டுமென்றே போல மண்டபத்துக்கு நேர் எதிரே வந்து விட்டார்கள்.

ஆனால் ஸெர்கேயெவ்னா பேச்சைத் தொடர்ந்தாள்:

“பார்த்தீர்களா, நாம் இருவரும் தவறு செய்தோம். நாம் இருவரும் அதிலும் நான் - புத்திளமையைக் கடந்துவிட்டவர்கள். நாம் வாழ்ந்து களைத்துவிட்டோம். நாம் இருவரும் - வீண் சடங்கு பாராட்டுவானேன்?- புத்திசாலிகள். தொடக்கத்தில் நாம் ஒருவருக்கு ஒருவர் அக்கறைக்கு உரியவர்களாக இருந்தோம். நமது ஆவல் தூண்டிவிடப்பட்டது... ஆனால் அப்புறம்...”

“அப்புறம் நான் சப்பிட்டுப்போனேன்” என்று வாக்கியத்தை முடித்தான் பஸாரவ்.

‘நம்முடைய பிணக்குக்குக் காரணம் அதுஅல்ல என்பது உங்களுக்குத் தெரியும். அது எப்படி இருந்தாலும் நாம் ஒருவருக்கு ஒருவர் தேவைப்படவில்லை என்பதே முக்கியம். நம்மிடம்... இதை எப்படிச் சொல்வது... ஒரே மாதிரியான தன்மைகள் நிறைய இருந்தன. இதை நாம் உடனே.புரிந்து கொள்ளவில்லை. மாறாக அர்க்காதி...’

“அவன் உங்களுக்குத் தேவைப்படுகிறானா?” என்று கேட்டான் பஸாரவ்.

“விடுங்கள், யெவ்கேனி வஸீலிச். அவருக்கு என் மேல் நாட்டம் இருப்பதாக நீங்கள் சொன்னீர்கள். அவருக்கு என்னைப் பிடித்திருக்கிறது என்று எனக்கும் எப்போதும் தோன்றி வந்தது. வயதில் நான் அவருக்கு அத்தையாகத் தக்கவள் என்பதை அறிவேன். ஆனாலும் அவரைப் பற்றி அடிக்கடி நினைக்கத் தலைப்பட்டேன் என்பதை உங்களிடமிருந்து மறைக்க விரும்பவில்லை. இளமையும் புதுமையும் நிறைந்த இந்த உணர்ச்சியில் ஏதோ ஒரு அழகு இருக்கிறது...”

“கவர்ச்சி என்ற சொல் இம்மாதிரிச் சந்தர்ப்பங்களில் அதிகப் பொருத்தமானது” என்று குறுக்கிட்டான் பஸாரவ். பொங்கும் எரிச்சல் அவனுடைய அமைதியான, கம்மிய குரலில் ஒலித்தது. “நேற்று அர்க்காதி என்னிடம் எதையோ மறைத்தான். உங்களையோ உங்கள் தங்கையையோ பற்றிப் பேசவே இல்லை.. இது முக்கியமான அடையாளம்.”

“காத்யாவுடன் அவன் சகோதரன் போலவும் பழகுகிறான். இதுவும்

அவனிடம் எனக்குப்பிடித்திருக்கிறது. ஆனால் அவர்களை இவ்வளவு நெருக்கமாகப்பழக நான் விட்டிருக்கக்கூடாதோ என்னவோ."

"நீங்கள் இப்படிச் சொல்வது சகோதரி என்ற முறையில் தானோ?" என்று நீட்டினான் பஸாரவ்.

"இதைக்கூறவும் வேண்டுமா? ஆமாம், நாம் எதற்காக நிற்கிறோம்? போவோம் வாருங்கள். நமது உரையாடல்தான் எவ்வளவு விந்தையானது, இல்லையா? உங்களுடன் இப்படிப்பேசுவேன் என்று என்னால் எதிர்பார்த்திருக்க முடியுமா? எனக்கு உங்களிடம் பயமாய் இருக்கிறது, தெரியுமா... ஆனாலும் உங்களிடம் மனம் விட்டுப் பேசுகிறேன், ஏனென்றால் உண்மையில் நீங்கள் மிகவும் உதார குணம் உள்ளவர்."

"முதலாவதாக, நான் உதார குணம் உள்ளவனே அல்ல. இரண்டாவதாக, உங்கள் கண்களில் எனக்கு இருந்த எல்லாவித முக்கியத்துவத்தையும் நான் இழந்து விட்டேன். நான் உதார குணம் உள்ளவன் என்று நீங்கள் சொல்லுகிறீர்கள்... இறந்தவன் தலையில் மலர் மகுடம் சூட்டுவதுபோல் இருக்கிறது இது."

"யெவ்கேனி வஸீலிச், நம் வசத்தில் இல்லை..." என்று ஆரம்பித்தாள் ஆன்னா ஸெர்கேயெவ்னா. ஆனால் காற்று வீசி, இலைகளைச்சலசலக்கச் செய்து அவளுடைய சொற்களை அடித்துப் போய்விட்டது.

"நீங்கள் கட்டற்றவர் ஆயிற்றே" என்று சற்றுப்பொறுத்துக் கூறினான் பஸாரவ்.

மேற்கொண்டு எதுவும் தெளிவாகக் கேட்கவில்லை. காலடிகள் தொலைவில் சென்றன... நிசப்தம் சூழ்ந்தது.

அர்க்காதி காத்யாவின் பக்கம் திரும்பினான். அவள் முன்போன்றே, தலையை இன்னும் குனிந்து கொண்டு உட்கார்ந்திருந்தாள்.

"காத்யா" என்று கைகளை நெரித்தவாறு நடுங்கும்குரலில் பேசத்தொடங்கினான் அர்க்காதி. 'நான் உங்களையே சதா காலமும் உளப்பூர்வமாகக்காதலிக்கிறேன். உங்களைத் தவிர வேறு யார் மீதும் எனக்குக் காதல் இல்லை. நான் இதை உங்களிடம் சொல்லி, உங்கள் கருத்தை அறிந்து, என்னை மணக்க உங்களுக்குச் சம்மதமா என்று கேட்க விரும்பியது எதனால் என்றால் நான் பணக்காரனும் அல்ல, எல்லாத் தியாகங்களுக்கும் தயாராயிருப்பதாக உணர்கிறேன் என்பதால்தான்... நீங்கள் மறுமொழி கூற மாட்டீர்களா? நீங்கள் என்னை நம்பவில்லையா? நான் விளையாட்டாகப் பேசுகிறேன் என்று நினைக்கிறீர்களா? சென்ற சில நாட்களை நினைவுபடுத்திக் கொள்ளுங்கள் - மற்றவை எல்லாம் இருந்த சுவடு தெரியாமல்

எப்போதோ மறைந்துவிட்டன என்பது நெடு நாட்களாகவே உங்களுக்கு உறுதிப்படவில்லையா? என்னைப் பாருங்கள். என்னிடம் ஒரே ஒரு வார்த்தை சொல்லுங்கள்... நான் காதலிக்கிறேன்... நான் உங்களைக் காதலிக்கிறேன்... என்னை நம்புங்களேன்!"

பெருமிதம் பொங்கும் ஒளிவீசும் பார்வையால் அர்க்காதியை நோக்கினாள் காத்யா. நெடு நேரம் சிந்தித்தபிறகு லேசாக முறுவலித்து, "ஆமாம்" என்றாள்.

அர்க்காதி பெஞ்சியிலிருந்து துள்ளி எழுந்தான்.

"ஆமாமா! நீங்கள் ஆமாம் என்றுதானே சொன்னீர்கள், காத்யா! இந்தச் சொல்லின் பொருள் என்ன? நான் உங்களைக் காதலிக்கிறேன் என்பதா, நீங்கள் என்னை நம்புகிறீர்கள் என்பதா... அல்லது... அல்லது..." வாக்கியத்தை முடிக்க எனக்குத்துணிவு வரவில்லை.

"ஆமாம்" என்று மறுபடி சொன்னாள் காத்யா. இந்தத் தடவை அவன் அவளைப் புரிந்து கொண்டான். அவளுடைய பெரிய, அழகிய, கைகளைப் பற்றி, உவகைப் பெருக்கால் மூச்சுத்திணற அவற்றை நெஞ்சோடு அழுத்திக் கொண்டான். நிலை கொள்ளாமல் தவித்தவாறு "காத்யா, காத்யா..." என்று மட்டுமே ஜெபித்தான். அவள் குழந்தைமை தோன்ற அழுது, தன் கண்ணீருக்காகத் தானே மெல்லெனச் சிரித்தாள். காதல் கொண்ட ஜீவனின் விழிகளில் இத்தகைய கண்ணீரைக் காணாதவன், நன்றிப் பெருக்காலும் நாணத்தாலும் மேனி முழுவதும் உற, உலகில் பதற, உலகில் எந்த அளவுக்கு இன்பம் பெற மனிதனால் முடியும் என்பதை உணராதவன் ஆவான்.

மறுநாள் அதிகாலையில் ஆன்னா ஸெர்கேயெவ்னா பஸாரவைத்தன் அலுவல் அறைக்கு அழைத்து மடித்த கடிதம் ஒன்றைச் செயற்கைப் புன்னகையுடன் அவனிடம் கொடுத்தாள். அது அர்க்காதி அவளுடைய தங்கையை மணக்க அனுமதி கேட்டிருந்தான்.

பஸாரவ் கடிதத்தின்மீது விரைவாகக் கண்ணோட்டினான். நெஞ்சில் குபீரென்று பொங்கிய வன்மக்களிப்பை வெளியிடாதிருக்க அவன் அரும்பாடு பட வேண்டியிருந்தது.

"அப்படியாக்கும். நேற்றுத்தானே நீங்கள் சொன்னீர்கள், அவன் காத்யா மேல் சகோதர பாசம் கொண்டிருப்பதாக. இப்போது என்ன செய்வதாக உங்கள் உத்தேசம்?" என்று கேட்டான்.

"நீங்கள் எனக்கு என்ன யோசனை கூறுகிறீர்கள்?" என்று தொடர்ந்து சிரித்தவாறு கேட்டாள் ஆன்னா ஸெர்கேயெவ்னா.

அவளைப் போலவே பஸாரவுக்கும் சிரிப்பு வரவே இல்லை,

குதூகலமாகவும் இல்லை. ஆனாலும் அவனும் சிரித்துக்கொண்டே "நான் நினைக்கிறேன், இளைஞர்களை ஆசீர்வதிப்பதே உசிதம் என்று. வரன் எல்லா வகையிலும் பொருத்தமானவன். கிர்ஸானவ் குடும்பத்தார் கணிசமான பணக்காரர்கள். அவன் தகப்பனாருக்கு ஒரே மகன். தகப்பனாரும் நல்லமனிதர், குறுக்கே நிற்க மாட்டார்." என்றான்.

ஆன்னாஸெர்கேயெவ்னா அறையில் குறுக்கும் நெடுக்கும் நடந்தாள். அவள் முகம் சிவப்பதும் வெளிறுவதுமாக இருந்தது.

"அப்படியா நினைக்கிறீர்கள்? அதற்கென்ன? எனக்கு ஒரு தடையும் தென்படவில்லை... காத்யாவுக்காக நான் மகிழ்கிறேன்... அர்க்காதி நிக்கலாயிச்சுக்காவுந்தான். தகப்பனாரின் பதில் வரும்வரை காத்திருப்பேன் என்று சொல்லவே வேண்டியதில்லை. மகனையே தகப்பனாரிடம் அனுப்பி வைக்கிறேன். நாம் இருவரும் முதியவர்கள் என்று நேற்று நான் உங்களிடம் சொன்னது சரி ஆகிவிட்டது... இதைநான் எப்படிக் கவனிக்காமலே இருந்துவிட்டேன்? எனக்கே இது ஆச்சரியமாய் இருக்கிறது..."

ஆன்னாஸெர்கேயெவ்னா மறுபடி வாய்விட்டுச் சிரித்தவள், அக்கணமே முகத்தைத் திருப்பிக்கொண்டாள்.

"இந்தக்காலத்து இளைஞர்கள் படுதந்திரசாலிகள் ஆகிவிட்டார்கள்" என்று கூறி, தானும் உரக்க நகைத்தான் பஸாரவ். சற்று நேரம் பேசாதிருந்தபின், "விடை கொடுங்கள். இந்தக் காரியத்தை மிக இனிய முறையில்நிறைவேற்ற வேண்டும் என்று உங்களை வாழ்த்துகிறேன். நான் தூரத்திலிருந்தே மகிழ்ச்சிஅடைவேன்" என்றான்.

ஆன்னா ஸெர்கேயெவ்னா சட்டென அவன் பக்கம் திரும்பினாள்.

"நீங்கள் போகிறீர்களா என்ன? இப்போது நீங்கள் ஏன் தங்கியிருக்கக் கூடாது? தங்கியிருங்கள்... உங்களோடு பேசுவது இன்பமாய் இருக்கிறது.. அகாதத்தின் விளிம்போரமாக நடப்பதுபோல. முதலில் பயமாய் இருக்கிறது, அப்புறம் எங்கிருந்தோ துணிவுவந்துவிடுகிறது. தங்கியிருங்கள்."

"தங்கச்சொன்னதற்கும் என் பேச்சுத்திறன் பற்றிய பாராட்டுக்கும் நன்றி, ஆன்னா ஸெர்கேயெவ்னா. ஆனால் வேற்றான வட்டாரத்தில் ஏற்கனவே நான் மட்டு மீறி நீண்டகாலம் சுற்றிக் கொண்டிருந்துவிட்டேன் என்று எண்ணுகிறேன். பறக்கும் மீன்கள் சற்று நேரம் காற்றில் மிதக்க முடியும்தான், ஆனால் விரைவில் நீரில் சளப்பென விழுந்துவிட வேண்டும். என்னையும் எனக்கு இயல்பான இயல்பான சூழ்நிலைக்குப் போகவிடுங்கள்."

ஆன்னாஸெர்கேயெவ்னா பஸாரவைப் பார்த்தாள். அவனுடைய

இவான் துர்கனேவ் | 239

வெளிறிய முகம் கைப்புப்புன்னகையால் கோணியிருந்தது. "இவன் என்னைக் காதலித்தான்" என்று எண்ணமிட்டாள் அவள். அவன்மேல் அவளுக்கு இரக்கம் உண்டாயிற்று. பரிவுடன் அவன் பக்கம் கையை நீட்டினாள்.

ஆனால் அவனும் அவளைப்புரிந்து கொண்டான்.

"வேண்டாம்!" என்று கூறி ஓரடி பின்னே நகர்ந்தான். "நான் ஏழைதான். ஆனால் இன்றுவரை பிச்சை வாங்கியதில்லை. விடை கொடுங்கள், நலமே இருங்கள்!"

"நாம் சந்திப்பது கடைசித் தரமாக அல்ல என்று நம்புகிறேன்" என்று தான் அறியாமலே முன்னே நகர்ந்தவாறு கூறினாள் ஆன்னா ஸெர்கேயெவ்னா.

"உலகில் எதுதான் நடப்பதில்லை!" என்று மறுமொழி கூறித் தலை வணங்கிவிட்டு வெளியேறினான் பஸாரவ்.

அன்றே அறையில் குந்தியபடிப் பெட்டியில் சாமான்களை ஒழுங்குபடுத்தியவாறு பஸாரவ் அர்க்காதியிடம் சொன்னான்: "அப்படியானால் நீ கூடு கட்டிக் கொள்ளத் தீர்மானித்துவிட்டாயாக்கும். அதற்கென்ன? காரியம் நல்லது. ஆனால் நீ ஒளிவு மறைவாக நடந்து கொண்டதுதான் வீண். உன்னிடமிருந்து முற்றிலும் வேறு போக்கை நான் எதிர்பார்த்தேன். அல்லது, ஒருவேளை, இது உனக்கும் திகைப்பூட்டியதோ?"

"உன்னிடமிருந்து பிரிந்துபோன போது நான் நிச்சயமாக இதை எதிர்பார்க்கவில்லை. ஆனால் நீ எதற்காக மறைக்கிறாய், 'காரியம் நல்லது' என்கிறாய்? திருமணம்பற்றி உன் கருத்து எனக்குத் தெரியாதுபோல?"

"அடே, என் அருமை நண்பா! நீ எப்படிப் பேசுகிறாய்! பார்த்தாயா, நான் என்ன செய்கிறேன் என்று: பெட்டியில் வெறுமையாய் இருக்கும் இடத்தில் தீனிப்புல்லை நிறைக்கிறேன். நமது வாழ்க்கைப்பெட்டி விஷயமும் இதுதான். வெற்றிடம் இருக்கக்கூடாது. எதைக்கொண்டு அதை நிறைத்தாலும் சரியே. கோபித்துக்கொள்ளாதே, தயவு செய்து. காத்யாவைப்பற்றி நான் எப்போதும் என்ன அபிப்பிராயம் கொண்டிருந்தேன் என்பது உனக்குத் தெரியும். மற்றப் பெண்கள் கெட்டிக்காரத்தனமாக ஒருவனைக் காதலிப்பதாலேயே புத்திசாலிகள் என்று பெயர் எடுத்து விடுகிறார்கள். உன்னவளோ, தன் பலம் கொண்டு உறுதியாய் நிற்கிறாள். உன்னையும் கைப்பிடித்து நடத்திச் செல்லும் அளவுக்கு உறுதி இருக்கிறது அவளிடம். இப்படித்தான் இருக்க வேண்டும்." அவன் பெட்டியை மூடிவிட்டுத் தரையிலிருந்து எழுந்தான். "இப்போது பிரிவு பெறுகையில் திரும்பிச்சொல்லுகிறேன்...

ஏனென்றால் நம்மையே ஏமாற்றிக்கொள்வது வீண்: நாம் என்றென்றைக்கும் பிரிகிறோம், நீயும் இதைஉணர்கிறாய்... நீ புத்திசாலித்தனமாக நடந்துகொண்டாய். எங்களுடைய கைப்பும் உறைப்பும் உள்ள தனிமை வாழ்க்கைக்கு நீ ஏற்றவன் அல்ல. உன்னிடம் துணிச்சலோ, வன்மமோ இல்லை, இளமைத்துணிவும் இளமை ஊக்கமும் மட்டுமே இருக்கின்றன. எங்கள் காரியத்துக்கு இவை பயன்பட மாட்டா. பிரபு வம்சத்தினராகிய உங்களால் பெருமிதம் உள்ள அடக்கமோ பெருமிதம் உள்ள ஆத்திரமோதான் கொள்ள முடியும். அதற்கு மேல் போக முடியாது. ஆனால் இது அற்ப விஷயம். உதாரணமாக நீங்கள் அடித்துக் கொள்வதில்லை -இதையே பிரமாதச் சாதனையாக எண்ணிக்கொள்கிறீர்கள். நாங்களோ, அடிபிடி சண்டை போட விரும்புகிறோம். வேறு என்ன! எங்கள் புழுதியால் உனக்குக் கண்கள் கரிக்கும் எங்கள் சேறு உன்னைக் கறைப்படுத்தும். தவிர நீ எங்கள் மட்டத்துக்கு இன்னும் உயரவில்லை. தன் வசம் இன்றியே நீ உன்னை வியந்து நோக்குகிறாய், தன்னையே திட்டிக்கொள்வது உனக்கு இன்பமாய் இருக்கிறது. எங்களுக்கோ, இது சலிப்பூட்டுகிறது. எங்களுக்கு மற்றவர்களை விளாச வேண்டும்! மற்றவர்களை முறிக்க வேண்டும்! நீ அருமையான பையன். ஆனாலும் நீ மென்மையான, உதார குணமுள்ள பிரபு வம்சத்தவன், 'ஏ வலாத்தூ' (அவ்வளவுதான்) - என் தகப்பனார் சொல்வதுபோல."

"யெவ்கேனி, நீ என்னிடமிருந்து சதா காலத்துக்கும் பிரிந்து போகிறாயா? எனக்குச்சொல்ல வேறு வார்த்தைகள் உன்னிடம் இல்லையா?" என்று துயரம் ததும்ப வினவினான் அர்க்காதி.

பஸாரவ் பின் மண்டையைச் சொறிந்தான்.

"இருக்கின்றன, அர்க்காதி, வேறு வார்த்தைகள் என்னிடம் இருக்கின்றன. ஆனால் அவற்றை நான் சொல்ல மாட்டேன், ஏனென்றால் இது ரொமாண்டிஸம் - அதாவது தேன் குழைத்துப் பேசுவது. நீ சீக்கிரம் கலியாணம் செய்து கொள். உன் கூட்டைநிர்வகி, நிறையக் குழந்தைகள் பெறு. அவர்கள் புத்திசாலிகளாய் இருப்பார்கள், ஏனென்றால் சரியான சமயத்தில் பிறப்பார்கள் - உன்னையும் என்னையும் போல அல்ல. ஏஹே! வண்டி கட்டித் தயாராக நிற்கிறதே. போக வேளை வந்துவிட்டது. எல்லோரிடமும் சொல்லிக் கொண்டு விட்டேன்... நல்லது, தழுவிக் கொள்வோமா?"

தனது முன்னாள் நண்பனும் ஆசானுமான பஸாரவைப் பாய்ந்து தழுவிக் கொண்டான் அர்க்காதி. அவன் விழிகள் கண்ணீர்சிந்தின.

"இளமை என்பது இதுதான்! நான் காத்யாவையே நம்புகிறேன். அவள் எவ்வளவு விரைவில் உன்னைச்சமாதானப்படுத்திவிடுவாள்,

பார்!”

“விடை கொடு, தம்பீ!” என்று வண்டியில் ஏறிக்கொண்டதும் அர்க்காதியிடம் சொன்னான் பஸாரவ். பின்பு, குதிரை லாய முகட்டில் அருகருகாக உட்கார்ந்திருந்த கரிச்சான் பறவை ஜோடியைச் சுட்டிக்காட்டி, ‘இவற்றைப்பார்! கற்றுக்கொள்!” என்றான்.

“இதற்கு என்ன அர்த்தம்?” என்று கேட்டான் அர்க்காதி.

“என்ன? இயற்கை வரலாற்றில் நீ அவ்வளவு மட்டமா அல்லது, கரிச்சான் பறவை மிகவும் மரியாதைக்குரிய மண வாழ்வு வாழும் பறவை என்பதை மறந்துவிட்டாயா? உனக்கு உதாரணம்!... விடை கொடுங்கள்... சீமான்!”

வண்டி கடகடத்துச் சென்றது.

பஸாரவ் சொன்னது உண்மைதான். அதே நாள் மாலை காத்யாவோடு பேசியபின் அர்ககாதி தன் ஆசானை அறவே மறந்துவிட்டான். அதற்குள் அவன் காத்யாவின் விருப்பத்துக்குப் பணிய தொடங்கிவிட்டான். காத்யா இதை உணர்ந்து வியப்பு அடையவில்லை. மறுநாள் அவன் தன் தகப்பனாரைப் பார்க்க மார்யினோவுக்குப்போவதாய் இருந்தான். ஆன்னா ஸெர்கேயெவ்னா இளைஞர்களுக்குக் கூச்சம் உண்டாக்க விரும்பவில்லை. மரியாதை முறைக்காக மட்டுமே அவர்களை நெடுநேரம் தனியாய் இருக்க விடாமல் இருந்தாள். பெருந்தன்மையுடன் சிற்றரசியை அவர்களிடமிருந்து அப்பால் இட்டுச்சென்றாள். திருமணம் பற்றிய செய்தி கேட்டுச் சிற்றரசி கண்ணீர் பெருக்கினாள், சீறிவிழுந்தாள். அவர்களுடைய இன்பக் காட்சி தனக்கே ஓரளவு ஏக்கம் உண்டாக்குமோ என்று ஆன்னா ஸெர்கேயெவ்னா முதலில் பயந்தாள். ஆனால் நடந்தது முற்றிலும் வேறு. இந்தக் காட்சி அவளுக்குத்துயரமே தரவில்லை. அதில் அவளுக்குச் சுவாரஸ்யமே ஏற்பட்டது. முடிவில் அது அவளை இனியவள் ஆக்கிவிட்டது. இதனால் அதின்த்ஸோவா ஒருங்கே மகிழ்ச்சியும் வருத்தமும் அடைந்தாள். “பஸாரவ் சொன்னது சரிதான்போலும். எனக்கு இருப்பது ஆவல், வெறும் ஆவல், நிம்மதி விருப்பம், சுயநலம்...’ என்று எண்ணிக்கொண்டாள்.

“குழந்தைகளா! காதல் வெற்று உணர்ச்சிதானோ?’ என்று உரக்கக் கேட்டாள்.

ஆனால் காத்யாவோ, அர்க்காதியோ அவளைப் புரிந்துகொள்ளக்கூட இல்லை. அவர்கள் அவளிடம் கூசினார்கள். தம் விருப்பம் இன்றியே கேட்ட உரையாடல் அவர்கள் மனத்திலிருந்து அகலவே இல்லை. ஆ னால் ஆன்னா ஸெர்கேயெவ்னா விரைவில்

அவர்களைச் சமாதானப் படுத்தினாள். இது அவளுக்குக் கஷ்டமாகவே இல்லை, ஏனென்றால் அவள்தானே சமாதானம் அடைந்துவிட்டாள்.

☙ 26 ❧

மகனுடைய திடீர் வருகையை பஸாரவின் பெற்றோர் எதிர்பார்க்கவே இல்லை ஆதலால் அதிக மகிழ்ச்சி அடைந்தார்கள். தாயார் அரீனா விளாஸிவ்னா கிளர்ச்சி பொங்க வீட்டில் ஓடிச்சாடியதைக் கண்டு தகப்பனார் வஸிலி இவானிச் அவளைப் பெட்டைக் கவுதாரிக்கு ஒப்பிட்டார். அவளுடைய குட்டைச்சட்டையின் அளவறுத்த வால்பகுதி மெய்யாகவே பட்சித் தோற்றத்தை அவளுக்கு அளித்தது. தகப்பனாரோ கத்துவதும் சுங்கானின் அம்பர் நுனியை உதட்டோரத்தில் வைத்துக் கடிப்பதும் கழுத்தை விரல்களால் பிடித்து, அது சரியாகப் பொருத்தப்பட்டிருக்கிறதா என்று பார்ப்பவர்போலத் தலையைச் சுழற்றுவதுமாக இருந்துவிட்டு, திடீரென்று அகன்ற வாயைத் திறந்து ஓசையே இன்றிச் சிரித்தார்.

“நான் முழுதாக ஆறு வாரங்களுக்கு வந்திருக்கிறேன், அப்பா. வேலை செய்ய விரும்புகிறேன். ஆகையால் நீ தயை செய்து எனக்கு இடைஞ்சல் பண்ணாதே” என்றான் பஸாரவ்.

“என் முகத்தோற்றத்தையே மறந்துவிடுவாய் பார் - அவ்வளவுக்கு ஒதுங்கியிருப்பேன்” என்றார் வஸிலி இவானிச்.

தமது வாக்கை அவர் காப்பாற்றினார். மகனுக்குமுன்போலவே அலுவல் அறையை ஒழித்துக்கொடுத்துவிட்டு அவர் அனேகமாக அவனிடமிருந்து ஒளிந்து கொண்டார். அனாவசியமான கொஞ்சலும் சீராட்டலும் வேண்டாம் என்று மனைவியையும் தடுத்துவிட்டார். “கேள், அம்மணீ. பையன் முதல் தடவை வந்திருந்தபோது நாம் அவனைக் கொஞ்சம் நச்சரித்துவிட்டோம். இப்போது புத்திசாலித்தனமாக நடந்து கொள்ள வேண்டும்” என்று அவளிடம் சொன்னார். அரீனா விளாஸிவ்னா அதற்கு இசைந்தாள். ஆனால் இதனால் அவளுடைய நிலையில் அதிக மாறுதல் ஏற்படவில்லை, ஏனெனில் சாப்பிடும்போது மட்டுமே அவள் மகனைச் சந்தித்தாள், அவனிடம் பேச்சுக்கொடுக்க ஒரேயடியாக அஞ்சினாள். எப்போதாவது மகனை, “யெவ்கேனீ!” என்று அழைப்பாள். அவன் திரும்பிப் பார்ப்பதற்குள் அவள்

கைப்பை நாடாக்களைச் சுருக்கியவாறு, "ஒன்றுமில்லை, ஒன்றுமில்லை, சும்மாதான்" என்பாள். அப்புறம் கணவரிடம்போய், கன்னத்தைக் கையில் ஊன்றியவாறு, "குழந்தை இன்றைக்கு மதியச் சாப்பாட்டுக்குக் காரட்டு சூப் வேண்டும் என்கிறானா முட்டைக்கோசு சூப்பா என்று எப்படித் தெரிந்து கொள்வது?" என்பாள்.

"அவனிடமே கேட்பதற்கென்ன?"

"நச்சரிக்கிறேன் என்று அவன் நினைத்துவிட்டால்?" ஆனால் பஸாரவ் விரைவிலேயே அறைக்குள் போய்த் தாழிட்டுக் கொள்வதை நிறுத்தி விட்டான். வேலை மும்முரம் அவனிடமிருந்து கழன்றுவிட்டது. அதன் இடத்தில் ஏக்கம் நிறைந்த சலிப்பும் இனந்தெரியாத அமைதியின்மையும் அவன் உள்ளத்தில் குடி கொண்டன. அவனுடைய எல்லா அங்க அசைவுகளிலும் விந்தையான சோர்வு காணப்பட்டது. உறுதியும் விரைவும் மிடுக்கும் கொண்ட அவனுடைய நடை கூட மாறிவிட்டது. தனியாக உலாவுவதை அவன் நிறுத்திவிட்டான். கூட்டாளிகளைத் தேடலானான். விருந்தறையில் தேநீர் பருகுவான், தகப்பனாருடன் காய்கறித்தோட்டத்தில் உலாவுவான், அவரோடு மௌனமாகப் புகை பிடிப்பான். ஒருதடவை அலெக்ஸேய் பாதிரியாரைப் பற்றி விசாரித்தான். வஸிலி இவானிச் முதலில் இந்த மாறுதலால் மகிழ்ச்சியுற்றார். ஆனால் அவருடைய மகிழ்ச்சி நீடிக்கவில்லை.

"யெவ்கேனி என்னை வதைக்கிறான்" என்று மனைவியிடம் இரகசியமாகக் குறை கூறினார். "அவனுக்கு அதிருப்தியோ கோபமோ இருப்பதாகத் தெரியவில்லை. அப்படி இருந்தாலாவது பரவாயில்லை. அவன் துக்கப்படுகிறான், ஏக்கம் அடைந்திருக்கிறான், அதுதான் பயமாயிருக்கிறது. வாயே திறக்க மாட்டேன் என்கிறான். நம்மைத் திட்டவாவது செய்தானானால் தேவலை. இளைத்துப் போகிறான், முகத்தின் நிறம் படு மோசமாய் இருக்கிறது."

"கடவுளே, கடவுளே! அவன் கழுத்தில் ரட்சை கட்டித் தொங்க விடுவேன், ஆனால் அவன் இசைய மாட்டானே!" என்று கிசுகிசுத்தாள் கிழவி. வஸிலி இவானிச் பஸாரவிடம் அவனுடைய வேலையையும் உடல்நிலையையும் அர்க்காதியையும் பற்றி எத்தனையோ தரம் மிக ஜாக்கிரதையாக விசாரிக்க முயன்றார். ஆனால் பஸாரவ் அவருக்கு விருப்பின்றி, அலட்சியமாகப் பதில் அளித்தான்.

ஒரு தடவை தகப்பனார் பேச்சோடு பேச்சாக எதையோ துருவி ஆராய்வதைக் கண்டு கொண்டு, "நீ என்ன, என் பக்கத்தில் நுனிக் காலால் போல நடக்கிறாய்? இந்த பழக்கம் முந்தியதைவிட மோசம்"

என்று எரிந்து விழுந்தான். "அடே டே, நான் சும்மாதான்" என்று சட்டெனக்கூறித் தப்பித்துக்கொண்டார், பாவம். வஸிலி இவானிச். அவருடைய அரசியல் பேச்சுக்களும் இவ்வாறே பயனின்றிப் போயின. குடியானவர்களின் அணித்தான விடுதலை பற்றியும் முன்னேற்றம் பற்றியும் ஒருமுறை பேசத் தொடங்கி, மகன் தமது கருத்துக்கு ஆதரவு தெரிவிப்பான் என்று எதிர்பார்த்தார். அவனோ, "நேற்று வேலியின் பக்கமாக நடக்கையில் இவ்வூர்க் குடியானவப் பையன்கள் பழைய பாட்டு எதையும் பாடாமல், 'நல்ல நேரம் வருகுது, நெஞ்சில் காதல் மலருது...' என்று பாடியதைக் கேட்டேன். இதுதான் முன்னேற்றம்" என்று அசட்டையாகக் கூறினான்.

சில வேளைகளில் பஸாரவ் கிராமத்துக்குப் போய், வழக்கப்படி கிண்டலும் கேலியுமாக எவனாவது குடியானவனிடம் பேச்சுகொடுப்பான். 'அண்ணே, வாழ்க்கையைப் பற்றி நீ என்ன நினைக்கிறாய், சொல்லு கேட்போம். ருஷ்யாவின் வருங்காலச் சக்தி முழுவதும் உங்களிடம்தான் இருக்கிறதாம். வரலாற்றில் புதிய சகாப்தம் உங்களிடமிருந்துதான் தொடங்கப்போகிறதாம். உண்மையான மொழியையும் சட்டங்களையும் நீங்கள்தாம் எங்களுக்குத் தரப்போகிறீர்களாம், சொல்லுகிறார்கள்" என்பான். குடியானவன் ஒன்றா பதில் சொல்ல மாட்டான், இல்லாவிட்டால் இப்படி ஏதாவது சொல்லுவான்: "எங்களாலேயும் முடியும்... அதோடு, ஏன் என்றால், அதாவது... எங்களுக்கு, சுமாராக எவ்வளவு எல்லை கோலியிருக்கிறதோ அவ்வளவு'. பஸாரவ் அவனை இடைமுறித்து, "உங்கள் 'மீர்'* என்ன என்று எனக்கு விளக்கமாகச் சொல்லு. மூன்று மீன்கள் தாங்கி கொண்டிருக்கும் அதே மீர்தானோ இது?" என்று கேட்பான்.

"அது தம்பீ, மூன்று மீன்கள் தாங்கிக் கொண்டிருப்பது பூமியை யாக்கும்" என்று அமைதியூட்டும் பாங்கில், பழமையும் நல்லியல்பும் தொனிக்கும் இனிய குரலில் விளக்குவான் குடியானவன். "எங்களுடைய, அதாவது 'மீர்'* இருக்கிறதே, இதற்கு எதிராக இருப்பது, தெரிந்த சங்கதிதான். பிரபுக்களின் சித்தம். ஏனென்றால் நீங்கள் எங்கள் தகப்பனார்கள். சீமான் எவ்வளவு கடுமையாகத் தண்டிக்கிறாரோ, குடியானவனுக்கு அவ்வளவு இனிமையாய் இருக்கும்.

ஒருமுறை இந்த மாதிரிப் பேச்சைக் கேட்டுவிட்டு பஸாரவ்

---

* மீர் என்னும் ருஷ்யச்சொல் பல பொருள்கள் கொண்டது. உலகம், பிரபஞ்சம் என்பது ஒரே பொருள். பண்டைய ருஷ்யக் குடியானவர் களின் பஞ்சாயத்து போன்ற பொதுச் சமுதாயமும் மீர் என்று அழைக்கப்பட்டது.

இகழ்ச்சியுடன் தோள்களைக் குலுக்கி முகத்தைத் திருப்பிக் கொண்டான். குடியானவனோ, தன் வழியே சென்றான்.

கடுகடுத்த தோற்றம் கொண்ட நடுத்தர வயதினான வேறொரு குடியானவன், தொலைவில், தன் வீட்டு வாசலில் நின்றபடியே பஸாரவுடன் அவன் பேசியதைக் கவனித்துக்கொண்டிருந்தான். "எதைப் பற்றிப் பேசிக் கொண்டிருந்தான், வரி பாக்கியைப் பற்றியா?" என்று முன்னவனிடம் கேட்டான் அவன்.

"வரி பாக்கியாவது ஒன்றாவது, தம்பீ! இப்படித்தான் ஏதோ உளறிக் கொண்டிருந்தான். நாக்கு அரிப்பைப் போக்கிக் கொள்ள நினைத்திருப்பான். தெரிந்த சங்கதி, சீமான். இவனுக்கு ஏதாவது புரியுமா என்ன?" என்று பதில் அளித்தான் முதல்குடியானவன். அவன் குரலில் பழமை தொனிக்கும் இனிமையின் சுவடு தானும் இல்லை. மாறாக, மரியாதை அற்ற ஏதோ கடுமை ஒலித்தது.

"புரிகிறது எங்கே?" என்றான் இரண்டாவது குடியானவன். பின்பு, தொப்பிகளை வெட்டி வெட்டி அசைப்பதும் தளர்த்திக் கொள்வதுமாக இருவரும் தங்கள் விவகாரங்களையும் தேவைகளையும் பற்றிப் பேசிக் கொள்ளலானார்கள். அந்தோ! இகழ்ச்சியுடன் தோள்களைக் குலுக்கியவன், குடியானவர்களுடன் உரையாடத்தெரிந்தவன் (பாவெல் பெத்ரோவிச்சுடன் விவாதத்தின்போது அப்படிப் பெருமை அடித்துக் கொண்டவன்), தன்னம்பிக்கை மிகுந்தவன் ஆன இந்த பஸாரவ் அவர்களுடைய மதிப்பில்தான்வெறும் கோமாளிதான் என்று நினைக்கவே இல்லை.

நிற்க, கடைசியில் பஸாரவுக்கு வேலை கிடைத்துவிட்டது. ஒருநாள் வஸிலி இவானிச் ஒரு குடியானவனின் கால் காயத்துக்கு அவன் முன்னிலையில் கட்டுப்போட்டார். ஆனால் கிழவரின் கைகள் நடுங்கின, பட்டித் துணிகளை அவரால் சரியாகப் பிரித்துக்கட்ட முடியவில்லை. மகன் அவருக்கு உதவினான். அப்போது முதல் தகப்பனாரின் பிராக்டிஸில் அவன் பங்கு கொள்ளலானான். அதே சமயம் தானே யோசனை சொன்ன சிகிச்சை முறைகளையும் அவற்றை உடனே கடைப்பிடித்த தகப்பனாரையும் கிண்டல் செய்வதையும் அவன் நிறுத்தவில்லை. பஸாரவின் கிண்டல்கள் வஸிலி இவானிச்சுக்குக் கொஞ்சங்கூடக்கோபம் ஊட்டவில்லை. மாறாக அவை அவருக்கு ஆறுதல்கூட அளித்தன. கறை படிந்த அங்கியை இரண்டு விரல்காளல் வயிற்றோடு அழுத்தி வைத்துக்கொண்டு, சுங்கான் புகைத்தவாறு அவர் பஸாரவின் கேலிப் பேச்சை ஆனந்தமாகக் கேட்பார். அவனுடைய குறும்புப்பேச்சுக்களில் எவ்வளவுக்கு எவ்வளவு வன்மம் இருந்ததோ அவ்வளவுக்கு அவ்வளவு நல்லியல்புடன், தம் கரிய பற்களை ஒன்று பாக்கி இல்லாமல் காட்டியவாறு விழுந்து விழுந்து சிரிப்பார் இன்பம்

பொங்கும் தந்தை. சிலவேளைகளில் மட்டித்தனமாக அல்லது அர்த்தமற்ற இந்தக் கிண்டல்களை அவர் திருப்பிக்கூடச்சொல்வார். உதாரணமாக, தொடர்ச்சியாகச் சில நாட்கள் அவர் சம்பந்தா சம்பந்தம் இல்லாமல் 'அட, இந்த வேலை ஒன்பதாவது!' என்று ஓயாமல் சொல்லிக் கொண்டிருந்தார் -அவர் காலைப் பிரார்த்தனைக்காகச் சர்ச்சுக்குப் போனதை அறிந்த அவர் மகன் இந்தச் சொற்களைக் கூறினான் என்ற ஒரே காரணத்திற்காக. 'நல்ல வேளை! ஏங்குவதை விட்டானே! இன்றைக்கு என்னை எப்படி வெளுத்துக் கட்டி விட்டான் தெரியுமோ, அற்புதம்!" என்று மனைவியிடம் கிசுகிசுத்தார். தனக்கு இத்தகைய துணைவன் இருக்கிறான் என்ற எண்ணம் அவரைப் பேருவகையில் ஆழ்த்தியது, அவருடைய பெருமையைப் பன்மடங்கு ஆக்கிற்று. ஆண்கள் சட்டையும் தலைமுடியும் அணிந்த குடியானவப் பெண் பிள்ளைக்கு ஏதேனும், சாதாரண மருந்தைக் கொடுத்துக்கொண்டே, "ஆமாம், அம்மணி, என் மகன் என்னோடு தங்கியிருப்பதற்காக நீ ஒவ்வொரு நிமிடமும் ஆண்டவனுக்கு நன்றி செலுத்த வேண்டும். மிக மிக விஞ்ஞான ரீதியான நவீன முறையிலாக்கும் இப்போது உனக்குச்சிகிச்சை செய்கிறோம், உனக்கு இது புரிகிறதா? பிரெஞ்சுக்காரர்களின் சக்கரவர்த்தி இருக்கிறானே நெப்போலியன், அவனுக்குக்கூட இவரைவிட மேலான மருத்துவர் கிடையாது" என்பார். "நெஞ்சு படபடன்னு வருது" என்று சொல்லி (இந்தச் சொற்களின் அர்த்தத்தை அளவாலேயே விளக்க முடிந்திருக்காது) சிகிச்சை பெறவந்த பெண்பிள்ளை வெறுமே தலை வணங்கி, சட்டை மார்புக்குள் துவாலை நுனியில் முடிந்து வைத்திருந்த நான்கு முட்டைகளை எடுத்து அவருக்குக் காணிக்கை சமர்ப்பிப்பாள்.

வெளியூரிலிருந்து வந்த துணி வியாபாரி ஒருவனுடைய பல்லைக்கூட ஒரு தடவை பஸாரவ் பிடுங்கினான். அது சாதாரணப் பல்தான், என்றாலும் வஸிலி இவானிச் அதை அபூர்வப்பொருளாகப் பாதுகாத்து வைத்திருந்தார். அலெக்ஸேய் பாதிரியாருக்கு அதைக் காட்டி மறுபடி மறுபடி சொன்னார்:

"பாருங்களேன் சற்றே, வேர்கள் எப்படிப்பட்டவை என்று! யெவ்கேனிக்கு ஒரே பலம்! துணி வியாபாரி அப்படியே அந்தரத்தில் கிளம்பிவிட்டான்!... ஓக் மரங்கூட அலாக்காக வேரோடு வெளியே வந்திருக்கும் என்று நினைக்கிறேன்."

அலெக்ஸேய் பாதிரியாருக்கு என்ன பதில் சொல்வது, களிவெறியில் இருந்த கிழவரை எப்படித்தட்டிக் கழிப்பது என்று தெரியவில்லை. கடைசியில் அவர், "மெச்சத் தகுந்ததுதான்!" என்று கூறினார்.

ஒருநாள் பக்கத்து ஊர்க் குடியானவன் ஒருவன் டைபாய்டு

நோயாளியான தன் சகோதரனை வஸிலி இவானிச்சிடம் கொண்டு வந்தான். வைக்கோல்கட்டின்மேல் குப்புறக் கிடந்த அந்த துர்பாக்கியசாலி இறக்கும் தறுவாயில் இருந்தான். அவன் உடம்பு முழுவதும் கரும்புள்ளிகள் அப்பியிருந்தன. வெகுநேரமாகவே அவன் நினைவு இழந்து கிடந்தான். மருத்துவர் உதவியை நாட வேண்டும் என்று முன்பே ஒருவரும் நினைக்காதது பற்றி வருத்தம் தெரிவித்து இனி நோயாளியைக் காப்பாற்ற முடியாது என்று சொல்லிவிட்டார் வஸிலி இவானிச். உண்மையாகவே வீடு திரும்பும்வழியில் வண்டியிலேயே இறந்து போனான் நோயாளி.

இதற்கு மூன்று நாட்கள் கழித்து பஸாரவ் தகப்பனாரின் அறைக்கு வந்து அவரிடம் ஸில்வர் நைட்ரேட் இருக்கிறதா என்று கேட்டான்.

"இருக்கிறது. உனக்கு எதற்காக?"

"வேண்டும்... காயத்தில் சூடு சூடு போட்டு நோயை நீக்கம் செய்வதற்காக."

"யாருக்கு?"

"எனக்குத்தான்."

"உனக்கா? எதற்காக இது? என்ன காயம்? எங்கே?"

"இதோ இங்கே. விரலில். இன்றைக்கு நான் கிராமத்துக்குப் போவேன். டைபாய்டு நோயாளியைக் கொண்டு வந்தார்களே அந்த கிராமத்துக்கு. பிணத்தை அறுத்துப் பார்க்க அவர்கள் எதனாலோ ஏற்பாடு செய்துகொண்டிருந்தார்கள். எனக்கு ரொம்பக்காலமாக இதில் பழக்கம் விட்டுப் போய்விட்டது."

"அப்புறம்?"

"அப்புறம் என்ன, வட்டார மருத்துவரிடம் நானே அறுவை செய்கிறேன் என்று சொன்னேன். விரலைக் கீறிக் கொண்டேன்."

வஸிலி இவானிச் சட்டென ஒரேயடியாக வெளிறிப் போனார். ஒரு வார்த்தைபேசாமல் அலுவலறைக்கு ஓடி ஸில்வர் நைட்ரேட் துண்டும் கையுமாக மறுகணமே திரும்பிவந்தார். பஸாரவ் அதை வாங்கிக்கொண்டு புறப்பட்டான்.

"ஆண்டவன் பெயரால் கேட்டுக் கொள்கிறேன், இதை என்னையே செய்யவிடு" என்று கெஞ்சினார் இவானிச். பஸாரவ் குறு நகைத்தான்.

"பிராக்டிஸ் வந்தால் விடமாட்டாயே நீ!"

"கேலி பண்ணாதே, தயவுசெய்து விரலைக் காட்டு. காயம் பெரிதில்லை. வலிக்கிறதோ?"

“பலமாக அழுத்து. பயப்படாதே.”

வஸிலி இவானிச் நிறுத்தினார்.

“நீ என்ன நினைக்கிறாய், யெவ்கேனி. இரும்பால் சூடு போடுவது மேலாய் இருக்காதா?”

“இதை முன்பே செய்திருக்க வேண்டும். இப்போதோ, உள்ளதைச் சொன்னால், ஸில்வர் நைட்ரேடகூடத் தேவையில்லை. நோய்த் தொற்று எனக்கு ஏற்பட்டிருந்தால், இப்போது நேரம் கடந்துவிட்டது.

“நேரம் கடந்துவிட்டதாவது?... எப்படி...’ என்று சிரமத்துடன் சொன்னார் வஸிலி இவானிச்.

“பின்னே என்ன! நான்கு மணி நேரத்துக்கு மேல் கழிந்துவிட்டதே!’

வஸிலி இவானிச் காயத்தின் மேல் ஸில்வர்நைட்ரேட்டை இன்னும் கொஞ்சம் தேய்த்தார்.

“வட்டார மருத்துவனிடம் ஸில்வர் நைட்ரேட் இல்லாமலா போயிற்று?”

“இல்லை.”

“அது எப்படி, என் கடவுளே! மருத்துவன் என்று பெயர் வைத்துக்கொண்டுஇவ்வளவுஅவசியமான பொருள் இல்லாமலா இருந்தான்!”

“நீ அவனுடைய அறுவைக் கத்திகளைப் பார்த்திருக்க வேண்டும்” என்று சொல்லிவிட்டு வெளியே சென்றான் பஸாரவ்.

அன்று இரவு வரையிலும் மறுநாள் பூராவும் வஸீலி இவானிச் முடிந்த வியாஜங்களை எல்லாம் வைத்துக்கொண்டு மகனுடைய அறைக்குப் போன வண்ணமாய் இருந்தார். அவனுடைய காயத்தைப் பற்றி அவர் பேச்சே எடுக்கவில்லை. அது மட்டும் அல்ல, வேறு ஏதேதோ விஷயங்களைப் பற்றிப் பேசினார். ஆனாலும் அவர் மகனுடைய விழிகளை விடாமல் உற்றுப்பார்த்தார், ஒரே கலவரத்துடன் அவனைக் கவனித்தார்.போதாக்குறைக்கு அரீனா விளாஸிவ்னா வேறு, பெரியவர் அவளிடமிருந்து விஷயத்தை மறைத்திருந்த போதிலும், ஓயாமல் அவனிடம் வந்து அவன் ஏன் உறங்கவில்லை, அவன் உடம்புக்கு என்ன என்று நச்சரிக்கத் தொடங்கினாள். இதனால் பஸாரவ் பொறுமை இழந்து வீட்டிலிருந்து போய்விடுவதாக அச்சுறுத்தினான். எனவே வஸிலி இவானிச் தாம்மேற்கொண்டு கவலைப்படாமல் இருப்பதாக மகனுக்கு வாக்களித்தார். ஆனால் மகனை அவர் மறைவாக இடைவிடாமல் கவனித்துக் கொண்டிருந்தார். அவனுடைய தோற்றம் அவருக்குப் பிடிக்கவில்லை... எனினும் முழுதாக இரண்டு நாட்கள் அவர்

மனதைக் கல்லாக்கிக் கொண்டு வளையவந்தார்... மூன்றாம் நாள் மதியச் சாப்பாட்டுக்குப் பிறகு அவருக்குத் தாங்கவில்லை. பஸாரவ் கூனிக்குறுகி உட்கார்ந்திருந்தான். ஒரு வெஞ்சனத்தையும் அவன் தொடவில்லை.

"ஏன் சாப்பிட மாட்டேன் என்கிறாய், யெவ்கேனி? சமையல் எல்லாம் நன்றாய்த்தானே இருக்கிறது!" என்று கவலையற்ற தோற்றத்தை வருவித்துக்கொண்டு கேட்டார் தகப்பனார்.

"வேண்டும்போல இல்லை, அதனால் தான்."

"உனக்குப் பசிக்கவில்லையா? தலைவலிக்கிறதோ?" என்று தயக்கத்துடன் விசாரித்தார்.

"வலிக்கிறது. வலிக்காமல் எப்படி இருக்கும்?"

அரீனா விளாஸிவ்னா இதைக்கேட்டு எச்சரிக்கை அடைந்து நிமிர்ந்து உட்கார்ந்தாள்.

"யெவ்கேனி, தயவு செய்து கோபித்துக் கொள்ளாதே. உன் நாடியைப் பிடித்துப் பார்க்க விடுவாயா என்னை?" என்று குழைந்தார் வஸிலி இவானிச்.

பஸாரவ் எழுந்தான். "நாடி பிடித்துப் பார்க்காமலே சொல்லுகிறேன், எனக்குக் காய்ச்சல் அடிக்கிறது."

"குளிர் நடுக்கமும் இருந்ததா?"

"ஆமாம், இருந்தது. நான் போய்ப்படுத்துக்கொள்கிறேன். லிண்டன் பூக் கஷாயம் போட்டுத் தாருங்கள். எனக்குத் தடிமல் பிடித்திருக்கிறது போலிருக்கிறது."

"அதுதானே பார்த்தேன். ராத்திரி நீ இருமினதைக் கேட்டேன்" என்றாள் அரீனா விளாஸிவ்னா.

"தடிமல்" என்று மறுபடிசொல்லிவிட்டு அப்பால் சென்றான் பஸாரவ்.

அரீனா விளாஸிவ்னா லிண்டன் பூக்கஷாயம் தயாரிப்பதில் முனைந்தாள். வஸிலி இவானிச்சோ, பக்கத்து அறைக்குப்போய், பேசாமல் தலைமயிரைப் பற்றிக் கொண்டார்.

பஸாரவ் அன்றைக்கு அப்புறம் எழுந்திருக்கவே இல்லை. இரவு முழுவதும் அரை நினைவு நிலையில் கிடந்து தவித்துக் கொண்டிருந்தான். இரவு ஒரு மணிக்கு, வெகு சிரமத்துடன் விழிகளைத் திறந்தவன், எண்ணெய் விளக்கு வெளிச்சத்தில் தகப்பனாரின் வெளிறிய முகத்தைக் கண்டு அவரை வெளியே போகச் சொன்னான். அவர் அப்படியே செய்தார், ஆனால் மறுகணமே ஓசைப்படாமல்திரும்பி வந்து அலமாரிக் கதவின்பின்

பாதிமறைந்தவாறு அப்புறம் இப்புறம் திரும்பாமல் மகனையே பார்த்துக்கொண்டிருந்தார். அரீனா விளாஸிவ்னாவும் படுத்துக் கொள்ளவில்லை. அடிக்கொரு தரம் அறைக்கதவை லேசாகத் திறந்து "குழந்தை எப்படி மூச்சுவிடுகிறான்" என்று உற்றுக்கேட்பதும் வஸிலி இவானிச்சைப் பார்ப்பதுமாக இருந்தாள். அவருடைய அசையாத, கூனிய முதுகை மட்டுமே அவளால்காண முடிகிறது. ஆனால் இதுவே அவளுக்கு ஓரளவு ஆறுதல் அளித்தது. காலையில் பஸாரவ் எழுந்திருக்க முயன்றான். அவன் தலை சுற்றியது. மூக்கிலிருந்து இரத்தம் வந்தது. அவன் மறுபடி படுத்துக் கொண்டான். வஸிலி இவானிச் மௌனமாக அவனுக்குப் பணிவிடை செய்தார். அரீனா விளாஸிவ்னா அவனிடம்போய், உடம்பு எப்படி இருக்கிறது என்று கேட்டாள். "தேவலை" என்றான் அவன். பின்பு சுவர்ப்பக்கம் திரும்பிப் படுத்துக் கொண்டான். வஸிலி இவானிச் இரு கைகளையும் ஆட்டி மனைவிக்குச் சைகை செய்தார். உரக்க அழாமல் இருப்பதற்காக உதட்டைக் கடித்துக்கொண்டு வெளியேறினாள் அவள். வீட்டில் எல்லாமே திடீரென இருண்டுவிட்டது போல் இருந்தது. எல்லார் முகங்களும் நீண்டுவிட்டன, விந்தையான நிசப்தம் குடிகொண்டது. முகப்பில் ஓயாமல் கத்திக்கொண்டிருந்த ஒரு சேவலை ஆட்கள் பிடித்துக் கிராமத்துக்குக்கொண்டு போனார்கள். தன்னை ஏன் இப்படிச் செய்கிறார்கள் என்று அதற்குப் புரியவே இல்லை. பஸாரவ் சுவரோடு ஒண்டியவாறு படுத்துக்கிடந்தான். வஸிலி இவானிச் பஸாரவிடம் பலவிதக் கேள்விகள் கேட்டுப்பார்த்தார். ஆனால் அவை அவனுக்கு அயர்ச்சி உண்டாக்கின. எனவே கிழவர் தம் நாற்காலியில் அசையாமல் உட்கார்ந்திருந்தார். எப்போதாவது மட்டுமே விரல்களை நெரித்தார். தோட்டத்துக்குப்போய், சொல்லுக்கு அடங்கா தலைப்பில் ஆழ்ந்தவர் போலச்சிலையாய் நின்றார் (இந்த மலைப்புத் தோற்றம் அவர்முகத்திலிருந்து அகலவே இல்லை.) மனைவி தூண்டித் துளைத்து விசாரிப்பதிலிருந்து தப்பும் பொருட்டு மறுபடி மகனிடம் திரும்பினார். கடைசியில் அவள் அவர்கையைப் பற்றி, ஜன்னி கண்டவள் போல, அனேகமாக அச்சுறுத்தும் பாவனையில், "அட, குழந்தைக்கு என்னதான் உடம்பு?" என்று கேட்டாள். அப்போது கிழவர் சுதாரித்துக்கொண்டு, அவளை நோக்கி வலிந்து புன்னகை செய்தார். ஆனால் புன்னகைக்குப் பதிலாக எங்கிருந்தோ சிரிப்பு வந்துவிட்டது அவருக்கு. இதனால் அவரே அருவருப்பு அடைந்தார். காலையிலேயே அவர் டாக்டருக்கு ஆள் அனுப்பியிருந்தார். மகன் எங்கேனும் கோபித்துக்கொண்டு விடுவானோ என்று பயந்து, அவனிடம் இந்தத் தகவலை முன்கூட்டித் தெரிவித்து விடுவது அவசியம் என்று எண்ணினார் அவர்.

பஸாரவ் திடீரென்று திரும்பி, தகப்பனாரை மங்கிய விழிகளால்

உறுத்துப் பார்த்து, தாகமாய் இருக்கிறது என்று சொன்னான். வஸிலி இவானிச் அவனுக்குத் தண்ணீர் பருகக்கொடுத்தார். அதே கையோடு அவன் நெற்றியையும் தொட்டுப் பார்த்தார். அது மழுவாய்க்கொதித்தது.

"அப்பா" என்று கரகரத்த, மெதுவான குரலில் ஆரம்பித்தான் பஸாரவ். "என் பாடுபடுமோசம். எனக்குநோய் தொற்றிவிட்டது. இன்னும்சில நாட்களில் நீ என்னைப் புதைத்துவிடுவாய்."

வஸிலி இவானிச் யாரோ உதைத்தது போலத் தள்ளாடித் தடுமாறினார். "யெவ்கேனி! நீ என்ன இப்படி?... ஆண்டவன் உன்னைக்காக்க!... உனக்குத் தடிமல்தானே பிடித்திருக்கிறது..."என்று கிசுகிசுத்தார்.

"போதும் விடு" என நிதானமாக இடைமுறித்தான் பஸாரவ். "மருத்துவன் இப்படிப் பேசுவது முறை அல்ல. எல்லாக் குறிகளும் தொற்று ஏற்பட்டு விட்டதையே காட்டுகின்றன, இது உனக்குத்தெரியும்."

"எங்கே குறிகள்... தொற்று ஏற்பட்டதற்கு யெவ்கேனீ?... என்ன இப்படிச்சொல்லுகிறாய்?"

"இது என்னவாம்?" என்று கூறி, சட்டைக் கையை உயர்த்தி கொடிய சிவப்புப் புள்ளியைத் தந்தைக்குக் காட்டினான் பஸாரவ்.

வஸிலி இவானிச் திடுக்கிட்டு அச்சத்தால் சில்லிட்டுப் போனார். "வைத்துக்கொள்வோம், வைத்துக்கொள்வோம்... அப்படியே தொற்று மாதிரி... ஏதாவது இருந்தாலும்..." என்று குழறினார்.

"ப்பியோமியா (ப்பியோமியா- இரத்தம் தொற்றுக்கு உள்ளாதல் (கிரீக்). என்று எடுத்துக்கொடுத்தான் பஸாரவ்."

"ஆமாம்... எப்பிடெமி... (எப்பிடெமி -பெருவாரி நோய் (கிரீக்)"

"ப்பியோமியா"என்று கடுப்புடன்தெளிவாக மறுபடி உச்சரித்தான் பஸாரவ். "நீ என்ன, படித்ததை எல்லாம் மறந்துவிட்டாயா?"

"அடே, ஆமாம், உனக்கு வேண்டுமானால் அப்படியே வைத்துக் கொள்... ஆனாலும் உன்னைச் சொஸ்தப்படுத்தி விடுவோம்!"

'இது வெறும் சவடால் பேச்சு. ஆனால் விஷயம் இதுஅல்ல. இவ்வளவு சீக்கிரம் மரிப்பேன் என்று நான் எதிர்பார்க்கவில்லை. இது, உண்மையாகச் சொன்னால், கொஞ்சங்கூடப் பிடிக்காத தற்செயல் நிகழ்ச்சி. நீயும் அம்மாவும் ஆழ்ந்த மதப்பற்று உள்ளவர்கள். இதைச் சோதித்துப் பார்க்க இப்போது தருணம் வாய்த்திருக்கிறது. மதப் பற்றையே நீங்கள் இருவரும் பயன்படுத்திக்கொள்ள வேண்டும்." அவன் இன்னும் கொஞ்சம் தண்ணீர் பருகினான்.

– "ஒருவிஷயத்தை உன்னிடம் கேட்டுக்கொள்ள விரும்புகிறேன்... என் மூளை என் வசத்தில் இருக்கும் போதே. நாளைக்கோ அதற்கு மறுநாளோ என்மூளை ஓய்வு பெற்றுவிடும் -இதை நீ அறிவாய். இப்போதுகூடத் தெளிவாய்ப் பேசுகிறேனா என்று எனக்கு முழு நம்பிக்கை இல்லை. படுத்திருந்த போது என்னைச் சுற்றிலும் சிவப்பு நாய்கள் குரைப்பதுபோலவும் காடையைச் சுட்டுவது போன்று நீ என்னைச் சுட்டுவதுபோலவும் எனக்குத் தோன்றிக்கொண்டிருந்தது. நான் குடி மயக்கத்தில் போல இருக்கிறேன். நான் சொல்வது உனக்கு நன்றாகப்புரிகிறதா?"

"என்ன அப்படிச் சொல்லுகிறாய், யெவ்கேனி. நீ முற்றிலும் நன்றாகத்தானே பேசுகிறாய்."

"அந்த அளவுக்கு நல்லது. டாக்டருக்கு ஆள் அனுப்பியிருப்பதாக நீ சொன்னாய். இதனால் நீ உன்னைத்தேற்றிக்கொண்டாய்... என்னையும் தேற்று: ஆளை அனுப்பு..."

"அர்க்காதி நிக்கலாயிச்சிடம்" என்று வாக்கியத்தை முடித்தார் தகப்பனார்.

"யார் அவன், அர்க்காதி நிக்கலாயிச்?" என்று எண்ணமிடும் பாங்கில் கூறினான் பஸாரவ். "அடே ஆமாம். அந்தக் குஞ்சு! வேண்டாம். அவனைத் தொந்தரவுசெய்யாதே. அவன் இப்போது கரிச்சான் பறவை ஆகிவிட்டான். ஆச்சரியப்படாதே, இதுபிதற்றல் அல்ல. நீ ஆன்னா ஸெர்கேயெவ்னா அதின்த்ஸோவாவிடம் ஆள் அனுப்பு. அப்படி ஒரு நிலச்சொந்தக்காரச் சீமாட்டி இங்கே இருக்கிறாள்... தெரியுமா?" (வஸிலி இவானிச் ஆம் என்று தலை ஆட்டினார்.) "யெவ்கேனி பஸாரவ் வணக்கம் தெரிவித்தான், சாகக்கிடப்பதாகச் சொல்லச் சொன்னான் என்ற செய்தியை அனுப்பு. அனுப்புவாயா?"

"அனுப்புகிறேன்... ஆனால் எங்காவது இது நடக்குமா, நீ இறந்துபோவது, நீ யெவ்கேனி, இறப்பது?...நீயே யோசித்துப்பார்! இதன் பின் நியாயம் எங்கே இருக்கும்?"

"இது எனக்குத் தெரியாது. நீ மட்டும் ஆள் அனுப்பு."

"இந்த நிமிடமே அனுப்புகிறேன். நானே கடிதமும் எழுதுகிறேன்."

"வேண்டாம், எதற்கு? வணக்கம் தெரிவித்தான் என்று சொல்லச் சொல்லு, வேறு ஒன்றும் வேண்டாம். இப்போது நான் மறுபடி என் நாய்களிடம் போகிறேன். வேடிக்கைதான்! எண்ணத்தைச் சாவில் நிறுத்த முயல்கிறேன். முடியவில்லை. ஏதோ கறையைக் காண்கிறேன்... வேறு ஒன்றும் இல்லை."

அவன் மறுபடி சிரமத்துடன் சுவர்ப்புறம் திரும்பிக்கொண்டான். வஸிலி இவானிச் அறையிலிருந்து வெளியேறி, மனைவியின்

படுக்கையறை சேர்ந்ததும் தெய்வப் படங்களின் முன் தடாலென்று விழுந்து முழந்தாள் படியிட்டார்.

"துதி, அரீனா, துதி! நம் மகன் சாகக் கிடக்கிறான்" என்று முனகினார்.

டாக்டர் –ஸில்வர் நைட்ரேட் இல்லாத அதே வட்டார மருத்துவர் – வந்து நோயாளியைப் பார்வையிட்டுவிட்டு, பிழைப்பதற்கான முறைகளைக் கடைப்பிடிக்கும்படி யோசனை கூறி, நோய் தீரும் வாய்ப்பைப் பற்றியும் அதே கையோடு சில வார்த்தைகள் சொன்னார்.

"என் நிலையில் இருப்பவர்கள் பரலோகம் சேராமல் இருந்ததை நீங்கள் எப்போதாவது கண்டிருக்கிறீர்களா?" என்று கேட்டான் பஸாரவ். திடீரென்று அவன் சோபா அருகே இருந்த கனத்த மேஜையின் காலைப் பிடித்துக் குலுக்கி அதை இடத்தை விட்டு நகர்த்தினான்.

"வலிமை எல்லாம், பலம் எல்லாம் அப்படியே இருக்கிறது, ஆனாலும் சாக வேண்டும்!... கிழவனுக்காவது வாழும் பழக்கத்தைக் கைவிட நேரம் இருக்கும். எனக்கோ?... ஆனால், எங்கே, சாவை மறுக்க முயன்றுபார் அது உன்னை மறுத்துவிடும், அவ்வளவுதான்!" சற்று நேரம் பொறுத்து அவன், "யார் அங்கே அழுகிறது?" என்று கேட்டான். "அம்மாவா பாவம்! தன் அற்புதமான காரட்சூப்பை இனி அவள் யாருக்கு ஊட்டுவாள்? அப்பா, நீயும் என்னவோ தேம்புகிறாய் போலிருக்கிறதே. கிறிஸ்துவ மதம் பயன்படாவிட்டால் தத்துவவாதியாக, எந்தத் துன்பத்தையும் தாங்கிக் கொள்பவனாகவாவது இரு. நீதத்துவவாதி என்று பெருமையடித்துக் கொண்டாயே,இல்லையா?"

"என்ன தத்துவவாதி நான்?" என்று வீரிட்டார் வஸிலி இவானிச். கண்ணீர் கன்னங்களில் தாரையாய்ப் பெருகியது.

பஸாரவின் நிலை மணிக்கு மணி மோசமாகிக் கொண்டு போயிற்று. அறுவையில் நச்சூட்டப்படும்சந்தர்ப்பங்களில் வழக்கமாக நேர்வது போல நோய் விரைவாய் முற்றியது. அவன் நினைவு இன்னும் தப்பவில்லை. தன்னிடம் சொன்னதை அவன்புரிந்துகொண்டான். அவன் இன்னும் போராடிக்கொண்டிருந்தான். கைகளை முட்டி பிடித்து இறுக்கியவாறு, "நான் உளற விரும்பவில்லை. இது என்ன அபத்தம்!" என்று கிசுகிசுத்தான். ஆனால் மறுகணமே,"எட்டிலிருந்து பத்தைக் கழித்தால் மீதி என்ன?" என்றான். வஸிலி இவானிச் பிரமை பிடித்தவர் போல வளைய வந்தார். ஒரு தரம் ஒரு மருந்தைக் கொடுக்கச்சொன்னார், மறுதரம் வேறு மருந்தைக் கொடுக்கச் சொன்னார். மகனுடைய கால்களை ஓயாமல் போர்த்துக்

கொண்டிருந்தார். 'குளிர்ந்த துப்பட்டி போர்த்த வேண்டும், வாந்தி மருந்து... வயிற்றில் கடுகுப்பற்று போட வேண்டும்... குருதி வடிக்க வேண்டும்" என்று இறுக்கத்துடன் சொல்லிக் கொண்டு போனார். அவருடைய வேண்டுகோளுக்கு இணங்கி உடன் இருந்த மருத்துவர் அவர் சொன்னதற்கெல்லாம் ஆமாம் போட்டார். நோயாளிக்கு லெமனேடு பருகக் கொடுத்தார். தமக்குச் சுங்கான்வேண்டும் என்று ஒருமுறை கேட்டார், மறுமுறை 'பலப்படுத்திக்கததகதப்பு ஊட்டும் சரக்கு, அதாவது வோத்கா கேட்டார். அரீனா விளாஸிவ்னா கதவருகே தாழ்வான பெஞ்சியில் உட்கார்ந்திருந்தாள். நடுநடுவே பிரார்த்தனை செய்வதற்காக மட்டுமே போய்வந்து கொண்டிருந்தாள். சில நாட்களுக்கு முன் முகம் பார்க்கும் கண்ணாடி அவள் கையிலிருந்து தவறி விழுந்து உடைந்துபோயிற்று. இதை அவள் எப்போதுமே கெடுகுறி எனக்கருதி வந்தாள். அன்ஃபீஸுஷ்காவாலும் அவளுக்கு ஒரு தேறுதலும் சொல்ல முடியவில்லை. திமஃபேயிச் அதின்ஸோவா வீட்டுக்குப் புறப்பட்டுப் போய்விட்டான்.

இரவு பஸாரவுக்கு நல்லதாய் இல்லை... கடுங்காய்ச்சல் அவனை வதைத்தெடுத்தது. காலையில் அவனுக்கு ஓரளவு நிம்மதி உண்டாயிற்று. தாயார் தனக்குத் தலை வாரிவிட வேண்டும் என்று கேட்டுக்கொண்டான். அவள்கையை முத்தமிட்டான். இரண்டொரு மடக்கு தேநீர் பருகினான். வஸிலி இவானிச் சற்று உற்சாகம் அடைந்தார்.

"ஆண்டவன் காப்பாற்றினான்! நெருக்கடி வந்தது... நெருக்கடி தீர்ந்துவிட்டது" என்று கூறினார்.

"அடே, அப்படியா நினைக்கிறாய்! சொல்லுக்குத்தான் என்ன வலிமை! 'நெருக்கடி' என்ற சொல் கிடைத்துவிட்டது, அதைச்சொல்லி ஆறுதல் அடைந்துவிட்டாய். மனிதன் இன்னமும் சொல்லில் வைத்திருக்கும் நம்பிக்கை இருக்கிறதே, அது வியப்பூட்டுவதுதான். அவனை அடிக்காமல் வெறும்மடையன் என்று சொன்னால் அவன் துக்கப்படுகிறான். அவனுக்குப்பணம் கொடுக்காமல் புத்திசாலி என்று அழைத்தால் அவன் மகிழ்ந்து போகிறான்" என்றான் பஸாரவ்.

பஸாரவின் முந்திய "குறும்புத்தனங்களை நினைவுபடுத்திய இந்தச் சிற்றுரை வஸிலி இவானிச்சுக்கு இன்பம் அளித்தது.

"சபாஷ்! அருமையாகச் சொன்னாய், நேர்த்தியாக!" என்று கை தட்டுவதுபோலப் பாவனை செய்தார். பஸாரவ் சோகச் சிரிப்பு சிரித்தான்.

"அப்படியானால் நீ என்ன நினைக்கிறாய், நெருக்கடி

தீர்ந்துவிட்டதா, தொடங்கியிருக்கிறதா?" என்று கேட்டான்.

"உனக்கு உடம்பு தேவலை, அதைத்தான் நான் பார்க்கிறேன், அதுதான் எனக்கு மகிழ்ச்சி அளிக்கிறது" என்றார் வஸிலி இவானிச்.

"ரொம்ப நல்லது. மகிழ்ச்சி அடைவது எப்போதுமே மோசமில்லை. ஆமாம், அவளுக்கு, நினைவிருக்கிறதா? ஆள் அனுப்பினாயா?"

"அனுப்பிவிட்டேன். அனுப்பாமல் இருப்பேனா?"

உடல்நிலையில் மேம்பாடு வெகு நேரம் நீடிக்கவில்லை. நோயின் தாக்குதல் மறுபடி தொடங்கியது. வஸிலி இவானிச் பஸாரவின் பக்கத்தில் உட்கார்ந்திருந்தார். ஏதோ தனிப்பட்ட வேதனை கிழவரை அரித்தது போலிருந்தது. பலமுறை பேச வாயெடுத்தார், ஆனால் அவரால் பேச முடியவில்லை.

கடைசியில் அவர், "யெவ்கேனி! என்மகனே, என் அன்பா, என் அருமை மகனே!" என்று அழைத்தார்.

வழக்கத்துக்கு மாறான இந்த அழைப்பு பஸாரவைத் தூண்டியது... அவன் தலையை லேசாகத் திருப்பி, தன்னை அழுத்தும் மறதியின் சுமையிலிருந்து விடுபட வெளிப்படையாக முயன்றவாறு, "என்ன, என் தந்தையே?" என்றான்.

"யெவ்கேனி" என்ற பஸாரவ் முன் முழந்தாள் படியிட்டு அமர்ந்து பேச்சைத் தொடர்ந்தார் வஸிலி இவானிச். ஆனால் பஸாரவ் விழிகளைத்திறக்கவில்லை, எனவே அவனால் அவரைப்பார்க்க முடியவில்லை. "யெவ்கேனி, இப்போது உனக்கு உடம்பு தேவலை. கடவுள் அருளால் உனக்கு நோய் தீர்ந்துவிடும். ஆனால் இந்த நேரத்தைப் பயன்படுத்திக் கொள். எனக்கும் தாயாருக்கும் ஆறுதல் அளி. கிறிஸ்தவனுக்கு உரிய கடமையை நிறைவேற்று! என்ன கஷ்டம். உன்னிடம் இதை நான் சொல்ல வேண்டியிருக்கிறதே, இது பயங்கரம். நான் இதைவிடப்பயங்கரம்... சதா சர்வ காலத்துக்கும் ஆயிற்றே, யெவ்கேனி... எண்ணிப்பார், என்ன கஷ்டம்..."

கிழவரின் குரல் இடையில் நின்றுவிட்டது. அவருடைய மகன் முன்போலவே மூடிய விழிகளுடன் படுத்திருந்தான் என்றாலும் அவன்முகத்தில் ஏதோ விந்தையான உணர்ச்சி பரவியது.

"உங்களுக்கு இது ஆறுதல் அளிக்கும் என்றால் நான் தடை சொல்லவில்லை" என்று கடைசியில் கூறினான் அவன். "ஆனால் இப்போதும் அவசரப்படத் தேவையில்லை என்று எனக்குத் தோன்றுகிறது. எனக்கு உடம்பு தேவலை என்று நீயே சொல்லுகிறாயே."

"தேவலைதான், யெவ்கேனி, தேவலைதான். ஆனால் யார் கண்டார்கள்? இது எல்லாம் ஆண்டவன் சித்தம். ஆனால்

கடமையை நிறைவேற்றி விட்டால்...”

“இல்லை, நான்பொறுத்திருக்கிறேன். நெருக்கடி வந்துவிட்டது என்று நீ சொல்வதை நான் ஒப்புக் கொள்ளுகிறேன். அப்படியே நாம்நினைப்பது தவறானாலுந்தான் என்ன/ நினைவு இழந்தவர்களுக்கும் கூடத்தான் இறுதிச்சடங்கு செய்யப்படுகிறது.”

“என்ன சொல்கிறாய் நீ, யெவ்கேனி...”

“நான் பொறுத்திருக்கிறேன். இப்போது எனக்குத் தூக்கம் வருகிறது. எனக்கு இடைஞ்சல் பண்ணாதே.”

பின்பு அவன் தலையை முந்திய இடத்தில் கிடத்திக் கொண்டான். கிழவர் எழுந்து நாற்காலியில் அமர்ந்து மோவாயைப் பற்றியவாறு விரல்களைக் கடிக்கத் தொடங்கினார்.

வில் வண்டியின் கடகடப்பு, ஒதுக்குப்புற கிராமத்தில் அவ்வளவு கவனத்தை ஈர்க்கும் அந்தஓசை, திடீரென அவருடைய காதுகளில் பட்டது. லேசான சக்கரங்கள் மேலும் மேலும் அருகே உருண்டு வந்தன. இதோ குதிரைகளின் செருமல் கேட்டது... வஸிலி இவானிச் துள்ளி எழுந்து ஜன்னலுக்குப்பாய்ந்து ஓடினார்... இருவர்அமர இருக்கைகள் கொண்ட நான்கு குதிரைச்சாரட்டு அவர் வீட்டு முகப்பில்புகுந்தது. இதன் பொருள் என்ன புரிந்துகொள்ளக்கூட முயலாமல், ஏதோ அர்த்தமற்ற உவகைப் பெருக்கால் ஆட்கொள்ளப் பட்டு அவர் வெளி வாயிலுக்கு ஓடினார்... சீருடை அணிந்த பணியாள் சாரட்டின் கதவைத் திறந்தான். கறுப்பு முகத்திரையும் கறுப்பு மூடு அங்கியும் அணிந்த ஒரு சீமாட்டி அதிலிருந்து இறங்கினாள்...

“நான்தான் அதின்த்ஸோவா. யெவ்கேனி வஸீலிச் உயிரோடு இருக்கிறாரா? நீங்கள் அவருடைய தந்தையா? நான் டாக்டரை அழைத்து வந்திருக்கிறேன்” என்றாள் அவள்.

“பரம உபகாரி நீங்கள்!” என்றுகூறி, அவளுடைய கையைப் பற்றிப் பதற்றத்துடன் உதடுகளோடு அழுத்திக்கொண்டார் வஸிலி இவானிச். இதற்கிடையே ஆன்னா ஸெர்கேயெவ்னா அழைத்து வந்திருந்த மருத்துவன் சாரட்டிலிருந்து நிதானமாக இறங்கினான். அவன் ஜெர்மானிய முக அமைப்பு கொண்ட சிறு கூடான மனிதன், மூக்குக் கண்ணாடி மாட்டியிருந்தான். “இன்னும் உயிரோடு இருக்கிறான். என் யெவ்கேனி உயிரோடு இருக்கிறான், இப்போது அவன் பிழைத்து விடுவான்! இந்தா, உன்னைத்தானே!... நம்வீட்டுக்கு விண்ணிலிருந்து தேவதை வந்திருக்கிறாள்...” என்று கூவினார் வஸிலி இவானிச்.

கிழவி விருந்தறையிலிருந்து ஓடிவந்தவாறே, “என்ன அது, கடவுளே!” என்று குழறினாள். வெளியே வந்ததும் ஒன்றும்

புரியாமல், முன்னறையிலேயே ஆன்னா ஸெர்கேயெவ்னாவின் கால்களில் விழுந்து, மூளை கலங்கியவள் போல அவளுடைய ஆடைத் தலைப்பை முத்தமிடலானாள்.

"என்ன நீங்கள்! என்ன நீங்கள்!" என்று மறுபடி மறுபடி சொன்னாள் ஆன்னா ஸெர்கேயெவ்னா. ஆனால் அரீனா அவள் பேச்சைக் காதிலேயே போட்டுக் கொள்ளவில்லை. வஸிலி இவானிச்சோ, "தேவதை, தேவதை!" என்று ஜெபித்தார்.

"நோயாளி எங்கே?" என்று ஓரளவு சிடுசிடுப்புடன் கடைசியில் ஜெர்மன் மொழியில் கேட்டான் மருத்துவன். பிறகு சிதைந்த ருஷ்யனில் மறுபடியும் இதையே கேட்டான். வஸிலி இவானிச்சுயநினைவை அடைந்தார்.

"இங்கே, இங்கே, தயைசெய்து என் பின்னே வாருங்கள், வெர்த்தெஸ்தெர் ஹெர் கல்லேகா" (மதிப்புக்குரிய சக ஊழியரே (ஜெர்மன்) என்று நினைவிருந்த ஜெர்மன் வார்த்தைகளைக் கலந்துகூறினார்.

"ஓ!" என்று வியப்புடன் சொல்லிவிட்டு மகிழ்வின்றிப் பல் இளித்தான் ஜெர்மானியன். வஸிலி இவானிச் அவனை அலுவல் அறைக்கு இட்டுச்சென்றார்.

மகன் காதுவரை குனிந்து, "அன்னா ஸெர்கேயெவ்னா அதின்ஸோவாவின் டாக்டர் வந்திருக்கிறார். அவளும் வந்திருக்கிறாள்" என்றார்.

பஸாரவ் சட்டென்று விழிகளைத் திறந்தான். "என்ன சொன்னாய்?"

"நான் சொல்லுகிறேன், ஆன்னாஸெர்கேயெவ்னா அதின்த்ஸோவா இங்கே இருக்கிறாள், இந்த டாக்டர் கனவானை உனக்காக அழைத்து வந்திருக்கிறாள்." பஸாரவ் நாற்புறமும் கண்ணோட்டினான்.

"அவள் இங்கே இருக்கிறாளா... நான் அவளைப் பார்க்க விரும்புகிறேன்."

"நீ அவளைப் பார்ப்பாய், யெவ்கேனி. ஆனால் முதலில் டாக்டருடன் பேசுவது அவசியம். ஸீதர் ஸீதரிச்" (வட்டார மருத்துவர்)"போய்விட்ட படியால், நான் நோய் விவரத்தை இவருக்கு எடுத்துச் சொல்லுகிறேன், நாங்கள் சற்று கலந்து ஆலோசிக்கிறோம்.'

பஸாரவ் ஜெர்மானியனை ஏறிட்டுப் பார்த்தான்.

"நல்லது, சீக்கிரம் பேசி முடியுங்கள். ஆனால் லத்தீனில் மட்டும் வேண்டாம். எனக்குத்தான் புரியுமே, (இவனுக்குச் சாவு நெருங்கி விட்டது (லத்தீன்) என்பதன் அர்த்தம்."

“சீமானுக்கு ஜெர்மன் பாஷை தெரியும்போல் இருக்கிறது” என்று வஸிலி இவானிச்சிடம் ஜெர்மனில் பேச்சைத் தொடங்கினான் மருத்துவன்.

“இஹ்...ஹாபேஸாரவ்..(நான்... வேண்டிக்கொள்கிறேன் (ஜெர்மன்) நீங்கள் ருஷ்ய மொழியிலேயே பேசினால் தேவலை” என்றார் கிழவர்.

“ஆ, ஆ! அப்படியானால், எப்படி வந்து, இது... ஒருவேளை..”

ஆலோசனை தொடங்கியது. அரைமணிநேரம் சென்றதும் ஆன்னா ஸெர்கேயெவ்னா வஸிலி இவானிச்சுடன் அறைக்குள் வந்தாள். நோயாளி தேறுவதைப் பற்றி நினைக்கவே இடமில்லை என்று டாக்டர் அவள் காதோடு சொல்லியிருந்தான்.

அவள் பஸாரவ் மீது பார்வை செலுத்தி... அப்படியே கதவருகே நின்றுவிட்டாள். உப்பிப் போய், சாவுக்களை தோற்றுவித்த அவன் முகமும், தன் பக்கம் திரும்பிய அவனது மங்கிய விழிகளும் அவளுக்கு அவ்வளவு திகைப்பூட்டின. ஏதோ வரண்ட, களைப்பூட்டும் அச்சத்தை அவள் உணர்ந்தாள். தான் அவன் மேல் நிச்சயமாகக் காதல் கொண்டிருந்தால் இம்மாதிரி உணர்வு தனக்கு ஏற்பட்டிருக்காது என்ற எண்ணம் கணப்போது அவள் மனத்தில் எழுந்தது.

“நன்றி” என்று சிரமத்துடன் பேசத் தொடங்கினான் பஸாரவ். “நான் இதை எதிர்பார்க்கவில்லை. இது பெருந்தன்மை உள்ள செயல். நீங்கள் வாக்களித்தது போலவே நாம் இன்னொரு தடவை சந்தித்துவிட்டோம்.”

“ஆன்னா ஸெர்கேயெவ்னா எவ்வளவோ உதார குணத்தோடு...” என்று ஆரம்பித்தார் வஸிலி இவானிச்.

“அப்பா, எங்களைத் தனியே விடு. ஆன்னாஸெர்கேயெவ்னா, நீங்கள் அனுமதிக்கிறீர்களா? இப்போது எல்லாம்...” என்று வலிவற்று நீண்டு கிடந்த உடலைத் தலையால் சுட்டினான் பஸாரவ். வஸிலி இவானிச் வெளியே போய்விட்டார்.

“நல்லது, நன்றி” என்று திரும்பக் கூறினான் பஸாரவ். “இது ராஜ தோரணை. அரசர்கள்கூடச் சாகக்கிடப்பவர்களைச் பார்ப்பார்களாமே...”

“யெவ்கேனிவஸீலிச், நான் நம்புகிறேன்...”

“ஆன்னா ஸெர்கேயெவ்னா, உண்மை பேசத்தொடங்குவோம். என் ஆட்டம் தீர்ந்துவிட்டது. சக்கரத்துக்கு அடியில் விழுந்துவிட்டேன். ஆகவே வருங்காலத்தைப் பற்றி எண்ணவே இடமில்லை. பழைய சேதி இந்தச்சாவு,ஆனால் ஒவ்வொருவனுக்கும் புதியது. இதுவரை நான் திகில் அடையவில்லை... அப்புறம் ஸ்மரணை தப்பிவிடும்.

அவ்வளவுதான்!" (அவன் கையைப் பலவீனமாக ஆட்டினான்.) 'ஆமாம், உங்களிடம் நான் என்ன சொல்வது... நான் உங்களைக் காதலித்தேன்! முன்பும் இதற்கு அர்த்தம் எதுவும் இல்லை, இப்போதோ, கேட்கவே வேண்டாம். காதல் என்பது உருவம். என் சொந்த உருவமோ, சிதையத் தொடங்கிவிட்டது. எனவே, உங்களைப் பற்றிப் பேசுகிறேன். நீங்கள்தாம் எவ்வளவு இனியவர்! இப்போதும் இங்கே நிற்கையில் நீங்கள் அழகாக திகழ்கிறீர்கள்..."

ஆன்னா ஸெர்கேயெவ்னா தன்வசம் இன்றியே திடுக்கிட்டாள்.

"பரவாயில்லை, பயப்படாதீர்கள்... அங்கே உட்காருங்கள்... என் அருகே வாராதீர்கள். என்னுடைய நோய் தொற்றிக் கொள்வது ஆயிற்றே" ஆன்னா ஸெர்கேயெவ்னா விரைவாக வந்து பஸாரவ் படுத்திருந்த சோபாவின் பக்கத்தில் நாற்காலியில் அமர்ந்தாள்.

"என்ன பெருந்தன்மை!" என்று கிசுகிசுத்தான் பஸாரவ். "ஓ, எவ்வளவு கிட்டத்தில், எத்தகைய இளமை, புதுமைப்பொலிவு, தூய்மை... இந்த ஆபாச அறையில்! சரி, விடைகொடுங்கள்! நீண்டகாலம் வாழுங்கள், இது எல்லாவற்றிலும்மேல். தவிர தருணம் கடந்து போகுமுன் பயன்படுத்திக்கொள்ளுங்கள். எத்தகைய அலங்கோலக் காட்சி, பாருங்களேன்; பாதி நசுக்குண்ட புழு, ஆனாலும் விரைத்து எழப்பார்க்கிறது. நிறைய வேலைகளைச் செய்து முடிப்பேன், சாகமாட்டேன். நானாவது சாகவாவது! குறிக்கோள் இருக்கிறது, நானோ, மாவீரன் அல்லவா இப்படி எல்லாம் நானுந்தான் நினைத்தேன். இப்போதே, மாவீரனின் குறிக்கோள் எல்லாம், கண்யமாக மரிப்பது எப்படி என்பதுதான் - இதில் எவருக்கும் அக்கறையே கிடையாது என்றாலும்... என்ன ஆயினும் சரியே, வாலைக் குழைக்க மாட்டேன்."

பஸாரவ் பேச்சை நிறுத்திவிட்டு, தன் தம்ளரை எடுக்கத் தட்டித்தடவினான். ஆன்னா ஸெர்கேயெவ்னா கையுறையைக் கழற்றாமல் பயத்துடன் மூச்சுவிட்டவாறு தம்ளரை எடுத்து அவனுக்கு நீர் பருகக்கொடுத்தாள்.

"என்னை நீங்கள் மறந்துவிடுவீர்கள்" என்று மறுபடி பேச்சைத் தொடங்கினான் பஸாரவ். "இறந்தவன் வாழ்பவனுக்குத் தோழன் அல்ல. தகப்பனார் உங்களிடம் சொல்லுவார்; எப்பேர்ப்பட்ட மனிதனை ருஷ்யா இழக்கப் போகிறது என்று... இது வீண் பேச்சு. ஆனாலும் கிழவரின் நம்பிக்கை அர்த்தமற்றது என்று கூறாதீர்கள். குழந்தைகளுக்கு ஏதாவது விளையாட்டுச் சாமான் வேண்டுமே... உங்களுக்கே தெரியும். தாயாரையும் பரிவுடன் தேற்றுங்கள். இவர்கள்போன்றவர்கள் உங்கள் உயர் சமுதாயத்தில் பகல் வேளையில் விளக்கு வைத்துத் தேடினால் கூடக் கிடைக்க

மாட்டார்கள்... நான் ருஷ்யாவுக்குத் தேவை... இல்லை, தேவை இல்லை என்பது தெரிகிறதே. ஆனால் யார்தான் தேவை? செம்மான் தேவை, தையல்காரன் தேவை, கசாப்புக்கடைக்காரன்... இறைச்சி விற்கிறான்... கசாப்புக் கடைக்காரன்... இருங்கள், நான் குழப்புகிறேன், இங்கே இருக்கிறது காடு...” பஸாரவ் நெற்றியில் கையை வைத்துக்கொண்டான். ஆன்னாஸெர்கேயெவ்னா அவன்புறம் குனிந்தாள்.

“யெவ்கேனி வஸீலிச், நான் இங்கே இருக்கிறேன்...”

அவன் சட்டெனக் கையை எடுத்துவிட்டு நிமர்ந்து தலையை தூக்கினான்.

“விடைகொடுங்கள்” என்று திடீர் வலிமையுடன் கூறினான். அவன் விழிகள் கடைசி ஒளியால் சுடர்ந்தன. “விடை கொடுங்கள்... கேளுங்கள்... அப்போது நான் உங்களை முத்தமிடவில்லையே... அணையும் விளக்கை ஊதுங்கள், அது அவியட்டும்.”

ஆன்னா ஸெர்கேயேவ்னா அவனுடைய நெற்றிமீது உதடுகளைப் பொருத்தினாள். “போதும்!” என்று கூறித் தலையணையில் தலையைக் கிடத்தினான் பஸாரவ்.

ஆன்னா ஸெர்கேயெவ்னா ஓசைப்படாமல் வெளியேறினாள்.

“என்ன?” என்று அவளிடம் கிசுகிசுத்தார் வஸிலி இவானிச்.

“அவர் உறங்கிவிட்டார்” என்று காதில்கூடப்படாதபடி மெல்லிய குரலில் சொன்னாள் அவள்.

பஸாரவுக்கு அப்புறம் விழித்துக்கொள்ள வாய்க்கவில்லை. மாலைத் தறுவாயில் அவனுக்கு நினைவு அறவே தப்பிவிட்டது. மறுநாள் அவன் இறந்துபோனான். அலெக்ஸேய் பாதிரியார் அவனுக்குமதச்சடங்கு நடத்திவைத்தார். பண்டை ஸ்லாவிய கிறிஸ்தவ மரபுப்படி அவன் உடல் தைலமாட்டப்பட்டது. புனிதத் தைலம் அவன் மார்பில் பட்டதும் அவனது ஒரு கண்திறந்தது. சடலம் கண்திறந்தது. சடலம் உடையும்புகையும் தூபக் கிண்ணமுமாக இலகிய பாதிரியாரையும் தெய்வப்படத்தின் முன் எரிந்த மெழுகுவத்திகளையும் கண்டதும் பிரேதக் களை படிந்த முகம் திகிலும் அருவருப்பும் தோன்றத் திடுக்கிட்டதுபோலக் காணப்பட்டது. முடிவில் அவன் இறுதி மூச்சுவிட்டு வீடெங்கும் அழுகைக்குரல் கிளம்பியதும் வஸிலி இவானிச்சுக்குத் திடீர் ஆவேசம் வந்துவிட்டது. தணலாய்ச்சிவந்து வலிப்பு கண்ட முகத்துடன், யாரையோ அச்சுறுத்துபவர் போன்று காற்றில் முட்டியை ஆட்டியவாறு, “நான் சொன்னேன், நான் முறையிடுவேன், முறையிடுவேன்!” என்று கரகரத்த குரலில் கூச்சலிட்டார்.

ஆனால் அரீனா விளாஸிவ்னா கண்ணீர் பெருக்கியவாறு அவர் கழுத்தைக் கட்டிக்கொண்டு தொங்கினாள். இருவரும் சேர்ந்து குப்புற விழுந்தார்கள். "இந்த மாதிரி, இரண்டுபேரும் நடுப்பகலில் செம்மறிகள்போல அக்கம் பக்கமாகத் தலைகளைத் தொங்க விட்டுக்கொண்டு உட்கார்ந்திருந்தார்கள்" என்று பின்னால் பணியாட்கள் அறையில் விவரித்தாள் அன்ஃபீஸுஷ்கா.

ஆனால் நடுப்பகல் வெக்கை தணிந்துவிடும், மாலையும் இரவும் வரும். அப்போது சந்தடியற்ற புகலிடம் திரும்பலாம், மன வாதையுற்று, களைத்துப்போனவர்கள் அங்கே இனிய உறக்கத்தில் ஆழலாம்...

ೞ 27 ೨

ஆறு மாதங்கள்கழிந்தன. கடுமையான நிசப்தம், மேகமற்ற கூதல், காலடியில் நெறுநெறுத்த அடர்வெண்பனி, மரங்கள்மீது ரோஜாநிற இறுகுபனி, வெளிர் பச்சை வானம், புகை போக்கிகளுக்கு மேலே புகை மகுடங்கள், கணப்போது திறக்கும் வாயில்களிலிருந்து குப்பென்று வெளிவரும் ஆவிப்படலங்கள், குளிரால்கொட்டுண்டவை போன்ற மனிதர்களின் சிவப்பேறிய முகங்கள், குளிரில் விரைத்த குதிரைகளின் சிரமம்நிறைந்த ஓட்டம் - இவ்வாறு வெண்பனிக் காலம் நடந்து கொண்டிருந்தது. ஜனவரி மாதப்பகல் முடியும் தறுவாயில் இருந்தது.மாலைக்குளிர் அசைவற்ற காற்றை இன்னும் வலிவாக அழுத்தியது. அந்தியின் இரத்தச் செவ்வொளி விரைவில் மறைந்துவிட்டது. மார்யினோ பண்ணை வீட்டில் விளக்குகள் ஏற்றப்பட்டன. கறுப்பு நீள்கோட்டும் வெள்ளைக் கையுறைகளும் அணிந்த புரக்கோஃபிச் மேஜை மீது ஏழு பெயர் உணவு கொள்வதற்கு வேண்டிய சாதனங்களை விசேஷ ஆடம்பரத்துடன் ஒழுங்குபடுத்தினான். ஒரு வாரத்துக்கு முன், கிராமாந்தர சர்ச் ஒன்றில், அமைதியாகவும் அனேகமாகச் சாட்சிகள் இன்றியும் நடந்தேறின இரண்டு திருமணங்கள்: காத்யாவுடன் அர்க்காதியின் திருமணமும் ஃபேனிச்காவுடன் நிக்கலாய்பெத்ரோவிச்சின் திருமணமும். ஆன்னா ஸெர்கேயிவ்னா மண விழா நிறைவுற்றதுமே மணமக்களுக்கு தாராளமாகப் பரிசுகள் வழங்கிவிட்டு மாஸ்கோ போய்விட்டாள். பாவெல்பெத்ரோவிச்சும் அலுவல் நிமித்தமாகமாஸ்கோ போவதாய் இருந்தார். நிக்கலாய் பெத்ரோவிச் அன்று தமையனாருக்குப் பிரிவுபசார விருந்து அளித்தார்.

சரியாக மூன்று மணிக்கு எல்லோரும் மேஜையைச்சுற்றி

அமர்ந்தார்கள். குழந்தை மீத்யாவுக்கும் அங்கேயே இடம் தரப்பட்டது. சரிகைப் பூவேலை செய்த பழங்காலத் தலையணியுடன் இலகிய செவிலி அவனுக்காக இப்போது அமர்த்தப்பட்டிருந்தாள். பாவெல் பெத்ரோவிச் காத்யாவுக்கும் ஃபேனிக்காவுக்கும் நடுவில் உட்கார்ந்தார். 'கணவர்கள்' தங்கள் மனைவியரின் அருகே அமர்ந்தார்கள். நம் நண்பர்கள் இந்த இடைக்காலத்தில் மாறியிருந்தார்கள். எல்லோரும் வனப்பு மிகுந்து பக்குவம் அடைந்திருந்தார்கள். பாவெல் பெத்ரோவிச் மட்டுமே இளைத்திருந்தார். ஆனால் இந்த இளைப்பு அவருடைய எடுப்பான வடிவமைப்புக்கு முன்னிலும் அதிக ஒயிலும் பிரபுவம்சத் தோரணையும் கொடுத்தது. பியோத்தரையும் நினைவு கூர்வோம். அசட்டுத்தனத்தாலும் மிடுக்காலும் அவன் முழுமையாகக் கரடு தட்டிப்போனான். எவருக்கும் விளங்காத செயற்கை உச்சரிப்புடன் பேசுகிறான். அவனும் மணம்புரிந்து கொண்டுவிட்டான். அவன் மனைவி நகரத்துத் தோட்டக்காரன் ஒருவனுடைய மகள். இரண்டு நல்லவரன்களை, அவர்களிடம் கடிகாரம் இல்லை என்ற ஒரே காரணத்துக்காக நிராகரித்துவிட்டவள். பியோத்தரிடமோ கடிகாரம் மட்டும் அல்ல. பளிச்சிடும் ஜோடுகளும் இருந்தன. மணமகளின் தரப்பில் பியோத்தருக்குக் கணிசமான சீர் வரிசை கிடைத்தது.

டிரெஸ்டன் நகரில் பிரியூல் மாளிகைப் பூங்காவில் நாகரிகமானவர்கள் உலாவுவதற்கு மிக ஏற்ற சமயமான பகல் இரண்டு மணிக்கும் நான்கு மணிக்கும் இடையிலுள்ள நேரத்தில், சுமார் ஐம்பது வயதான ஒரு மனிதரை நீங்கள் காணலாம். அவர் முழுவதும் நரைத்துப்போயிருந்தார். கீல் வாதம் வந்தவர்போலக் காணப்பட்டார். ஆனாலும் இப்போதும் அவர் அழகராய் இருந்தார். நாகரிகமாக உடைஅணிந்திருந்தார். சமூகத்தனி உயர்படிகளில் நீண்டகாலம் இருந்தால்மட்டுமே ஏற்படக்கூடியதனிப்பட்ட முத்திரை அவர் மீது பதிந்திருந்தது. அவர்தாம் பாவெல் பெத்ரோவிச். உடல் நிலையைச் சீர்படுத்திக் கொள்வதற்காக அவர் மாஸ்கோவிலிருந்து வெளிநாடு சென்று டிரெஸ்டன் நகரில் வசிக்கலானார். அங்கே அவர் பெரும்பாலும் ஆங்கிலேயர்களுடன் வந்துபோகும் ருஷ்யர்களுடனுமே பழகுகிறார். ஆங்கிலேயர்களுடன் அவர் சரளமாகவும் அனேகமாக அடக்கத்துடனும் கண்ணியத்தைவிட்டுக் கொடுக்காமல் பழகுகிறார். அவர்கள் அவரை ஓரளவு வரண்டவர் என்று நினைக்கிறார்கள். ஆனாலும் பண்பட்ட கனவான் என்பதற்காக அவரை மதிக்கிறார்கள். ருஷ்யர்களுடன் அவர் விட்டாற்றியாகப் பழகுகிறார், சிடுசிடுப்பை தாராளமாக வெளிக்காட்டுகிறார், தம்மையும் அவர்களையும் பரிகசிக்கிறார். ஆனால் இவை எல்லாம் அவருக்கு மிக இனிமையாக வாய்க்கின்றன. அவற்றில் அசட்டையும் அதே சமயம் நயப்பாங்கும் காணப்படுகின்றன. அவர் ஸ்லாவியப்

பற்றுள்ள போக்கைக் கடைப்பிடிக்கிறார். உயர்சமூகத்தில் இது ஆகக்கருதப்படுவது தெரிந்ததே. அவர் ருஷ்யமொழியில் எதையும் படிப்பதில்லை, ஆனால் அவருடைய எழுது மேஜை மேல் ருஷ்யக் குடியானவனின் செருப்பு வடிவான வெள்ளிச் சாம்பல் தட்டு வைத்திருக்கிறது. நம் உல்லாசப் பயணிகள் அவரை வெகுவாகச் சுற்றி வருகிறார்கள். தாற்காலிகமாக எதிர்த்தரப்பில் இருந்த மத்வேய் இலியீச் கலியாஸின் பொஹீமிய நீரூற்றுக்களுக்குப்போகும் வழியில் பெருந்தன்மையுடன் அவரை வந்து கண்டார். ஜெர்மானியர்களுடன் அவர் அவ்வளவாகக் கலந்து பழகுவதில்லை. ஆயினும் அவர்கள் அவரை அநேகமாகப் பூசித்தார்கள். அரண்மனை இசை நிகழ்ச்சிக்கோ, நாடக மன்றத்துக்கோ, இவை போன்ற பிறவற்றுக்கோ கிர்ஸானவ் பிரபுபோல அவ்வளவு சுளுவாகவும் விரைவாகவும் டிக்கெட்டுகள் வாங்க வேறு யாராலும் முடியாது. அவர் முடிந்தவரை எப்போதும் நன்மை செய்கிறார். இப்போதும் அவர் ஓரளவு புகழ் பெற்று விளங்குகிறார். ஒரு காலத்தில் அவர் காதல் மன்னராகத் திகழ்ந்தது வெறுமே அல்லவே. ஆயினும் வாழ்வது அவருக்குக் கடினமாய் இருக்கிறது... அவர்தாமே நினைப்பதைவிடக் கடினமாய் இருக்கிறது. ருஷ்யச் சர்ச்சில் இருக்கும்போது அவரைப் பார்க்க வேண்டும். அப்போது அவர் ஒரு பக்கம் சுவரில் சாய்ந்து கொண்டு சிந்தனையில் ஆழ்ந்தவராக உதடுகளைக் கடுப்புடன் இறுக்கியவாறு வெகுநேரம் அசையாதிருப்பார். திடீரெனச் சுதாரித்துக்கொண்டு அனேகமாகப்பிறர் காணாதபடி சிலுவைக் குறி இட்டுக் கொள்வார்.

கூக் ஷினாவும் வெளிநாடு சென்றாள். இப்போது அவள் ஹைடல்பர்கில் இருக்கிறாள். முன்போல இயற்கை விஞ்ஞானம் பயிலவில்லை. கட்டடக் கலை கற்றுக்கொள்கிறாள். இதில் புதிய விதிகளைக் கண்டுபிடித்திருப்பதாகச் சொல்லுகிறாள். முன்போலவே அவள் மாணவர்களுடன் உறவாடுகிறாள். சிறப்பாக இளம் ருஷ்ய பௌதிக, இரசாயன மாணவர்களுடன் அவளுக்கு நெருங்கிய பழக்கம். ஹைடல்பர்கில்தான் இவர்கள் ஏராளமாய் இருக்கிறார்களே. வெகுளிகளான ஜெர்மன் பேராசிரியர்கள் இந்த மாணவர்களின் விவேகமுள்ள கருத்துக்களால் ஆரம்பத்தில் ஆச்சரியம் அடையச் செய்யாமல் முழுச் சோம்பேறிகளாக வளைய வருவதைக் கண்டு அதே பேராசிரியர்கள் மலைப்பார்கள். இவ்வாறே ஆக்சிஜனுக்கும் நைட்ரஜனுக்கும் வித்தியாசம் தெரியாதவர்களும், ஆனால் மறுப்பும் தன் மதிப்பும் நிறைந்தவர்களுமான இரண்டு மூன்று இரசாயன மாணவர்களுடனும் மாமேதை யெலிஸேவிச்சுடனும் பீட்டர்ஸ்பர்கில் அளவளாவுகிறான் தானும் மாமேதை ஆகத் தயாராகிக் கொண்டிருக்கும் ஸீத்னிக்கவ். பஸாரவின் 'காரியத்தைத்' தொடர்ந்து செய்வதாக அவன் சொல்லிக் கொள்கிறான். அண்மையில் அவனை எவனோ அடித்து நொறுக்கினானாம். ஆனால் அவன் பழி வாங்காமல் விடவில்லையாம். ஒரு மட்டிப்

பத்திரிகையில், மட்டிக் கட்டுரை ஒன்றில், தன்னை அடித்தவன் கோழை என்று அவன் குறிப்பாக எழுதினானாம். இது கிண்டல் என்கிறான் அவன். அவனுடைய தகப்பன் முன்போலவே அவனை ஏவுகிறான். மனைவி அவனை மடையன் என்றும்... இலக்கிய கர்த்தன் என்றும் நினைக்கிறாள்.

ருஷ்யாவின் தொலைவிடம் ஒன்றில் சிறு கிராம இடுகாடு இருக்கிறது. அனேகமாக நம் எல்லா இடுகாடுகளையும் போலவே அது துயரக் காட்சி தருகிறது. அதைச் சுற்றியுள்ள அகழ்களில் வெகு காலமாகவே புதர்கள் மண்டிக்கிடக்கின்றன. சாம்பல் நிற மரச்சிலுவைகள் சாய்ந்து, ஒரு காலத்தில் வண்ணம் பூசியிருந்த முகடுகளின் அடியில் மட்குகின்றன. கற்பாளங்கள் எல்லாம் யாரோ கீழிருந்து தள்ளியதுபோல நகர்ந்திருக்கின்றன. இரண்டு மூன்று நருங்கிய மரங்கள் மிக அற்ப நிழலே தருகின்றன. செம்மறிகள் விரட்டுவாரின்றிக் கல்லறை மேடுகள் மேல் நடந்து திரிகின்றன... ஆனால் அவற்றுக்கு நடுவே ஒரு கல்லறை இருக்கிறது. அதை மனிதன் தொடுவதில்லை, விலங்குகள் மிதிப்பதில்லை. பட்சிகள் மட்டுமே அதன்மேல் அமர்கின்றன, உதயத்தில் பாடுகின்றன. அதைச்சுற்றி இரும்பு வேலி போட்டிருக்கிறது. அதன் இரு ஓரங்களிலும் ஃபிர் மரக் கன்றுகள் நட்டிருக்கின்றன. யெவ்கேனி பஸாரவ் இந்தக் கல்லறையில் அடக்கம் செய்யப்பட்டிருக்கிறான். பக்கத்து கிராமத்திலிருந்து கணவனும் மனைவியுமாக இரண்டு தொண்டு கிழவர்கள் அதற்கு அடிக்கடி வருகிறார்கள். ஒருவரை ஒருவர் தாங்கிக் கொண்டு சிரமத்துடன் அடி வைத்து நடக்கிறார்கள் அவர்கள் முழந்தாள் படியிடுகிறார்கள், நீண்ட நேரம் உளம் வெம்பி அழுகிறார்கள், தங்கள் மகன் எதற்கு அடியில் கிடக்கிறானோ அந்த, பேச்சற்ற கல்லை வெகு நேரம் கவனமாகப் பார்க்கிறார்கள். சுருக்கமாக ஒரு சிலவார்த்தைகள் பேசிக் கொள்கிறார்கள், கல்மேல் உள்ள புழுதியைத்துடைக்கிறார்கள், ஃபிர் மரக்கிளையை நேராக்குகிறார்கள், பின்பு மீண்டும் பிரார்த்தனை செய்கிறார்கள். இந்த இடத்தை விட்டுப்போகவே அவர்களுக்கு மனம் வருவதில்லை. இங்கிருந்து கிட்டத்திலேயே தங்கள் மகன், அவனைப் பற்றிய நினைவுகள், இருப்பதாக அவர்களுக்குத் தோன்றுகிறது... அவர்களுடைய பிரார்த்தனைகளும் கண்ணீரும் பயனற்றவைதாமா? அன்பு, ஈடுபாடுள்ள தூய அன்பு எல்லாம் வல்லது அல்லவா? இல்லை, இல்லை! கல்லறைக்குள் இருப்பது என்னதான் வேட்கை மிகுந்த, பாவம் நிறைந்த, கலகக்கார இருதயமாய் இருந்தாலும் அதன்மேல் வளரும் பூச்செடிகள் தங்கள் குற்றமற்ற விழிகளால் நம்மைக் கலக்கமின்றி நோக்குகின்றன. அவை நிலையான அமைதியை, 'எதையும் பொருட்படுத்தாத' இயற்கையின் மகத்தான அமைதியைப் பற்றி மட்டுமே பேசவில்லை. நிலையான சமரசத்தையும் முடிவற்ற வாழ்வையும் பற்றியும் அவை உரையாடுகின்றன.

மின்னங்காடி நூல்கள் விலைப் பட்டியல்

நாவல்கள்

1	வெட்டுப்புலி	தமிழ்மகன்	400
2	வேங்கை நங்கூரத்தின் ஜீன் குறிப்புகள் (கனடா இலக்கியத் தோட்ட புனைவு விருது)	தமிழ்மகன்	200
3	ஆண்பால் பெண்பால் (விகடன் விருது)	தமிழ்மகன்	335
4	வனசாட்சி (அமுதன் அடிகள் விருது, சுஜாதா நினைவு விருது, மலைச்சொல் விருது)	தமிழ்மகன்	335
5	படைவீடு (உலகத் தமிழ்ப் பண்பாட்டு விருது, சௌமா விருது, மலேசிய கே.ஆர். சோமா விருது)	தமிழ்மகன்	660
9	நான் ரம்யாவாக இருக்கிறேன்	தமிழ்மகன்	200
10	மானுடப்பண்ணை (தமிழக அரசு விருது)	தமிழ்மகன்	200
11	தாரகை	தமிழ்மகன்	230
12	வெள்ளை நிறத்தில் ஒரு காதல்	தமிழ்மகன்	150
13	சொல்லித் தந்த பூமி	தமிழ்மகன்	150
14	பிரம்மராட்சஸ்	தமிழ்மகன்	250
15	ஆபரேஷன் நோவா	தமிழ்மகன்	250
16	ஒரு ஊர்ல ஒரு ராணி	தமிழ்மகன்	150
17	ஞாலம்	தமிழ்மகன்	335
18	ஆட்கொல்லி	க.நா.சு.	150
19	நளினி	க.நா.சு.	120
20	ஒரு நாள்	க.நா.சு.	220
21	பெரிய மனிதன்	க.நா.சு.	100
22	வாழ்ந்தவர் கெட்டால்	க.நா.சு.	120
23	சர்மாவின் உயில்	க.நா.சு.	250
24	பொய்த் தேவு	க.நா.சு.	300
25	நிறைகுளம்	பெ.மகேந்திரன்	300
26	நாகபவானி	ஜி.ரா.	200
27	வானத்து நிலவு	ஜி.மீனாட்சி	370
28	கற்றதனால் ஆய பயன்	ராஜா வாசுதேவன்	
29.	கொள்ளிடம்	ராஜா வாசுதேவன்	

சிறுகதைகள்

1	தமிழ்ச் சிறுகதைக் களஞ்சியம்	தமிழ்மகன்	350
2	மஞ்சு அக்காவின் மூன்று முகங்கள்	தமிழ்மகன்	230

3 சாலை ஓரத்திலே வேலையற்றதுகள்	தமிழ்மகன்	230
4 அமில தேவதைகள்	தமிழ்மகன்	200
5 மீன்மலர்	தமிழ்மகன்	230
6 நூறு சிறுகதைகள்	தமிழ்மகன்	900
7 ஏரிக்குள் கடல்	சுதாகர் சுப்பிரமணியன்	200

உரை நூல்கள்

1 சிலப்பதிகாரம் உரை	க.பாலகிருஷ்ணன்	200
2 திருக்குறள் உரை	க.பாலகிருஷ்ணன்	250

சிறார் கதைகள்

1 அஞ்சலிக்கு அப்பா சொன்ன கதைகள்	தமிழ்மகன்	100

ஆய்வுக் கட்டுரைகள்

1 இலக்கியத்துக்கு ஓர் இயக்கம்	க.நா.சு.	220
2 அறியப்படாத தமிழகம்	தொ.பரமசிவன்	170
3 தெய்வம் என்பதோர்	தொ.பரமசிவன்	150
4 இதுவே ஜனநாயகம்	தொ.பரமசிவன்	220
5 நீராட்டும் ஆராட்டும்	தொ.பரமசிவன்	220
6 பண்பாட்டு அசைவுகள்	தொ.பரமசிவன்	290
7 அழகர் கோயில்	தொ.பரமசிவன்	500
8 மெட்ராஸ் நல்ல மெட்ராஸ்	தமிழ்மகன்	150
9 அப்போலோ முதல் - ஆணையம் வரை	எஸ்.ஏ.எம். பரக்கத் அலி	200
10 விமானங்களை விழுங்கும் மர்மக்கடல்	தமிழ்மகன்	100
11 பேனாவின் டைரி	பெ.மகேந்திரன்	200
12 அஞ்சலை அம்மாள்	ராஜா வாசுதேவன்	
14 தளபதி விநாயகம்		
15 தமிழகத்தில் களப்பிரர்கள்	னி வேங்கடசாமி	
16 தமிழர் கடல் வணிகம்	சீனி. வேங்கடசாமி	
17 நிணம்	நிழலி	100
18 முன்மொழிகள்	‘காதல்’ சுகுமார்	100
19 எமனோடு உரையாடு	கவிஞர் மதுமிதா	140

சினிமா

1	திரை	தமிழ்மகன்	170
2	சங்கர் முதல் ஷங்கர் வரை	தமிழ்மகன்	110
3	பேசும் பட முதல்வர்	ச.முத்துவேல்	110
4	ரத்னா வாத்தியார்	ச.முத்துவேல்	200
5	முதல் மூன்று திரைப்படங்கள்	ச.முத்துவேல்	100
6	சத்யராஜ் வாக்குமூலம்	தமிழ்மகன்	100

சூழலியல் நூல்கள்

1	குறுங்காடுகள்	ராஜவேலு	20
2	பனங்காடு	ராஜவேலு	20
3	பச்சைப் புறா	கோ.நடராசன்	150

கவிதை

1	பூமிக்கு புரிய வைப்போம்	தமிழ்மகன்	110
2	ஆறறிவு மரங்கள்	தமிழ்மகன்	110
3	அவர் பேசிய நூறு மொழிகள்	நவி	70
4	வாகை சூடி	நவி	50
5	மடலேறும் மழை	நவி	85

நாடகம்

1	மூன்று நாடகங்கள்	தமிழ்மகன்	200

ரஷ்ய நூல்கள்

1	அக்கினிப் பரீட்சை (மூன்று தொகுதிகள்)	அலெக்ஸ்சேய் தல்ஸ்தோய்	3,000
2	தந்தையரும் தனயரும்	இவான் துர்கனேவ்	110
3	அதிகாலையின் அமைதியில்	போரிஸ் வசிலியேவ்	110
4	புஷ்கின் சிறுகதைகள்		110
5	ஆன்டன் செக்காவ் சிறுகதைகள்/ குறுநாவல்கள்		110
6	மக்சிம் கார்க்கி சிறுகதைகள்		110
7	தஸ்தயேவெஸ்கி சிறுகதைகள்		110
8	டால்ஸ்டாய் சிறுகதைகள்		110

9 இவான் துர்கனேவ் கதைகள் 110

10 நிக்கோலய் கோகல் கதைகள் 110

11 வசூலி சுக்சின் சிறுகதைகள் 110

வரலாறு

1 தூத்துக்குடி ஜி.ரா. 300